இராமன் பன்முக நோக்கில்

பேராசிரியர் அ.ச. ஞானசம்பந்தன்

ரிதம் வெளியீடு

இராமன் பன்முக நோக்கில்
அ.ச. ஞானசம்பந்தன் ©

Raman Panmuga Nokkil
A.S. Gnanasambanthan ©

1st Edition: Jan 2024
Pages: 368   Price: Rs. 375
ISBN: 978-93-93724-94-6

Published by:
Rhythm Veliyeedu
New No.58, Old No.26/1, 1st Floor,
Alandur Road, Saidapet,
Chennai - 600 015, Tamil Nadu, INDIA
Ph : (044) 2381 0888, 2381 1808, 4208 9258
E-mail : senthil@rhythmbooks.in
Web : www.rhythmbooksonline.com

Book Layout & Cover Design
Visual Vinodh - 9500149822

ஆசிரியன் முன்னுரை

45 ஆண்டுகட்கு முன்னர் இலங்கையில் நடந்த ஒரு நிகழ்ச்சி என்னைப் பிடர் பிடித்து உந்திற்று. பத்து நாள் தொடர் சொற்பொழிவிற்காக யாழ்பாணத்தை அடுத்த கரணவாய் என்ற இடத்திற்குச் சென்றிருந்தேன். முதல் நாள் சொற்பொழிவு முடிந்து, உறங்கி எழுந்த பின் ஓர் அதிர்ச்சி தரும் நிகழ்ச்சி என்னுள் விளைந்திருந்தது. வாயைத் திறந்து பேசமுயன்றால் வெறும் காற்றுத்தான் வெளிவந்தது. குரல்வளையில் உள்ள இரண்டு சவ்வுகள் செயலிழந்துவிட்டன. மருத்துவர்கள் இதனை பெராலிஸிஸ் (Paralysis of the vocal chords) என்று கூறிவிட்டனர். இதற்கு மருத்துவம் இன்றுவரை இல்லை. வேறுவழியே இல்லாத நிலையில் என்னைப் பரிசோதித்த மருத்துவ நண்பர், அப்பொழுது அங்கு வாழ்ந்த யோக சுவாமிகள் என்ற சித்த மகாபுருஷரைச் சென்று காண அறிவுரை கூறினார்கள். முன்னரே எனக்கு சுவாமிகளிடம் பழக்கம் உண்டு. ஆதலால் அவர்களைச் சென்று வணங்கி வாய்திறந்து பேச முடியாத நிலையில் நிற்கையில் அவர்கள் பலவற்றைக் கூறினார்கள். பேச்சு ஒன்றை மட்டும் வைத்துக்கொண்டு வயிறு வளர்க்கும் நான் அதை இழந்த நிலையில் அவர்கள் பேசியதை என் மனத்திடை வாங்கிக் கொள்ளவே இல்லை. திடீரென்று சுவாமிகள் கூறியதை அவர்கள் மொழியிலேயே இங்கு நினைவுகூர்கிறேன். ‘அடேய் பொடியன்! சேக்கிழாரையும் கம்பரையும் நாங்கள் தானே வெட்டிப் புதைக்கணும். போய் இன்று மாலை பேசிவிட்டு இங்காலே வா’ என்று தமக்கே உரிய இலங்கை தமிழில் ஆசி வழங்கினார்கள். மீட்டும் எனக்குப் பேச்சு வந்ததும் மருத்துவர்கள் வியப்புற்றதும் தனிக்கதை. பல்லாண்டுகள் கழித்துத்தான் சேக்கிழாரையும், கம்பரையும் சுவாமிகள் குறிப்பிட்டதை நினைக்க வேண்டி வந்தது.

இதுவரை நான் எழுதியுள்ள நூல்களில் முக்கால் பகுதிக்கு மேற்பட்டவை சேக்கிழாரையும், கம்பரையும் பற்றித்தான். பல்லாண்டுகட்கு முன்பே தொல்காப்பியம் மெய்ப்பாட்டியலுக்குப் புதிய உரை ஒன்று எழுத முயன்றும் இன்னும் நடைபெறவில்லை. இந்த நிலையில் கம்பன் புதிய பார்வை என்ற நூலையும் பெரிய புராணம் ஓர் ஆய்வு என்ற நூலையும் சென்ற சில ஆண்டுகளில் எழுதி முடித்த பின் மகான் திரு.யோகசுவாமியின் கட்டளையை நிறைவேற்றிவிட்டதாக நினைத்திருந்தேன்.

எத்தனை முறை கோவை சென்றாலும் புறப்படும் நாளில் திரு. R.துரைசாமி நாயுடு அவர்கள் இல்லத்தில் விருந்துண்டு, உரையாடிவிட்டு வருவது வழக்கம். ஒரு முறை அவருடன் உரையாடிக் கொண்டிருக்கும் பொழுது அப்பெரியார் திடீரென்று என் கைகளைப் பற்றிக் கொண்டு இராமனைப் பற்றி முழுமையாக ஒரு நூலை எழுதித் தரவேண்டும் என்றார்கள். இதனைக் கூறியவர் தானசூர கர்ணனும், பரமபாகவதருமாகிய திரு. துரைசாமி நாயுடு அவர்கள். அவர்களுடைய கட்டளை என்னுடைய நண்பர் நாயுடு அவர்களின் கட்டளையாக இல்லை. அந்தப் பரமபாகவதர் மூலமாக இராமனே அந்தக் கட்டளையை இட்டான் என்ற எண்ணம் ஒரு விநாடி மனத்தில் தோன்றி மறைந்தது. பாகவதரின் கட்டளை, பரமனின் கட்டளையே ஆகுமன்றோ? அதன் பயனாகவே கண்ணில்லாத இந்நிலையில் இச்சிறு நூலை எழுதி முடித்தேன்.

கண் பார்வை இல்லாத நிலையில் இந்த நூலை எழுதுவதற்கு உதவி புரிந்த என் மகள் ஞா.மீராவின் உதவி மிகவும் போற்றப்பாலது. அவளுக்கு இறைவன் அருள்புரிவானாக என்று என் நல் வாழ்த்துக்களைத் தெரிவித்துக் கொள்கிறேன்.

கையெழுத்துப்படியை நிதானமாகப் படித்து வேண்டும் திருத்தங்கள் செய்து உதவிய என் முதல் மாணவர் டாக்டர் ம.ரா. போ. குருசாமி அவர்கட்கும் என் நல்வாழ்த்து உரியதாகும். இந்த நூலுக்கு இளம் தலைமுறையினரில் தலையாய அறிஞரான டாக்டர் தெ. ஞானசுந்தரம் அவர்களை அணிந்துரைத் தருமாறு கேட்டுக் கொண்டேன். கையெழுத்துப் பிரதியையே படித்து, அணிந்துரை என்ற பெயரில் ஒரு திறனாய்வுக் கட்டுரையையே வழங்கியுள்ள அவருக்கு என் நன்றியும், நல்வாழ்த்துக்களும் உரியனவாகும். சபரி போன்ற சிறு பாத்திரங்கள் பற்றி எழுதாமைக்குக் காரணம், நூல் மேலும் விரிவடையும் என்பதாலேயேயாகும்.

தெய்வப் படங்களை வரைவதில் ஈடு இணையற்று விளங்கும் ஓவியர் திரு.பத்மாவாசன் அவர்கள், மிகச் சிறந்த இரண்டு ஓவியங்களை அட்டைப் படத்திற்காக வரைந்துள்ளார்கள். 'இராமன் - பன்முக நோக்கில்' என்ற பெயருக்கேற்ப அட்டையின் முகப்புப் படம் அமைந்துள்ளது அவர் திறமைக்கு எடுத்துக்காட்டாகும். மிக இளைஞராகிய அவருக்கு என் நல்வாழ்த்துக்கள் உரியன.

இந்நூலுக்கு சொல்லடைவு சேர்க்கப்பட்டுள்ளது.

இந்த நூலை நன்முறையில் அச்சிட்டு வழங்கிய கங்கை புத்தக நிலையத்தாருக்கு என் நல்வாழ்த்துக்கள் உரியதாகும்.

அ.ச. ஞானசம்பந்தன்

அணிந்துரை

இருபதாம் நூற்றாண்டுத் தமிழ்த் திறனாய்வு உலகத்தில் தமக்கெனத் தனியிடத்தைத் தகுதியால் தேடிக்கொண்ட பெருந்தகை பேராசிரியர் அ.ச.ஞா. ஆவார். அவர் பேராசிரியர்களுக்கெல்லாம் பேராசிரியர். தமிழுக்குத் திறனாய்வுத் துறையினை அறிமுகப்படுத்திய முன்னோடிகளுள் அவரும் ஒருவர். ஆங்கில இலக்கிய மாணாக்கர்களுக்கு அட்சனின் இலக்கியத் திறனாய்வு போலத் தமிழ் இலக்கியம் பயில்வார்க்கு அவர்தம் ‘இலக்கியக்கலை’ தடங்காட்டும் இலக்கியக் கைகாட்டி.

நம் பேராசிரியர் நிறைந்த புலமையாளர். சங்க இலக்கியம் தொடங்கிப் பாரதிதாசன் பாடல்கள் வரை கற்றுத் துறை போகியவர். அவர் தமிழ், ஆங்கிலம் ஆகிய இருமொழிகளில் தோய்ந்தவர். இவற்றைத் தவிர வேறொரு தனிச்சிறப்பும் அவர்க்கு உண்டு. அவர் கணிதம், இயற்பியல், வேதியல் ஆகியவற்றையும் கற்றறிந்தவர். இலக்கியத் திறனாய்வாளர்க்குத் தேவையான பரந்த கல்வி, ஆழ்ந்த அறிவு, அறிவியல் பார்வை இவையனைத்தும் ஒருங்கே வாய்க்கப் பெற்றமையால் தேர்ந்த திறனாய்வாளராகத் திகழ்கிறார்.

பெரும்பாலும் எழுத்தாளர்கள் பேச்சாளர்களாகவும், பேச்சாளர்கள் எழுத்தாளர்களாகவும் இருப்பது இல்லை. இதற்கு விதிவிலக்குப் பேராசிரியர் அ.ச. ஞா. அவரது பேச்சு எழுத்திற்கும், எழுத்துப் பேச்சிற்கும் மெருகூட்டுவனவாய் அமைந்துள்ளன.

பேராசிரியர் தமிழ்க்கவிஞர்கள் பலரிடத்தில் நெஞ்சம் பறிகொடுத்தவர் என்றாலும் அவர் நெஞ்சில் முழுமையாக நிறைந்து நிற்பவர்கள் கம்பநாடரும் தெய்வச் சேக்கிழாருமே ஆவர். இவ்விரு பெரும்புலவர்களின் படைப்புக்கள் பகுத்தறிவாளர்களால் சமூகக் கட்டாயத்தினால் கடுமையாக எதிர்க்கப்பட்ட காலத்தில் இவற்றின் சீரமைகளை அஞ்சாது எடுத்துக்காட்டிய நெஞ்சுரம் மிக்க தமிழாய்ந்த பெருமக்களுள் குறிப்பிடத் தக்கவர் அவர். அவரது சிறந்த படைப்பே ‘இராமன் - பன்முக நோக்கில்’ என்னும் இந்நூலாகும்.

பேராசிரியர் தம் வாழ்வின் காலைப் பொழுதில் எழுதிய நூல் ‘இராவணன் மாட்சியும் வீழ்ச்சியும்’. அஃது இராவணனைச் சிறப்புற எடுத்துக்காட்டுவது. அவர் தம் வாழ்வின் மாலைப்பொழுதில்

வடித்துள்ள நூல் இராமன் பன்முக நோக்கில் என்பது. இஃது இராமன் பெருமைகளைப் பல்வேறு கோணங்களில் நோக்கிக் கொண்டாடுவது. பரபக்கம் பேசிச் சுபக்கம் நிலைநாட்டும் சமயக்கணக்கர் போல, அதில் எதிர்த்தட்டுத் தலைவனின் இயல்புகளைக் காட்டி இதில் இராமனின் உயர்ந்த பண்புகளை நிலை நிறுத்துகிறார்.

இராமன் காப்பியத்தில் இரு நிலைகளில் காட்சி தருகிறான். ஒன்று அவன் பரம்பொருள், மற்றொன்று அவன் மனிதன். இவ்விரு நிலைகளிலும் அவன் செயல்கள் எவ்வாறு சிறப்புற்று விளங்குகின்றன என்பதைக் காட்டுவதே நூலின் உயிர்த்துடிப்பாக அமைந்துள்ளது. பேராசிரியர் பரம்பொருளை மூல இராமன் என்றும், அவன் மனிதனாக உலவும் கோலத்தினை தசரத இராமன் என்றும் குறிப்பிட்டு வேறுபடுத்திக் காட்டுகிறார். ஒரே நேரத்தில் ஒருவனைக் கடவுளாகவும் மனிதனாகவும் படைப்பது மிக அரிய செயல். அப்படிப் படைத்தவர்களில் பெரும்பாலோர் தம் முயற்சியில் வெற்றி பெறவில்லை. ஆனால் கவிச்சக்கரவர்த்திக் கம்பநாடர் பெருவெற்றி பெற்றுள்ளார். இதுவே நூல் உரத்த குரலில் முழங்கும் ஆய்வு முடிவு.

உலகக் காப்பியங்களோடு கம்பராமாயணத்தை ஒப்பிட்டுக் கம்பரின் ஏற்றத்தினைக் காட்டினார் வ.வே.சு ஐயர், சமண பௌத்த சமயங்களிடையே வழங்கும் இராம கதையோடு கம்பராமாயணத்தை ஒப்பிட்டுக் கம்பரின் தனிச் சிறப்பினைப் போரப்பொலிய வரைந்துள்ளார் பேராசிரியர் அ.ச.ஞா.வான்மீகம், புத்த சாதகக் கதைகள், பௌம சரிதம், பத்ம புராணம் இவற்றை அடியொற்றிக் கம்பர் இராமனை மனிதனாகக் காட்டுகிறார் என்றும், தமிழ்நாட்டுக் கொள்கையையொட்டி அவனைக் கடவுளாகக் காட்டுகிறார் என்றும் தெளிவுபடுத்தியுள்ளார். வால்மீகியின் மனித இராமனைத் தெய்வமாக உயர்த்தி ஆராதனை புரிந்தவர்கள் ஆழ்வார்கள் என்பர் சிலர். இதனை மறுத்து ஆழ்வார்கள் காலத்திற்கு முன்பே இராமன் கடவுளாகக் கருதப்பெற்றான் என்பதை அருமையாகத் தெளிவுப்படுத்தியுள்ளார். ‘சிலம்பில் வரும் நெடுமொழி’ என்னும் சொல்லைக் கொண்டு இராமன் திருமாலின் திருத்தோற்றம் என்னும் கருத்துக் கிறித்துவுக்கு முற்பட்ட காலத்திலேயே தமிழகத்தில் நடையாடியது என்று காட்டுவது மனங்கொளத்தக்க இனிய ஆய்வு முடிவு.

கம்பநாடர் இராமனைக் காப்பியத் தொடக்கத்தில், “முப்பரம்பொருளுக்கு முதல்வன்”, “எமை உடை இறைவன்” என்னும் தொடர்களாலும், இறுதியில் “இவனோதான் அவ்வேத முதற்காரணன்” என்னும் தொடராலும் குறித்து, அவன் பரம்பொருள் என்பதனை உணர்த்தியுள்ளார். இராமன் பரம்பொருளாக இருத்தலால்தான்

அவன் வடிவழகினைப் பெண்களால் முடியக் காணமுடியவில்லை என்பதனைப் பேராசிரியர் செலச் சொல்லியுள்ளார். இதனை 'எண்ணிலி' (Infiniti) என்னும் கணிதக் குறியீடு கொண்டு விளக்குவது பேராசிரியரின் தனி முத்திரை பதிந்துள்ள இடம், இராமன் முடிசூடப் போகிறான் என்ற பொழுதும், அவன் காடேகும் பொழுதும் மக்கள் உள்ளத்தில் ஏற்பட்ட தாக்கங்கள் அவன் பரம்பொருள் என்பதால்தான். மிகவும் ஆழமாக அமைந்தன என்பது நன்கு விளக்கப்பட்டுள்ளது.

'தந்தையும் இராமனும்' என்னும் பகுதியில் தயரதனுக்கும் இராமனுக்குமிடையே இருந்த அன்புப்பிணைப்பு விளக்கப்படுகிறது. இதில் 'தருவனத்துள்' என்னும் பாடல் நுண்ணிய ஆய்வுக்கு உட்படுத்தப்பட்டுள்ளது. பேராசிரியர் சொற்களின் வழியாகப் பாத்திரங்களின் மனத்தில் இறங்கி மனத்தின் அகல நீளங்களை அளந்து கூறும் உளநூற் கலைஞர் என்பதனை இதுபோன்ற இடங்கள் மெய்ப்பிக்கின்றன. இராமன் - பரசுராமன் சந்திப்பு அலசி ஆராயப்பட்டுள்ளது. பரசுராமப் படலம் யான் பலகால் படித்தது; பாடம் நடத்தியது. அதில் இவ்வளவு நுட்பம் பொதிந்து கிடக்கின்றதா என்னும் வியப்பினை உண்டாக்குகிறது பேராசிரியரின் விளக்கம். 'வாங்குதி தனுவை' என்பதில் 'வளைப்பாய்' என்று பிறிதொரு பொருளும் பொதிந்திருக்கிறது என்பதனை அறியும் போது மனம் நம்மையறியாமல் 'ஆகா! ஆகா!' என்று பாராட்டத் தொடங்கிவிடுகிறது. இராமன், தயரதன் இறந்த பொழுது சராசரி மனிதனாகப் படும் வருத்தம் நன்கு விரித்துரைக்கப்பட்டுள்ளது.

கோசலை, சுமித்திரை, கைகேயி ஆகிய அன்னையர்களுக்கும் இராமனுக்குமிடையே நிகழ்ந்த சந்திப்புக்களும் உரையாடல்களும் அழகுறத் 'தாயரும் இராமனும்' என்னும் பகுதியில் ஆராயப்படுகின்றன. 'என்னை நீங்கி இடர்க்கடல் வைகுறும் மன்னர் மன்னன்' என்றும் தொடரால் இராமன் தன்னைக் காடேகச் செய்தது தயரதனல்லன் கைகேயியே என்பதனை உணர்ந்து கொண்டான் என்று காட்டுவது நுட்பமான செய்தி. வையம் ஈந்தும் போகா உயிர்த் தாயர் நம் 'பூங்குழல் சீதை' என்று சுமித்திரை கூறுவது கொண்டு அவள் இராமனோடு சீதையும் செல்வாள் என்பதனை முன்கூட்டியே தன் அறிவுத்திறத்தால் முடிவுகட்டிவிட்டாள் என்று விளக்குவதும் அத்தகைய அரிய செய்தியே ஆகும். கைகேயியைக் காணச் சென்ற இராமனொடு இலக்குவன் ஏன் செல்லவில்லை என்பதற்குரிய காரணம் அரசி 'பிள்ளையைக் கொணர்க' என்று ஆணையிட்டதே என்னும் விளக்கம் ஐயங்களையும் நல்ல விடையாக அமைகிறது. காடேகுமாறு பணித்தது மன்னவன் பணி அன்று; நும்பணி என்று கைகேயியிடம் இராமன் சொல்வதாக யோக வாசிஷ்ட இராமாயணத்தில் வரும்

கருத்தினையும் பெறுமாறு கம்பநாடர் கவிதை அமைந்துள்ளது என்று குறிப்பது பேராசிரியரின் அங்கங்கே கலைகள் தேரும் மாட்சியைக் காட்டுவதாகும்.

தம்பியர்களின் பண்புகளையும் இராமன் அவர்கள் பால் கொண்டிருந்த நேயத்தினையும் அடுத்த கட்டுரை விளக்குகிறது. கரனை அழிப்பதற்கு இலக்குவனை விடுக்காமல் இராமன் தானே சென்றதற்குக் காரணம் யாது என்பது இப்பகுதியில் நுட்பமாக ஆய்ந்து எடுத்துக்காட்டப்படுகிறது. மூல இராமன் முன்கூட்டியே போரில் வில் ஒடிய வருணனிடமிருந்து விஷ்ணு தனுசை வாங்கும் சூழ்நிலை உருவாகும் என்பதனை அறிந்திருந்தான் என்றும் அதனைப் பெறும் உரிமை தன்னைத்தவிர இலக்குவனுக்கு இல்லை என்று கருதினான் என்றும் வரும் பகுதி புதிய விளக்கம். மாயமானைக் குறித்து இராம இலக்குவரிடையே நடைபெறும் வாக்குவாதம், அதில் புலப்படும் இலக்குவனின் அறிவுத்திறம் ஆகியவற்றை விளக்கி, தசரத இராமன் மனைவியின் ஆசையை நிறைவு செய்ய மானின் பின்னே போனான். மூல இராமன் தன் அவதார நோக்கத்தை நிறைவேற்றவே அவ்வாறு செய்தான் என்று பாகுபடுத்திக் காட்டுவது சிறப்பாக உள்ளது. கம்பரின் இராமகாதையில் தான் யார் என்பதனை இராமன் எங்கும் வெளிக்காட்டிக் கொள்ளாமலேயே செயற்படுகிறான் என்று முடிவுகாட்டி ஆனால் இதற்கு இசையாத வகையில் வருணனிடமிருந்து வில்லைப் பெறுவது போன்ற ஓரிரு நிகழ்ச்சிகள் நெருடலாக அமைகின்றன என்று குறிப்பது காமஞ் செப்பாது கண்டது மொழியும் நேர்மைத் திறனாய் வாகும்.

கார்காலம் முடிந்தும் படையொடு வாராமல் அரண்மனையில் இன்ப நுகர்ச்சியில் இருந்த சுக்கிரீவனிடம் சீற்றம் கொள்ளும் இராமன் மனிதன் என்றும், அச்சுக்கிரீவன் தன்பால் வந்து வணங்கியபோது அவன் குற்றங்கள் எல்லா வற்றையும் மறந்து பரதன் 'நீ இனையன பகரற் பாலையோ?' என்று கொண்டாடும் இராமன் தெய்வம் என்றும் காட்டுவது, வீடணனுக்கு அடைக்கலம் அளிக்கும் போது இராமன் பேசும் பேச்சுத் தசரதராமன் பேசிய பேச்சு என்பதனைவிட மூல இராமனின் பேச்சு என்று கொள்ள வேண்டும் என்று தெரிவிப்பது, போர்க்களத்தில் இலக்குவன் இந்திரசித்தனால் வீழ்ந்தபோது அதற்கு எவ்வகையிலும் பொறுப்பில்லாத வீடணனை 'கெடுத்தனை வீடணா!' என்று உணர்ச்சிவயப் பட்டுக் குற்றம் சுமத்திய இராமன் தன் செயலுக்குக் கழுவாய் தேடுவது போல, இலக்குவன் இந்திரசித்தனை அழித்துப் பெற்ற வெற்றியை அதில் குறிப்பிடத்தக்க அளவு உதவி செய்யாத வீடணனுக்குரியதாக்கி, 'வீடணன் தந்த வென்றி, ஈது' என்று

போற்றினான் என்று இரு நிகழ்ச்சிகளை இழைத்துக் காட்டி உண்மை தெருட்டுவது ஆகிய இடங்கள் எண்ணி எண்ணி மகிழத்தக்கன.

அடுத்த கட்டுரையில் இராமனோடு சேர்ந்த சகோதரர்களின் இயல்புகள் ஆராயப்படுகின்றன. குகன் இராமன்பால் கொண்ட தாயன்பு, சுக்கிரீவன் சலனபுத்தி, அவன் ஐயத்தைப் போக்க மராமரத்தில் அம்பு எய்த தசரதராமனின் மாமனிதப் பண்பாடு, வீடணன் ஞான உயர்ச்சி, அவன் உதவிகள் ஆகியன விரிவாக ஆராயப்பட்டுள்ளன.

'பிராட்டியும் இராமனும்' என்னும் பகுதியில், இராம இலக்குவர், தசரதன் புதல்வர் எனும் பெயரே காண என்று விசுவாமித்திரன் கூறுவது எங்கே இராமன் தன் தந்தை தசரதன் போல் பல பெண்ணை மணக்கக் கூடியவனாய் இருப்பானோ என்னும் ஐயம் சனகன் உள்ளத்தில் தோன்றினால் அதனைக் களைவதற்கே என்று நுட்பமாக விளக்கம் தரப்பட்டுள்ளது. இராமன் சீதையைப் பார்த்து, நீ காட்டுக்கு வந்தால் எல்லையற்ற இடர் தருவாய் என்கிறான். "காட்டில் உள்ள முனிபுங்கவரின் மனைவிமார்கள் அவர்களுக்கு இடரையா தருகின்றனர்?" என்று வினவி இதனைத் தசரதராமன் கூற்றாகக் கொள்வதைக் காட்டிலும் மூல இராமன் நினைப்பாகக் கொள்வதே பொருந்தும் என்று கருத்துரை வழங்கப்படுகிறது. சீதை இலக்குவன் கூறிய தெளிவுரையைச் செவிமடுக்காமல் அவனை மானின்பின் சென்ற இராமன்பால் செல்ல வற்புறுத்தியது கைகேயி இராமனைக் காட்டுக்கு அனுப்பிய செயலை ஒப்பது. இதற்கும் காரணம் அரக்கர். பாவமும் அல்லவர் இயற்றிய அறமுமே என்பது தெருட்டப்படுகிறது. கம்பநாடர் சீதை - இலக்குவன் உரையாடலாக வான்மீகத்தில் வரும் செய்திகள் சில அவர்கள் பெருமையைக் குறைப்பதாக அமைந்திருத்தலால் அவற்றை மாற்றியமைக்கிறான் என்று காப்பிய ஆசிரியரின் திறம் உணர்த்தப்படுகிறது. சீதையின் தீக்குளிப்பு அவள் குற்றவுணர்ச்சியைத் துடைக்க இராமன் நிகழ்த்திய அற்புத நாடகம் என்று காட்டப்படுகிறது. இவையனைத்தும் பேராசிரியரின் புதிய பார்வைகள்; இனிய விளக்கங்கள்

இராம காதையின் சிறந்த பாத்திரங்களுள் ஒன்று அனுமன். அவன் அறிவும் உணர்வும் நிறைந்த இறைத் தொண்டன் அவனுக்கும் இராமனுக்கும் இருந்த தொடர்பை விளக்குவதே 'அனுமனும் இராமனும்' என்னும் கட்டுரை அனுமன் நடந்து வரும் இராம இலக்குவர்களின் தோற்றம் செயல்களைக் கொண்டே அவர்கள் சீதையை இழந்து வரும் வருத்த நிலையை அனுமானித்து விடுகிறான் என்பதும், இராமனும் அனுமனும் ஒருவரை ஒருவர் கண்களால் எடை போட்டு அறிந்தனர் என்பதும் நன்கு விளக்கப் பட்டுள்ளன. அனுமன் செயல்கள், அவன் நெஞ்சுரம் முதலியவற்றை எடுத்துக்காட்டி அவனிடம் இராமன்

கொண்டிருந்த ஈடுபாடு இறுதியில் குறிக்கப்படுகிறது. இராமன் அவனிடம் 'நீ என்னைப் புல்லுக' என்கிறான். அதுவே இராமன் அவனுக்குத் தந்த பரிசு. இதனைப் "பக்தர்கள் இறைவனின் திருவடி நீழலில் சென்று தங்குவதற்குப் பதிலாக, இறைவன் திருவடி தானே தேடி வந்து ஒரு தொண்டனுடைய இதயத்துக்குள் புக விரும்புகின்றது" என்று நயம்பட உரைப்பது பரம்பொருள் இராமனின் எளிமைத் தன்மையையும் தொண்டன் அனுமனின் உள்ளத் தூய்மையினையும் ஒரு சேரச் சித்திரிப்பதாக அமைகிறது. "மூல நூல் உள்பட எந்த இராமாயணத்திலும் காணப்படாத முறையில் தமிழ் இலக்கியங்களில் கூடக் கம்பனுக்கு முன்னும் பின்னும் இப்படி ஒரு பாத்திரம் படைக்கப்படவில்லை என்பது அறிந்து மகிழ்வதற்குரியதாகும்" என்னும் கூற்று பேராசிரியர் அனுமன் என்னும் அடியவனுக்கு அடியராக இருக்கும் பெற்றியினைப் புலப்படுத்துகிறது.

'முனிவர்களும் இராமனும்' என்னும் பகுதியில் விசுவாமித்திரன் வசிட்டன், அகத்தியன், பரத்துவாசன் ஆகியோர் பண்புகளும் காப்பியத்தில் அவர்கள் பங்கும் விரிவாக எழுதப்பட்டுள்ளன. திருமணமாகாத இராமனைத் 'திருவின் கேள்வன்' என்று குறிப்பிடுகிறான் தயரதன். விசுவாமித்திரனோடு அனுப்ப இராமனை அழைத்துவருமாறு பணிக்குமிடத்தில் இத்தொடர் வருகிறது. இதற்கு 'அரசத் திருவை ஏற்றுக் கொள்ளப் போகிறவன்' என்று சூழலையொட்டிப் பொருள் காணப்பட்டுள்ளது. இராமனுக்குத் தாடகையைக் கொன்ற செயல் நெருடலாக இருந்தது என்பதனை அயோமுகிப் படலத்தில் இராமன் இலக்குவனிடம் பேசும் சொற்களைக் கொண்டு புலப்படுத்தும் பேராசிரியரின் நுண்மான் நுழைபுலம் வியப்பில் ஆழ்த்துகிறது. விசுவாமித்திரன் அகலிகையின் பழைய வரலாற்றை அறிந்தவனாதலின் அவள் சாப விமோசனம் பெற வேண்டும் என்னும் நோக்கத்திலேயே அவ்வழியாக இராமனை அழைத்து வந்தான் என்பதும், வசிட்டன் தேவர்களுக்கும் முனிவர்களுக்கும் நன்மை பயக்கும் நாளாகப் பார்த்து முடி சூட நாள் குறித்தான் என்பதும், இறுதியில் முடிசூட்டு விழா அவதார நோக்கம் நிறைவேறிய நிலையில் தசரதராமனும் மூல இராமனும் ஒன்றாகிவிட அவ்வொன்று பட்ட உருவத்திற்கே நிகழ்கிறது என்பதும் புதுமையான கருத்துக்கள். முடிசூட்டு விழாவினைக் குறிக்கும் இரு பாடல்களில் 'மௌலி புனைந்தான்' என்னும் முதற்பாடலில் வசிட்டன் யாருக்கு முடிசூட்டினான் என்பதை வெளிப்படையாகக் கூறாத கவிஞன் அடுத்த பாடலில் அவன் யார் என்பதை விளக்கமாகக் கூறி வசிட்டன் பேரை விட்டு விடுகிறார் என்று நுட்பம் காட்டி வசிட்டன் பரம் பொருளுக்கு முடிசூட்டினான் என்பது பொருத்தமாக அமையாது என்பது கவிஞர் கருத்து என்று காட்டுவது அருமை. அகத்தியன் தந்த வில் பற்றிய ஆய்வு சிந்திக்கத் தக்கது.

இராமனால் கொல்லப்பட்ட கரன், தூடணர், கும்பகருணன், இராவணன் ஆகியோரைப் பற்றியது 'அரக்கர்களும் இராமனும்' என்னும் பகுதி. கரன் அறிவு விளக்கம் பெறாத வன்மை மிக்க அரக்கன்; கும்பகருணன் தன்னலமற்றவனும் போர்க்களத்தில் பகைவன் ஆற்றலைப் புகழும் பண்பாளனும் இராமனிடத்தில் வீடணனைக் காப்பாற்ற வரங்கேட்கும் ஞானியுமாகத் திகழ்ந்தவன்; இராவணன் இராமனை வேதமுதற்காரணன் என்று உணர்ந்தும் வாழத் தவம் செய்யாத பேதை என அடையாளம் காட்டப்படுகின்றனர்.

இறுதிப் பகுதியாகிய பரம்பொருளும் இராமனும் என்பது கம்பராமாயணக் கடவுள் வாழ்த்துப் பாடல்களையும் அங்கங்கே சிலரது கூற்றாக வரும் துதிகளையும் ஆராய்கிறது. கடவுள் வாழ்த்துப் பாடல்களைத் துதிகளின் துணைகொண்டு ஆராயும் அணுகுமுறை அழகும் செம்மையும் உடையது. விராதன், கவந்தன், வாலி மூவரும் மறையும் தருவாயில் மூல இராமனைத் தரிசித்தவர் என்னும் பேராசிரியர் கூற்று எவ்வளவு உண்மை என்பதனை அவர்கள் துதிகளே உணர்த்தும். வாலியைச் சுக்கிரீவனிடம் கொண்ட எல்லையற்ற பாசத்தினால் கொன்ற இராமன் சாதாரண மனிதன் தன் செயல் சரியன்று என்று கருதி வாலி மைந்தன் அங்கதனிடம் 'நீ இது பொறுத்தி' என்று வேண்டும் இராமன் மாமனிதன் என்பது போல அவன் மனிதனாக விளங்கிய இடங்களை அடுக்கிக் காட்டுகிறார் பேராசிரியர். இப்படி எத்தனையோ புதுமைகளையும் நுட்பங்களும் கொண்டு திகழ்கிறது இந்நூல்.

கம்பராமாயணம் நாம் அறிந்தது; ஆனால் கம்பராமாயணம் பற்றிய இவ்வாராய்ச்சி நூலில் உள்ள அரிய கருத்துக்கள் நாம் அறியாதன. இதனைப் படித்து முடிக்கும் போது 'அறியாதன அறிவித்த அத்தா' என்று அறிஞர் அ.ச. ஞா.வை ஒவ்வொருவர் மனமும் கொண்டாடும் என்பது உறுதி. கம்பநாடனின் காவியத்தில் புதைந்து கிடக்கும் மறைவான அழகுகளைக் கண்டு கவிதையனுபவம் சிறக்கக் கைவிளக்காய் நன்னூல் படைத்து உதவிய பேராசிரியரை நன்றியோடு போற்றி வணங்குகிறேன்.

அன்பன்,

முனைவர். தெ. ஞானசுந்தரம்

3.2.97

"கலையகம்"
149, அண்ணாநகர்
மேற்கு விரிவாக்கம்
சென்னை - *600 101.*

உள்ளே...

கம்பனும் பல்வேறு இராமாயணங்களும்

இராமன் கதை வேதத்தில் உளதா?

சக்கரவர்த்தித் திருக்குமாரனுக்கு இராமன் என்ற பெயரும் வைக்கப்பட்டதை வான்மீகி, கம்பன் என்ற இருவருமே தத்தம் காப்பியத்தில் கூறுகின்றனர். என்றாலும் இந்த இரு காப்பியங்களுக்கு நெடுங்கால முன்பே 'இராம' என்ற பெயரும், 'தசரத' என்ற பெயரும், 'இட்சுவாகு' என்ற பெயரும், 'ரகு' என்ற பெயரும், 'இராகவ' என்ற பெயரும் ரிக்வேதத்தில் காணப்படுகின்றன என்பது உண்மைதான். இவற்றுள் ரகு என்பதும், இராகவ என்பதும் எந்நிலையிலும் இராமனைக் குறிக்கவில்லை என்று வேதவிற்பன்னர்கள் கூறுகின்றார்கள். 'ல' என்ற எழுத்தும், உச்சரிப்பும் அக்காலத்தில் வேதம் ஓதும் பலருடைய நாவில் நன்கு வெளிப்படாமையினால் 'லகு' (எளிது) என்ற சொல் லகரத்திற்குப் பதிலாக ரகரம் பெற்று ரகு என்றும், லாகவம் (சுலபமாக) என்ற சொல் லகரத்திற்குப் பதில் ரகரம் பெற்று ராகவம் என்றும் வழங்கப்பட்டன. ரிக்வேதத்தில் (10வது மண்டலம், 93வது பாடல், 14வது வரி) ராம என்ற சொல்லும், தசரத (1-126-4) என்ற சொல்லும், சீதா (4-57-6,7) என்ற சொல்லும் பயன்படுத்தப்பட்டுள்ளன என்பதும் உண்மை தான். ஆனால் இங்குப் பேசப்படும் தசரத என்ற சொல் பத்துத் தேர்கள் என்ற பொருளிலும், சீதா என்ற சொல் நிலத்தை உழுகின்ற ஏரின் கொழுமுனை என்ற பொருளிலும் ராம் என்ற சொல் சாதாரண மனிதனின்

பெயர் என்ற பொருளிலும் மட்டுமே வழங்கப்பட்டுள்ளன. இவற்றை வைத்துக்கொண்டு இராமனுடைய கதை ரிக்வேதத்தில் இடம் பெற்றுள்ளது என்று கூறுவது தவறாகும்.

இன்றும் சிவன் கோயில்களில் முருகனுக்கு அருச்சனை செய்து முடித்தபின் சுப்ரஹ்மண்யோகம் என்ற சொல்லை மும்முறைப் பயன்படுத்துவதைக் காணலாம். அதைச் சொல்லும் அர்ச்சகர் முருகனுடைய பெயர் என்று நினைத்தே அதனைச் சொல்கிறார். வேதத்தில் வரும் இச்சொல் இந்திரனைக் குறிப்பதாகும் என்பதனை அறிதல் வேண்டும். சொல்லும் ஓசையும் ஒன்றாக இருந்தாலும் ராம, தசரத, சீதா என்று வேதத்தில் காணப்படும் சொற்கள் இராம காதையோடு ஒரு சிறிதும் தொடர்பில்லாதவை என்பதை அறிதல் வேண்டும். வேறு பொருளில் வழங்கப்படும் இச்சொற்கள் செவி வழக்காய் இடம் பெற்று, இதிகாச காலத்தில் இராமன், தசரதன், சீதை என்பவர்களைக் குறிக்கப் பயன்படுத்தப்பட்டன. எட்டுத் திசைகளிலும், மற்றும் மேலும் கீழுமாகத் தன் தேரைச் செலுத்தியதால் அயோத்தி மன்னன், தசரதன் என்ற காரணப் பெயர் பெற்றான். சனக மன்னன் வேள்வி புரிவதற்காக நிலத்தை ஏர்ப்பூட்டி உழுத பொழுது ஏர்க்காலில் கிடைத்த பெண்ணாகையால் சீதா என்ற பெயர் காரணப் பெயராய் அமைந்தது. வேதத்தில் காணப்படும் ராம என்ற சொல் ஒரு சாதாரண மனிதனின் பெயராகவே பயன்படுத்தப்பட்டுள்ளது.

தசரதன் கதை (பௌத்த சாதகக் கதைகள்)

விருப்பு, வெறுப்பின்றி எந்த ஒன்றையும் ஆராயும் பொழுது சமயப்பற்று குறுக்கே வந்து ஆய்வைத் தடைசெய்ய இடம் தரலாகாது. வான்மீகியின் இராமகாதை பாடப்பட்ட காலத்திலேயே புத்த சமயத்தைச் சார்ந்த சாதகக் கதைகள் வடபுலத்தில் மிகுதியாக வழங்கின. அந்தச் சாதகக் கதைகளுள் தசரத ஜாதகக் கதையும் ஒன்று. அந்தத் தசரதன் கதையில் இராமாயணம் பேசப்படுகிறது என்றாலும், வான்மீகம் உள்பட இன்று வழங்கும் அத்தனை இராமாயணங்களிலிருந்து சாதகக் கதைகளில் வரும் இராமாயணக் கதை முற்றிலும் மாறுபட்டதாக இருக்கிறது. இக்கதையின்படி, தசரத மன்னன் வாரணாசி என்று இன்று அழைக்கப்படும் காசியை ஆண்டு வந்தான். அவனுக்கு இராமன், லக்ஷ்மணன், சீதை என்ற மூன்று மக்கள் இருந்தனர். அவர்களுடைய தாய் இறந்துவிட்ட காரணத்தால் தசரதன் இரண்டாம் மனைவியாக ஒருத்தியை மணந்தான். அவள் வயிற்றில் பிறந்தவன் தான் பரதன். தன் இரண்டாம் மனைவிக்கு ஒரு வரம் கொடுத்திருந்தான். வரம் கொடுத்தபொழுது அதை

வேண்டாம் என்று மறுத்த அவள், பரதனுக்கு வயது வந்தவுடன் அவனுக்குப் பட்டம் வேண்டும் என்று தசரதனுக்கு வரத்தை நினைவூட்டி அதைப் பெற்றுவிட்டாள். அதனை ஏற்றுக்கொண்ட தசரதன் தன் முதல் மனைவியின் பிள்ளைகள் மூவருக்கும் ஏற்படும் ஆபத்தை மனத்தில் நினைத்து இராமன், தம்பி இலக்குவன் ஆகிய இருவரையும் காட்டிற்குப் போகும்படியும், சோதிடன் கூறியபடி 12 ஆண்டுகள் கழித்து தான் இறக்கும் பொழுது, திரும்பி வந்து போர் செய்து அரசை மீட்டுக் கொள்ளுமாறும் புத்திமதி கூறினான். அதனை ஏற்றுக்கொண்ட இராமன், தம்பி இலக்குவனையும், தங்கை சீதையையும் அழைத்துக் கொண்டு இமயமலை நோக்கிப் போய் விட்டான்.

சோதிடன் சொன்னதற்கு மாறாகத் தசரதன் ஒன்பதாவது ஆண்டிலேயே உயிர் நீத்தான். பரதன் மணிமுடியை ஏற்றுக் கொள்ள மறுத்து, அண்ணனை அழைத்துவர இமயம் சென்றான் பரதன் எவ்வளவு எடுத்துச் சொல்லியும் இராமன் வாரணாசிக்கு வர மறுத்துவிட்டான். வேறு வழியில்லாமல் இலக்குவனையும், சீதையையும் உடன் அழைத்துக்கொண்டு இராமனுடைய பாதுகைகளைப் பெற்றுக்கொண்டு, வாரணாசி மீண்ட பரதன், அண்ணன் வரும் வரையில் பாதுகையின் பிரதிநிதியாகத் தான் இருந்து, ஆட்சி செய்து வந்தான். மூன்றாண்டுகள் கழிந்த பிறகு சாந்தா என்ற பெண்ணை மணந்து கொண்டு 1600 ஆண்டுகள் ஆட்சி செய்தான். [*The Rise of the Religious significance of Rama by Frank Whaling - Page - 95 (Motilala Banarsidass, Delhi - 1980).*]

சாதகக் கதைகளில் வரும் இந்த இராமகாதையில் அயோத்தி, இராவணன், குரங்குச் சேனை, அனுமன், சுக்கிரீவன், அரக்கர் சேனை, இந்திரசித்து, இலங்கை, தென்னாடு முதலிய எந்தக் குறிப்பும் இல்லை. சீதையை இராவணன் கவர்ந்த செய்தியும் இல்லை. இத்தகைய ஒரு கதை இன்று நாட்டில் வழங்கும் எந்த இராமாயணத்திலும் இடம் பெறவில்லை. ஆனாலும் தசரதன், இராமன், சீதை ஆகியோர் இதில் காணப்படுதலும், வரத்தின் மூலம் பரதனுக்குப் பட்டம் வாங்கியதும் காணப்படுதலின் ஓரளவு இராமகாதையோடு தொடர்புடையது என்றே கொள்ள வேண்டியுள்ளது. இக்கதை அல்லாமல் இக்கதையினின்று ஓரளவு மாறுபட்டுச் செல்லும் கதைகள் இத்தொகுப்பினுள் இன்னும் இரண்டு உள்ளன.

எது முந்தியது?

ஒரு காலத்தில் இக்கதை முந்தியதா அன்றி வான்மீகி சொன்ன கதை முந்தியதா என்ற விவாதம் மிகக் கடுமையாக இந்நாட்டிலும் மேனாட்டிலும் எழுந்ததுண்டு. இந்திய இலக்கிய வரலாறு என்ற ஆங்கில நூலில் அதன் ஆசிரியர் வினட்டர் நிட்ஸ் (*M.Winternitz*) இதற்கொரு முடிவு கூறுகிறார். செவிவழிச் செய்தியாக வந்த நாடோடிப் பாடல்களே, சாதகக் கதைகளுக்கும் வான்மீகிக்கும் மூலமாக இருந்திருக்க வேண்டும் என்ற முடிவுக்கு அவர் வருகிறார். ["*The Rise of the Religious significance of Rama by Frank Whaling - Page - 95 (Motilala Banarsidass, Delhi - 1980)*.]

சமண இராமாயணங்கள்

புத்த சாதகக் கதைகள் தவிர விமலசூரி என்பவரும், குணபத்திரர் என்பவரும் இரண்டு இராமாயணங்கள் எழுதியுள்ளனர். இவர்கள் இருவருள் விமலசூரி என்பவர் சுவேதாம்பரப் பிரிவைச் சேர்ந்த சமணர்; குணபத்திரர் திகம்பரப் பிரிவைச் சேர்ந்த சமணர். இவர்கள் இருவரும் ஒன்றுக்கொன்று மாறுபட்ட முறையில் இராமாயணம் எழுதியுள்ளனர். இதில் உள்ள வியப்பு என்னவென்றால், இராவணனே இரண்டு இராமாயணங்களிலும் தலைமை இடம்பெறுகிறான். இராமன், இலக்குவன், இராவணன் என்ற மூவரும் சமணர் போற்றும் அறுபத்து மூன்று மகாபுருஷர்களில் இடம்பெற்றுள்ளனர். விமல சூரியின் இராமாயணப்படி இராவணன் நல்லொழுக்கம் நிறைந்த சிறந்த அரசனாகக் காட்டப்பட்டுள்ளான். குணபத்திர இராமாயணப்படி சாதாரண மனிதனாக இருந்த இராமன் இறுதியில் சமணத்துறவியாக மாறிவிடுகிறான். இந்த இரண்டு இராமாயணங்களும் சமணசமய அடிப்படையில் தோன்றிய காரணத்தால் போர் என்ற பேச்சுக்கே இடமில்லை. நாளா வட்டத்தில் விமலசூரியின் மரபில் சுவேதாம்பர சமணம் பரவி, ஹேமசந்திரர் ஜைன ராமாயணம் ஒன்றை வடமொழியில் எழுதினார். நாகசந்திரர், பம்பராமாயணத்தைக் கன்னட மொழியில் எழுதினார். இவை இரண்டும் சுவேதாம்பரரிடையே பெரிதும் பரவி இருந்தன. குணபத்திரருடைய திகம்பரக் கொள்கையின் அடிப்படையில் தோன்றிய இராமாயணம் வான்மீகத்தின் அடிப்படையிலிருந்து மிகவும் மாறுபட்டிருந்தாலும் திகம்பரரிடையே மிகுந்த செல்வாக்கைப் பெற்றிருந்தது.

பௌத்த சாதகக் கதைகள் மூலம் காணப்படும் இராமன், சமண இராமாயணங்களில் காணப்படும் இராமன் என்று மற்றப் பகுதிகளை நீக்கிவிட்டு, இராமனை மட்டும் எடுத்துக் கொண்டால் சிறந்த போக்கினைக் காணலாம். பௌத்தர், சமணர் இருவரும் கடவுட் கொள்கைகளை ஏற்காதவர்கள். ஆதலின், இராமனைக் கடவுளாகவோ அவதாரமாகவோ கொள்ளாமல் நன்னடத்தை, நற்பண்பு, நல்லொழுக்கம், அறவாழ்வு என்பவற்றின் நிலைக்களனாகவே சித்தரிக்கின்றனர். இவற்றுள் புத்த சாதகக் கதைகள் மிகமிகப் பழமையானது. வான்மீகிக்கு முன்னரோ அல்லது சற்றுப் பின்னரோ தோன்றி இருக்க வேண்டும்.

விமலசூரி, இரவிசேனர், குணபத்திரர் என்பவர்கள் எழுதிய ஜைன இராமாயணங்கள் வான்மீகிக்கு மிகவும் பிற்பட்டவையாகும். ஆனால், 9 ஆம் நூற்றாண்டில் தோன்றிய கம்பனுக்கு, விமலசூரியின் பௌம் சரிதமும் இரவிசேனரின் பத்ம புராணமும் முற்பட்டவை ஆகும். இவற்றை அடுத்து ஏறத்தாழ முப்பதுக்கும் மேற்பட்ட இராமாயணங்கள் வடமொழியிலும், பிற இந்திய மொழிகளிலும் தோன்றலாயின. இராமாயணம் என்ற பெயரிலில்லாமல் கி.பி.4ஆம் நூற்றாண்டில் ரகுவம்சம் என்ற பெயரில் காளிதாசன் இயற்றிய நூலும் இத்தொகுப்பைச் சேர்ந்ததே ஆகும். இந்தியாவைப் பொறுத்தவரை பழைய இராம காதையை ஓரளவு விரித்துக் கூறும் மற்றொரு நூல் வியாச பாரதமாகும். இதில் ஒன்றுக்கு மேற்பட்ட பருவங்களில் இராமகாதை பேசப்படுகிறது. இந்நாட்டிற்கு அப்பால் கீழ்த்திசையில் உள்ள இலாவோசிய, கம்போடியா, மலேசியா, சிங்கள, சயாமிய ஆகிய நாடுகளிலும் இராமாயணம் பரவியிருந்தது. இவை அனைத்தும் ஓரளவு வான்மீகியைத் தழுவியும், ஓரளவு புத்தசாதகக் கதைகளைத் தழுவியும் வடிவு பெற்றன. இந்தப் பல்வேறு இராமாயணங்களின் கதைப்போக்கு ஒன்றுக்கொன்று மாறுபட்டதாகவும், முரண்பட்டதாகவும் கூட அமைந்துள்ளன. எத்தகைய முரண்பாடும், மாறுபாடும் இருந்தாலும் காப்பிய நாயகனான இராமனைச் சித்தரிப்பதில் முரண்பாடு எதுவும் இல்லை. இது ஒரு வியக்கத்தகுந்த நிலைதான். கதைப் போக்கிலும், கதை மாந்தர் வாழ்விலும் பல்வேறு முரண்பாடுகளைக் கொண்டு விளங்கினாலும், காப்பிய நாயகனைப் பொறுத்தவரை முரண்பாடு அல்லது மாறுபாடு என்று பெரிதாகச் சொல்லத்தக்கது எதுவுமில்லை.

இராமனைச் சாதாரண மனிதனாகச் சித்தரிக்கும் சாதகக் கதைகள் தொடக்கத்தில் தோன்றியவை எனலாம். அடுத்துத் தோன்றிய

வான்மீகத்தில் இதே இராமன் பண்பாட்டின் உறைவிடமாகிறான். யுத்த காண்டத்தில் அவதாரம் என்றும் கருதப்படுகிறான். அத்யாத்ம இராமாயணத்தில் பரப்பிரம்ம சொரூபம் என்றே வருணிக்கப்படுகிறான். இவற்றுள் எந்த நிலையிலும் எந்த இராமாயணமும், இராமனைக் குற்றங்குறை உடையவனாகச் சித்தரிக்கவில்லை என்பதை அறிதல் வேண்டும். வான்மீகம், பௌம சரிதம், பத்ம புராணம் ஆகிய அனைத்திலும் இராமன் மனிதருள் மாமனிதனாகச் சித்தரிக்கப்படுவதை அறிந்து கொண்ட கம்பநாடன் தானும் அதனையே பின்பற்ற வேண்டும் என்ற முடிவுக்கு வந்திருக்கிறான். ஆனால், அவன் தோன்றிய தமிழகத்தில் சங்ககாலம் தொட்டே இராமனைத் திருமாலின் அவதாரம் என்று கருதிய கொள்கை மிகவும் வலுப்பெற்றிருந்தமையின் அந்தக் கொள்கையையும் விட்டுவிடக் கம்பன் விரும்பவில்லை. எனவே, ஒருபுறம் ஒப்பற்ற மனிதனாகவே இராமன் படைக்கப்படுகிறான்; மறுபுறம் அதே இராமன் பரம்பொருளின் அவதாரமாகப் படைக்கப்படுகிறான். ஒரே பாத்திரத்தைக் கடவுளாகவும் மனிதனாகவும் சித்தரிப்பது மிக ஆபத்தான ஒரு முயற்சி ஆகும். மனிதன் தவறு செய்தால், அது தெய்வத்தின் தலையில் ஏற்றப்படும். பழைய கிரேக்கக் காப்பியங்களில் கூடத் தெய்வங்கள் இடம்பெறுகின்றன. ஆனால் அவை தெய்வங்களாகவே தோன்றித் தம் பணியை முடித்துச் செல்கின்றன. இதனெதிராகத் தெய்வத்தை மானிட உருத்தாங்கி வந்து பணிபுரியுமாறு செய்த காப்பியங்கள் இரண்டாகும். அவை இராமாயணமும், பாரதமும் ஆகும். திருமாலே கண்ணனாகத் தோன்றிப் பணிபுரிவது பாரதத்தில் பேசப்படுகிறது. வியாசபாரதம், ஸ்ரீமத் பாகவதம் ஆகிய இரண்டும் ஐயத்திற்கு இடமின்றி கிருஷ்ணன் மகாவிஷ்ணுவின் அவதாரம் என்று தெளிவாகக் கூறிவிடுகின்றன. கிருஷ்ண பரமாத்மா பரம்பொருளாகவும், அருச்சுனனின் தோழனான கண்ணனாகவும் பணிபுரிவதில் சிக்கல்கள் ஏற்படுகின்றன. இதில் நாம் முக்கியமாகக் கவனிக்க வேண்டியது ஒன்றுண்டு. கிருஷ்ணாவதாரம் முழுவதிலும் தான் இறைவன் என்பதைக் கிருஷ்ணன் பலரும் அறியக் காட்டிக் கொள்கிறான். பாண்டவர், பீஷ்மர், விதுரர் முதலியோர் கண்ணன் யார் என்பதை அறிந்து போற்றும் பொழுது அதைக் கிருஷ்ணன் ஏற்றுக்கொள்கிறான் என்றே அந்நூல்கள் பேசுகின்றன. கிருஷ்ணன் இறைவன் தான் என்று ஒப்புக்கொள்ளப்பட்ட பிறகு அவன் செய்யும் செயல்களை மனிதர் செய்யும் செயல்களோடு வைத்து எண்ணவோ, ஆராயவோ இடமில்லாமல் போய்விட்டது.

இந்த இக்கட்டை நன்கறிவான் கம்பநாடன். அவனுக்குக் கிடைத்த பெரிய வசதி என்னவென்றால் வான்மீகம், புத்த சாதகக் கதைகள், பௌம சரிதம், பத்மபுராணம் ஆகிய அனைத்தும் இராமனை மனிதனாகவே காட்டிச் செல்வதால் கம்பனும் அதை அடியொற்றி இராமனை மனிதனாகவே காட்டிச் செல்கிறான். அப்படியானால், இராமன் கடவுள் என்ற தமிழ்நாட்டுக் கொள்கை என்ன ஆவது? இத்தமிழர் கொள்கையைக் கம்பனும் முழுமனத்தோடு ஏற்றுக்கொள்கிறான். அதை எவ்வாறு அவன் கையாள்கிறான் என்பதை இரண்டாவது கட்டுரையில் விரிவாகக் காணலாம்.

தமிழில் இராமகாதையைப் பாடிய கம்பநாடன் வான்மீகத்தை மட்டும் கற்றான் என்று கூறுவது சரியன்று. புத்த சாதகக்கதைகள், விமலசூரியின் பௌம சரிதம், இரவிசேனரின் பத்மபுராணம், காளிதாசரின் ரகுவம்சம் பாரதத்தில் காணப்படும் இராமகாதைப் பகுதிகள் என்பவற்றையும் நன்கு கற்றிருந்தான் என்று நினைய வேண்டியுள்ளது.

என்றாலும், வான்மீகியை அடுத்துத் தோன்றினவும், ஓரளவு சிறப்பு உடையனவுமாகிய வசிட்டர் இயற்றிய யோக வசிஷ்டஇராமாயணம், போதாயனர் இயற்றிய இராமாயணம் ஆகிய இரண்டையும் படித்து அறிந்து கொண்டபின் அவற்றுள் வான்மீகியின் காப்பியமே சிறந்தது என்ற முடிவிற்கு வந்து, அதனையே பின்பற்றுவதாகத் தன் பாயிரத்தில் 10ஆம் பாடலில் "தேவபாடையின் இக்கதைச் செய்தவர் மூவர் ஆனவர் தம்முளும், முந்திய நாவினான் உரையின்படி" (10) என்று கூறுகிறான். எனவே, ஏனைய இரண்டையும் விட வான்மீகியின் அமைப்பே சிறந்தது என்று கம்பன் கருதினான் என்பது தெளிவாகிறது.

கம்பன் காப்பியத்தின் கட்டுக் கோப்பில் நடுநாயகமாக விளங்கும் இராமன் பல பகுதிகளில் வெளிப்பட்டும் சில பகுதிகளில் வெளிப்படாமலும், காப்பியத்தைத் தாங்கும் ஆணிவேராகவும், முடி மணியாகவும் விளங்குகின்றான். கம்பநாடன் பெரும்பாலும், ஏறத்தாழ எழுபது சதவிகிதம் வான்மீகியைப் பின்பற்றியே பாடிச் செல்கிறான் என்பதை அறிதல் வேண்டும். தன் காப்பிய அமைப்புக்குத் தேவைப்பட்ட இடங்களில் கதைப்போக்கை மாற்றுகிறான், புதிய வடிவைக் கொடுக்கிறான் என்பதும் உண்மைதான். காப்பிய நாயகனாகிய இராமனைப் படைப்பதில் வான்மீகத்தினை எந்த அளவு பின்பற்றுகிறான் என்பதைக் கணித்துக் காண்பதே இந்நூலின் நோக்கமாகும். முக்கியமாகத் தன்னுடைய

தமிழ்க்காப்பியத்தில் இராமன் எவ்வாறு பேசப்படுகிறான் என்பதைக் காட்டுவதே இந்நூலின் முயற்சி ஆகும்.

வான்மீகத்திலும், பிற வடமொழி இராமாயணங்களிலும் காணப்படாத சில குறிப்புகள் பழமையான சங்க இலக்கியத்திலும், பெயர் குறிக்காமல் தொல்காப்பிய உரையாசிரியர்கள் மேற்கோளாகக் காட்டிய பாடல்களிலும் காணப்படுகின்றன. செவிவழிக்கதைகள் பல இன்னதைத்தான் குறிக்கின்றன என்று புரிந்து கொள்ள முடிகிறது; சில கதைகளைப் புரிந்து கொள்ள முடியவில்லை என்பதும் உண்மைதான்.

புரிந்துகொள்ளக்கூடிய கதைகளில் இராமனைப் பற்றிய இரண்டு குறிப்புக்கள் இங்கு அறிய வேண்டியவை.

பெருநகைக்குரிய செயல்

புறநானூற்றில் நகையை உண்டாக்கும் ஒரு நிகழ்ச்சியைக் கூறும்பொழுது இராமகாதை பேசப்படுகிறது. சோழன் செருப்பாழி எறிந்த இளஞ்சேட் சென்னியை ஊன்பொதி பசுங்குடையார் என்ற புலவர் பாட வருகின்றார்.

சோழனுடைய அரண்மனையில் பாணர்கள் தடாரிப் பறையை முழக்கிக்கொண்டு, பகைவர்மேற் செல்லும் அவனுடைய சிறப்பைப் பாடினர். உடனே, சோழன் மிகச்சிறந்த பொன்னாபரணங்களை வாரிவாரி வழங்கினான். முன்னர்ப் பின்னர் ஆபரணங்களைப் பார்த்தறியாத அப்பாணரின் துணைவியரான விறலியர் எந்த அணிகளை எந்த உறுப்பில் எவ்வாறு அணியவேண்டும் என்பதை அறியாதவராகையினாலே விரல்களில் போடவேண்டிய மோதிரத்தைக் காதுகளிலும், காதிற் போடவேண்டியவற்றை விரல்களிலும், இடையில் கட்டவேண்டியவற்றை கழுத்திலும், கழுத்தில் அணிய வேண்டியவற்றை இடையிலும் அணிந்து கொண்டனராம். இச்செயல் எதுபோல உள்ளது என்று கூறவந்த கவிஞர், ‘மிக்க ஆற்றலையுடைய இராமனுடன் வந்திருந்த சீதையை வன்மையுடைய அரக்கன் (இராவணன்) கவர்ந்து சென்றபொழுது, சீதையிடத்திருந்து நிலத்தில் விழுந்த மதிப்புயர்ந்த ஆபரணங்களை (கிட்கிந்தையிலுள்ள) சிவந்த முகத்தையுடைய குரங்கின் கூட்டம் எடுத்து (எவ்வாறு அணிவது என்று தெரியாமல்) அணிந்து கொண்டு பெருநகைக்கு இடம் அளித்தது போல உளது ’என்ற பொருளில்,

எமக்கு எனவகுத்தன அல்ல மிகப்பல
மேம்படு சிறப்பின் அருங்கல வெறுக்கை
தாங்காது பொழிதந்தோனே அதுகண்டு
இலம்பாடு உழந்த என் இரும்பேர் ஒக்கல்
விரல்செறி மரபின செவித்தொடக் குநரும்
செவித்தொடர் மரபின் விரல் செறிக்குநரும்
அரைக்கு அமை மரபின மிடற்று யாக்குநரும்
மிடற்று அமை மரபின அரைக்கு ஆக்குநரும்
கடுந்தெறல் இராமன் உடன்புணர் சீதையை
வலித்தகை அரக்கன் வௌவிய ஞான்றை
நிலம்சேர் மதர் அணி கண்ட குரங்கின்
செம்முகப் பெருங்கிளை இழைப் பொலிந்தாங்கு
அறாஅ வருநகை இனிது பெற்றிகுமே - புறம் - 378

(எமக்கென வகுத்தன அல்ல - எங்கள் அளவுக்கென்று செய்யப்படாத; அருங்கலம் – ஆபரணம்; வெறுக்கை – செல்வம்; இலம்பாடு - வறுமை; ஒக்கல் - சுற்றம்; கடும்தெறல் - மிகுதியான அழிக்கும் வன்மை; மதரணி - மதிப்புயர்ந்த அணிகள்; செம்முகப் பெருங்கிளை - சிவந்த முகத்தை உடைய குரங்கின் கூட்டம்.)

இக்கவிஞர் அக்காலத்தில் வழங்கிய செவிவழிவந்த இராமகாதையில் ஒரு நிகழ்ச்சியைப் போகிற போக்கில் கூறும் முறையிலிருந்து ஒன்றை அறிந்து கொள்ள முடிகிறது. உவமையில் இந்நிகழ்ச்சியை வைத்துக் கூறுவதனால், மக்கள் மத்தியில் இக்கதை பலருக்கும் நன்கு தெரிந்ததாக இருந்திருக்க வேண்டும் என்பதை ஊகிக்க முடிகிறது.

தெய்வீகக் குறிப்புள்ள கதை

இதேபோன்று அகநானூற்றுப் பாடல் ஒன்றிலும் இராமகாதை நிகழ்ச்சி ஒன்று பேசப்படுகிறது. காதலில் ஈடுபட்டிருக்கும் தலைவி ஒருத்தியைப் பற்றி ஊரார் பழி தூற்றிக்கொண்டிருந்தனராம். ஒருநாள் அத்தலைவி அத்தலைவனையே மணம் முடித்துக் கொண்டாள். அன்றே ஊரார் வாய் அடங்கிப்போயிற்றாம். அதுவரை ஊர்ப் பெண்கள் பழி தூற்றிக்கொண்டிருந்தது, மாலை நேரத்தில் மரக்கூடுகளில் வந்து பறவைகள் கலகல என்று பெருஞ் சப்தம் செய்து கொண்டிருப்பதைப் போல் இருந்ததாம். அவ்வாறு பறவைகள் ஓயாது ஒலி செய்துகொண்டிருந்த ஒரு மரத்தின் அடியில், இலங்கைப் படையெடுப்பின்போது இராமன் வந்து தங்கித் தன்னுடன் வந்தவர்களுடன் மந்திராலோசனை

தொடங்கினானாம். அவன் கூட்டம் தொடங்கியவுடன் மரத்தின் மேல் இருந்த பறவைக்கூட்டம் ‘கப்’ என்று தம் ஒலிகளை அடக்கிக் கொண்டனவாம். இந்தப் பறவைகளைப் போலவே கலகல வென்று பழிதூற்றிக்கொண்டிருந்த பெண்கள் அப்பறவைகள் ஒலி அடங்கியதைப் போலத் திருமணத்தின் பின்னர் வாயடைத்துப் போயினராம். இக் கருத்தை

....

வெல்வேல் கவுரியர் தொன்முது கோடி
முழங்கு இரும் பௌவம் இரங்குமுன் துறை
வெல்போர் இராமன் அருமறைக்கு அவித்த
பல்வீழ் ஆலம்போல
ஒலி அவிந்தன்று இவ் அழுங்கல் ஊரே - *அகம் - 70*

என்று பேசுகிறது.

(கவுரியர் - பாண்டியர்; தொன்முது கோடி – பழமையான தனுஷ்கோடி; பௌவம் - கடல்; அருமறை – மந்திராலோசனை; பல்வீழ் ஆலம் - பல விழுதுகளையுடைய ஆலமரம்.)

அகநானூற்றுப் பாடல் இராமனை அவதாரமாக வெளிப்படையாகக் கூறவில்லை. ஆயினும், ஏதோ ஒரு தெய்வீக ஆற்றல் அவனுக்கு இருந்தது என்பதைக் குறிப்பாகச் சுட்டுகிறது என்பதில் ஐயமில்லை.

வான்மீகத்தில் இல்லை

சங்க இலக்கியம் தரும் இவ்விரண்டு நிகழ்ச்சிகளும் வான்மீகத்திலோ, கம்பனிலோ இடம்பெறவில்லை என்பதையும் அறிதல் வேண்டும். எனவே, ஆதிகாவியம் என்று போற்றப்பெறும் வான்மீகத்தில் இல்லாத பல இராமகாதை நிகழ்ச்சிகள் மக்கள் மத்தியில் வழங்கின என்பதற்கு இவை இரண்டும் எடுத்துக்காட்டுகளாகும். அதே நேரத்தில் இராமனைப் பற்றிய கதைகள் சங்ககால மக்களிடம் மிகுதியாகப் பயின்றன என அறியலாம். இந்திய நாட்டின் எல்லாப் பகுதிகளிலும் பரவியிருந்ததாக அறிகிறோம். சங்கப் பாடல்களின் அமைப்புமுறை இன்னும் அதிகமான அளவில் இராமகாதையைப் பயன்படுத்த ஏனோ இடம் அளிக்கவில்லை.

பின் இலக்கியக் குறிப்புகள்

சங்கப் பாடல்களை அடுத்து வந்த இலக்கியங்களில் இக்குறை நீக்கப் பெற்றதையும் அறிய முடிகிறது. இரண்டாம் நூற்றாண்டைச்

சேர்ந்தது என்று துணியப்பெறும் சிலப்பதிகாரம். இராமகாதையின் மிக இன்றியமையாத இரண்டு நிகழ்ச்சிகளை ஓரளவு விரிவாகவே கூறுகிறது. இராமன் தன் தந்தையாகிய தசரதன் ஆணையின் பேரிலேயே மனைவியுடன் காடு சென்றான். அக்காடுறை வாழ்க்கையில் மனைவியை இழந்து பெருந்துயர் உழந்தான் என்ற செய்தியைச் சிலப்பதிகாரம் கூறுகின்றது. அவ்வாறு கூறும்பொழுது முதநூலாகிய வான்மீகத்திற்கு மாறுபட்டு, இராமன் திருமாலின் அவதாரம் என்ற கருத்தையும் கூறுகிறது.

தாதை ஏவலின் மாதுடன் போகிக்
காதலி நீங்கக் கடுந்துயர் உழந்தோன்
வேத முதல்வற் பயந்தோன் என்பது
நீ அறிந்திலையோ? நெடுமொழி அன்றோ? *- ஊர்காண்-46-49*

(தாதை - தசரதன் மாது - சீதை; வேத முதல்வன் - நான்முகன்;பயந்தோன் - அவனை நாபிக் கமலத்தில் பெற்ற திருமால்;நெடுமொழி - பழங்கதை.)

திருமால் அவதாரம் என்ற குறிப்பு

இராமன் தந்தை ஏவலில் காடு சென்று மனைவியை இழந்த கதையை, நெடுமொழி என்ற சிலம்பு கூறுமேயானால், இராமகாதை பல்லாயிரம் ஆண்டுகளாக இத்தமிழ்நாட்டில் வழங்கிற்று என்று கருதுவதில் தவறு இல்லை. சங்கப் பாட்டில் வரும் குறிப்புகளில் காணாத செய்தி, இராமன், வேத முதல்வனைப் பயந்தவன் என்பதாகும். எனவே, இராமன் திருமாலின் அவதாரம் என்ற செய்தியும் இத் தமிழ்நாட்டைப் பொறுத்தவரை பழைய செய்தி என்றே தெளிய வேண்டியுள்ளது. பிற்காலத்தில் கம்பநாடான் திருமால் அவதாரமாக இராமனைக் கூறக் காரணமாக இருந்தவர்கள் ஆழ்வார்களே என்று சிலர் கூறக் கேட்கிறோம். அந்த வாதம் ஊற்றம் இல்லாததாகும். ஏன் எனில், முதல் ஆழ்வார்கள் தோன்றுவதற்கு ஐந்நூறு ஆண்டுகளின் முன்னர்த் தோன்றிய சிலப்பதிகாரம், இராமன் திருமாலின் அவதாரமென்ற கருத்தை வெளிப்படையாகவே கூறுகிறது.

இராமகாதையில் முக்கியமான நிகழ்ச்சி இராவண வதமாகும். அதையும் சிலப்பதிகாரம் பேசுகிறது,

மூஉலகும் ஈர் அடியால் முறைநிரம்பா வகைமுடியத்
தாவிய சே அடி சேப்பத் தம்பியொடும் கான்போந்து

சோ அரணும் போர்ட்டியத் தொல் இலங்கை கட்டழித்த
சேவகன்சீர் கேளாத செவி என்ன செவியே? -ஆய்ச்சியர் குரவை

(ஈர் அடி - இரண்டு கால்களால்; நிரம்பாவகை - மாவலி கொடுத்த மூன்றடி மண் என்ற அளவில் குறைவுபடும்படி; தாவிய சேவடி - ஆகாயத்தில் நீட்டிய சிவந்த அடி;சேப்ப - காட்டில் நடப்பதால் சிவந்து தோன்ற; சோ அரண் - சோ என்ற அரண்.)

அரசனை 'இறை' என்ற சொல்லால் குறிப்பதும், அவன் உறையும் இடத்தைக் 'கோயில்' என்று அந்நாட்களில் குறித்ததும் அரசர்களைத் திருமாலின் அவதாரமென்று கருதும் கொள்கை சங்ககாலத்திலிருந்தே வருகிறது என்று துணிய உதவுகின்றன.

சங்ககாலத்தை அடுத்துள்ள காலத்திலும், இக்கொள்கை வலுப்பெற்றது என்றே கருதவேண்டியுள்ளது.

இருநிலம் கடந்த திருமறு மார்பின்
முந்நீர் வண்ணன் பிறங்கிடை - பெரும்பாண் 29-30

(வாமனாவதாரத்தில் பெரிய பூமியை ஓரடியால் அளந்து கடந்தவனும், திருவாகிய மறுவை மார்பில் உடையவனும், கடல் நிற வண்ணமுடையவனுமாகிய திருமாலின் வழித்தோன்றல் (பிறங்கிடை - வழித் தோன்றல்) என்று கடியலூர் உருத்திரங்கண்ணனார் என்ற புலவர் பேசுகிறார். அதாவது சோழ மன்னனைத் திருமால் குடியில் தோன்றியவன் என்று கூறுகிறார். 'திருமால் குடியில் தோன்றிய உரவோன்' என்று பாடல் கூறுவதற்கு விளக்கமாக டாக்டர் உ.வே.சா. ஐயரவர்கள், 'திருமால் என்றது இராமபிரானை' என்று எழுதுகிறார்.)

சோழ மன்னனைத் திருமால் என்று கூறும் இச் சங்ககாலக் கொள்கை தொடர்ந்து வந்துள்ளது. தொல்காப்பியம் புறத்திணை இயலில், புறத்திணை வழு ஏழைக் கூறும் 5ஆவது சூத்திரத்தில்

மாயோன் மேய மன்ன பெருஞ் சிறப்பில்
விழுப்புகழ்ப் பூவை நிலை.

என்ற பகுதிக்கு உரையிட்ட நச்சினார்க்கினியர், 'மாயவனுடைய காத்தற் புகழை மன்னர் தொழிலுக்கு உவமையாகக் கூறும் பூவை நிலை' என்று கூறிவிட்டு, அதற்கு விளக்கமாக 'என்றது ஒன்றினை ஒன்றுபோல் கூறுந் துறை' என்றும் எழுதுகிறார். இதற்கு மேற்கோளாக இன்ன நூல் என்று இன்று அறியப்பட முடியாத ஒரு நூலிலிருந்து பின்வரும் பாடலையும் எடுத்துக்காட்டுகிறார்:

குருந்தம் ஒசித்த ஞான்று உண்டால் அதனைக்
கறந்தபடி எமக்குக் காட்டாய் மறம்பெறாப்
போரில் குருகு உறங்கும் பூம்புனல் நீர்நாட
மார்பில் கிடந்த மறு -தொல் புறத்திணை-5 உரை மேற்கோள்.

(வைக்கோல் போரில் குருகுப்பறவை உறங்கும் நீர் நாடாகிய சோழ நாட்டின் தலைவனே! நீ குருந்த மரத்தை ஒடித்தபொழுது உன் மார்பில் கிடந்த மறுவை எங்ஙனம் மறைத்துக்கொண்டாய் என்பதனை எனக்குக் கூறுக)

உரையாசிரியர் கூறுவதுபோல் ஒப்புமைப்படுத்திக் கூறாமல், பெரும்பாணாற்றுப் படையும், இந்த மேற்கோள் பாடலும் சோழனைத் திருமால் என்றே குறிக்கின்றன என்பதை அறிதல் வேண்டும்.

இராம காதையின் குறிப்புகள் இரண்டும், புறத்திலும் அகத்திலும் வந்துள்ளமை முன்னர்க் குறிக்கப்பெற்றது. அக்காதையின் இன்னும் இரண்டு பகுதிகள் சங்கத்தை அடுத்த காலத்தில் பரவியிருந்தமையைப் பின்வரும் பாடல்கள் காட்டுகின்றன.

ஆள்வினை முடித்த அருந்தவ முனிவன்
வேள்வி போற்றிய இராமன் அவனொடு
மிதிலை மூதூர் எய்திய ஞான்றை
மதியுடம் பட்ட மடக்கண் சீதை
கடுவிசை வில் ஞாண் இடியொலி கேளாக்
கேட்ட பாம்பின் வாட்டம் எய்தித்
துயில் எழுந்து மயங்கினன்.
- தொல். அகத்திணை - 54 உரை மேற்கோள்.

(விசுவாமித்திர முனிவன் தன் வேள்வி முற்ற இராமன் துணைக்கொண்டான். அது முடிந்தபின் அவனொடு மிதிலையாகிய பழைய ஊரை அடைந்த பொழுது, இராமனுடைய மனத்தில் தோன்றிய காதல் உணர்வு அவன் கண்மூலம் வெளிப்பட்டதைத் தன் கண்மூலம் பார்த்து அறிந்துகொண்ட அழகிய கண்களையுடைய சீதை, மறுநாள் வில் ஒடிக்கப்பட்ட ஓசையால் துயிலெழுந்து, அதை ஒடித்தவன் யார் என்று அறிய முடியாமையால் மனங்கலங்கி இருந்தாள்.)

நச்சினார்க்கினியர் உரைக் குறிப்பில் மேற்கோளாகக் காட்டும் இப்பாடல், கம்பன் பிற்காலத்தில் தன் காப்பியத்தில் அற்புதமான நாடகச் சூழ்நிலையாக அமைப்பதற்கு உதவுகிறது என்பதையும் அறியமுடிகிறது.

வேறு எந்த மொழியிலுள்ள இராமகாதையிலும் இல்லாத ஒரு கற்பனையாகும், இராமனும் சீதையும் கண்களால் ஒருவரை ஒருவர் சந்தித்துக் காதல் கொண்டனர் என்று கம்பன் பாடுவது,

எண்ண அரு நலத்தினாள் இனையள் நின்றுழி
கண்ணொடு கண்இணை கவ்வி ஒன்றை ஒன்று
உண்ணவும், நிலைபெறாது உணர்வும் ஒன்றிட
அண்ணலும் நோக்கினான்; அவளும் நோக்கினாள்.
பருகிய நோக்கெனும் பாசத்தால் பிணித்து
ஒருவரை ஒருவர்தம் உள்ளம் ஈர்த்தலால்
வரிசிலை அண்ணலும் வாட்கண் நங்கையும்
இருவரும் மாறிப்புக்கு இதயம் எய்தினார். *- கம்ப. 514, 515.*

(எண்ண அரும் நலத்தினாள் - எண்ணிப் பார்ப்பதற்கும் அரிதாகிய நற்பண்பும் அழகும் கொண்ட சீதை; இனையள் - இவ்வாறாக பாசத்தால் - கயிற்றால், விருப்பத்தால்; வரிசிலை - வார்கள் இழுத்துக் கட்டப்பட்ட வில்; வாட்கண் - வாள் போன்று கூரிய நோக்குடைய கண்.)

'மதி உடம்படுதல்' என்ற சொல் அகத்திணையில் பயிலப்படும் ஒரு சொல்லாகும். அதாவது, தலைவி அல்லது தலைவனுடைய மதியைத் தன் மதியுடன் ஒன்றாக இணைத்து அவர் கருத்தை அறிதல் என்று பொருள்படும். நச்சினார்க்கினியரால் மேற்கோளாகக் காட்டப்பட்ட இப்பாடலில் 'மதியுடம்பட்ட மடக்கண் சீதை' என்று மட்டுமே வருகிறது. மடக்கண் சீதை என்று சீதையின் கண்ணுக்குச் சிறப்புத் தந்து கவிஞன் அதனை அடையாகக் கூறினானாயினும், அவள் இராமன் மனக்கருத்தை (மதியுடம் படுதற்கு) அறிதற்குத் தன் கண்ணையே பயன்படுத்தினாள் என்ற கருத்தை நுண்மையாக விளங்கவைக்கின்றான். இந்த நுண்ணிய கருத்தை விளக்கிக்கொண்ட கம்பன் அதனை விரித்துக் கூறுமுகமாக ஓர் அற்புதமான நிகழ்ச்சியைப் படைத்துக் காட்டி விடுகிறான்.

இராமன் வில்லை முறித்து விட்டான் என்ற செய்தியை நீலமாலை என்ற தோழி வந்து சீதையிடம் கூறுகிறாள். ஆனால், முறித்தவன் யார் என்பதை அறியுமுன்னர்ச் சீதை பெருங்கவலைக்கு உள்ளானாள். காரணம், தான் காதல் கொண்டவன் யார் என்பதை அறிந்து கொள்ளப் பிராட்டிக்கு வாய்ப்பு இல்லை. நீலமாலை கூறிய செய்தியிலிருந்து தான் காதல் கொண்டவனும் வில்லை ஓடித்தவனும் ஒருவனே என்பதைப் பல்வேறு சுற்றுப்புறச் செய்திகளால் அறிய முடிகிறது. அறிந்தவுடன் பெருமகிழ்ச்சி கொண்டாள். இதுவே

கம்பன் வரையும் ஓவியம். நீலமாலை சீதையிடம் வந்து 'தசரதன் மைந்தன், இராமன் என்பது பெயர்' என்பதோடு நிறுத்தாமல் 'இளைய கோவொடும், பராவரு முனியொடும் பதிவந்து எய்தினான்' (கம்ப. 724) என்று கூறி, 'அவன் தோளின் வாங்கினான் அவை நடுக்குற முறிந்து வீழ்ந்தது,' (கம்ப. 725) என்றும் கூறினான். இதனை செவியுற்ற சீதை,

கோமுனியுடன் வருகொண்டல் என்றபின்
தாமரைக் கண்ணினான் என்ற தன்மையால்
ஆம்! அவனே கொல்! என்று ஐயம் நீங்கினாள். - கம்ப. 727.

(கோமுனி - இராஜ ரிஷியாகிய விசுவாமித்திரன், கொண்டல் - மேக நிறங்கொண்டவன்) என்கிறான் கம்பன்.

இந்தக் கற்பனையைக் கம்பன் செய்வதற்கு உதவியது முன்னர்க் கண்ட பழம்பாடல் என்பது தெளிவு. எனவே, கவிச்சக்கரவர்த்தி கம்பன் தமிழ் மொழியில் தோன்றிய பல்வேறு இலக்கண இலக்கியங்களையும் உண்டு, தேக்கெறிந்து அவற்றைத் தன் வசமாக்கிக்கொண்டு, தேவை ஏற்படும் பொழுது முன்னோர் மொழி பொருளையும், அவர் சொன்ன சொற்களையும் பொன்னே போல் போற்றித் தன் பாடல்களில் பதித்துக் கொண்டான் என்பது தேற்றமாகிறது.

இனி, நச்சினார்க்கினியர், தொல்காப்பியப் பொருளதிகாரத்தில் புறத்திணை இயல், உழிஞைத் திணையின் எட்டுத் துறைகள் பற்றி வரும் சூத்திர உரையில், மறுபடியும் இராமகாதை பற்றிய மற்றோர் பாடற் பகுதியை மேற்கோளாகக் காட்டுகிறார். (தொல் - புறத் - 12 - உரை மேற்கோள்)

பகைவர் கோட்டை மதிலை வளைத்து அதன் மேல் ஏறி, உள்ளே புக விரும்புவர்கள் மிகுதியான கிடுகும் கேடகமும் கொண்டு செல்வர். அதுபற்றிக் கூறவந்த 'தோலின் பெருக்கம்' என்ற துறைக்கு மேற்கோளாகப் பின்வரும் இப்பழம் பாடல் காட்டப் பெறுகிறது:

இருசுடர் இயங்காப் பெருமூது இலங்கை
நெடுந்தோள் இராமன் கடந்த ஞான்றை
எண்கு இடை மிடைந்த பைங்கண் சேனையில்
பச்சை போர்த்த பல்புறத் தண்டை
எச்சார் மருங்கினும் எயில் புறத்து இறுத்தலின்
கடல் சூழ் அரணம் போன்றது
உடல்சின வேந்தன் முற்றிய ஊரே

- ஆசிரிய மாலை - புறத்திரட்டு 852

(சூரிய சந்திரர் அதன்மேல் செல்ல முடியாத பழைய இலங்கை நகரை, வலிய தோளையுடைய இராமன் முற்றுகை இட்டபொழுது, கரடிகள் (எண்கு) நிறைந்த பலவாகிய படைவகுப்பு (தண்டை),கேடயத்துடன் (பச்சை), மதிலைச் சுற்றி எல்லாப் பக்கமும் நிறைந்து நின்றமையின் கடலால் சூழப்பெற்ற கோட்டைபோலிருந்தது, சினத்துடன் இராமனால் முற்றுகை இடப்பட்ட அவ்வூர்.)

இப்பாடலும் முன்னர்க் காட்டப்பெற்ற பழம்பாடலும் ஒரே நூலின் இரு பகுதிகள் என்பதை அறிந்து கொள்ள அதிக நேரம் ஆகாது. இப்பாடலின் நடை, சொல் ஆட்சி, ஓசைநயம் என்பவற்றைக் காணும் பொழுது சங்ககாலத்தை அடுத்த காலத்தில் ஏறத்தாழச் சிலப்பதிகாரம் தோன்றிய காலத்தில், இத்தகைய பாடல் முறையில், இராமகாதை இந்நாட்டில் வழங்கியது என்று நினைய வேண்டியுள்ளது. கடந்த ஞான்றை - (கடந்தபொழுது), பச்சை - (கேடயம்); தண்டை - (படைவகுப்பு), எயில் புறத்திறுத்தல் – (கோட்டையை வளைத்து நிற்றல்) - முதலிய சொல்லாட்சிகள் சிலப்பதிகார காலத்துக்கும் முற்பட்டவையோ என்றுகூட ஒருவாறு நினையவேண்டியுள்ளது.

உதாரணமாகக் காட்டப்பெற்ற இரண்டு பகுதிகளும் ஒரே நூலின் பகுதிகள் என்பதையும் ஊகிக்க முடிகிறது என்றால் இராமகாதை, வெண்பாவும் ஆசிரியமும் பெருகி வளர்ந்திருந்த காலத்தில் ஒரு முழு நூலாகவே இத்தமிழ்நாட்டில் வழங்கியிருக்க வேண்டும். அத்தகைய நூல் இன்று கிடையாமல் போனது பெரிதும் வருத்தத்திற்குரிய ஒன்றாகும். இந்த நூலை இயற்றியவர் வான்மீகத்தைப் பயின்று அதன்வழித் தம் நூலை இயற்றினாரா என்றும் அறிய முடியவில்லை. ஆனால், ஒன்றுமட்டும் உறுதி. வான்மீகத்தை இவர் அறிந்திருந்தாலும், அறியாமல் இத்தமிழ் நாட்டில் வழங்கிய செவிவழிக் கதையை மூலமாக வைத்துக்கொண்டு தம் நூலை ஆக்கியிருந்தாலும், ஒன்றைக் கடைப்பிடித்தார் என்பதை அறியமுடிகிறது. 'மதியுடம்பட்ட மடக் கண் சீதை' என்று பாடினார் என்றால், வடநாட்டுக் கதையைத் தமிழ்மரபு கெடாதபடி பாடினார் என்பது உறுதியாகிறது.

சிலப்பதிகாரத்தின் பின்னர், ஒன்று அல்லது இரண்டு நூற்றாண்டுகள் கழித்துத் தோன்றிய மணிமேகலையிலும் இராமகாதையின் நிகழ்ச்சி ஒன்று பேசப்படுகிறது. காயசண்டிகை என்னும் பெண், யானைத்தீ என்னும் நோயால் பீடிக்கப்பெற்றாள். எவ்வளவு உண்டாலும் அவள் பசி அடங்குவதில்லையாம். வாய்வழிச்

சென்ற உணவு அவள் பசியை அடக்காமல் மறைந்த புதுமைக்கு உவமை கூறும் முறையில், இராமன் சேதுவில் அணை கட்டிய பொழுது குரங்குகள் எடுத்து எறிந்த கற்கள் கடலினுள் சென்று மறைந்துவிட்டதைக் கூறுகிறாள்.

'நெடியோன் மயங்கி நிலமிசைத் தோன்றி
அடல் அருமுந்நீர் அடைத்த ஞான்று
குரங்கு கொணர்ந்து எறிந்த நெடுமலை எல்லாம்
அணங்கு உடை அளக்கர் வயிறு புக்காங்கு'

- உலக அறவி புக்க காதை --13.

(நெடியோன் – திருமால்; மயங்கு – அவித்தை; அடல் அரு முந்நீர் - வலிமை மிக்க கடல்; அளக்கர் - கடல்.)

எனவே, சங்கப் பாடல்களில் தொடங்கிய இராம காதை நிகழ்ச்சிக் குறிப்புகள் அவற்றை அடுத்துத் தோன்றிய நூல்கள் பலவற்றிலும் இடம் பெற்றதை அறியமுடிகிறது. என்றாலும், பாரதக் கதை இடம்பெற்ற அளவுக்கு இராமகாதை இடம்பெறவில்லை என்பதும் தெளிவு. சிலப்பதிகார ஆசிரியர் எச்சமயத்தாராயினும் அவர் பிற சமய நம்பிக்கைகளைப் பாடும் பொழுது அச்சமயத்தார் கொள்கைக்கு முரண்படாதபடி பாடியுள்ளார் என்பதும் அனைவரும் அறிந்த ஒன்றுதான். அவர் காலத்தில் இராமன் திருமாலின் அவதாரம் என்ற கருத்து வலுப்பெற்றிருந்தமையின். 'தாதை ஏவலின்' என்ற பகுதியில் காடு சென்ற இராமன் வேத முதல்வனாகிய நான்முகனைப் பயந்த திருமாலே என்று கூறுகிறார். பின்னர் வந்த மணிமேகலை ஆசிரியரும், இராமன் திருமாலின் அவதாரம் என்பதை மறுக்கவில்லை. அவர்காலச் சூழ்நிலை, நம்பிக்கை என்பவற்றைப் பின்பற்றி மறைக்காமல் கூறிவிடுகிறார். ஆனால், திருமால் மனிதனாகப் பிறந்தது அவருடைய கருணையால் என்பதைக் கூற அந்தச் சுருங்கிய மனமுடைய பௌத்தருக்கு ஏற்கவில்லை. எனவேதான், மயக்கத்தினால் (அவித்தையால்) நெடுமால் இராமனாகப் பிறந்தான் என்று கூறுகிறார். அவருடைய சொந்த விருப்பு வெறுப்புகளை நீக்கிவிட்டுக் கண்டால் ஒரு கருத்து உறுதிப்படுகிறது. இராமன் திருமாலின் அவதாரம் என்பதை ஏறத்தாழச் சங்க காலத்திலிருந்தே இத்தமிழர்கள் ஏற்றுக்கொண்டுவந்துள்ளனர் என்பதே அக்கருத்தாகும்.

ஆழ்வார்களின் முற்பட்ட கருத்து

இத்துணை விரிவாக இதனைக் கூறுவதற்குக் காரணம் உண்டு. வான்மீகி கூறிய மனித இராமனைத் தெய்வமாகக் கம்பன் கூறுவதற்கு

முக்கியமான காரணம் ஆழ்வார்களின் பாடல்களே என்று சிலர் இன்றும் கூறுகின்றனர். இராமன் திருமால் அவதாரம் என்பது ஆழ்வார்கள் காலத்தில் புகுத்தப்பட்ட புதுமையான கருத்து என்பது இவர்களுடைய நம்பிக்கை. இது சரியன்று. முதலாழ்வார்கள் தோன்றும் ஏழாம் நூற்றாண்டின் முற்பகுதிக்கும் எட்டு நூற்றாண்டுகள் முற்பட்ட சங்கப்பாடல்களிலும், ஐந்து நூற்றாண்டுகள் முற்பட்ட சிலம்பிலும், மூன்று நூற்றாண்டுகள் முற்பட்ட மணிமகலையிலும் இராமன் திருமாலின் அவதாரம் என்று பேசப்படுகிறது. இக்கருத்து இத்தமிழ்நாட்டில் புதிதாக நுழைந்ததன்று.

வான்மீகத்தை அடுத்த காலத்திலேயே தமிழகத்தின் இராமகாதை புழக்கத்தில் இருந்தது என்பதை அறிதல் வேண்டும். மேலும், இராமனைப் பற்றிக் கூறவந்த சிலம்பு, இராமன் நான்முகனைப் பயந்த திருமாலே என்று கூறுவதுடன் அமையாது இக் கருத்து 'நெடுமொழி' என்று கூறுவதால் இராமன் திருமாலே என்ற கருத்து கிறிஸ்துவுக்கு முற்பட்ட காலத்திலேயே தமிழகத்தில் வழங்கிவந்தது என்பதை அறிகிறோம். கம்பநாடன், இராமனைத் திருமாலின் அவதாரம் என்று கூறுவதற்கு இந்நெடுமொழிகள் பயன்பட்டிருக்க வேண்டும்.

வான்மீகியைக் கம்பன் பின்பற்றியது எந்த அளவில்?

வான்மீகியைப் பொறுத்தவரை இன்றுள்ள ஏழு காண்டங்களில் உத்தரகாண்டம் அவருடையதன்று என்று முற்றிலுமாக ஒதுக்கிவிடப்பட்டது. இராமாயண அறிஞர்கள் நீண்டகால ஆராய்ச்சிக்குப் பிறகு, முதலாவதாக உள்ள பாலகாண்டமும் பிற்சேர்க்கையே என்ற முடிவுக்கு வந்தள்ளனர். அயோத்தியா காண்டம் தொடங்கி யுத்த காண்டம் முடிய உள்ள பகுதிகளில் இராமனைக் கடவுளாகக் காட்டும் இடங்கள் யுத்த காண்டத்தில்தான் இரண்டு, மூன்று இடங்களில் உள்ளன. எனவே, வான்மீகியைப் பார்த்துத் தான் கம்பன் இராமனைக் கடவுளின் அவதாரம் என்று பாடுகிறான் என்பவர்களின் கூற்றும் வலுவுடையதாகத் தெரியவில்லை. இதுபற்றிப் பின்னரும் விரிவாக ஆராயப்படும்.

முழுமுதலைக் கூறுபோடுவதா?

வான்மீகியின் பாலகாண்டத்தை முழுவதுமாகக் கம்பன் ஏற்கவும் இல்லை, முழுவதுமாக ஒதுக்கவுமில்லை. வான்மீகியின் பாலகாண்டத்தில் தான் திருமால் இராமனாக அவதரித்தார் என்ற

கருத்துப் பேசப்படுகிறது. அதிலும் அவர் கூறும் சில செய்திகளைக் கம்பன் ஏற்கவில்லை. உதாரணமாக, இராமபிரானுடைய அவதாரத்தைப் பற்றிக் கூறவந்த வான்மீகி பாலகாண்டம் 18வஆது சருக்கத்தில் திருமாலின் பாதி அம்சமாக இராமன் தோன்றினான் என்றும், எஞ்சியுள்ள பாதி அம்சத்தில் கால் பகுதியாகப் பரதன் தோன்றினான் என்றும், எஞ்சியுள்ள இறுதிகால் பகுதியாக இலக்குவ, சத்துருக்கனர் தோன்றினர் என்றும் கூறுகிறார். [வால்மீகி - பாலகாண்டம் 18ஆவது சருக்கம் 9, 11, 12 *(Arsha Vidya Ashram - Gurukulam, Coimbatore - 1992 Edition)*]

கடவுள் அரைப் பாகம், கால் பாகம் என்று பங்கிட்டுக் கொண்டு அவதரிப்பதை கம்பன் ஏற்றுக்கொள்ளவில்லை.

நட்சத்திரம், லக்கினம் மாற்றம்?

இராமபிரான் திரு அவதாரத்தைப் பின்வரும் பாடலால் கூறுகிறான்:

ஒருபகல் உலகு எலாம் உதரத்துள் பொதிந்து
அருமறைக்கு உணர்வு அரும் அவனை, அஞ்சனக்
கருமுகில் கொழுந்து எழில் காட்டும் சோதியைத்
திருஉறப் பயந்தனள் திறம்கொள் கோசலை. - கம்பன் 282

இப்பாடலின் முதலடி பிரளய காலத்தில் உலகைத் தன்னுள் அடக்கிக் கொண்டு ஆலிலைமேல் மிதந்த திருமாலையே குறிக்கின்றது; பரம்பொருள் வேதத்தால் அறியப்படாததாய் அதற்கப்பால் நின்றவன் என்பதை இரண்டாம் அடி குறிக்கின்றது; மூன்றாவது அடி, இராமபிரானின் வடிவழகைக் குறிக்கின்றது; நான்காம் அடி கோசலை அத்திருக்குமாரனைப் பயந்தாள் என்பதைப் பேசுகிறது.

அடுத்து வரும் பாடலில் பரதன் பிறந்த நிகழ்ச்சி பேசப்படுகிறது:

ஆசையும், விசும்பும், நின்று அமரர் ஆர்த்து எழ,
வாசவன் முதலினோர் வணங்கி வாழ்த்துற,
பூசமும் மீனமும் பொலிய, நல்கினாள்,
மாசு அறு கேகயன் மாது மைந்தனை. - கம்பன் 283

இப்பாடலின் முதலிரண்டு அடிகள் தேவர்களும், நான்முகனும் வணங்கி வாழ்த்த, மூன்றாவது அடியில் கோள்கள் நின்ற நிலையும், நான்காவது அடியில் கைகேயி பரதனைப் பெற்ற சிறப்பும் பேசப் பெறுகின்றன.

அடுத்த இரண்டு பாடல்களில் முறையே இலக்குவனும் சத்துருக்கனும் சுமித்திரை வயிற்றில் அடுத்தடுத்துப் பிறந்ததாகப் பேசப்படுகிறது. இவர்கள் பிறந்த நட்சத்திரம் முதலானவற்றைக் கம்பன் வான்மீகியின் சருக்கம் 18:9, ll, 12, 13 ஆகிய பாடல்களில் இருந்து எடுத்துக் கொண்டான் என்றாலும், பதின் மூன்றாவது சுலோகத்தின் கருத்துக்கு மாறுபட்டு இலக்குவ, சத்துருக்கனர் இருவரும் ஆயில்யத்தில் ஒன்றாகவே பிறந்தனர் என்ற கருத்துக்கு முரண்பட்டு, ஆயில்யத்தில் இலக்குவனும், மக நட்சத்திரத்தில் சத்ருக்கனனும் பிறந்தார்கள் என்று திரு அவதாரப் படலத்தில் (284,285) கம்பன் பேசுகிறான்.

இதனை இவ்வளவு விரித்துக் கூறுவதற்கு ஒரு காரணம் உண்டு. வான்மீகியைப் பின்பற்றிக் கம்பன் பாடினாலும், அதை முழுவதுமாகப் பின்பற்றவில்லை. தேவை ஏற்படும் பொழுது முரண்பட்டும் பாடுகிறான் என்பதை அறிவிப்பதற்காகவே கூற வேண்டியுள்ளது.

இப்பிறப்பு நிகழ்ச்சியில் வான்மீகத்திலிருந்து இரண்டு மாறுதல்களைக் கம்பன் செய்கிறான். முதலாவது மாறுதல், பரம்பொருளை நான்கு கூறுகளாகப் பிரிக்காமல் ஆலிலைத் துயின்ற பரமன் இராமனாகவே அவதரித்தான் என்று கூறுவதாகும். முழு தற்பொருள் என்று இறைவனைக் குறிக்கும் தமிழர்கள், அம் முழுமுதலை நான்கு பாகங்களாகச் செய்ய ஒருநாளும் ஒத்துக்கொள்ளமாட்டார்கள். எனவேதான், கம்பன் வான்மீகியில் காணப்படும் நட்சத்திரங்களை ஏற்றுக் கொண்டாலும் கடவுளின் நான்கின் இரண்டு பாகம் இராமன் என்பதை ஏற்றுக்கொள்ளவில்லை. அடுத்து ஒரு பிரச்சனை உருவாகிறது. வான்மீகியின் 16ஆவது சருக்கத்தில் 13 ஆவது சுலோகத்தின்படி இலக்குவ சத்துருக்கனர் இருவரும் கடக லக்கினத்தில் ஆயில்யத்தில் பிறந்தார்கள் என்று சொல்லப்பட்டிருக்கிறது. இருவர் ஒரே நட்சத்திரம், ஒரே லக்கினத்தில் பிறந்தார்கள் என்றால், அந்த இருவரில் ஒருவர் பதினான்கு ஆண்டுகள் காட்டிலும், மற்றொருவர் நாட்டிலும் இருப்பது பொருந்தாத்தாகும். எனவே கம்பன், இலக்குவன் கடக ராசியில் பிறந்ததாகவும் (ஆயில்யம்) சத்துருக்கனன் சிம்ம ராசியில் (மகம்) பிறந்ததாகவும் கூறி முடிக்கின்றான் என்றால் எவ்வளவு நுணுக்கமாக வான்மீகியைப் பயின்று அதில் தோன்றும் பிரச்சினைகளை நிறைவு செய்யும் முறையில் தேவையான மாறுதல்கள் செய்து பாடுகிறான் என்பதை அறிய முடிகிறது.

இனி, பாலகாண்டத்தை அடியொற்றி நால்வர் பிறப்பு, நட்சத்திரம் முதலியவற்றைக் கம்பன் பாடினான் என்பதை முற்றிலுமாக மறுத்துத் தமிழர்கள் மிகத்தொன்மைக் காலத்திலேயே நட்சத்திரங்கள், கோள்கள் என்பவை பற்றிய ஆழ்ந்த ஆராய்ச்சியும், சோதிட நூல் வன்மையும் பெற்றிருந்தனர். ஆதலால் நால்வர் பிறப்பு நட்சத்திரம் முதலியவற்றைக் கம்பன் தான் முதலில் பாடி இருக்க வேண்டும். அதைப் பார்த்தே வான்மீகி பாலகாண்டத்தில் இடைச்செருகல்களாக இவை நுழைக்கப்பெற்றன என்றும் கூறுவர்.

திருமாலா, கடந்த பொருளா?

இன்றுள்ள முறையில் பலரும் நம்புகிறபடி பாலகாண்டமும் வான்மீகி இயற்றியதுதான் என்று கொண்டால், இராமபிரான் விஷ்ணுவின் அவதாரம் என்பதையும் ஏற்றுக்கொள்ளலாம். ஆனாலும், அம்சாவதாரம் என்ற கருத்து ஏற்புடையதாயில்லை. இந்த அளவில் வான்மீகியைப் பின்பற்றிய கம்பன், இராமபிரான் பிறந்தான் என்று சொல்லுகின்றபோது ஆலிலைத் துயின்ற அண்ணலே இராமனாக அவதரித்தான் என்று பேசுகிறான். ஆனால், இதே கம்பநாடான் இதே திரு அவதாரப் படலத்தின் கடைசிப் பாட்டில் இராமனை மும்மூர்த்திகளுக்கும் அப்பாற்பட்ட பரம்பொருள் - அதாவது பிரம்மா, விஷ்ணு, ருத்ரன் ஆகிய மூவருக்கும் முற்பட்டவன் - என்பதை முப்பரம்பொருளுக்கு முதல்வன் (கம்பன் 313) என்று பேசுவது வியப்பை அளிக்கிறது:

இப்பரிசு, அணிநகர் உறையும் யாவரும்
மெய்ப்புகழ் புனைதா, இளைய வீரர்கள்
தப்பு அற அடிநிழல் தழுவி ஏத்துற,
முப்பரம் பொருளுக்கு முதல்வன் வைகுறும். - கம்ப. 313

ஒரே திரு அவதாரப் படலத்தில் கோசலை வயிற்றில் பிறந்தவனை ஒரு பகல் உலகு எலாம் உதரத்துள் பொதிந்தவன் (282) என்று திருமாலே பிறந்தான் என்ற பொருளில் 282ஆம் பாடலில் கூறிவிட்டு, அதே படலத்தின் 313 ஆம் பாடலில் மும்பரம் பொருளுக்கும் முதல்வன் என்று அதே இராமனைக் குறிப்பது எப்படிப் பொருந்தும்?

எவ்வளவுதான் வான்மீகியைப் பின்பற்றிப் பாடினான் என்று கொண்டாலும் கம்பநாடன் தனக்கென்று ஒரு கொள்கையை வகுத்துள்ளான். மும்மூர்த்திகளுள் ஒருவராகிய விஷ்ணுவே இராமனாகப் பிறந்தான் என்று கூறக் கம்பன் உடன்படவில்லை.

இராமபிரானைப் பொறுத்தமட்டில் வான்மீகி முதல் எந்த இராமாயணமும் நினையாத, சொல்லாத ஒரு கருத்தைத் தொடக்கத்திலிருந்தே இலைமறைகாயாக வைத்துள்ளான் கம்பன் என்பது நுனித்து நோக்குவார்க்குப் புலனாகாமல் போகாது.

வான்மீகம் - பாலகாண்டம் பற்றி

இதுபற்றி மேலும் சிந்திப்பதற்கு முன் வான்மீகியின் பாலகாண்டம் பற்றியும் அதில் கூறப்பட்டுள்ள செய்தி பற்றியும் சிந்திக்க வேண்டும். இங்கு நாம் பாலகாண்டம் என்று குறிப்பிட்டு மேற்கோளாக எடுத்துக்காட்டும் எல்லாப் பாடல்களும் தென் பிராந்தியத்தில் வழங்கும் வான்மீகி இராமாயணமே ஆகும். வான்மீகி இராமாயணம் என்ற பெயரில் தென் பிராந்தியம், வட பிராந்தியம், கீழ்ப் பிராந்தியம் என்ற மூன்று வகையான இராமாயணங்கள் உள்ளன. இவை ஒன்றுக்கொன்று மாறுபட்டுள்ளன என்பது ஆய்வாளர் கண்ட முடிவாகும். இத்தகைய முரண்பாட்டுக்கு ஒரு காரணம் உண்டு. இந்தியா முழுவதும் பரவியிருந்த இராமகாதைக்கு முதன் முதலாக வடிவு கொடுத்தவன் வான்மீகி என்பதில் ஐயமில்லை. வான்மீகியின் அந்தக் காப்பிய வடிவை ஏற்றுக் கொண்டாலும் அந்தந்தப் பிராந்தியத்தாருடைய பண்பாடு, ஒழுகலாறு, கருதுகோள்கள் என்பவை அந்தந்தப் பகுதியில் வழங்கும் வான்மீகியிலும் ஏற்றப்பெற்றன. ஏற்றியவர்கள் தத்தம் பண்பாட்டிற்கு ஏற்பக் கதையில் சிறிது மாறுபாடுகள் செய்து அவற்றைப் பாடல்களாகப் பாடி மூலநூலில் தக்க இடத்தில் சேர்த்துவிட்டனர்.

இப்படித்தான் நடைபெற்றிருக்க வேண்டும் என்ற கருத்தை வலியுறுத்த ஓர் எடுத்துக்காட்டைக் காணலாம். தென் பிராந்தியப் பகுதியில் வாழும் தர்மசாலாப் பதிப்பு என்று கூறப்படும் வான்மீகத்தில் பாலகாண்டத்தில் 18ஆவது சருக்கத்தில் பேசப்படும் இராமாவதாரம் ஆழ்ந்து நோக்கற்குரியது. சகோதரர்கள் பிறந்த நட்சத்திரம், லக்கினம் கிரகங்களின் உச்ச நீசங்கள் வடபிராந்தியத்தில் வழங்கும் வான்மீகியில் இல்லை. ஏறத்தாழ 6ஆம் நூற்றாண்டு முதலே ஞானசம்பந்தர் பாடலில் 27 நட்சத்திரங்களும், கோள்களும் பேசப்படுகின்றன. 8ஆம் நூற்றாண்டில் சுந்தரர் "மகத்தில் புக்கதோர் சனி" என்று பாடுவதாலும், தென்னாட்டில் நாள், கோள் பற்றிய கருத்துக்கள் இருந்தன என்பது புலனாகும். இதற்கு முன்னரும் சிலப்பதிகாரத்தில் "ஆடித்திங்கள் பேரிருட்பக்கத்து அழல்சேர் குட்டத்து அட்டமி ஞான்று" *(சிலம்பு கட்டுரை 133, 134)*, (ஆடி

மாதத்தில் தேய்பிறைப் பட்சத்தில் பரணி, கார்த்திகை சந்திப்பில் அட்டமி திதியில்) என்று வருதலால் 2ஆம் நூற்றாண்டிலும் நாள், கோள் பற்றிய நம்பிக்கை தமிழகத்தில் இருந்ததென்று அறிகிறோம். இனி, கிறிஸ்து பிறப்பதற்கு முன்னர் 100 அல்லது 200 ஆண்டுகளுக்கு முற்பட்டுத் தோன்றிய புறநானூறு 229ஆம் பாடலில் மிக விரிவாக நாள், கோள் நிலைமை பற்றிப் பேசி, அந்த நாளில் யானைக்கட்சேய் மாந்தரஞ்சேரல் இரும்பொறை இறந்து விடுவான் என்று கூடலூர்க் கிழார் என்ற புலவர் பாடிய பாடல் இருப்பதால், சோதிட சாத்திரத்தில் தமிழர்கள் கி. மு. 2ஆம் நூற்றாண்டிலேயே எவ்வளவு முன்னேறியிருந்தனர் என்று அறிகிறோம். புறநானூற்றுப் பாடலுக்குச் சற்று முன்னோ பின்னோ தோன்றிய பட்டினப்பாலையில் மழைவளம் அற்று, பெரும் பஞ்சம் ஏற்படுவதற்குரிய காலநிலைமையைக் கூற வந்த உருத்திரங்கண்ணனார் என்ற புலவர்,

வசை இல் புகழ், வயங்கு வெண்மீன்
திசைதிரிந்து, தெற்கு ஏகினும்
தற்பாடிய தளி உணவின்
புள்தேம்பப் புயல்மாறி,
வான் பொய்ப்பினும்.............. - பட்டினப்பாலை 1-5

என்ற பகுதியில் வற்கடம் எனப்படும் பஞ்சம் தோன்றுவதற்குரிய கோள்களின் நிலையை விளக்கமாக எடுத்துக் கூறுகிறார்.

இந்த எடுத்துக்காட்டுகளை இங்கே கூறுவதன் நோக்கம் ஒன்றுண்டு. தமிழர்கள் சோதிடத் துறையில் இவ்வளவு வல்லவர்களாக இருந்தமையின் இராமன் முதலியவர்கட்கு லக்கினம், நட்சத்திரம் முதலியவற்றை முதன்முதலாக கூறிய பெருமை கம்பனுக்கே உண்டு என்று நினைப்பதில் தவறில்லை. தென்பிராந்திய வான்மீகியில் காணப்படும் 18ஆவது சருக்கத்தில் 9, 11, 13, 13 ஆம் சுலோகங்கள் வடபிராந்திய வான்மீகத்தில் இல்லையாதலால், கம்பன் காலத்திற்குப் பிறகு வான்மீகியிலும் இது இடம்பெற வேண்டும் என்ற கருத்தில் பிற்காலத்தார் பாடி வான்மீகியில் சேர்த்திருக்கலாம் என்று எண்ணுவதிலும் தவறில்லை. மேலும், தென்பிராந்திய வான்மீகியில் உள்ள முதல் 18 சருக்கங்கள், வடபிராந்திய வான்மீகியில் இவ்வாறு இடம்பெறவில்லை. ஆதலால் இங்குக் காணப்படும் 18 சருக்கங்களுமே பிற்கால இடைச் செருகல் என்று ஆய்வாளர் கருதுகின்றனர்.

இதுகாறும் கண்டவற்றால், இராமகாதை வேதத்திலேயே காணப்படுவதாகச் சொல்லிப் பழமை பாராட்டுதல் பொருந்தாது என்றும், புத்த ஜாதகக் கதைகளிலிருந்து வான்மீகமாகிய ஆதிகாவியமும் பிற இராமாயணங்களும் பல வகையில் மாறுபடுகின்றன என்றும், வான்மீகத்தின் பல வடிவங்கள் அந்தந்தப் பகுதியின் பழக்க வழக்கங்களையும் நம்பிக்கைகளையும் எதிரொலிக்கும் மாற்றங்களைக் கொண்டுள்ளன என்றும் தெளிவாகிறது. மேலும், தனக்கு மூலமாகக் கொண்ட வான்மீகத்தினின்றும் கம்பன் பல மாற்றங்களைச் செய்துள்ளான் என்பதைப் பாலகாண்டச் செய்திகள் கொண்டு காண முடிந்தது.

சுருங்கச் சொன்னால், கம்பன் கொண்ட மூல ஆதாரம் வடதிசைச் சார்பினதே யெனினும், தமிழர்க்கே உரிய பக்திநெறி, பண்பாடு ஆகியவற்றுக்கு ஏற்பத் தமிழ் இராமாயணத்தையே பாடியுள்ளான் என்பதை உணர வேண்டும்.

~

கம்பனின் காப்பிய நோக்கம்

கம்பன் கண்ட பல இராமாயணங்கள்

கம்பனையே மூலமாகக் கொண்டு அவன் படைத்த இராமனைப் பற்றி ஆய்வதே இந்நூலின் நோக்கம் ஆகும். ஆதலால், அவன் காலத்திற்கு (9ஆம் நூற்றாண்டு) முன்னர் வடமொழி, தென் மொழிகளில் இருந்த இராமசரிதங்கள் எந்த அளவிற்குக் கம்பனுக்கு உதவின என்று காண்பது பயனுடையதாகும். தமிழ் மொழியைப் பொறுத்தமட்டில் சங்கப் பாடல்கள் சிலம்பு, மணிமேகலை, ஆழ்வார்கள் பாசுரங்கள் ஆகியவற்றில் உள்ள இராமன் பற்றிய சில குறிப்புகளை ஓரளவு எடுத்துக் காட்டியுள்ளோம். கம்பனுக்கு மூலமாக இருந்த வான்மீகியின் நூல், அதே கி. மு. 5ஆம் நூற்றாண்டு வாக்கில் புத்த சமய அடிப்படையில் தோன்றிய தசரத சாதகக் கதைகள் மூன்று, கி.பி. 4ஆம் நூற்றாண்டு வாக்கில் தோன்றிய காளிதாசர் இரகுவம்சம், விமலசூரியின் பௌம் சரிதம் என்பவை போக, இரண்டாம் நிலையில் உள்ள இரவிசேனர் (கி.பி.6), குமாரதாசர் (கி.பி.8) என்ற இவர்களுடைய சிறுநூல்களும் கம்பனுக்கு முன்னர்த் தோன்றியவை ஆகும்.

பௌத்த, ஜைன இராமன்

கடவுட் கொள்கையை ஏற்காத பௌத்த, ஜைன இராமாயணங்களில் இராமனை நற்பண்புகளின் உறைவிடமாகக் காட்டுவதோடல்லாமல் அவரவர்கள் சமயக் கொள்கைகளைப் போற்றி வளர்க்கும் ஆதார

புருஷனாகவும் காட்டப்பட்டுள்ளான். கம்பனுக்குப் பின்னே வந்த பல புராணங்களும் மகாவிஷ்ணுவின் அவதாரமாக இராமனைக் காட்டுகின்றன.

வான்மீகமும் அவதாரக் கருத்தும்

வான்மீகியைப் பொறுத்தவரை, ஐயத்திற்குரிய பாலகாண்டத்தை விட்டுவிட்டால், அயோத்தியா தொடங்கி யுத்த காண்டத்தின் நடுப்பகுதி வரை இராமன் மனிதர்களுக்குள் சிறந்தவனாகக் காட்டப் பெறுகிறானே தவிர, அவதாரமாகப் பேசப்படவில்லை. பாலகாண்டம் தொடக்கத்தில், உலகில் வாழும் மனிதர்களுள் எல்லா நற்பண்புகளுக்கும் உறைவிடமாக யாரேனும் உளரா என்று வான்மீகி கேட்க, நாரதர் அப்படி ஒருவன் உளன் என்று கூறுவதாகப் பாலகாண்டத்தின் முதல் சருக்கம் மூன்றாவது பாடல் முதல் பல பாடல்கள் சொல்லிச் செல்கின்றன. நாரதர் கூறிய விடையைச் சுருக்கமாகக் காண்பது பயனுடையதாகும்.

"இந்த உலகத்தில் இப்போது இருப்பவர்களில் நற்பண்புகளை உடையவனாக இருப்பவன் எவன்? வீரியமுடையவனாகவும், அறங்களை அறிந்தவனாகவும், நன்றியுள்ளவனாகவும், எப்போதும் உண்மையே பேசுபவனாகவும், விரதத்தில் உறுதியுடையவனாகவும் இருப்பவன் எவன்? (வான் 1-1-2) என்ற வான்மீகியின் வினாக்களுக்கு விடை கூறுமுகமாக நாரதர், இட்சுவாகு வம்சத்தில் கௌசல்யை என்ற பெண்ணிற்கு மகனாகத் தோன்றிய இராமன் என்ற பெயருடைய ஒருவன் உள்ளான். நீர் சிறந்த பண்புகள் என்று கூறும் அனைத்தும் அவனிடம் ஒருங்கே அமைந்துள்ளன. பராக்கிரமத்தில் திருமாலை ஒத்தவனாகிய அவன் வரலாற்றைக் கூறுகிறேன்" வான்மீகியின் பாலகாண்டம் இவ்வாறு தொடங்குகிறது.

மானுடம், தெய்வம்: இரண்டும் சேர்ந்த கோலம்

வான்மீகியின் இந்தத் தொடக்கம் கம்பனைப் பெரிதும் பாதித்திருக்க வேண்டும். எனவே, அவன் படைத்த இராமன் இத்தனைப் பண்புகளுக்கும் கொள்கலன் ஆகிறான். அதே நேரத்தில் தமிழகத்தில் இராமன் திருமாலின் அவதாரம் என்று பரவியிருந்த நெடுமொழியும், ஆழ்வார்கள் அருளிச் செயலில் காணப்பெற்ற இராமன் திருமாலின் அவதாரம் என்ற கருத்தும் கம்பனை ஆட்கொண்டன என்பதில் ஐயமில்லை.

இவை இரண்டையும் ஒன்று சேர்த்து, ஒரே மனிதனிடத்தில் இந்த இரண்டு கொள்கைகளையும் இணைப்பதில் பலசங்கடங்கள் ஏற்படுகின்றன. தெய்வம் ஒரு செயலைச் செய்கிறது என்று கூறிவிட்டால் தர்க்கரீதியில் அச்செயலின் காரணகாரியங்களையோ பலாபலன்களையோ ஆராய்வது மனித அறிவுக்கு அப்பாற்பட்ட செயலாகும். இதை விட்டுவிட்டு மனிதன் என்ற முறையில் ஒரு பாத்திரம் செய்கின்ற செயலை அறிவின் துணைகொண்டு ஆராய்வது நன்மை பயப்பதாகும். முழுவதும் தெய்வமாகக் கொண்டுவிட்டால் அதனுடைய செயல்கள் நம் அறிவுக்கு அப்பாற்பட்டவை என்பது ஒருபுறம் இருக்க, சாதாரண மனிதர்கள் அதனைப் பின்பற்றுவதும் இயலாததாகும். முழுவதும் அவதாரம் என்று கொண்டுவிட்டால், இராமனுடைய நற்பண்புகள் வணக்கத்திற்குரியனவாக அமையுமே தவிர சாதரண மனிதர்கள் எவ்வளவு முயன்றாலும் பின்பற்றக் கூடியனவாக அமையமாட்டா. எனவே, ஆழ்வார்களின் அடிப்படையில் நின்று இராமனை முற்றிலும் அவதாரமாகவே கொள்வதில் இருக்கின்ற சங்கடத்தைக் கம்பன் புரிந்து கொள்கிறான். ஆனால், அதே நேரத்தில் வான்மீகியில் காணப்பெறாத இந்த அவதாரக் கொள்கையை விட்டுவிடவும் மனமில்லை கம்பனுக்கு. இதுபற்றிப் பல காலம் ஆய்ந்திருக்க வேண்டும் கம்பநாடன். முற்றிலும் அவதாரமாகப் பாடிவிட்டால் பக்தி மார்க்கத்தில் ஈடுபட்டு இறைவனை அடைய முற்படும் ஒரு சிலருக்கு மட்டுமே அவன் நூல் பயன்படும். அது தேவையா என்று கம்பன் ஆராய்ந்திருக்க வேண்டும். ஆழ்வார் பெருமக்கள் எம்பெருமான் அருளைப் பூரணமாகப் பெற்று அந்த அருளில் திளைத்துப் பாடிய 4000 பாடல்கள் இருக்கும் பொழுது, மறுபடியும் இறைவன் திறமையை ஒரு காப்பியமாகப் பாடுவது தேவையா என்ற வினா கம்பன் மனத்தில் நீண்ட காலம் எழுந்திருக்க வேண்டும்.

இந்த அமைப்பு வேண்டாமென்றால் வான்மீகியைப் பின்பற்றி மனிதருள் சிறந்த ஒருவனைப் பாட எடுத்துக்கொள்வதாக வைத்துக்கொண்டு காப்பியம் இயற்றலாம். அப்படியானால், ஏனைய சிலப்பதிகாரம், மணிமேகலை, உதயணன் கதை போன்ற மக்களுள் சிறந்தவனைப் போற்றும் மற்றொரு காப்பியமாக அமையுமே தவிர, தனக்கென ஒரு தனித்தன்மையை ஏற்படுத்திக்கொண்ட காப்பியமாக அமையாது. உலக இலக்கியங்களில் தெய்வங்களைப் பாடிய காப்பியங்களும் உண்டு; மனிதர்களைப் பற்றிப் பாடிய காப்பியங்களும் உண்டு. இந்த இரண்டையும் ஒரே மனிதனிடத்தில் அமைத்துப் பாடிய காப்பியம் வேறு எங்கும் இல்லை. மாபெரும்

கவிஞனான கம்பன் இந்தப் புது முயற்சியில் ஈடுபடுகிறான். அவனுக்கு முன்னும் பின்னும் யாரும் செய்ய இயலாத இந்தப் புது முயற்சியில் முழுவெற்றி கண்ட பெருமை கம்பன் ஒருவனுக்கே உண்டு.

இருமைக் காட்சி:

வான்மீகியில் மனித இராமனையும், ஆழ்வார்களின் தெய்வ இராமனையும் ஒன்றாக இணைப்பது என்பதே ஒரு மாபெரும் சாதனைச் செயலாகும். இந்த இணைப்பில் அவன் கையாண்ட புதுமை அறிந்து மகிழ்வதற்குரியதாகும். காப்பியத்தில் வரும் சரபங்கள், இந்திரன், கருடன், விராதன், வீடணன் போன்ற பாத்திரங்கள் இராமனை தெய்வம் என்று அறிந்து போற்றுகின்றன. அவர்கள் போற்றும் பொழுதுகூட இராமன் தன்னைப் பரம்பொருள் என்று நினைத்ததாகவோ, அறிந்து கொண்டு செயல்பட்டதாகவோ கம்பன் காட்டவே இல்லை. கம்பன் கண்ட இராமன் தொடக்கத்திலிருந்து இறுதிவரை மனிதனாகவே நடந்து கொள்கிறான். ஆனால் சாதாரண மனிதனாக அன்று; ஒரு மாமனிதனாக, குறிக்கோள் தன்மை பெற்ற (Ideal man) மனிதனாக நடந்து கொள்கிறான். எந்த நிலையிலும் அவனுடைய செயல்களும் எண்ணங்களும், மனித அறிவு கொண்டு ஆய்வு செய்யப்படக் கூடியனவாய் அமைந்துள்ளமை கம்பனுடைய மாபெரும் ஆற்றலை வெளிக்காட்டும். கூடுமானவரை காப்பியப் புலவன் எந்தப் பாத்திரத்தைப் பற்றியும் தன் கருத்தை வெளியிடக்கூடாது என்ற கொள்கையைப் பெரும்பாலும் கம்பன் கடைப்பிடித்துச் செல்கிறான்.

என்றாலும், எம்பெருமானுடைய பூரண அவதாரம் இராமன் என்பதை அவனால் மறக்க முடியவில்லை. கவிஞன் கண்ட கடவுட் கொள்கையை எவ்வாறு இராமன்மேல் சார்த்திப் பேசுகிறான் என்பதைப் பின்னர் விரிவாகக் காணலாம். இனிவரும் பகுதிகளில் அவன் படைத்த இராமனை மனிதனாகக் கொண்டே, மாமனிதனாகக் கருதியே இவ் ஆய்வு செய்யப்படும். என்றாலும், சமயம் நேரும் போதெல்லாம், கவிஞன் கூற்றாக இராமனைச் சுட்டக்கூடிய இடங்களிலெல்லாம் இராமனைப் பரம்பொருளாகக் காட்ட மறந்ததே இல்லை இக்கவிஞன். இக்கட்டுரைகளின் வளர்ச்சியில் அவ்விடங்கள் ஆங்காங்கே சுட்டிக்காட்டப்படும்.

இந்நூற் பொருள்

சக்கரவர்த்தித் திருமகனாகிய இராமனைப் பற்றிய பொதுமக்களின் எண்ண ஓட்டங்கள் 'மக்களும் இராமனும்' எனும் தலைப்பில் முதலில் பேசப் பெறுகின்றன. அடுத்து, தந்தையும் இராமனும், தாயரும் இராமனும், தம்பியரும் இராமனும், சீதையும் இராமனும் உடன்பிறவாத் தம்பியரும் இராமனும், வசிட்டனும் இராமனும், விசுவாமித்திரனும் இராமனும், முனிவர்களும் இராமனும், அனுமனும் இராமனும், அரக்கர்களும் இராமனும், கும்பகர்ணனும் இராமனும், இராவணனும் இராமனும், என்ற பல தலைப்புகளில் பல கோணங்களில் இராமனைப் பார்ப்பதே இந்நூலின் பெரும்பகுதிப் பணியாகும்.

அடுத்து, இராமனைப் பரம்பொருள் என்று அறிந்து பேசும் சரபங்கன், இந்திரன், விராதன், கருடன் முதலியோர் கண்ட முறையில் இராமனைக் காண்பது அடுத்த பகுதிப் பணியாகும். இறுதியாகக் காப்பியப் புலவன் இராமனைப் பற்றிக் கூறும் பகுதிகளும், கடவுள் வாழ்த்துப் பகுதிகளும் ஓரளவு ஆயப்பெறும். இம்முறையில் ஆய்வு செய்வதால் கவிஞன் படைத்த இராமனின் முழுவடிவத்தையும் (அகவடிவம், புறவடிவம்) காணும் ஒரு முயற்சியே ஆகும் இந்நூல்.

~

மக்களும் இராமனும்

இராமன் - திருமாலின் எளிவந்த தன்மை

ஒரு பேரரசன் நீண்ட காலம் மக்கட்பேறு இல்லாமல் இருந்து மாபெரும் வேள்வி ஒன்று இயற்றி, அதன் பயனாகச் சிறுவர் நால்வரைப் பெறுகின்றான். அந்நால்வரில் மூத்தவன் இராமன். பெரிய மன்னனின் மக்களாக இருந்தும், இவர்கள் குலகுருவாகிய வசிட்டனின் ஆசிரமத்தில் கல்வி பயில்கின்றனர். ஆசிரமம் ஊருக்கு வெளியே இருத்தலின், அங்குச் சென்று கல்வி பயிலுகின்றனர் என்று பேசுகிறான், கவிஞன். மாமன்னனின் மக்கள், குருவிடம் செல்வதும், நடந்தேதான் என்பதைக் கவிஞன் சொல்லாமல் சொல்கிறான். ஒருநாள் ஆட்சிக்கு வரப்போகின்ற இராமன், மக்களிடம் எப்படி நடந்து கொள்கிறான் என்பதைக் கூறவந்த கவிஞன், பின்வரும் பாடலில் அச்சிறப்பை எடுத்துக் காட்டுகிறான்.

எதிர்வரும் அவர்களை, எமையுடை இறைவன்,
முதிர்தரு கருணையின் முகமலர் ஒளிரா
எதுவினை? இடர் இலை? இனிதுநும் மனையும்?
மதிதரு குமரரும் வலியர்கொல்? எனவே

- கம்ப. 311

எதிரே வருகின்றவர்களை நிறுத்தி அவர்களுடைய நலனை விசாரித்து, அவர்கள் குடும்பநலனையும் விசாரித்து, வாழ்க்கையில் ஏதேனும் பிரச்சினை உளதா என்றும் இராமன் கேட்கிறான் என்ற கருத்துடைய இப்பாடலில் எத்தனைக் கருத்துக்கள் உள்ளடங்கி

உள்ளன. எதிர்வரும் அவர்களை என்று கூறியதால் வருகிறவர்கள் சாதாரணமான குடிமக்கள், நடந்தே வருகிறார்கள் என்பது புலனாகின்றது. அப்படிப்பட்ட குடிமக்களை நிறுத்தி அரசகுமாரன் பேசுகிறான் என்றால், அப்பெருமகனுடைய எளிவந்த தன்மையை அறிய முடிகின்றது. அன்றியும், எதிரே வருபவர்களை நிறுத்திப் பேசுகிறான் என்றால், அரச குமாரன் தேரில் செல்லாமல் நடந்தே செல்கிறான் என்ற கருத்தையும் பெறவைத்துவிட்டான், கம்பன். தசரத குமாரனின் சௌலப்பியத்திற்கு இந்நிகழ்ச்சி எடுத்துக்காட்டாக அமைகின்றது. இங்ஙனம் பேசியவன் யார் என்று நினை(ப்பி)க்கின்றான் கவிஞன். இறைவன் ஒருவனுக்குத்தான் இந்த எளிவந்த தன்மை இலக்கணமாக அமையும்.

இறைவனுக்கே உரிய இந்த எளிவந்த தன்மையை அரசகுமாரனாய்ப் பிறந்தும் அடுத்து ஆட்சிப் பொறுப்பை ஏற்கப்போகின்றவனாய் இருந்தும் - அதிகார எண்ணமோ, தான் உயர்ந்தவன் என்ற எண்ணமோ ஒரு சிறிதும் இன்றி, எதிரே வருபவர்கள் அத்துணைப் பேரையும் நிறுத்தி விசாரிக்கின்றான். அரசகுமாரனாகிய அவனுடைய பண்பாட்டில் தன்னை மறக்கிறான் கவிஞன். அந்த நிகழ்ச்சியைக் கூறவரும்பொழுது இப்படி விசாரித்தவன் அரசகுமாரன். ஆதலால் இளவரசன் என்றோ, தசரதமைந்தன் என்றோ, இராமன் என்றோ, மூத்தவன் என்றோ குறிப்பிட்டிருக்கலாம். இவை ஒன்றையும் பயன்படுத்தாமல் "எமை உடை இறைவன்" என்ற தொடரால் இராமனைக் குறிப்பிடுகின்றான். பாத்திரங்கள் கூற்றாக இல்லாமல், கவிஞன் தன் கூற்றாக இராமனைக் குறிப்பிடும் இடங்களில் இது இரண்டாவதாகும். திரு அவதாரப்படலத்தில் இறுதிப்பாட்டில் கவிஞன் தன் கூற்றாக இராமனைக் குறிக்கும் பொழுது "முப்பரம் பொருளுக்கு முதல்வன்" என்று கூறுவது முதல் முறையாகும். "எமை உடை இறைவன்" என்ற தொடருக்கு எல்லா உயிர்களையும் (எமை) இயல்பாகவே தன் உடைமையாகப் பெற்றுள்ள தலைவன் (இறைவன்) என்பதே பொருளாகும்.

இந்த ஒரு பாடலில், பூமியில் நடந்து வரும் இராகவன், மூலப்பரம்பொருளே என்பதையும் அண்டங்களில் உள்ள அனைத்து உயிரினங்களையும் அவன் தன் உடமையாகப் பெற்றுள்ளான் என்பதையும், உயிர்கள்மாட்டுக் கொண்ட பரம கருணை காரணமாக அவர்களை நிறுத்திக் குசலம் விசாரிக்கின்றான் என்பதையும் கூறிவிடுகின்றான் கம்பன். இராகவன் மூலப்பரம்பொருளே என்பதை முதன் முதலாகக் காப்பியத்தின் 313ஆம் பாடலில் கூறிய கவிஞன்,

இதே கருத்தை விடாமல் பற்றி நின்று காப்பியத்தின் இறுதியில் 9837ஆம் பாடலில், "இவனேதான் அவ்வேத முதல் காரணன்" என்று கூறிமுடிப்பதைக் காணலாம். இந்த இரு இடங்களையும் நோக்கும் பொழுது ஒரு புதுமை மனத்தில் தோன்றாமல் இராது. மனிதனாகப் பிறந்து, வளர்கின்ற கவிஞனுடைய கணிப்பில் மற்றொரு மனிதனாகிய இராமன், முப்பரம் பொருளுக்கும் முதல்வனாகக் காட்சி அளிக்கின்றான். இந்தக் கணிப்புச் சரியானதே என்பதை நிறுவுவதற்காக 9837ஆம் பாடலில் 'இவனேதான் அவ்வேத முதல் காரணன்' என்ற கணிப்பை இராவணன் செய்வதாகக் கவிஞன் சொல்லிக் காட்டுகிறான். ஏன்? முக்கோடி வாழ்நாள் முயன்றுடைய பெருந்தவம் முதலியவற்றோடு ஆயிரம் மறைப்பொருள் உணர்ந்த அறிவு அமைந்தவனும் ஆகிய இராவணனே, 'இராமன் என்ற மனிதன் யார்' என்று கணித்துக் கூறுகிறான். இந்த மானுட இராமன், சிவனோ அல்லன், நான்முகன் அல்லன், திருமாலாம் அவனோ அல்லன் என்று கூறிவிட்டு, 'இவனோ அவ்வேத முதற்காரணன்' என்ற முடிவிற்கு வருகிறான். இதைவிடச் சிறப்பாக ஆய்வு செய்து வேறுயாரும் வேறு எந்த முடிவுக்கும் வர முடியாது என்பதை உணர்த்தவே இராவணன் கூற்றாக இதைச் சொல்லுகிறான் கவிஞன்.

மணிவாசகர், இளங்கோ அடிகள்

தரையில் நடந்து வரும் இராமனைப் பரம்பொருள் என்று, 'எமை உடை இறைவன்' என்ற தொடரால் நிறுவிய கவிஞன், அடுத்த மூன்று அடிகளில் அவனது கருணையை வியக்கின்றான். இந்த இடத்தில் மணிவாசகர் பெருமானுடைய திருவாசகத்தின் ஒரு பகுதி நினைவுக்கு வருகிறது. குருந்த மரத்தடியில் அமர்ந்திருந்த குரு தன் திருவடிகளைப் பூமியில் பதித்திருந்தார். அதைக் கண்ட மணிவாசகர்,

கருணையின் பெருமை கண்டேன் காண்க
புவனியில் சேவடி தீண்டினன் காண்க
சிவன் என யானும் தேறினன் காண்க.

- திருவாசகம் - திருவெண்பா 60 - 63

பரம்பொருள் இராமன் என்ற உருவிலோ, குருந்த மரத்தின் அடியில் உள்ள குரு என்ற உருவிலோ மண்ணில் திருவடிகள் படும்படி வருவது அவனுடைய கருணைக்கோர் எடுத்துக்காட்டு என்பதை கம்பனும் மணிவாசகப்பெருமானும் உணர்ந்துள்ளார்கள் என்பதையே, இவ்விரு பாடல்களும் தெரிவிக்கின்றன. திருவடி நிலந்தோய வருகின்ற பெருமையை, மணிவாசகரும் கம்பனும்

உளமுருகி நினைப்பதற்கு 800 ஆண்டுகளுக்கு முன்னரே, சிலப்பதிகார ஆசிரியர் இதனை, "மூவுலகு மீரடியான முறை நிரம்பா வகைமுடியத்"

மூவுலகும் ஈரடியால் முறைநிரம்பா வகைமுடியத்
தாவியசே வடிசேப்பத் தம்பியொடுங் காண்போந்து

சிலம்பு ஆய்ச்சியர் குரவை 3, 36

என்று பாடுகிறார்.

வான்மீகி, பெரியவாச்சான் பிள்ளை

மிகப் பழங்காலந்தொட்டே திருவடிப் பெருமையைத் தமிழர்கள் நன்கு அறிந்திருந்தார்கள் ஆதலின், இம்மூவரும் பாடிய சிறப்பைக் கண்டு திருவடி பற்றி ஒன்றும் கூறாமல், சக்கரவர்த்தித் திருமகன் எளிய மக்களை இடையே நிறுத்தி அவருடன் பேசினான் என்ற பகுதியை வான்மீகியும், அயோத்தியா காண்டம் 2ஆவது சருக்கத்தில் 33 ஆம் சுலோகத்தில் பாடியுள்ளார். வான்மீகி பாடிய இராமசரிதத்தில் இந்தப் பகுதியில் ஈடுபட்ட பெரியவாச்சான் பிள்ளை இதற்கொரு விளக்கம் எழுதியுள்ளார். நினைந்து நினைந்து மகிழ்வதற்குரிய அப்பகுதியின் கருத்து வருமாறு: "ஸ்ரீராமன் சாதாரண ஜனங்களிடையே சென்று அன்பு ததும்பப் பேசியவுடன் அதைக் கேட்ட அந்த மக்களின் மனம் குளிர்ந்து போயிற்று. எப்படி என்றால், வறண்டு பிளந்து போன நிலத்தில் ஒரு பாட்டம் மழை பெய்தாற் போல் குளிர்ந்தது" என்று சொல்லும் அருமை அறிந்து போற்றற்குரியது.

பெரியவாச்சான் பிள்ளை மக்கள் மனத்துள் தோன்றிய மகிழ்ச்சியை உவமையுடன் எடுத்து விளக்கியதைக் கம்பநாடன் மற்றொரு விதமாக எடுத்துக் காட்டுகிறான். எதிர்வருபவர்களிடத்தில் எமை உடை இறைவன் குமரரும் வலியர் கொல்? இடரிலை? என்று வினவியவுடன் அவர்கள் என்ன பதிலிறுத்தார்கள் என்று கம்பன் பேசுகிறான்: "ஐயனே! எங்கள் நலனைக் கேட்டாய். நாங்கள் நலமே உள்ளோம், நின்னை அரசனாக உடைய எங்களுக்கு எக்குறையும் இல்லை. எங்கள் உயிரோடு ஏனையவற்றையும் நான் முகனுடைய யுகம் முடிகின்றவரை நீயே ஆள்வாயாக" என்ற பொருளில்

அஃது, "ஐய! நினை எமது அரசு என உடையேம்;
இஃது ஒரு பொருள் அல; எமது உயிருடன் ஏழ்
மகிதலம் முழுதையும் உறுக, இம் மலரோன்
உகுபகல் அளவு" என, உரை நனி புகல்வர். *- கம்பர் 312*

எனப் பாடியுள்ளான்.

சாதாரண மக்கள் பார்வையில்........

திருமணச் செய்தி கேட்டு அயோத்தியில் உள்ள ஏனைய இரு மைந்தர், மனைவி மற்றும் சுற்றத்தாருடன் மிதிலைக்கு வருகிறான் தசரதன். புறநகரிலிருந்து தம்பியர் மூவரும் தன்னைச் சுற்றியிருக்க, இராமன் தேரில் வருகிறான். மிதிலை மக்கள் இவர்களைப் பார்க்கின்றனர். அந்த நிலையில் அம்மக்களுடைய செயலைக் கூறவந்த கவிஞன், பின்வரும் பாடலைப் பாடுகின்றான்.

தோள் கண்டார், தோளே கண்டார். தொடுகழல் கமலம் அன்ன
தாள் கண்டார், தாளே கண்டார், தடக்கை கண்டாரும், அஃதே
வாள் கொண்ட கண்ணார்யாரே, வடிவினை முடியக் கண்டார்?
ஊழ் கொண்ட சமயத்து அன்னான் உருவு கண்டாரை ஒத்தார்.

- கம்ப. 1081

வருபவர்களோ நால்வர். தெருவில் நின்று பார்க்கின்ற மகளிரின் கண்களில் இராமன் ஒருவன் மட்டுமே கண்ணில் தெரிகிறான். அப்படிக் கூறுவது கூடத் தவறு என்கிறான் கவிஞன். இராமன் என்ற முழுவடிவையும் யாரும் காணவில்லை. சனகனுடைய நாட்டில் உள்ள அப்பெண்கள் இதுவரை எத்தனையோ வீரருடைய தோள்கள், தாள்கள், கைகள் ஆகியவற்றைப் பார்த்திருப்பார்கள். இந்த உறுப்புகள் அனைத்தும் சேர்ந்து தான் ஒரு வீரனுடைய முழுவடிவாகும். ஒருவனுடைய கையை மட்டும் கண்டோ, மார்பை மட்டும் கண்டோ யாரும் வியந்துவிடுவதில்லை. மலை போன்ற தோள்களாக இருப்பினும், யானையின் துதிக்கை போன்ற கைகளாக இருப்பினும், அவற்றைத் தனியே யாரும் பார்ப்பதில்லை. இந்த உறுப்புகளை உடைய வீரர்களை கேசாதிபாதம் கண்டு, மகிழ்ந்து வியக்கும் பழக்கம் மிதிலை மக்களுக்கு உண்டு. வாலாயமாக வீரர்களின் முழுவடிவையும் கண்டு பழகிய மிதிலைப் பெண்களுக்கு ஒரு புதிய அனுபவம். வீரர்களுடைய உறுப்புகளைக் கண்டு ரசிப்பதற்கு அந்த உறுப்புகளை உடையவன் முகம் மிக இன்றியமையாததாகிவிடும். ஆனால், இராமனைக் காணும் புதிய அனுபவத்தில் இந்நிலை மாறிவிடுகிறது.

இப்புதிய அனுபவம் என்பது யாது? தோள்கண்டார், தோளே கண்டார், தாள்கண்டார், தாளேகண்டார், தடக்கை கண்டாரும் அஃதே என்று கூறியதால் காண்பவர்களுடைய பார்வை இராமன் என்ற முழுவடிவின் எந்த உறுப்பில் முதன்முதல் பட்டதோ அந்த உறுப்பை விட்டு அப்பால் போகவில்லை. காரணமென்ன? சாதாரண வீரர்களின் கைகள், தோள்கள் என்பவை தனித்தன்மை பெறா. அதை உடைய மனிதனோடு அவன் முகம் முதலிய உறுப்புகளோடு

சேர்ந்தபொழுதுதான் மதிப்பு. அந்த முழுமையான மனிதனிடம் இருந்து பிரிக்கப்பட்டால் இந்த உறுப்புகள் பயனற்றுப் போய்விடும்; தனியே இவற்றிற்கு மதிப்பே இல்லை.

ஆனால், இராமனைப் பொறுத்தமட்டில் நிலைமையே வேறு இராமனின் கைகள், கால்கள் என்பவை தனித்தனியாகவும், உடலின் ஓர் உறுப்பாகவும் இலங்குகின்றன. கை கமலம், வாய் கமலம் என்று சொல்லும் பொழுது அவற்றின் தனித்தன்மையை வளர்க்க முற்படுகிறார், ஆசிரியர். எனவே, தோள் என்ற உறுப்பு முழுத்தன்மை பெற்றதாய், தனித்தன்மை பெற்றதாய் பிற உறுப்புகளோடு தொடர்பில்லாவிடினும் முழுத்தன்மையோடு விளங்குகின்றது. பிற உறுப்புகளோடு சேர்ந்த பொழுதும் அந்த முழுத்தன்மையில் இந்த முழுத்தன்மையும் சேர்ந்து ஒரே முழுத்தன்மையாக அது விளங்குகிறது. இங்கே சொல்லப்பட்ட கணக்கு முறை ஏனைய உறுப்புகளுக்கும் செல்லும்.

மேலே சொல்லப்பட்டதை மனம் வாங்கிக்கொள்ள மறுத்தால் அதைக் கணித முறையில் எளிதாக விளக்க முடியும். வடிவு கடந்த மூலப்பொருள் ஒரு வடிவு மேற்கொள்ளும் பொழுது ஒவ்வோர் உறுப்பும் மூலப் பரம்பொருளாகவே இருக்கும். கணிதத்தில் கற்பனை கடந்து நிற்கின்ற எண்களையெல்லாம் தாண்டி நிற்கின்ற ஒன்றை எண்ணிலி (infinity) என்று கூறுவர். இதற்குள்ள ஒரு தனிச் சிறப்பைக் காண வேண்டும். இந்த எண்ணிலி தனியே இருந்தாலும் எண்ணிலிதான், இதனோடு ஒன்றைக் கூட்டினாலும் எண்ணிலிதான். (Infinity+infinity= Infinity; Infinity - Infinity= Infinity.) அதுபோல இராகவனின் உறுப்புகள் தோள், தாள், கை முதலியன) ஒவ்வொன்றும் மூலப் பரம்பொருளின் ஒரு கூறே ஆகும். அதாவது, எண்ணிலிக்குள்ள மதிப்பைப் பெற்றதாகும். எனவே, இந்த உறுப்புகள் எல்லாம் சேர்ந்த இராமன் என்ற வடிவமும் அதே எண்ணிலிதான். ஆதலால் தனித்தனியாக ஒவ்வோர் உறுப்பையும் கண்டவர் பிற உறுப்புகளோடும் அவ்உறுப்புகளைத் தாங்கிய இராமனோடும் ஒப்பவைத்துத்தான் அவன் அழகை அல்லது சிறப்பை அறிய வேண்டுமென்ற இன்றியமையாமை இல்லை. ஒவ்வோர் உறுப்பிலும் மூலப் பரம்பொருளின் முழுத்தன்மையை அவர்களால் காண முடிந்தது. ஆதலால் அதனைத் தாண்டிச் சென்று அடுத்த உறுப்பைக் காணும் தேவை அவர்களுக்கு இல்லாமல் போய்விட்டது. வாள் கொண்ட கண்ணார் யாரே, வடிவினை முடியக் கண்டார் என்று கவிஞன் கூறும் பொழுது, இரண்டு கருத்துக்களை உள்ளடக்கிப் பேசுகிறான். இரண்டு கண்கள் பெற்ற

எவரும், வாள் போன்ற அக்கண்கள் எவ்வளவு சிறப்புடையனவாக இருந்தாலும் இராமன் வடிவு முழுவதையும் ஒருசேரக் கண்டு அனுபவிக்க முடியாமல் இருந்துவிட்டன என்பது ஒரு பொருள். அடுத்து, பரம்பொருளின் அழகை ஊனக் கண்களால் மட்டும் கண்டு அளந்து, அறிந்து அனுபவிக்க முடியாது என்பது மற்றொரு பொருள். இதனை 'யாரே வடிவினை முடியக் கண்டார்' என்ற தொடரால் விளக்குகிறார்.

வேறுபடும் பலரும் ஒன்றில் போற்றுவர்

இராமனைப் பற்றிச் சாதாரணக் குடிமக்கள் என்ன நினைக்கிறார்கள் என்பதை முன்னர்க் கண்டோம். இனி, அறிவின் மிகுந்த மேல்மக்கள் அரசுப் பணிகளில் ஈடுபட்ட அமைச்சர் முதலானோர், வேதியர்கள், முனிவர்கள் போன்றவர்களும் பொதுமக்கள் என்ற தலைப்பில் அடங்குவர் ஆதலின் அவர்கள் இராமன் பற்றி என்ன நினைக்கிறார்கள் என்பதைக் கவிஞன், தசரதன் மந்திராலோசனைப் படலத்தில் எடுத்துக் காட்டுகிறான். 'இராமனுக்கு இளவரசாகப் பட்டம் சூட்ட நினைக்கின்றேன். அதுபற்றி உங்கள் கருத்து யாது?' என்று பொதுவாக மந்திரக்கிழவோரை நோக்கித் தசரதன் கேட்கிறான். அனைவரும் மகிழ்கிறார்கள். தனித்தனியாக ஒவ்வொருவரும் பேசாமல், தங்கள் சார்பாக வசிட்டனைப் பேசுமாறு வேண்டிக் கொள்கின்றனர். அந்நிலையில் நாட்டு மக்கள் இராமனைப் பற்றி என்ன நினைக்கிறார்கள் என்பதை வசிட்ட முனிவன் பின்வரும் தொடர்களால் வெளியிடுகிறான்;

"மண்ணினும் நல்லள்; மலர்மகள், கலைமகள், கலையர்
பெண்ணினும் நல்லள்; பெரும் புகழ்ச் சனகியோ நல்லள் -
கண்ணினும் நல்லன்; கற்றவர், கற்றிலாதவரும்,
உண்ணும் நீரினும், உயிரினும், அவனையே உவப்பார்."

- கம்ப. 1352

"..
..
.... நின் குலமைந்தனை, வேதியர் முதலோர்
யாரும், 'யாம் செய்தநல் அறப்பயன்' என இருப்பார்."

- கம்பர் - 1351

"மனிதர், வானவர், மற்றுளோர் அற்றம் காத்து அளிப்பார்
இனிய மன்னுயிர்க்கு இராமனின் சிறந்தவர் இல்லை;
..
.."

- கம்ப -1353

இத்தொடர்களால் இராமனுக்குரிய தனிச்சிறப்பை வெளியிடுகிறான் கம்பன். வானவர், வேதியர், கற்றவர், கற்றிலாதவர், மனிதர் என்ற சொற்களால் வேறுபாடுடைய பலரைக் குறிப்பிடுகிறான். மனிதரினும் வேறுபட்டவர் வானவர்கள்; வேதியரினும் மாறுபட்டோர் மற்றுளோர்; கற்றவரினும் மாறுபட்டவர் கற்றிலாதவர். இத்தொகுப்பினுள் ஒருவர் சிறந்தது என்று கூறுகின்றவற்றை மற்றவர் ஏற்றுக்கொள்வது கடினம். கற்றிலாதவர் விரும்புவதை, உயர்ந்தது என்று சொல்வதைக் கற்றவர் ஏற்பது கடினம். மற்றத் தொகுப்பும் இவ்வாறே ஆகும். முரண்பட்ட கொள்கையுடைய இத்தொகுப்பாளர் அனைவரும் ஒருசேர மனம் ஒப்பிச் சிறந்தது அல்லது சிறந்தவன் என்று ஏற்றுக்கொள்வது இராமன் ஒருவனைத்தான். இவ்வாறு கூறுவது விந்தையானதுதான். எந்தவொரு மனிதனையோ, கருத்தையோ, பொருளையோ மாறுபட்ட கருத்துடைய அனைவரும் ஏற்றுக்கொள்கின்றார்கள் என்றால், அந்தப் பொருள் கடவுளாகத்தான் இருக்கும். இங்கு இராமனை வானவர் முதல் நரகர் ஈறாக மக்களில் அனைத்துத் தரத்தாரும் உண்ணும் நீரினும், உயிரினும் அவனையே உவப்பார் என்று கூறுவதால், இராமன் பரம்பொருளே என்ற கருத்தை மறைமுகமாக வசிட்டன் எடுத்துக் கூறுகிறான். நம்மாழ்வாரின் உண்ணும் சோறும், பருகு நீரும் என்ற பாடலையும் (நாலாயிரம் 3517) மனத்துட் கொண்டு கம்பன் பாடியதாகும் இத்தொடர்

உயிரினும் சிறந்தவன் இறைவன் ஒருவனே என்பதை,

'என்னில் ஆரும் எனக்கு இனியார் இலை
என்னிலும் இனியான் ஒருவன் உளன்
என்னுளே உயிர்ப்பாய் புறம்போந்து புக்கு
என்னுளே நிற்கும் இன்னம்பர் ஈசனே.' *(தேவாரம் 5-211)*

என்ற பாடலில் திருநாவுக்கரசர் கூறியிருப்பதைக் காணலாம். மேலும்,

'உடல்மிசை உயிர் எனக் கரந்து, எங்கும் பரந்துளன்'
(நாலாயிரம் - 2905)

என்ற நம்மாழ்வார் கூற்றையும் காணலாம். இக்கருத்துகளை மனத்தில் வாங்கிக்கொண்டு தான் கம்பன் 'உயிரினும் உவப்பார்' என்று பாடுகிறான்.

வசிட்டனை அடுத்துப் பேசிய சுமந்திரன் அரசர்கள், மற்றவர்கள், மந்திரக் கிழவர்கள், முனிவர்கள் ஆகிய அனைவருடைய மனமும் மகிழ்ச்சியால் நிறைந்துள்ளது என்று கூறுவது மேலே சொன்ன கருத்தை வலியுறுத்துவதாகும்.

தசரதன் மந்திர ஆலோசனையில் இராமனுக்கு மறுநாள் முடிசூட்டப்பட வேண்டும் என்று எடுத்த முடிவின்படி மக்களுக்கு வள்ளுவன் பறை அறைந்து அறிவுறுத்தினன். 'இராமன் முடிசூடுகிறான்' என்பதை அறிந்தவுடன் மக்கள் மனநிலையையும், அவர்கள் செய்த ஆர்ப்பாட்டங்களையும் பலகவிதைகளில் கூறிச் செல்கிறான் கம்பநாடன்.

"ஆர்த்தனர்; களித்தனர், ஆடிப்பாடினர்;
வேர்த்தனர்; தடித்தனர்; சிலிர்த்து மெய்ம்மயிர்
போர்த்தனர்; மன்னனைப் புகழ்ந்து வாழ்த்தினர்
தூர்த்தனர் நீள்நிதி,சொல்லினார்க்கு எலாம்." *- கம்ப. 1433*

ஆண்கள், பெண்கள், முதியவர், இளையவர் என்ற பலதிறத்து மக்களின் மகிழ்ச்சியைக் கூறவந்த கவிஞன் அவர்களை இனம் பிரித்து ஒவ்வொரு கூட்டத்தாரின் மகிழ்ச்சிக்கும் ஒவ்வொரு உவமை கூறுகிறான்.

"மாதர்கள், கற்பின் மிக்கார், கோசலை மனத்தை ஒத்தார்;
வேதியர் வசிட்டன் ஒத்தார். வேறுஉளமகளிர் எல்லாம்
சீதையை ஒத்தார்; அன்னாள் திருவினை ஒத்தாள்; அவ்ஊர்ச்
சாதுகை மாந்தர் எல்லாம் தயரதன் தன்னை ஒத்தார்."

- கம்ப. 1560

வயது முதிர்ந்த, தாய்மை நிலையில் முதிர்ந்து நின்ற முதுபெண்டிர் கோசலை மனத்தைப் போல மகிழ்ச்சி நிரம்பியவர் ஆயினர். இராமனை அரசன் என்றோ பரம்பொருள் என்றோ கருதாமல் மகன்மை முறை கொண்டவர்களின் மகிழ்ச்சி இதில் கூறப்படுகிறது. ஏனையோர் மகிழ்ச்சியிலும் தாய் அடைகின்ற மகிழ்ச்சி ஈடு இணையற்றதல்லவா? விருப்பு, வெறுப்பு, சுயநலம் என்ற எதுவும் கடுகளவும் கலக்காத மிகத் தூய்மையான மகிழ்ச்சி அல்லவா - மகன் சிறப்பைக் கேட்டுத் தாய் அடையும் மகிழ்ச்சி – 'தன் மகனைச் சான்றோன் எனக் கேட்ட தாய்' அடையும் மகிழ்ச்சி - ஈன்ற பொழுதைவிடப் பெரிதாகும் அல்லவா? அதனால்தான் கோசலை மனத்தை ஒத்தார் என்று பாடினான் கவிஞன். வேதியர்கள் வசிட்டனைப் போன்று அந்த நேரத்தில் மகிழ்ச்சி அடைந்தாலும் இனி என்ன நிகழப் போகிறதோ என்று எதிர்காலத்தைக் கணிக்கிற அச்சம் கலந்த மகிழ்ச்சியால் 'வசிட்டன் ஒத்தார்' என்றான் கவிஞன். முக்காலத்தையும் அறியும் வசிட்டன் பின்னே நிகழப்போவதை அறிவானாயினும் தன் விருப்பு, வெறுப்புகளைத் துறந்து கர்மயோகியாக மாறி அந்த நேரத்தில் தான் செய்ய வேண்டிய பணியைச் செய்கின்றான் அல்லவா? அவனை ஒத்த வேதியர்களும்

விளைவினை அறிந்தாரேனும் இப்பொழுது மகிழாமல் இருக்க முடியவில்லை. 'வேதியர் வசிட்டன் ஒத்தார்' என்று கவிஞன் கூறினானே தவிர அவர்கள் மகிழ்ந்தார்களா, எதிர்காலத்தை நினைத்து வருந்தினார்களா என்று சொல்லவில்லை. இப்பொழுது நடைபெறுவதை (முடிசூட்டலை) நினைந்து மகிழ்ந்தார்கள் என்றும் சொல்லலாம். வசிட்டன் போன்றவர்கள் இராமாவதாரக் காரணத்தை நன்கு அறிந்தவர்கள் ஆதலால் தேவர் முதலாயினோர் துன்பத்தைப் போக்கவந்த பெருமான், தான் இவ்வுலகிற்கு வந்த பணியை நிறைவேற்ற வேண்டுமானால் இந்த முடிசூட்டு விழா மிக முக்கியமானது. இது நடைபெறவில்லையென்றால், கைகேயி வரங்கேட்டு இராமனைக் காட்டிற்கு அனுப்பும் நிகழ்ச்சி நடைபெறாது. ஆகவே, இறைவன் இவ்வுலகிற்கு வந்ததன் பயன் விளையவேண்டுமானால் முடிசூட்டுவிழாவே அதற்குக் கால்கோள் இடும் நிகழ்ச்சியாகும். அதனால் தான் போலும் தசரதன் முடிசூடலுக்கு நன்னாளைக் கணித்துத் தருக என்று வேதியர்களைக் கேட்டவுடன் ஒரு கணமும் யோசியாமல் 'நாளையே நன்னாள்' (கம்ப - 1408) என்று விடை கூறினர். அவதார நோக்கம் நிறைவேற, விரைவாக முடிசூட்டு விழா நடைபெற ஏற்பாடுகள் செய்வதே நோக்கம் போலும். இந்த அடியில் 'திருந்தினார்' என்று கம்பன் குறிப்பது வசிட்டனை ஒத்த முக்காலமும் உணர்ந்த, ஆனால் நாட்டில் இல்லறத்தில் வாழ்கின்ற அந்தணர்களையே ஆகும்.

மகளிர் சீதையை ஒத்தார் என்று கூறுவது புதுமையிலும், விழாக்களிலும் பெரிதாக மகிழ்ச்சி அடையும் பெண்களைப் பற்றிக் கூறியதாகும். முடிசூட்டு நிகழ்ச்சியைக் குறிக்கும் போது திருமகளை மன்னன் மணப்பது என்று சொல்வது மரபாகும். ஆதலால், இராமன் மனைவியாகிய சீதை இலக்குமியை ஒத்தாள் என்று கூறினான். நகர மக்கள் மகிழ்ச்சியிலும் இத்தனை விதங்கள் இருந்தன என்பதை இந்த ஒரே பாடலில் கூறுகிறான் கம்பன்.

இராமனுடைய பட்டாபிஷேகத்தைக் காண வந்தவர்கள் யார்? என்று வரிசைப் படுத்திக் கூறும்,

"நலம்கிளர் பூமி என்னும் நங்கையை நறுந்துழாயின்
அலங்கலான் புணரும் செல்வம் காண வந்து அடைந்திலாதார் -
இலங்கையின் நிருதரே; இவ் ஏழ் உலகத்து வாழும்
விலங்கலும், ஆசை நின்ற விடா மத விலங்கலேயால்"

- *கம்ப. 1565*

என்ற இப்பாடலில் இரண்டு கருத்துக்கள் ஆழ்ந்து சிந்திக்கத்தக்கன. முடிசூட்டிக்கொள்ளப் போகிறவன் யார்? என்பதைக் கூறவந்த கவிஞன், நறுந்துழாயின் அலங்கலான் என்று குறிப்பிடுவதால் மகாவிஷ்ணுவே இராமனாக வந்தவர் என்ற கருத்தைத் தெரிவிக்கின்றான் கவிஞன். அன்றியும், "திருவுடை மன்னனைக் காணில் திருமாலைக் கண்டேனே" (திருவாய்மொழி. 34.8) என்ற வாக்கிற்கிணங்க அரசனாகப் போகின்ற இராமனைத் திருமாலோடு உவமித்தான் என்று கொள்வதும் ஒன்று.

அடுத்தபடியாக இப்பாடலில் இராமனுடைய முடிசூட்டு விழாவினைக் காண வராதவர்கள் யார் யார் என்று கூறவந்த கவிஞன், இலங்கை அரக்கர்களும் இடம் பெயரமுடியாத மலைகளுமேயாம் என்கிறான் கவிஞன். இலங்கை நிருதர்கோன் ஒருவேளை வந்திருந்தால் அவதார நோக்கம் நிறைவேறாமல் போயிருக்கும். எனவே, அவர்கள் வரவில்லை என்ற குறிப்பையும் கவிஞன் இங்கே பேசுகிறான்.

அவலச் சூழலில் மக்கள் கணிப்பு

இனி இராமனோடு மக்களைத் தொடர்புபடுத்திக் காட்டும் பகுதி, சுமந்திரனால் கைகேயி ஆணையின்படி இராமன் அழைத்துவரப்பட்ட போது, மாந்தரிடை நிகழ்ந்த செயல்களைக் கூறும் பகுதியாகும். இந்தப் பகுதியை கைகேயி சூழ்வினைப் படலத்தில் கவிஞன் அமைத்திருப்பது எல்லையற்ற துயரம் என்னும் சுவையை அடித்தளமாகக் கொண்டே ஆகும். இராமன் பவனி வரும் பொழுது அவன் உள்பட மாந்தர் அனைவரும் பெருமகிழ்ச்சியில் திளைக்கின்றனர். ஆனால், இந்த மகிழ்ச்சியைத் தகர்க்கும் ஒரு வெடி அதே அயோத்தியில், ஓர் அரண்மனையில் தயாராகி வருகிறது.

இராமனை அழைத்து வருமாறு சுமந்திரனை ஏவியவள் கைகேயியே. அவள் அந்தக் கட்டளை இடும்பொழுது இராமனுடைய வரலாறு ஏற்கெனவே புதிய திசையில் திருப்பி விடப்பட்டுவிட்டது. இந்த மாபெரும் செயலைச் செய்த கைகேயி தன் முகத்தில் ஒரு சிறிதளவேனும் மாறுபாடு காட்டியிருப்பாளேயாகில் நுண்ணறிவினன் ஆன சுமந்திரன் ஓரளவாவது சந்தேகித்திருப்பான். எனவே, தன் மனத்தில் ஓடும் எண்ணங்களை முகம் காட்டாமல் மறைத்துக்கொள்ளும் பேராற்றலை நாம் உய்த்துணர வைக்கிறான் கவிஞன்.

இங்கு நிகழ்ந்தது ஒன்றையும் அறியாத இராகவன், தேரில் பவனி வருகிறான். மக்கள் கூட்டம் அவனைக் கண்டு மகிழ்ச்சி வெள்ளத்தில் ஆரவாரிக்கின்றது. இராமன் வருகையைக் கண்ட மக்கள் வெள்ளம் என்ன நினைத்தது? 'இன் உயிர் யார்க்கும் ஒன்றாய்ப் பொரு அரு தேரில்' சென்றது போல் அவனைக் கண்டார்கள். அதாவது, கண்ணுக்குப் புலப்படாத அவர்கள் அனைவரது உயிரும் கட்புலனாகும்படி இராமன் என்னும் வடிவு கொண்டு தேரில் செல்வது போல அவர்கள் உணர்ந்தார்களாம்.

முதிர்ந்தோர் காட்சி

இனி, தம்மை மறந்து மகிழ்ச்சியில் திளைத்த இளையோர் கூட்டம் ஒருபுறம் இருக்க, அறிவாலும் அனுபவத்தாலும் முதிர்ந்த பெரியோர்கள் இராமனை வாழ்த்துகிறார்கள் என்ற கருத்தில்,

> **'உய்ந்ததுஇவ்உலகம்'என்பார்;'ஊழிகாண்கிற்பாய்' என்பார்;**
> **'மைந்த! நீ கோடி எங்கள் வாழ்க்கை நாள் யாவும்' என்பார்;**
> **'ஐந்து அவித்து அரிதின் செய்த தவம் உனக்கு ஆக' என்பார்;**
> **'பைந்துழாய்த் தெரியலாய்க்கே நல்வினை பயக்க' என்பார்.**
>
> *- கம்ப. 1582*

என்ற பாடலைப் பாடுகிறான் கவிஞன். உயந்தது இவ்உலகம் என்பது, மிகச் சிறந்த மனிதனாகிய நீ பட்ட மேற்பதால் இவ்வுலகம் உய்கதி அடையும் என்றார் சிலர். உலகம் உய்வதற்குக் காரணமாகிய நீ ஊழிக்காலம் வரை வாழ்வாயாக என்றார் சிலர், எங்களுக்குள்ள வாழ்நாளையும் நீ பெற்று நீடு வாழ்வாயாக என்றார் சிலர். நாங்கள் ஐம்புலனையும் அடக்கி இதுவரை செய்த தவத்தின் பயன் நின்னை அணுகுவதாக என்றார் சிலர். துளசி மாலை அணிந்த உனக்கே நலன்கள் அனைத்தும் பெருகுவதாக என்றார் சிலர். தம்மால் விரும்பிப் போற்றப்படும் ஒருவனுக்கு, தங்களுக்கு விதிக்கப்பட்ட வாழ்நாளையும் தருவதாகக் கூறியது தமிழக மரபாகும். "யான் வாழும் நாளும் பண்ணன் வாழிய"(புறம் 173) என்ற புறப்பாடல் இதற்குச் சான்றாகும். முதலடியில் இரண்டு கருத்துக்கள் உள்ளன. அதாவது, 'நீ பிறந்ததால் இவ்வுலகம் உய்ந்தது' என்பது ஒன்று; 'நீ ஊழியையும் காண்பாய்' என்பது இன்னொன்று. இந்த இரண்டு வாழ்த்துக்கள் அவர்களையும் அறியாமல் அவன் பரம்பொருள் என்பதைச் சொல்லிக் காட்டுகின்ற முறையில் அமைந்திருப்பது கம்பன் கவித்திறத்திற்கு ஓர் எடுத்துக்காட்டாகும்.

இராமன் வரவைக் கண்ட பலதிறப்பட்ட மக்களின் மனநிலையையும், தசரதன் புத்திரன்பால் அவர்கள் கொண்ட

உறவையும், அவனுக்கு வரும் மகிழ்ச்சி தங்களுடையது என்று கருதும் மனப்பான்மையையும் இதுவரை எடுத்துக்காட்டி வந்த கவிஞன், இனி ஒரு தனிப்பட்ட கூட்டத்தாரைப் பற்றி ஒரு பாடலில் பேசுகிறான். இவர்களும் ஏனையோர்களைப் போல மனித வடிவுடன் காணப்படுகிறவர்கள் தான் இவர்கள் ஏனையோரிடமிருந்து பிரித்துக் காண எந்த அறிகுறியும் இல்லை. ஆனால், இவர்களுடைய அறிவு வளர்ச்சி, அனுபவ வளர்ச்சி, ஆன்ம வளர்ச்சி என்பவை இவர்களுடைய பார்வையில் வெளிப்பட்டு ஏனையோர் காணும் அதே பொருளை இவர்கள் காண்கின்ற முறை வேறு என்பதனையும் பின்வரும் பாடல் தெரிவிக்கின்றது. தேரில் வரும் அரசகுமாரனை ஏனையோர் போலவே இவர்களும் கண்டனர். ஒரு சில வினாடிகளில் இவர்கள் பார்வை, பொன்னாலாகிய அந்தத் தேரைக் கடந்து அதனுள் அமர்ந்திருக்கின்ற அரசகுமாரனின் புறவடிவைக் கடந்து அதன் உள்ளே இலங்கும் ஆன்மாவின் பரிணாமத்தையே அளந்துவிடுகிறது என்கிறான் கவிஞன் ஒன்றை அளந்தால் அந்த அளவின் முடிவு என்பதை அறிய வேண்டுமல்லவா? இப்பெருமக்கள் கண்பார்வை என்ற அளவுகோலினாலேயே அரசகுமாரனை அளந்து, ஓ! இவன் பெறும் அரசகுமாரன் அல்லன். இவனே மூலப்பரம்பொருள் ஆவான். யானை முதல் எறும்பு ஈறாய் எந்த உடம்பையும் எடுக்கும் பேராற்றல் படைத்த பரம்பொருள் இப்பொழுது தசரத புத்திரன் என்ற வடிவை எடுத்துள்ளது, என்ற பேருண்மையை இவர்கள் கண்டுவிட்டார்கள். இந்த மாமனிதர்களின் நிலை, வசிட்டன் நிலையோடு ஒப்பவைத்து எண்ணத் தகுந்ததாகும். ஆகவே, இராமன் யார் என்பது அயோத்தி நகரத்தில் வாழ்ந்த வசிட்டன் மட்டுமே அறிவான் என்று கூறுவது சரியன்று. அந்நகரில் ஊர் பேர் தெரியாமல் வாழ்ந்த கொண்டிருக்கும் ஒரு சில மாமனிதர்களுக்கும் இராமன் யார் என்பது தெரிந்திருந்தது என்பதையே பின் வரும் பாடல் விளக்குகிறது.

> **“நீலமா முகில் ஆனான் - தன் நிறையினோடு அறிவும்நிற்க**
> **சீலம் ஆர்க்கு உண்டு? கெட்டேன்! தேவரின் அடங்குவானோ?**
> **காலமாக் கணிக்கும் நுண்மைக் கணக்கையும் கடந்து நின்ற**
> **மூலம் ஆய்,முடிவு இலாத மூர்த்தி இம் முன்பன் என்பார்”.**
>
> *- கம்பன் 1585*

இப்பாடலின் பொருள் வருமாறு: கரியபெரிய மேகத்தைப் போன்ற இராமபிரானது, நிறையும் பேரறிவும் ஒருபுறம் இருக்க, அவனது நீர்மைக்குணம் வேறு எவருக்கும் இல்லை. இந்த முன்னவனாகிய இராமபிரான் தேவர்களுள் ஒருவனாய் இருப்பானோ? இறந்தகாலம், நிகழ்காலம், எதிர்காலம் என்று

அளவிடப்படுகின்ற மிக நுட்பமானதும், அளவுக் குறியீடுகளான எண்ணிக்கையையும் (எண்களையும்) கடந்து நிற்கும் இவன் மூலப்பரம்பொருளே ஆவான் என்றார் சிலர். இதனை அறிந்து கொள்ளாமல் இவ்வளவு காலத்தை வீணாகக் கழித்த விட்டோமே (கெட்டேன்) என்பார் சிலர்.

இதற்கு முன்னுள்ள பாடலில், "வாரணம் அரற்ற வந்து, கரா உயிர் மாற்றும் நேமி நாரணன் ஒக்கும் இந்த நம்பிதன் கருணை" எனவரும் தொடர் நினையத்தக்கது. இராமபிரான் கருணை நாராயணன். கருணை போன்றது என்று உவமையளவில் நின்றது சிலர் கணிப்பு. அப்பாடலில் கவிக் கூற்றாக 'ஆரணம் அறிதல் தேற்றா ஐயன்' என இராமன் பரம்பொருளே என்ற முடிவும் தெரியக் கிடக்கிறது. அந்த இராமனைக் கண்டவர்கள் காரணமே இல்லாமல் கண்ணீர் விட்டுக் கசிந்தனர் என்றும் கவிஞன் கூறுகின்றான். இராமன் வெறும் இளவரசன் அல்லன், பக்தியோடு வழிபடத் தக்கவன் என்ற கணிப்பு இப்பாடலில் (1584) துலங்குகிறது.

முன்கட்டுரையில் இராமன் பரம்பொருள் என்பதைக் கவிக்கூற்றாகச் சொல்லி வந்தோம். இப்போது முதன் முறையாக நகரப் பாத்திரங்கள் என்பவர்களுள் ஒருசில பாத்திரங்களின் கூற்றாக அக்கருத்தைப் பேச வைக்கிறான் கம்பன்.

அறிவு கடந்த உணர்வு நிலையில்

முன்னர்க் கண்ட பாடலில் அறிவு விளக்கம் பெற்ற மாந்தர் சிலர் அந்த அறிவின் துணைகொண்டு அந்த இராமன் பற்றிய உண்மைச் சொரூபத்தை அறிந்தார்கள் என்று கூறிய கவிஞன், இனிவரும் பாடலில் அன்பு வழியாக அவனை இன்னார் என்று அறிந்ததைக் கூறுகிறான்:

"மின்பொருவு தேரின் மிசைவீரன் வருபோழ்தில்,
தன்பொருவு இல்கன்று தனிதாவி வரல் கண்டாங்கு
அன்பு உருகு சிந்தையொடும் ஆ உருகுமா போல்,
என்பு உருகி, நெஞ்சு உருகி, யார் உருக்கில்லார்?"

- *கம்பன் 1588*

சென்ற பாடலில் அறிவு தொழிற்பட்டது. அதன் வழிச் சென்று அவன் யார் என்று அறிந்தார்கள். இப்பாடலில் சொல்லப்பட்டவர்கள் உணர்வு வழிச் சென்று அவன் யார் என்பதை உணர்கிறார்கள். அவனைக் கண்ட மாத்திரத்தில் துள்ளிவரும் கன்றைக் கண்ட தாய்ப்பசுவின் அன்பு போல் இவருடைய உள்ளம் அன்பால் நிறைந்து

என்பே உருகுகின்றது போன்ற உணர்வைப் பெறுகின்றார்கள். இறைவன் மாட்டுத் தூய அன்புடையவர்கள் மட்டுமே அவனைக் காணும் பொழுது என்புருகி நிற்பார்கள். இராமனைக் கண்டவுடன் இவர்கள் உள்ளம் உருகி அன்பு நிறைந்து என்பு உருகுகின்றார்கள் என்றால் இவன் தமை ஒத்தோர் மானுடன் அல்லன். இந்த உருக்கத்தைத் தரக்கூடியவன் இறைவன் ஒருவனே ஆவான். இவ் உருக்கம் எமக்கேற்பட்டதால், இவன் பரம்பொருளே என்று நினைத்தனர் சிலர்.

இரண்டு வழிகள்

இந்த இரண்டு பாடல்களும் கவிஞனுடைய ஆன்மீக வளர்ச்சியையும், இறைவனை அறிந்துகொள்ள மக்கட்குக் கிடைத்துள்ள இரண்டு பெரிய வழிகளையும் அறிவுறுத்தி நிற்கின்றன. இறைவனைக் காலமும், கணக்கும் நீத்தவன் என்று அறிவின் வழிக் காண்பது ஒரு வழி. இவ்வழி அனைவரும் பின்பற்றக்கூடிய எளிய வழி அன்று சொல்பதம் கடந்து நின்ற அப் பரம்பொருளை அறிவு கொண்டு ஆராயாமல் பக்தி அடிப்படையில், அன்பின் அடிப்படையில் உணர்வது ஒரு வழியாகும். இவ்வழி எளிதானதும், பலருக்கும் பயன்படக் கூடியதும் ஆன வழியாகும். இவை இரண்டு வழிகளும் பல காலத்திற்கு முன்னரே இத் தமிழர்களால் அறியப்பட்டிருந்தன.

"நின் அளந்த அறிதல் மன்னுயிர்க்கு அருமையின்
நின்னடி உள்ளி வந்தனென்". -திருமுருகாற்றுப்படை-278-9

என்பது திருமுருகாற்றுப்படையாகும். அறிதல் அறிவின் தொழில், ஆனால், உன்னை அளந்து அறிய முடியாது என்று முருகாற்றுப்படை கூறும் பொழுது இறைவனை அறிந்து கொண்டு ஆய்ந்து அறியமுடியாது என்பதைத் திட்டமாகக் கிறிஸ்துவுக்கு முன்னரே இத்தமிழர் அறிந்து கூறினர். 7ஆம் நூற்றாண்டின் இறுதியில் திரு அவதாரம் செய்த ஆழ்வார்களுள் அங்கி எனப்படும் நம்மாழ்வார் இதே கருத்தை வலியுறுத்திச் செல்வதையும் காணலாம்.

"அவரவர் தமதமது அறிவு அறி வகைவகை
அவரவர் இறையவர் என் அடி அடைவர்கள்" *(நாலா - 2903)*

"ஆர்க்கும் அறிவு அரிதே" *(நாலா - 3394)*

"அறிவு - அரிய பிரானை" *(நாலா - 3395)*

என்று கூறும் பகுதிகள் இறைவனை அறிவின் துணைகொண்டு அடைய முடியாது என்பதற்கு எடுத்துக்காட்டுகளாகும்.

அறிவினால் அறியவொண்ணாப் பிரானை அன்பு ஒன்றினால் மட்டுமே அடைய முடியும் என்ற கருத்துக்கு, “அன்பே தகளியா” (2182) என்ற பூதத்தாழ்வார் பாடலும்,

> **“இரும்பு அனற்று உண்ட நீர்போல், எம்பெருமானுக்கு என் தன்**
> **அரும்பெறல் அன்பு புக்கிட்டு, அடிமைபூண்டு உய்ந்து போனேன்”**
>
> (நாலா - 2036)

என்ற திருமங்கை ஆழ்வார் பாடலும் ஆதாரமாகும் எடுத்துக்காட்டுகளாகும்.

இப்பழந்தமிழர் கொள்கையை அடியொற்றியே இராமன் என்ற பரம்பொருளை அறிவால் காண முற்பட்ட கூட்டத்தாரையும், அன்பின் துணைகொண்டு உருகிக் கண்ட மக்கள் கூட்டத்தையும் தனித்தனியே பாடுகின்றான் கவிஞன்.

நாடக அங்கதம்

பெரும்பாலும் நாடகங்களிலும், சிறுபான்மை காப்பியங்களிலும் அந்தந்த ஆசிரியர்கள் கையாளும் பல உத்திகளில் நாடக அங்கதம் (dramatic irony) என்ற ஒரு சிறப்பான உத்தி காணப்பெறும். முன்னர் நடந்ததையோ, பின்னர் நடக்கப்போவதையோ அறியாமல், நடந்ததற்கு அல்லது நடைபெறப்போவதற்கு முரண்பட்ட ஒன்றை நாடகப் பாத்திரங்களோ அல்லது காப்பியப் பாத்திரங்களோ பேசினால் அந்த முரண்பட்ட பேச்சை நாடக அங்கதம் என்று குறிப்பர் திறனாய்வாளர்.

இராமனைக் கண்ட பொழுது மகிழ்ச்சியில் திளைக்கும் மக்கள் இராமனை வளர்த்த கைகேயி இப்பொழுது அவன் பட்டம் சூடப் போவதை அறிந்து எவ்வளவு மகிழ்ச்சி அடைவாள் என்று தம்முள் பேசி மகிழ்கின்றனர். அதைக் கவிஞன் மிக அழகாகப் பாடுகிறான்:

> **“தாய்கையில் வளர்ந்திலன்; வளர்த்தது, தவத்தால்**
> **கேகயன் மடந்தை; கிளர் ஞாலம் இவன் ஆள,**
> **ஈகையில் உவந்த அவ் இயற்கை இது என்றால்,**
> **தோகை அவள்பேர் உவகை சொல்லல் அரிது?’ என்பார்.”**
>
> - கம்ப 1591

எந்தக் கைகேயி அன்பின் வடிவானவள் என்றும், இராமன் முடிசூடலைக் கண்டு மகிழ்ச்சி அடைவாள் என்றும் உறுதியாக நம்பி இந்த மக்கள் இவ்வாறு பேசுகிறார்களோ, அதே கைகேயி இவர்கள் பேசுவதற்கு ஒரு நாழிகைப் பொழுதிற்கு முன்னரே இராமன் முடிசூடலை நிறுத்தி அவனைக் காட்டிற்கு அனுப்பவும்

ஏற்பாடு செய்துவிட்டாள். நடந்தது இன்னதென்று அறியாமல் அவள் அடையப் போகும் மகிழ்ச்சியைக் கற்பனை செய்த கொண்டு பேசும் இம்மக்களின் மகிழ்ச்சிக் குரல்கள் நாடக அங்கதத்திற்கு ஒரு மிகச் சிறந்த எடுத்துக்காட்டாகும்.

நாடக அங்கத முறையில் நடந்ததை அறிந்து கொள்ளாமல் மகிழ்ந்து பேசிய மக்கள் ஒரு புறம். அதே நேரத்தில் மற்றொரு கூட்டத்தார் இனி நடக்கப் போவதைத் தம்மையும் அறியாமலேயே சோதிடம் கூறுவது போலப் பேசி மகிழ்கின்றனர். இராகவன் காடு செல்வதால் தேவர்கள், முனிவர்கள் இதுவரையில் படுகின்ற துயரமும், அதற்குக் காரணமான பாவமும் அழியப் போகின்றன என்றும், இதுவரை மூன்றுலகங்கட்கும் அதிபதி என்று தன்னைச் சொல்லிக் கொண்ட இராவணன ஆதிக்கத்தின் கீழ் உள்ள பூவலயம், இராம ராச்சியத்தில் அனைவருக்கும் பொதுவாக்கப்படும் என்றும், தேவர்கள் பகையாகிய இராவணனை இவ்வள்ளல் அழிப்பான் என்றும், தங்களுக்குள் பேசிக்கொள்கிறார்கள் என்பதைப் பின்வரும் பாடலில் உணர்த்துகிறான் கம்பன்:

“பாவமும் அருந்துயரும் வேர்பறியும்’ என்பார்;
பூவலயம் இன்று தனி அன்று பொது’ என்பார்;
‘தேவர் பகைஉள்ளன இவ்வள்ளல் தெறும்’ என்பார்;
..”

(கம்பன் - 1592)

மக்கள் குரலே மகேசன் குரல் என்ற முதுமொழிக்கு ஏற்ற பாடலாகும் இது.

மகிழ்ச்சியின் மறுபுறம்

சுமந்திரன் தேரோட்ட, கைகேயியின் அரண்மனைக்கு இராமன் செல்லும் வழியில் அவனைக் கண்ட மக்கள் அடைந்த மகிழ்ச்சியையும், பேசிய பேச்சுகளையும் கவிச்சக்கரவர்த்தி கூறிய முறையில் விரிவாகக் கண்டோம்.

மகிழ்ச்சிக் கடலில் மூழ்கியிருந்த அதே மக்கள் சில நாழிகை நேரத்திற்குள் துயரக் கடலுள் மூழ்குவதை அடுத்த படலமாகிய நகர் நீங்கு படலம் விரிவாகப் பேசுகிறது. சிற்றன்னை இட்ட ஆணையின் வண்ணம் இராமன் காடு செல்லப் போகின்றான் என்று கேள்வியுற்ற மக்கள் படும் அவலத்தைப் பல பாடல்களில் பாடுகிறான் கவிஞன். மகிழ்ச்சியும், துயரமும் மாறிமாறி வருவது மனித வாழ்க்கைக்கு இயல்பானது தான் என்று பெரியோர்கள் எவ்வளவு கூறினும்,

இராமனைப் போன்ற சமதிருஷ்டி இல்லாத ஏனையோருக்கு இவை இரண்டுமே தனித்தனியாக அனுபவிக்கப்படும் உணர்ச்சிகளாகும். இராமன் காடு செல்வதைக் கேள்வியுற்ற, பல்வேறு வகையினர் அடைந்த நிலையைச் சொல்லும்போது

"............ மற்று உள்ள மாந்தர்களும்,
ஆராத காதல் அரசர்களும், அந்தணரும்,
பேராத வாய்மைப் பெரியோன் உரைசெவியில்
சறாத முன்னம், தயரதனைப் போல் வீழ்ந்தார்" *- கம்ப 1697*

என்று தொடங்குகிறான், கவிஞன்.

ஐயறிவுயிர்களும் வேதனை உற்றன

மக்கள் படும் அவலத்தையும், அரற்றியதையும் பல பாடல்களில் பாடிய கவிஞன், இராமன் பிரிவால் துயருற்ற ஐயறிவு படைத்த விலங்கு, பறவைகள் முதலியவற்றைப் பற்றித் தொடர்ந்து பேசுவது புதுமையானதாகும். கவிஞன் உயர்வு நவிற்சி அணிக்காக இவ்வாறு பாடினான் என்று நினைத்தால் கம்பனைப் புரிந்த கொள்ளாதவர்களாக ஆகிவிடுவோம். அவன் கூறிய 2 பாடல்களையும் ஆழ்ந்து சிந்திக்க வேண்டும்.

கிள்ளையொடு பூவை அழுத; கிளர் மாடத்து
உள் உறையும் பூசை அழுத, உரு அறியாப்
பிள்ளை அழுத; பெரியோரை என் சொல்ல?
'வள்ளல் வனம் புகுவான்' என்று, உரைத்த மாற்றத்தால்.
- கம்ப 1701

ஆவும் அழுத, அதன்கன்று அழுத; அன்று அலர்ந்த
பூவும் அழுத; புனல் புள் அழுத; கள் ஒழுகும்
காவும் அழுத; களிறு அழுத, கால் வயப் போர்
மாவும் அழுத; - அம் மன்னவனைமானவே. *- கம்ப 1703*

என்ற இவ்விரு பாடல்களிலும் கிளி, மைனா என்பன போன்ற பறவை இனங்களும், இவற்றிற்குப் பகையாகிய பூனைகளும் அழுதன. பெருந்துயரத்தால் இவை தம் பகைமையை மறந்து அழுதன என்றான். மானிட சாதி ஆயினும் விவரமறியா குழந்தைகளையும் இவற்றோடு சேர்த்துவிட்டான், கவிஞன். ஐயறிவுடையவை அழுதன என்று சொன்னால் ஆறறிவுடைய பெரியோரைப் பற்றிச் சொல்ல வேண்டா. இதனை அடுத்த இயல்பாகவே அமைதிக்குணம் படைத்த பசுக்களும், கன்றுகளும் அழுதன என்றான். அதைவிட ஒருபடி மேலே சென்று, அசையாப் பொருள்களான அன்றலார்ந்த பூவும், பூந்தோட்டங்களில் உள்ள மலர்களும் அழுதன என்றான்

கவிஞன். மக்களோடு பழகும் கிளி, மைனா, பூனை என்பவை அம்மக்கள் துயரத்தில் பங்கு கொண்டதாகச் சொன்னால் ஓரளவும் வியப்பில்லை என்று கருதுவார்க்கு விடை கூறுபவன் போலப் பாடலின் மூன்றாவது அடியில் களிறுகளும், குதிரைகளும் அழுதன என்று கூறுவது சிந்திக்கற்பாலது.

யாரோ ஒரு மன்னன் மகன் காடு செல்கிறான் என்பதற்காக இயற்கை அழுதது, புள்ளினங்களும் மாடும் அழுதன என்று கூறுவது நம்ப முடியாத உயர்வு நவிற்சி அணி என்று கூறுவது இந்த இடத்திற்குப் பொருந்தாக் கூற்றேயாகும். இராமன் என்பவன் தசரதன் மைந்தன் என்றுதான் மக்கள் பலரும் நினைந்துள்ளனர். மிகவும் நல்லவன், அறத்தின் மூர்த்தி, மக்கள் நலனே கருதுபவன் என்பதற்காக மக்கள் அவன் பிரிவிற்கு வருந்தியிருக்கலாம். ஆனால், அம்மக்களுள் மிகச் சிலரும், இயற்கையும், விலங்குகளும் இராமன் யார் என்பதைத் தமக்கே உரிய உள்ளுணர்வால் அறிந்திருந்தன போலும்!

கிள்ளை முதல் மலர் வரை உள்ள இவை அனைத்தும் உயிர் உள்ள பொருள்களே ஆகும். அந்த உயிருக்குள்ளே ஒளித்து நிற்கும் அந்தப் பரம்பொருள் - கண், அறிவு, மனம், சொல் ஆகிய அனைத்திற்கும் எட்டாத அந்தப்பரம்பொருள் - உயிர்க்குயிராய் உறைவதை மனிதர்கள்தாம் அறிவதில்லையே தவிர இயற்கை நன்கறியும். எனவே, இங்குக் கூறப்பெற்ற கிள்ளை, பூனை, யானை, குதிரை போன்றவை மானுட உருத்தாங்கிய தசரதகுமாரன் அரசகுமாரன் என்று அறியமாட்டா. அவன் பட்டத்தைத் துறந்து காடு செல்கிறான் என்பதை அறியமாட்டா. என்றாலும், தம் உயிர்க்குயிரான பரம்பொருள் தம்மிடையேயிருந்து எங்கோ செல்வது போன்ற உணர்வு மிகுதியால் அழுதன என்கிறான் கவிஞன். இக்கருத்தைக் கம்பனுக்கு உதவியவர் பெரியாழ்வார் ஆவார். அவர் பாடலில் கோவிந்தன் குழலூதியபோது இயற்கைப் பொருள்கள் தம் செவிசாய்த்துத் தம் இயல்பை மறந்தன என்று பின்வரும் பாடல்களில் கூறுகிறார்:

.... கோவிந்தன் குழல் கொடுஊதினபோது,
பறவையின் கணங்கள் கூடு துறந்து வந்து சூழ்ந்து
படுகாடு கிடப்ப
கறவையின் கணங்கள் கால்பரப்பிட்டுக் கவிழ்ந்திறங்கிச்
செவியாட்டகில்லாவே

- நாலா. 282

"........மருண்டுமான்கணங்கள் மேய்கை மறந்து மேய்ந்த
புல்லும் கடைவாய் வழிசேர்
இரண்டு பாடுந்துலுங்காப் புடைபெயரா எழுது சித்திரங்கள்
போல நின்றனவே"
- *நாலா 283*

"மரங்கள் நின்று மதுதாரைகள் பாயும் மலர்கள் விழும்வளர்
கொம்புகள் தாழும்,
இரங்கும் கூம்பும் திருமால் நின்ற பக்கம் நோக்கி அவை
செய்யும் குணமே"
- *நாலா 284*

ஆயர்பாடியில் உள்ள மக்கள் கண்ணன் யார் என்பதை அறிந்து கொள்ளாவிடினும் அவன் மேய்த்த ஆநிரைகளும் கன்றுகளும் ஏனைய விலங்குகளும் நன்கறிந்திருந்தன என்பதையும் அவன் குழலினின்று எழுந்த ஒலி அவ்விலங்குகளின் உயிர்க்குள் இருக்கும் பரம்பொருள் எழுப்பும் ஒலி என்று உணர்ந்த காரணத்தால்தான் அவன் குழலூதிய போது அவை தம் உணவை மறந்து நிலைகுத்தி நின்றுவிட்டன என்கிறார் ஆழ்வார். இக்கருத்தைக் கூறவந்த கம்பநாடன் இராமன் பரம்பொருள் என்பதை நிறுவ இந்நிகழ்ச்சியைக் கையாள்கிறான்.

உள்ளுணர்வின் வெளிப்பாடு

ஆழ்ந்த உணர்ச்சியில் ஈடுபடும் போது மக்களின் பகுத்தறியும் அறிவு தொழிற்படுவதில்லை. அதற்குப் பதிலாக ஆழ்மனத்தின் உள்ளே இருக்கும் உள்ளுணர்வு தொழிற்படுகிறது. இந்த உள்ளுணர்வு என்பது காலம், இடம் என்பவற்றைக் கடந்து முக்காலத்தையும் உணர வல்லதாகும். பெரிய ஞானிகட்கு எந்நேரமும் இவ் உள்ளுணர்வு தொழிற்படும் என்பர். சாதாரண மக்களுக்குத் தம்மை மறந்த ஆழ்மன நிலையில் இந்த உள்ளுணர்வு தொழிற்படும் என்பது மனவியலார் கண்ட உண்மை. இராமன் பிரிவில் தம்மை மறந்து பெருந்துயரத்தில் மூழ்கிய அயோத்தி மக்களின் உள்ளுணர்வு இப்பொழுது பேசத்தொடங்குகிறது. அதனையே கவிஞன் இப்பாடலில் குறிக்கிறான்:

"ஆளான் பரதன் அரசு' என்பார்; 'ஐயன், இனி
மீளான்; நமக்கு விதி கொடிதே காண்' என்பார்;
'கோள் ஆகிவந்தவா, கொற்றமுடிதான்' என்பார்;
'மாளாத நம்மின் மனம் வலியார் ஆர்?' என்பார். - *கம்பன் 1707*

என்ற இப்பாடலில் இதுவரை இந்நிகழ்ச்சியில் பங்கேற்ற தசரதன், கைகேயி, வசிட்டன், இராமன், இலக்குவன், கோசலை, சுமித்திரை,

சுமிந்திரன் ஆகிய யாருடைய மனத்திலும் பரதன் இவ்வரசை ஆளமாட்டான் என்ற எண்ணம் தோன்றவுமில்லை; தோன்றியிருக்க வாய்ப்புமில்லை. அப்படியானால் எத்தனையோ நாள்கள் கழித்து, நாடு மீண்ட பரதன் வசிட்டனை நோக்கி, 'எனக்கு இவ்வரசு வேண்டாம்' என்று கூறுகின்றவரை யாருக்கும் இதுபற்றிய சிந்தனை இல்லை. பரதன் கூட நீண்ட ஆலோசனைக்குப் பிறகு இம்முடிவிற்கு வரவில்லை. ஞானியாகிய வசிட்டன் கூட இதனை எதிர்பார்க்கவில்லை என்று தெரிகிறது. ஒரே வினாடியில் பரதன் எடுத்த முடிவு இது. அப்படி இருக்க கேகேயத்தில் இருக்கும் பரதன் இந்த அரசை ஏற்றுக்கொள்ளமாட்டான் என்று இந்த மக்கள் எவ்வாறு கூறினர்? அதுவே உள்ளுணர்வு செய்த செயலாகும்.

அயோத்திமக்கள் இராமன்மாட்டுக் கொண்டிருந்த அன்பிற்கு ஓர் எல்லையே இல்லை எனலாம். பன்னெடுங்காலமாக நிலைத்துள்ளது அயோத்தி; இட்சுவாகு பரம்பரையில் வந்த தசரதனும், இராமனும் அயோத்தி வேந்தர்கள் பலரின் வரிசையில் வருவோர் ஆவர். அரசர்கள் வருவர், போவர். ஆனால் அயோத்திதான் நிலையானது, அரசர்கள் மாறுவர் என்ப தானே முறையான எண்ணம்? இராமன் பிறந்த பிறகு இந்த எண்ணம் மாறிவிட்டது. அயோத்திக்கு அரசன் இராமன் என்பதுபோக இராமன் இருக்கின்ற இடம் அயோத்தி என்ற முடிவிற்கு வந்தவிட்டனர் அதனாலேயே, அவன் காட்டிற்கா போகிறான்? அவன் போனால் நாமும் அங்குதானே போகப்போகிறோம்! அப்படியானால் அந்தக் காடெல்லாம் நாடாகிவிடப் போகிறது என்ற பொருளில்,

"பெற்றுடைய மண் அவளுக்கு ஈந்து, பிறந்து உலகம்
முற்று உடைய கோவைப் பிரியாது மொய்த்து ஈண்டி,
உற்று உறைதும்; யாரும் உறையவே, சிலநாளில்,
புற்று உடையகாடு எல்லாம் நாடாகிப் போம்" என்பார்.

- கம்ப 1712

என்று பாடுகிறான்.

இதுவரை இராமனைக் காணாதபொழுது அவனுக்கு நேர்ந்த கதியைப் பற்றிக் கேட்டபொழுது அடைந்த துயரத்தைப் பாடியுள்ளான் கவிஞன். இனி அவர்கள் இராமன் காட்டிற்குப் புறப்படும் நிலையில் அவனைக் கண்ட மக்கள் பேசியதை அடுத்துக் கூறுகிறான் கவிஞன். இராமன் காடேகுவதைக் கண்டும் உடையாத நெஞ்சும், போகாத உயிரும் வலியன போலும் என்று சிலர்

நொந்தனர். இனி, ஒன்றை எதிர்பார்த்து நிற்கையில் அது நடவாமல் போவதே பெரிய அதிர்ச்சியைத் தரும். எதிர்பார்த்ததற்கு நேர்மாறான ஒரு விளைவு ஏற்பட்டால் அதனால் ஏற்படும் அதிர்ச்சி மனித இதயம் தாங்கக் கூடியதாக இராது. இந்த அருங்கருத்தை,

"மண்கொடு வரும்" என், வழி இருந்தது, யாம்,
எண்கொடு சுடர் வனத்து எய்தல் காணவோ?
பெண்கொடுவினைசெயப்பெற்ற நாட்டினில்
கண்கொடு பிறத்தலும் கடை' என்றார் சிலர்" - *கம்ப. 1790*

என்ற இப்பாடலின் முன்னிரண்டு அடிகளில் விளங்குகிறான் கம்பன். இந்த மனத்துயரம், நடைபெற்ற நிகழ்ச்சிக்குக் காரணமானவர்களைப் பற்றிச் சிந்திக்கிறது. மனித முயற்சிக்கு அப்பாற்பட்டு, வினை வயத்தாலோ, கடவுள் செயலாலோ இது நிகழ்ந்துவிட்டால் நாமென்ன செய்வது என்று ஆறுதல் கொள்ளலாம். ஆனால், இங்கு நடைபெற்ற நிகழ்ச்சி தங்களைப் போன்ற ஒரு பெண்ணால் நிகழ்ந்தது என்று நினைக்கும் பொழுது அதனைச் செய்தவள் தங்கள் அன்புக்குரிய கைகேயி என்பதும், இராமனை வளர்த்தவள் என்பதும் மறந்துவிடுகின்றன. 'பெண்களுக்கே உரிய இரக்கம், அன்பு என்பவற்றை வெட்டித் தள்ளிவிட்டு ஒரு பெண்ணே கொடுவினை செய்தாள் என்றால் இந்தக் கொடுவினையைப் பார்க்கும் கண்களைப் பெற்று இந்த மண்ணில் வாழ்வதே கொடுமை' என்று சிலர் வருந்தினராம்.

அடுத்தபடியாக, மரஉரி தரித்துக்கொண்டு இலக்குவன் பின்தொடர நடந்துவந்த இராமனைக் கண்ட மக்கள் ஒரு வகைப்பட்ட வியப்பில் ஆழ்கின்றனர். 'என்ன கொடுமை! அறத்தின் மூர்த்தியைப் பின் தொடர வேண்டும் என்று கருதிப் புறப்பட்டுச் செல்ல ஒருவர்கூட இல்லையே? இரண்டு பிள்ளைகள் பெற்ற ஒரு சீமாட்டியின் ஒரு மகன் தானே உடன் செல்லுகின்றான். இந்த அயோத்தி மாநகர் முழுவதிலும், மரவுரி தரித்துச் செல்லும் இப்பெருமகனுக்கு உறவு என்று சொல்லத் தக்கவர் வேறு ஒருவரும் இல்லையோ' என்று வருந்தினர் எனும் கருத்தைப் பின்வரும் பாடலில் கம்பன் கூறுகிறான்:

"திரு அரை சுற்றிய சீரை ஆடையன்,
பொரு அருந்துயரினன், தொடர்ந்து போகின்றான்,
இருவரைப் பயந்தவள் ஈன்ற கான்முளை
ஒருவனோ, இவற்கு இவ்ஊர் உறவு?" என்றார் - சிலர்.

- *கம்ப 1793*

முடிவாக

'மக்களும், இராமனும்' என்ற இத்தலைப்பில் தசரத குமாரன் குடிமக்களிடம் எவ்வாறு நடந்து கொள்கிறான், குடிமக்கள் அவனிடம் எவ்வாறு நடந்து கொள்கின்றனர் என்பதைக் கண்டோம். ஏறத்தாழ எல்லா இராமாயணங்களிலும் இராமனுடைய மக்கள் தொடர்பும், மக்களுடைய இராமன் தொடர்பும் ஏறக்குறைய இவ்வாறுதான் சித்தரிக்கப்பட்டுள்ளன. ஆதிகாவியமான, வான்மீகத்திலும், தசரதகுமாரன், "பூர்வபாஷி" என்றே பேசப்படுகின்றான். பொதுவாக அதிகாரத்தில் உள்ளவர்கள் பெருஞ்செல்வர்கள் என்பவர்கள் சாதாரண மக்களைக் கண்டால் முதலில் பேசமாட்டார்கள். எதிரே உள்ள சாதாரண மக்கள் மிக்க பணிவுடன் முதலில் பேசிய பிறகு தங்கள் நிலையில் இருந்து இறங்கிவந்து பேசுவதுதான் அதிகாரத்தில் உள்ளவர்கள் இயல்பாகும். ஆனால் அதிகாரம், செல்வம் இரண்டிலும் தன்னிகரில்லாமல் விளங்கிய இராகவன் பொதுமக்களை, ஏழைகளைக் கண்டவுடன் தானே முகமலர்ச்சியுடன் முன்வந்து இனிய வார்த்தைகளை அவர்கள் பேசுவதற்குத் தொடங்கு முன்னர் தானே பேசுவானாம். 'முதலில் பேசுபவன்' என்ற பொருளில் "பூர்வபாஷி" என்று வான்மீக முனிவர் இராமனைக் கூறுகிறார். வான்மீகத்தில் கூட அரசனுடைய சௌலப்பியம் வெளிப்படுகிறதே தவிர, அவனுடைய நீர்மை அதாவது நீருடன் நீர்கலப்பது போலப் பேசப்படுபவர்களின் மனத்துடன் மனம் கலந்து பேசும் இயல்பு பேசப்படவில்லை.

அத்தகைய நீர்மையை எடுத்துக்காட்டுவதன் மூலமாக இராமனுடைய இரண்டு பண்புகளை எடுத்துக்காட்டுகிறான் கம்பன். மனிதத் தன்மையில், மனிதப் பண்பாட்டில் நடுவு நிலைபெற்ற மனப்போக்கில் இராமன் என்ற மனிதன் தனக்கு நிகர் தானே என விளங்குகிறான் என்பதை முதலாவதாகக் காட்டுகிறான் கம்பன். இதற்கடுத்தபடியாக, ஏனைய உயிர்கள் மாட்டு வேறுபாடு அற்றுப் பழகும் தன்மையால் இராமன் மனித இயல்புக்கும் மேம்பட்டுத் தெய்வத்தன்மையுடன் காட்சி அளிக்கிறான் என்பதைக் காட்டவும் கம்பன் இந்தப் பகுதிகளைப் பயன்படுத்திக் கொள்கிறான்.

உயர்நிலையில் உள்ள ஒருவன் எவ்வளவுதான் தன் பதவியை மறந்து சமத்துவம் பாராட்டி நீர்மையுடன் பழகினாலும் சாதாரண மக்கள் மனத்தில், தம்முடன் பழகுகின்றவர்கள் உயர்ந்த நிலையில் இருந்து இறங்கிவந்து பழகுகின்றார்கள் என்ற எண்ணம் ஒரு மூலையில் இருக்கத்தான் செய்யும். அந்த எண்ணம்

தோன்றாதபடி ஒருவன் பழகுகிறான் என்றால் அது அவனுடைய தெய்வீகத்தன்மையையே குறிக்கும். வேண்டியவர் வேண்டாதவர் என்ற வேறுபாடு அற்று, விருப்பு வெறுப்புகள் அற்று அனைவரையும் ஒன்றாக மதித்துக் கருணை காட்டி ஒருவன் பழகுகிறான் என்றால், அவன் இறைவனாகத்தான் இருக்கவேண்டும். காரணம், இங்குக் கூறப்பெற்ற பண்புகள் அனைத்தும் இறைவன் ஒருவனிடம் உள்ளன. இந்தப் பண்புகளை விரித்துக் கூறுவதன் மூலம் இராமன் யார் என்பதை மறைமுகமாகவும், தருக்கரீதியாகவும் கம்பன் காட்டிவிடுகிறான்.

பட்டம் ஏற்கச் சென்றபொழுதும், அதை இழந்தான் என்று கேள்விப்பட்ட பொழுதும், இழந்து வருகின்றவனைக் கண்டபொழுதும் அயோத்தி மக்கள் அடைந்த மனநிலையைக் கூறுவதிலும் கம்பன் ஒரு நுணுக்கத்தைச் செய்கிறான். அரசர்கள் வருவதும் போவதும் குடிமக்களைப் பொறுத்தமட்டில் எங்கோ, யாருக்கோ நடக்கின்ற நிகழ்ச்சி ஆகும். இதற்கு மாறாக இராமனிடம் மக்கள் காட்டும் அன்பு தங்கள் நெருங்கிய உறவினன், அதாவது இரத்தக் கலப்புடைய ஓர் உறவினன்மாட்டுக் காட்டப்படும் அன்பைவிட அதிகமாக உள்ளது என்றால், இராமனை அரசகுமாரன் என்ற அளவில் அவர்கள் போற்றவில்லை. தங்கள் உயிர்களுக்கு உள்ளே உறையும் பரம்பொருள் தங்கள் மாட்டுக் கொண்ட கருணையால் வடிவுபெற்று வெளியே வந்து உலாவுகின்றதென்று உறுதியாக நினைத்து நம்பியே அவர்கள் வாழ்ந்தார்கள் என்பதையே நமக்கு இராமாவதாரக் காப்பியம் அறிவுறுத்துகிறது. தொடக்கத்திலேயே இவ்வளவு அற்புதமான முறையில் இராமனைப் படைக்கிறான் கம்பன் என்பதை அறியும் பொழுது, அந்த ஈடு இணையற்ற இராமனுடைய பல்வேறு செயல்களையும் கூர்ந்து காணவேண்டும் என்ற எண்ணத்தை நம்முள் உண்டாக்கிவிடுகிறான் கம்பன்.

இனி வரும் பகுதிகளில் கம்பன் படைத்த இராமன் தன் தந்தை, தாய், மனைவி, நண்பர்கள், முனிவர்கள் என்பவர்களோடு எப்படிப் பழகுகிறான் என்று கம்பன் காட்டும் முறையில் காண்பதே நம் நோக்கமாகும்.

~

தந்தையும் இராமனும்

தசரதனுக்கு இராமன் ஒருவன் நினைவே

பன்னெடுங்காலம் மகப்பேறில்லாமல் வருந்திய தசரதன் இறுதியாகக் கலைக்கோட்டு முனிவனை வரவழைத்து ஒரு மாபெரும் வேள்வி செய்து அதன் பயனாக நான்கு புதல்வர்களைப் பெற்றான். முதல் மனைவியாகிய கோசலையிடம் இராமனும், இரண்டாம் மனைவியாகிய கைகேயியிடம் பரதனும், மூன்றாம் மனைவியாகிய சுமித்திரையிடம் இலக்குவ, சத்துருக்கனர்களும் பிறந்தனர். வசிட்டரிடம் கல்வி பயில நால்வரும் ஒருங்கே சென்றார்களென்றாலும், இராமனும் இலக்குவனும் இரட்டையர்களாகவும், பரதனும் சத்துருக்கனனும் இரட்டையர்களாகவும் இணைபிரியாது இருக்கத் தொடங்கினர். தசரதனைப் பொறுத்தமட்டில் இராமனைத் தவிர ஏனைய பிள்ளைகள் இருப்பதாகவே நினைக்கவில்லை. இந்த நிலையில் தான் அரசவையில் அமர்ந்திருக்கும் பொழுது விசுவாமித்திர முனிவன் அங்குத் தோன்றினான். முனிவனுக்குரிய உபசாரங்கள் அனைத்தையும் செய்த தசரதன், ‘முனிவன் வேண்டுவது யாது?’ என்று வினவினான். விசுவாமித்திரன் தான் செய்யும் யாகத்திற்கு இடையூறு செய்யும் அசுரர்களை அழிக்கும் ஓர் உதவியை நாடி வந்ததாக அழகாகச் சொன்னான். அந்தப் பாடல் நுண்மையாக நோக்கத்தக்கது.

தருவனத்துள் யான் இயற்றும் தகைவேள்விக்கு
இடையூற, தவம் செய்வோர்கள்
வெருவரச் சென்று அடை காம வெகுளி என,
நிருதர் இடை விலக்கா வண்ணம்,

"செருமுகத்துக் காத்தி" என, நின்சிறுவர்
நால்வரினும் கரிய செம்மல்
ஒருவனைத் தந்திடுதி என, உயிர் இரக்கும்
கொடுங் கூற்றின், உளையச் சொன்னான்." *- கம்ப. 324*

இப்பாடலில் விசுவாமித்திரன் என்ன கேட்டான் என்பதைக் கவனிக்க வேண்டும். "என் வேள்வியைக் காக்க நின் சிறுவர் நால்வரினும் கரிய செம்மல் ஒருவரைத் தந்திடுதி" என்றுதானே கேட்டான்? சிறுவர் நால்வரில் கரிய நிறம் உடையார் இருவர்; செந்நிறம் உடையார் இருவர். அப்படி இருக்கும் பொழுது, கரிய செம்மல் ஒருவனை என்று முனிவன் கேட்டபொழுது மக்கள் நால்வரையும் சமமாக அன்பு செய்து தசரதன் வளர்த்திருப்பானேயாயின், இதோ "பரதனை அழைத்துச் செல்லுங்கள்" என்று சொல்லியிருக்கலாமே! இராமன், பரதன் ஆகிய இருவரும் கரிய நிறமுடையவர்கள். அடுத்தடுத்த நட்சத்திரங்களில் பிறந்தவர்கள். இவர்கள் வயது வேறுபாடு ஒரு நாள்தான். கரிய செம்மல் ஒருவனை என்று கேட்ட விசுவாமித்திரனுக்குக் கரிய செம்மல் இருவருள் ஒருவனாகிய பரதனை அழைத்துச் செல்க என்று தசரதன் கூறியிருந்தால், விசுவாமித்திரன் வேறு ஒன்றும் செய்ய முடியாமல் பரிதாபமாக விழித்திருப்பான். அவன் கேட்ட பொருளைத் தசரதன் தந்துவிட்டான் என்று முடிந்துவிடும். அவ்வாறாயின், இராமாவதார நோக்கம் நிறைவேறாது என்பது உண்மைதான். என்றாலும், தசரதன் அப்படிச் செய்யாது தன் உயிரையே கேட்பதாக நினைந்து, வேறு சமாதானம் கூறவேண்டிய தேவை என்ன? தசரதன் மனத்தில் இராமன் ஒருவனைத் தவிர வேறு மூன்று பிள்ளைகள் இருப்பது என்றுமே தோன்றியதில்லை. அதனால் தான்கரிய செம்மல் ஒருவனை என்று முனிவன் கூறியவுடன், இராமனை இழக்கப் போவதாகக் கருதித் தசரதன் ஓலமிடத் தொடங்கிவிட்டான். பின்னரும் கவிஞன் தசரதனைப்பற்றிச் சொல்லும் பொழுது, "மைந்தனை அலாது உயிர் வேறு இலாத மன்னன்" (கம்ப 1514) என்று கூறுகிறான். நான்கு பிள்ளைகளைப் பெற்றும் ஒருவனிடம் அதீத அன்பு வைத்ததால் தசரதன் வாழ்வில் சிக்கல் நேர்ந்தது. விசுவாமித்திரன் ஏன் இராமனை அழைக்கிறான் என்பதைத் தன் தவவலிமையால் உணர்ந்த வசிட்டன், தசரதனுக்குச் சமாதானம் சொல்லி இராமனை அனுப்புமாறு பணிக்கிறான். அவன் உரையை ஏற்றுக் கொண்ட தசரதன் "திருவின் கேள்வனைக் கொணர்மின்" (கம்ப 330) என்று கூறினானே தவிர, "இலக்குவனையும் அழைத்து வருக" என்று சொல்லவில்லை. ஆனால், இராமன் இணையடி

பிரியாத இலக்குவன் உடன் வந்து நிற்கிறான். அவர்கள் இருவரையும் முனிவரிடம் கையகப்படுத்தி, "முனிபுங்கவனே! இன்று முதல் நீயே இவர்க்குத் தந்தை, தாய், குரு ஆகிய அனைவரும் ஆவாய். இயைந்த செய்க" என்று கூறி அனுப்பினான்.

இதற்கு அடுத்தபடியாகத் தந்தையும் மைந்தனும் சந்திக்கும் இடம் மிதிலையில் திருமண விழாவில் தான். மணமேடையைச் சுற்றியிருந்த இருக்கையில் அமர்ந்திருந்த தசரதனை மணக்கோலத்துடன் வந்த இராமன் ஏனைய முனிவர்களுடன் சேர்த்து வணங்கினான்.

பரசுராமன் இடையீடு: தசரதன் கலக்கமும் மயக்கமும்

மணமக்களை அழைத்துக் கொண்டு அயோத்தி திரும்புகிறான் தசரதன். இராமன் தனி ஒரு தேரில் வர பயணம் தொடங்கிச் சில தூரம் சென்றவுடன் எதிர்பாராத விதமாகப் பரசுராமன் எல்லையற்ற சினத்துடன் இராமன் தேர் எதிரே வந்து நின்றான். பரசுராமன் வருகையைக் கண்ட தசரதன் அஞ்சி நடுங்கி இராமன் பக்கத்தில் வந்து நின்றான். ஆனால், இராமனோ எனில் ஒரு சிறிதும் அலட்டிக்கொள்ளாமல் எதிரே நிற்பவனைப் பார்த்துக்கூடப் பேசாமல் "யாரோ இவன்" என்று கேட்டான் என்று பாடுகிறான் கவிஞன்.

> "..
> ....
> **சிங்கம் என உயர் தேர் வரு குமரன் எதிர், சென்றான்,**
> **அம் கண் அரசவனும் இவன் 'ஆரோ?' எனும் அளவில்"**
>
> - கம்ப. 1278

இராமன் எவ்விதக் கலக்கமும் இல்லாமல் பரசுராமன் எதிரே நிற்கவும், தசரதன் அவனை வணங்கி, அவன் வீரத்தை மெச்சி, "நாங்கள் எளியவர்கள். அப்பாவிகளாகிய எங்கள் முன்னர் உன் வலிமையைக் காட்டுவது அழகல்ல" என்ற பொருளில்,

> " ....
> .... **- கனல் உமிழும்**
> **ஒளிவாய் மழுஉடையாய்! - பொர் உரியாரிடை அல்லால்,**
> **எளியாரிடை வலியார்வலிஎன் ஆகுவது? என்றான்."**
>
> - கம்ப. 1282

இங்ஙனம் பணிந்து, கெஞ்சி உயிர்ப்பிச்சை கேட்கும் தசரதனை ஒரு பொருட்டாகவே மதிக்காமல் இராமனிடம் பேசுகிறான் பரசுராமன். இராமனை நோக்கிப் பரசுராமன், "நீ ஒடித்த சிவதனுசு ஏற்கெனவே ஒடிந்த ஒன்றாகும். அதை ஒடித்ததால் நீ பெருமை

கொள்ளத் தேவை இல்லை. என்னுடைய தோள்கள் இப்பொழுது போரை விரும்பித் தினவு கொண்டுள்ளன" (கம்ப 1280) என்று கூறிவிட்டு, மேலும் தான் வந்த காரணத்தைப் பின்வருமாறு கூறுகின்றான்:

"உலகு எலாம் முனிவற்கு ஈந்தேன், உறுபகை ஒடுக்கிப் போந்தேன்,
அலகுஇல் மா தவங்கள் செய்து, ஓர் அரு வரை இருந்தேன்; ஆண்டை
சிலையை நீ இறுத்த ஓசை செவிஉற, சீறி வந்தேன்;
மலைகுவென்; வல்லை ஆகின், வாங்குதி, தனுவை!' என்றான்."

- கம்ப. 1296

இப்பாடலில் தவ வலிமையும் அகந்தையும் எல்லை மீறி ஆட்கொண்டதால் எதிரே இருப்பவன் யார் என்று அறியாத பரசுராமன் "வல்லை ஆகின் வாங்குதி தனுவை" என்றான். இப்பொழுது பரசுராமன் சொன்ன வார்த்தைகளில் எல்லையற்ற அலட்சியம் தொனிப்பதைக் காணலாம். "உனக்கு வலிமை இருந்தால் இந்த வில்லைக் கையில் வாங்குவாயாக" என்று கூறினான். அவனுடைய மனத்தில் சாதாரண மனிதனாக உள்ள இராமன், அதிலும் அண்மையில் திருமணம் செய்து கொண்டு திரும்பும் ஒருவன் ஒரு பொருட்டாக மதிக்கப்பட வேண்டியவன் அல்லன் என்ற எண்ணம் தலை தூக்கி நின்றது. 'வாங்குதி' என்று கூறுகையில் இந்த வில்லைக் கையில் வாங்கி வைத்துக்கொள்ளக்கூடிய ஆற்றல் கூட இராமனுக்கு இல்லை என்ற முடிவில் தான் அச்சொல்லைப் பயன்படுத்தினான் பரசுராமன்.

தேவருலகம் வரை சென்று போர் புரிந்த தசரதனே மயங்கி விழுந்து கிடக்கும் நிலையில் ஒரு சிறிதும் கலங்காமல், அலட்டிக்கொள்ளாமல் தன்னுடைய ஆர்ப்பாட்டத்தையும், இடி சொற்களையும், சினத்தையும் உலகம் கண்டு அஞ்சும் தன் மழுவையும் கூடப் பொருட்படுத்தாமல் முக அமைதி ஒரு சிறிதும் மாறாமல் நிற்கின்றானே, இவன் எப்படிப்பட்டவனாக இருப்பானோ என்ற எண்ணம் கூட இல்லாமல் பரசுராமன் இவ்வாறு பேசியது அவன் அறியாமையால் அன்று; தன் ஆற்றல் மேல் கொண்ட நம்பிக்கையாலும் அன்று; மாற்றான் வலியைக் குறைத்து மதிப்பதே பெரும் தவறு என்று நீதி நூல் சொல்லவும், இந்தப் பரசுராமன் மாற்றானை, அதுவும் இப்படிப்பட்ட மாற்றானைப் பொருட்டாக மதியாமல் பேசுவது அவனது அகந்தையினாலேயேயாகும். அகந்தையை அழிக்கக்கூடியவன் பரம்பொருள் ஒருவனே ஆவான்.

அந்தப் பரம்பொருளின் தரிசனம் கிடைக்காவிட்டால் இந்த ஆணவம் என்ற தீ கொழுந்துவிட்டு எரிந்து, அந்த ஆணவத்தை உடையவனையே இறுதியாக அழித்துவிடும். மாபெரும் தவங்கள் செய்ததால் பரசுராமன், இறுதிக் காலத்தில் உயிர் பிழைக்கும் பேற்றை இறைவன் வழங்கினான். இப்பொழுது இராமனிடம் வாராதிருந்தால் அழிந்தே போயிருப்பான். இப்பொழுது இறைவன் அவனை எப்படி ஆட்கொள்கின்றான் என்பதைக் காணலாம்.

"வல்லை ஆகின் வாங்குதி தனுவை" என்று சொல்லித் தானே விஷ்ணு தனுசைத் தந்தான். 'இராமன் அதனைக் கையில் வாங்கித் தூக்கமுடியாமல் என்னிடம் தோற்று விடுவான்' என்று மனப்பால் குடித்துக் கொண்டிருந்த பரசுராமன் எதிரே என்ன நடந்தது?

பரசுராமன் ஆர்ப்பாட்டத்திற்குப் பதிலாக இராகவன் ஒரு புன்சிரிப்பை உதிர்த்தான். 'அப்பா பரசுராமா! நீ உயர்வாகச் சொல்லும் அந்த நாரணன் வில்லைத் தருக' என்று கையை நீட்டி வாங்கினான். வில்லைத் தூக்கமுடியாமல் திணறப் போகிறான் என்ற கற்பனையில் மிதந்து கொண்டிருந்த பரசுராமனுக்குச் சற்றும் எதிர்பாராத பேரதிர்ச்சி ஏற்பட்டது. 'முடிந்தால் கையில் வாங்கு' என்ற பொருளில் 'வல்லை ஆகின் வாங்குதி' என்றுதானே பரசுராமன் பேசினான்? 'வாங்குதி' என்ற சொல்லுக்கு வளைத்தல் என்ற பொருளும் உண்டல்லவா? அந்தப் பொருளை மனத்தில் கொண்ட இராகவன், வாங்கிய வில்லை வளைத்து நாணேற்றி விட்டான். மலைபோல் ஆணவத்துடன் வந்த பரசுராமன் கடுகு போல் சிறுத்தவனாகிக் கதிகலங்கி விட்டான். இந்தக் காட்சியைக் கம்பன் பின்வரும் பாடலில் தீட்டிக் காட்டுகிறான்

"என்றனன் என்ன, நின்ற இராமனும் முறுவல் எய்தி,
நன்று ஒளிர் முகத்தன் ஆகி, 'நாரணன் வலியின் ஆண்ட
வென்றவில் தருக!' என்ன, கொடுத்தனன்; வீரன்கொண்டு, அத்
துன்று இருஞ் சடையோன் அஞ்ச, தோளுறவாங்கி, சொல்லும்:"

- கம்ப. 1297

இப்பாடலை அடுத்துவரும் பாடல் நடுங்கிப்போன பரசுராமன் சற்றும் எதிர்பாராத ஒன்று அங்கே நடந்து விட்டதைக் குறிப்பிடுகிறது. வில்லை வளைத்ததோடு மட்டும் அல்லாமல், நாண் ஏற்றி அம்பையும் அதில் தொடுத்து விட்டான். எதிரே நின்ற பரசுராமன் தன்னைத்தான் குறிவைத்து கொல்லப் போகிறான் என்று நடுங்கிவிட்டான். அப்படி நடுங்கக் காரணமும் உண்டு. "என்னுடைய தோள்கள் தினவெடுக்கின்றன; போர்செய்து நீண்ட

காலம் ஆயிற்று; இப்பொழுது உன்னுடன் போர் செய்ய வந்தேன்" என்று பரசுராமன்தானே முதலில் கூறினான். இப்பொழுது இராகவன் வில்லை வளைத்து நாண் ஏற்றி அம்பையும் செருகிவிட்டான் என்றால், பரசுராமன் சொற்படியே போரை ஏற்றுக்கொண்டு தன்னை அழிக்க முடிவு செய்துவிட்டான் என்று பரசுராமன் நினைத்து அஞ்சி நின்றதில் புதுமை ஒன்றும் இல்லை. இதுவரை அனைத்துமே அவன் எதிர்பாராதவையாக நடந்துவிட்டன. அதேபோல இப்பொழுது தன்னைக் கொல்லப் போகிறான் என்று அஞ்சி எதிர்பார்த்து நிற்கையில் மற்றொன்றும் எதிர்பாராமல் நடந்து விட்டது. ஆம்! சக்கரவர்த்தித்திருமகன் கொண்ட புன்முறுவல் மாறாமல் இதோ பேசத் தொடங்குகிறான்.

"பூதலத்து அரசை எல்லாம் பொன்றுவித்தனை; என்றாலும்,
வேதவித்து ஆய மேலோன் மைந்தன் நீ, விரதம் பூண்டாய்
ஆதலின் கொல்லல் ஆகாது; அம்பு இது பிழைப்பது அன்றால்,
யாது இதற்கு இலக்கம் ஆவது? இயம்புதி விரைவின்!" என்றான்.

- கம்ப. 1298

"பரசுராமா! உலகில் உள்ள அரசர்களெல்லாரும் ஒரு பிழையும் செய்யாதிருக்க, உன் வெறி காரணமாக அவர்கள் அனைவரையும் கொன்று தீர்த்தாய். அதற்குரிய தண்டனையாக உன்னை இப்பொழுது கொல்வது நியாயமானதே ஆகும். இரண்டு காரணங்களினால் உன்னைக் கொல்லாமல் விடுகிறேன். ஒன்று, வேத வித்தாகிய ஜமதக்கினி முனிவனின் மகன் நீ, இரண்டாவது, நீ தவவேடம் பூண்டுள்ளாய். ஆதலால் உன்னைக் கொல்வது சரியன்று. என்றாலும், என்னுடைய பாணம் பூட்டப்பட்டுவிட்டால் அது செய்ய வேண்டிய கடமையைச் செய்யாமல் என்பால் வராது. இந்த நிலையில், இந்த அம்புக்கு இலக்கு எது என்பதை நீயே தெரிந்து விரைவில் சொல்வாயாக" என்ற கருத்துடன் அமைந்த இப்பாடல், இராமன் பரம்பொருள் தானா என்ற ஐயம் யாருடைய மனத்திலேனும் இருக்குமேயானால் அதனைப் போக்கும் விடையாக அமைந்துள்ளது. பரம்பொருள் ஒருவன் தான், குன்றே அனைய குற்றங்கள் செய்பவரையும் மன்னித்து ஆட்கொள்ளும் இயல்புடையவன். பரசுராமனுக்குத் தண்டனை தரவேண்டியது நியாயமானதே ஆகும். ஆனால், பரசுராமன் என்ற மனிதனை அழிப்பதில் எவ்விதப் பயனும் இல்லை. அவனுடைய நடத்தைக்குக் காரணமாய் இருப்பது அகந்தை. அந்த அகந்தை எப்படி வந்தது? அவன் செய்துள்ள தவத்தின் வலிமையால் இந்த அகந்தை வந்தது. எனவே, பெருமான் அவன் அகந்தையை அழிக்க முடிவு செய்துவிட்டு, அவன் வாயாலேயே

அந்த விடை வரவேண்டும் என்ற கருத்தில் இதற்கு இலக்கு யாது? என்று கேட்டான்.

பரசுராமன் ஒரு கணப்பொழுதில் உண்மையை அறிந்து கொண்டான். இப்பொழுது அவன் கண் எதிரே தசரதன் மகன், சாதாரண மானுடன் என்ற வடிவம் மறைந்து விட்டது. பொன்னாலாகிய வீரக்கழலை அணிந்து, ஒளி பொருந்திய சக்ராயுதத்தை ஏந்தி நிற்கும் இறைவன் வடிவமே தெரிகிறது. இந்த உணர்வு வந்தவுடன் "ஐயனே! நீ முன்னர் உன்னுடைய உலகத்தில் வைத்திருந்த இந்த வில்கூட உன் ஆற்றலுக்கு ஏற்றதன்று" (1300) என்று கூறிய பரசுராமன் அடுத்துப் பேசுவது அறியத்தக்கதாகும்.

"எய்த அம்பு இடைபழுது எய்திடாமல், என்
செய் தவம் யாவையும் சிதைக்கவே!' என,
கை அவண் நெகிழ்தலும், கணையும் சென்று, அவன்
மை அறு தவம் எலாம் வாரி, மீண்டதே." - கம்ப. 1301

என்ற இந்தப் பாடல் உயிர்தப்ப விரும்பிய பரசுராமன் தன் செய்த தவம் அனைத்தையும் அம்புக்கு இலக்காக அளிக்கிறான். ஆம்! இராமன் விரும்பியதும் அதுதானே! பரசுராமன் என்ற மனிதனைக் கொல்வதில் இராமனுக்கு விருப்பமில்லை. அவன். ஆணவத்திற்கு ஆணிவேர் ஆகிய தவபலத்தைத் அழிக்க விரும்பினான். அதையும் தானாகச் செய்தது போலில்லாமல், பரசுராமன் வாய்மொழி மூலமாகவே அதைப் பெற்றுவிட்டான்.

தவ வலிமை, வர வலிமையாவும் கொண்ட அரக்கர்களை அழிக்க வந்த இராமனுக்கு மிகப் பலரது தவவலிமையும் தேவைப்படுகிறது. இவ்வகையில் இருபத்தொரு தலைமுறை அரசகுலத்தை அழித்துத் தவவலிமையல் ஓங்கி நிற்கும் பரசுராமனின் தவப்பலனும் கிட்டுகிறது என்பதும் குறிக்கத்தக்கது.

பரசுராமன் சென்றுவிட்ட பின்னர் நடந்தது எதையும் காணமுடியாமல் மயங்கிக் கிடந்த தசரதன் மைந்தனாகிய இராகவன் தொழுது வணங்கி, அவனை அவலக் கடலில் இருந்து கரை ஏற்றினான் (1903).

தசரதனுக்குக் கிட்டாத பேறு

பாவம், பரம்பொருளையே பிள்ளையாகப் பெற்றும் மானிட வடிவில் நின்று அவன் இயற்றிய மாபெரும் செயல்களைப் பக்கத்தில் இருந்துங்கூடப் பார்த்துப் பூரிக்கக் கொடுத்து வைக்காதனாக மயங்கி

விழுந்துவிட்டான் தசரதன். இதன் காரணம் யாது? இராமன் பிறந்த பிறகு சுற்றத்தார் அனைவரிடமும், பிள்ளைகளிடமும் பகிர்ந்து அளிக்கப்பட வேண்டிய அன்பைக் கண் மூடித்தனமாக இராமன் மேலேயே செலுத்தி விட்டான் தசரதன். புத்திரவாத்சல்யம் என்று சொல்லப்படும் தந்தைப் பாசம் போற்றத்தக்கது என்றாலும், இப்படிக் கண்மூடித்தனமாக நால்வரில் மூவரை மறந்து ஒருவன் மேல் அதனை முழுவதுமாகச் செலுத்துவது பெருங்குற்றமாகும். விசுவாமித்திரன் மூலமாக மகன் செய்த தாடகை வதத்தை நிச்சயமாக அறிந்திருப்பான் தசரதன். அப்படி இருந்தும் தன் நிலையிலிருந்து பெரிதும் கீழிறங்கிப் பரசுராமனிடம் மன்றாடுவது அவன் தகுதிக்கு ஏற்றதன்று என்பது ஒருபுறம் இருக்க, அவனை அஞ்சி நடுங்கவைத்த பரசுராமனை ஒரு கணத்தில் ஓடச்செய்த இராமனின் வீரச்செயலைக் காணக் கூடக் கொடுத்து வைக்காதவன் ஆகிவிட்டான். "ஆசை அறுமின்கள், ஆசை ஆறுமின்கள். .... ஆசைப்படப்பட ஆய்வரும் துன்பங்கள்" (*திருமந். 2615*) என்ற திருமூலரின் வாக்கிற்கு விளக்கம் தருவோனாகிவிட்டான் தசரதன்.

தந்தையின் ஆசை - அரசன் கட்டளை - கன்யா கால்கச் சிக்கல்

அடுத்தபடியாக, தந்தையும் மகனும் சந்திக்கும் இடம் தசரதன் மந்திராலோசனை சபையில் ஆகும். மிக நீண்ட யோசனைக்குப் பிறகு அமைச்சர்களையும், வசிட்டரையும் வரவழைத்து, இராமனுக்குப் பட்டத்தைக் கொடுத்துவிட்டுத் தான் காடு செல்ல விரும்புவதாகக் கூறினான். அனைவரும் அதை ஏற்றுக் கொண்டவுடன் சுமந்திரனை அழைத்து இராமனை வரவழைத்தான். தந்தை அழைக்கிறார் என்றவுடன் மிக்க மரியாதையுடனும் அன்புடனும் வந்த இராகவன், தந்தையின் திருவடிகளை வணங்கினான். அவனை மார்புறத் தழுவிப் பக்கத்தில் இருத்திக் கொண்டு, தசரதன் பேசத் தொடங்குகிறான்.

"மழுவுடைய பரசுராமனை வென்ற பெருவீரனே! உன்னைப் பெற்றவனாகிய நான் உன்னிடம் இப்பொழுது ஒன்றை வேண்டி நிற்கின்றேன்" (*1373*). "ஐயனே, நீண்டகாலம் வாழ்ந்து ஆட்சி செய்த காரணத்தால் என்னுடைய வன்மை குறைந்து மூப்பு வந்து எய்திவிட்டது. இவ்வரசபாரத்தைத் துறந்து விடுதலை பெற்று நான் உய்வதற்குரிய வழிவகைகளைத் தேட விரும்புகின்றேன்" (*1374*).

"பிள்ளைகளைப் பெறுவதன் நோக்கம் தளர்வுற்ற காலத்தில் அவர்கள் தங்களைத் தாங்குவார்கள் என்பதேயாம். ஈடு இணையற்ற

உன்னைப் பெற்ற யான், இப்பொழுது தளர்ச்சி அடைவது முறையா?" *(1375)*

"மகனே! நம்குலத்து உதித்த மன்னர்கள் பெற்ற பிள்ளைகள் உரிய காலத்தில் தந்தைமார்களின் பாரத்தைத் தாங்க, அம்மன்னர்கள் நாடு நீங்கிக் காடு சென்று ஐம்புலன்களையும் அடக்கி, காமம், வெகுளி, மயக்கம் என்ற முப்பகையையும் வென்றனர்" *(1376)*

"மாபெரும் வேள்வி செய்து நின்னைப் புதல்வனாகப் பெற்ற யான் இன்னும் இந்த அரசபாரத்தைச் சுமக்க வேண்டும் என்றால், உன்னைப் பெற்றதால் பெறும் பயன் யாது?" *(1377)*

" நம்குல முன்னோர்களில் ஒருவனாகிய பகீரதன், கங்கையை உலகத்திற்குக் கொண்டுவந்து நம் முன்னோரைக் கரையேற்றினான்" *(1378)*

"தந்தை சொல்லை மீறாத பிள்ளைகளைப் பெற்றவர் எல்லாத் துயரங்களினின்றும் விடுபட்டவர் ஆவர்" *(1380)*

"எனவே, ஏதோ இந்தப் பாரத்தை உன்மேல் சுமத்துகிறேன் என்று கருதிவிட வேண்டா. நீ இந்த நாட்டின் முடியைச் சூடி அரசை ஏற்றுக்கொள்ள வேண்டும். இதுவே, நான் உன்னிடம் வேண்டுகின்ற ஒன்றாகும்" *(1981)*

தசரதனின் இந்த நீண்ட முன்னுரையைக் கேட்ட இராகவன், அரசன் ஏவலின்படி நடப்பதே தனக்கு நீதி என்ற முடிவுக்கு வந்தான். அக்கருத்தைக் கூறும் பின்வரும் பாடலும், அதனை அடுத்து வரும் பாடலும் பெருங்குழப்பத்தை விளைப்பனவாக உள்ளன.

"தாதை, அப்பரிசு உரைசெய், தாமரைக்கண்ணன்
காதல் உற்றிலன்; இகழ்ந்திலன்; 'கடன் இது' என்று உணர்ந்தும்,
'யாது கொற்றவன் ஏவியது அது செயல் அன்றோ
நீதி எற்கு?' எனநினைந்தும், அப்பணி தலை நின்றான்".

- *கம்ப 1382*

"குருசில் சிந்தையை மனக்கொண்ட கொற்ற வெண்குடையான்
'தருதி இவ்வரம்' எனச்சொலி, உயிர் உறத்தழுவி
சுருதி அன்னதன் மந்திரச் சுற்றமும் சுற்ற,
பொருஇல் மேருவும் பொரு அருங்கோயில் போய்ப்புக்கான்"

- *கம்ப 1383*

இப்பாடல்களின் பொருள் வருமாறு: "தந்தையாகிய தசரதன் மேலே சொன்னவாறு மகனை வேண்ட தாமரைக் கண்ணன்

அவ்வரசைப் பெற விரும்பவும் இல்லை; அது துச்சம் என இகழவுமில்லை. முதல் மகனாகிய தான் இப்பொறுப்பை ஏற்பது தன் கடமை என்றும், அரசர் என்ன ஆணையிட்டாரோ அதன்படி செய்தலே நீதி வழுவாத செயலாகும் என்றும் நினைந்து அப்பொறுப்பை ஏற்கச் சித்தமாக இருந்தான்". *(1382)*

"உயர்ந்தவனான இராமனுடைய ஆழ்மனத்தில் (சிந்தை) ஓடுகின்ற எண்ணங்களைத் தன் மனக் கண்ணால் அறிந்து கொண்டவனாகிய தசரதன், இராமனை மார்போடு சேர்த்துத் தழுவிக்கொண்டு அமைச்சர் முதலானோருடன் அரண்மனைக்குள் புகுந்தான்". *(1383)*

இந்த நிகழ்ச்சியை, தொடக்கத்தில் இருந்து பாடல்களை வரிசைப்படுத்திக் 'கோயில் புகுந்தான் வரை' உள்ள பகுதியை அமைதியாகப் படித்துப் பார்த்தால் மனத்தில் பல ஐயங்கள் தோன்றாமல் இரா. உலகம் தோன்றிய நாளிலிருந்து ரகுவம்சம் உள்பட எல்லா அரச பரம்பரையினரிடமும் முதல் மகனுக்குப் பட்டம் தருவது இயல்பாக நடைபெறுகின்ற ஒன்றாகும். இராமனை ஒத்த பண்பாளர்கள் இதை மறுப்பதற்கோ தடுப்பதற்கோ, வேண்டாம் எனச் சொல்வதற்கோ எவ்விதக் காரணமும் இல்லை. அப்படியிருக்க தசரதன் ஒன்பது பாடல்களில் 'இராமன் மறுத்துவிடக் கூடாது' என்று இவ்வளவு விரிவாக சொல்லக் காரணம் என்ன? 'உன்னிடம் வேண்டிக்கொள்வது ஒன்று உண்டு' என்று ஏன் தொடங்க வேண்டும்? கட்டளை இடும் உரிமை பெற்ற தந்தை மகனிடம் வேண்டிக் கொள்ள வேண்டிய அவசியம் என்ன வந்தது? உண்மையில் நியாயமற்ற ஒன்றைச் செய்ய வேண்டுமென்று கட்டளை இட்டால் மறுத்து விடுவானோ என்று அஞ்சி உன்னை வேண்டிக் கொள்கிறேன் என்று சொல்வது நியாயம். 'இவ்வரசை ஏற்றுக்கொள்' என்று கட்டளை இடுவதற்குப் பதிலாக 'வேண்டுகிறேன்' என்று ஏன் சொல்லவேண்டும்? அந்த வேண்டுதலை ஒன்பது பாடல்களில் ஏன் விரித்துக் கூறவேண்டும்? இறுதியாக, இராமன் ஏற்றுக் கொள்ளும் மனநிலைக்கு வந்தபொழுது, 'தருதி இவ்வரம்' என மகனிடம் வரம் கேட்க வேண்டிய சூழ்நிலை என்ன வந்தது?

இவை அனைத்தையும் ஒன்றாக வைத்துப் பார்க்கும் பொழுது இராமன் பட்டத்தை ஏற்கச் சம்மதிக்கமாட்டான் என்ற ஓர் எண்ணம் தசரதன் அடிமனத்தில் தோன்றியிருக்க வேண்டும். மந்திராலோசனை சபையில், பலர் முன்னிலையில் வேறு காரணம் காட்டி இராமன் மறுத்துவிட்டால் என்ன செய்வது என்ற அச்சம் தசரதன் அடிமனத்தில்

உறுதியாக நிலைபெற்றிருக்க வேண்டும். அந்த இக்கட்டான சூழ்நிலை ஏற்படாமல் இருக்கத்தான் 'வேண்டுதல்' என்று ஆரம்பித்து 'தருதி இவ்வரம்' என்று தசரதன் கூறி முடிக்கிறான். 'தருதி இவ்வரம்' என்று கேட்டதற்குக் காரணமே, இராமனை மறுத்துப் பேசாமல் இருக்கச் செய்வதற்குத்தான் தந்தையே மகனைப் பார்த்து 'வரந்தருக' என்று கேட்டால், எந்த மகன் மறுக்கமுடியும்? இந்த வகையில் கம்பன் விரிவாகச் சொல்லவில்லையென்றாலும், கற்பவர் மனத்தில் இச்சந்தேகங்கள் தோன்றுமாறு செய்துவிட்டான்.

"தாதை அப்பரிசு உரை செய" என்ற பாடலில் "கடன் இது என்று உணர்ந்தும்" "யாது கொற்றவன் ஏவியது அதன் வழி நிற்றலே நீதி" என்றும் "அப்பணிதலை நின்றான்" என்றும் கூறப்பட்டுள்ள பகுதிகள் சிந்திக்க வைக்கின்றன. அரசைத் தாங்குவது முதல் மகனாகிய தனக்குக் கடமை என்ற முடிவுக்கு வந்த பிறகு அரசன் ஏவியதற்குக் கட்டுப்பட வேண்டும் என்று சொல்வதில் அர்த்தம் என்ன இருக்கிறது? இப்பொருளை ஏற்றுக் கொள்வதானால் கொற்றவன் ஏவலுக்குக் கீழ்ப்படிய வேண்டும் என்ற தொடர் பொருளற்றதாகிவிடும். இவ்வாறு பொருள் சொல்லாமல், 'கடன் இது என்று உணர்ந்தும்' என்பதற்கு 'இப்பட்டம் பரதனுக்குப் போவதே நியாயமானது என்று தெரிந்திருந்தும்' என்று பொருள் கொண்டால் இதனை அறிந்த இராமன் என்ன செய்திருப்பான்? தந்தை என்று உரிமை பாராட்டி, தாங்கள் செய்வது தவறு என்று கூறியிருக்கலாம். அதற்கடுத்தபடி என்னவென்றால் அரசன் ஆணை, அது எப்படி இருப்பினும் கீழ்ப்படிய வேண்டியது தன் கடமை என்று பொருள் கொண்டால், உணர்ந்தும் நினைந்தும், என்ற சொற்களுக்குப் பொருள் நேராகிவிடும். இப்படித்தான் பொருள் கொள்ள வேண்டும் என்பதைக் கூறக் கவிச்சக்கரவர்த்தி நுணுக்கமான சில வார்த்தைகளைப் பயன்படுத்துகிறான். ஒன்பது பாடல்களிலும் அழாத குறையாகத் தசரதன் இராமனைக் கெஞ்சுவது பரிதாபமாக இருக்கிறது. அப்படி இருக்க அதனைக் கேட்டுக் கெண்டிருந்த இராகவன், யாது கொற்றவன் ஏவியது என்று நினைந்தால் அது புதுமையாக உள்ளது. இத்தனை பாடல்களிலும் அரசன் வேண்டிக்கொள்வதன் நோக்கமே, "நான் சொல்வதை மறுத்து விடாதே" என்று சொல்வதன் மறுபதிப்பாகும். அதனால்தான் கடன், நியாயம் என்பவை வேறு வேறாக இருப்பினும், "கொற்றவன் ஏவியதை சிரமேற்கொண்டு நடத்தலே எனக்கு நீதியாகும்" என்று இராமன் மனத்திற்குள் நினைந்தான் என்று கம்பன் பாடுகிறான்.

இராமனுடைய மனத்தில் ஒரு போராட்டம் நிகழ்கின்றது என்பதை அறிவில் சிறந்த தசரதன் உடனே புரிந்து கொண்டான். தன் மனத்தில் நிகழ்ந்த போராட்டத்திற்குப் பிறகு அரசன் ஆணையை நிறைவேற்றுவதே நீதி என்ற முடிவிற்கு வந்தாலும், இராகவன் வாய் திறந்து அதனைச் சொல்லவில்லை. அவனுடைய மன ஓட்டங்களை நன்கு புரிந்து கொண்ட தசரதன் அதிர்ந்துபோனான். 'குருசில் சிந்தையை மனக்கொண்ட கொற்ற வெண்குடையான்' என்ற அடிக்கு எவ்வாறு பொருள் கொள்வது? குருசில் சிந்தையை என்றதால் இராமனுடைய ஆழ்மனத்தில் நிகழ்ந்த போராட்டம் இது என்பதை அறிந்து கொண்ட தசரதன், ஒருவேளை மகன் வேறு முடிவுக்கு வந்தாலும் வரக்கூடும் என்று அஞ்சிவிட்டான். இராகவன் அப்படி ஒரு முடிவுக்கு வந்து மந்திராலோசனை சபையில் பலர் அறிய அதைச் சொல்லிவிட்டால் தன் திட்டங்கள் அனைத்தும் பொடியாகிவிடும் என்று நினைத்த தசரதன் இராமனைப் பேசவிடாமல், 'தகுதி இவ்வரம்' என்று சொல்லி அவனை மார்போடு அணைத்துக் கூட்டிச் சென்றுவிட்டான் என்று பாடுகிறான் கவிஞன். ஒன்று வேண்டுவது என்று ஆரம்பித்து, இறுதியாக "இவ்வரத்தைத் தருவாயாக" என்று ஒரு தந்தை மகனிடம் பேசினால், அதில் ஏதோ உட்பொருள் உள்ளது என்பதை அறியலாம்.

கம்பன் வெளிப்படையாகக் கூறாவிட்டாலும், வான்மீகியின் மூலநூலில் அயோத்தியா காண்டம் 18ஆம் சருக்கம் 3ஆவது பாடலில் சொல்லப்பட்ட இராஜசுல்கம் கற்பவர் மனத்தில் வந்தே தீரும். இந்த மந்திராலோசனை சபையில் இராஜசுல்கம் பற்றிய தகவலை அறிந்தவர் மூவரே ஆவர். ஒருவன் தசரதன், இரண்டாமவன் வசிட்டன், மூன்றாமவன் இராமன். இந்நிலையில் வசிட்டனை எதிரே வைத்துக்கொண்டுதான் இராமனைப் பட்டம் ஏற்கச் சொல்கிறான் தசரதன். இச்சூழ்ச்சியைத் தசரதன் செய்தாலும் வசிட்டன் ஏன் வாய்மூடி இருக்கின்றான் என்பது இராமனுக்குப் புரியாத புதிராக இருக்கிறது. இரண்டு பெரியவர்களும் இராஜ சுல்க்கத்தை மறந்து அல்லது மறைத்து, இப்பொழுது இராமனுக்குப் பட்டம் சூட்ட முன்வருகிறார்கள் என்றால், அது சிந்திக்க வேண்டிய விஷயம். அரசன் ஆணை இட்டால் ஏன் என்று கேட்காமல் கீழ்ப்படிவதுதான் நீதி. மற்றவன் குலகுருவாகிய வசிட்டன். இராஜசுல்கத்தை அறிந்த அவனே சும்மா இருக்கிறான் என்றால் இதில் ஏதோ இருக்கிறது என்று இராமன் நினைந்ததில் வியப்பில்லை.

தன் சூழ்ச்சியைப் பிறர் அறியாமல் இருக்கத்தான் இராமனிடம் இவ்வளவு பெரிய முகவுரை பேசினான் தசரதன். கைகேயி வயிற்றில் பிறந்த பிள்ளைக்கு அரசைத் தருவதாகக் கேகேய மன்னனுக்குக் கொடுத்த வாக்கு எங்கே? தசரதனால் மறக்கப்பட்டது. அதை இராமன் அறிவான் ஆதலால், கடன் இது என்று உணர்ந்தும் அரசன் எடுத்த முடிவில் தான் தலையிடுவது சரியன்று என்ற நினைவாலும், உந்தப்பெற்ற இராமன் வாய்மூடி இருந்தான்.

அவன் மௌனத்தின் மூலமே அவன் மன ஓட்டங்களைத் தசரதன் அறிந்தான் ஆதலால், குருசில் சிந்தையை மனக் கொண்ட கொற்றவனாகிய தசரதன், 'தருதி இவ்வரம்' என்று சொல்லி, அவனைப் பேசவிடாமல் அணைத்துக் கொண்டான்.

வசிட்டன் நிலை

இராஜசுல்க நிகழ்ச்சியை மறந்துவிட்டு, இராமனுக்குப் பட்டம் கட்ட முடிவு செய்ததை வசிட்டன் எவ்வாறு ஏற்றுக் கொண்டான் என்ற வினா தோன்றுமல்லவா? அதற்கும் ஒரு விடையை யோகவாசிஷ்ட இராமாயணம் கூறியுள்ளது என்று ஓர் அன்பர் கூறக் கேள்வியுற்றேன். அதன்படி தசரதன் ஆதியில் காசிபிராந்தியத்தின் ராஜாவாகத்தான் இருந்தான். புத்த சாதகக் கதைகளில் தசரதன் காசி அரசனாகத் தான் குறிப்பிடப்பட்டுள்ளான் என்று முன்னரே எழுதியுள்ளோம். அவன் முதல் மனைவியாகிய கௌசல்யை கோசல நாட்டு மன்னன் மகளாவாள். அவளை மணந்ததால் ஆண் வாரிசு இல்லாத கோசல நாடு தசரதனுக்குக் கிடைத்தது. அயோத்தியில் சிற்றரசனாக இருந்த தசரதனுக்கு மனைவியின் மூலம் கிடைத்த பெருஞ்சொத்தாகும் கோசலம். தசரதனுக்குப் பின் கோசலை வயிற்றில் யார் பிறக்கிறானோ அவனுக்குத் தான் கோசலம் சொந்தம் நீண்ட காலம் மகப்பேறின்மையின் இந்தச் சட்டம் அனைவருடைய மனத்திலிருந்தும் நீங்கி விட்டது. பின்னர் ஒருகாலத்தில், கைகேயியை மணக்கும் பொழுது அவள் வயிற்றில் மகன் பிறந்தால் அவனுக்குக் கோசலத்தைத் தருவதாகக் கேகேய மன்னனுக்குத் தசரதன் வாக்குக் கொடுத்திருந்தான். இந்த வாக்கை அவன் கொடுக்கும் பொழுது கோசலைக்குப் பிள்ளை இல்லையென்றதால் அது தவறாகப்படவில்லை. பின்னர் பிள்ளைகள் பிறந்தனர். கோசலையின் மகனாக இராமன் தோன்றினான் நியாயப்படி கோசலம் அவனுக்குரியது. எனவே, இடைக் காலத்தில் கைகேயின் தந்தைக்குக் கொடுத்த வரத்தை மீறி இராமனுக்குக் கோசலத்தைத் தரப் பெருமுயற்சி எடுத்துக் கொண்டான் தசரதன்

கேகேய மன்னனுக்குத் தசரதன் வாக்களித்திருந்ததை அனைவரும் மறந்துவிட்டனர். இந்த நிலையில் வசிட்டனுக்குத் தசரதன் கொடுத்த வாக்களிப்பு நினைவில் இருந்தாலும், அது தவறு என்பதை வசிட்டன் உணர்ந்திருந்தான். கோசலைக்குப் பிள்ளை இல்லாமலிருந்தால் அந்த வாக்களிப்புக்குச் சக்தி உண்டு. இப்பொழுது கோசலைக்கு ஆண் பிள்ளைப் பிறந்துவிட்டதாலும், அவன் மூத்த பிள்ளையாகவே பிறந்துவிட்டதாலும் கோசலம் இராமனுக்குப் போவதை யாரும் தடுக்கமாட்டார்கள். அந்த நியாயத்தை அறிந்திருந்ததால்தான் வசிட்டன் இப்பொழுது வாயை மூடிக் கொண்டிருந்து விட்டான். இராமனும் இதுபற்றி ஓரளவு அறிந்திருக்க வேண்டும். தாய்வழிப் பாட்டனார் சொத்து பேரனுக்குரியது என்பது தவிர்க்க முடியாத சட்டம். மேலும், தசரதன் கேகேயனுக்கு வாக்குக் கொடுத்த காலத்தில் கோசலைக்குப் பிள்ளை இல்லையாதலால் அப்பொழுது நியாயமாக இருந்தது. நிலைமை மாறிவிட்ட பொழுது கோசலம் தனக்கு வரவேண்டியது என்பதை இராமன் அறிந்துளான்.

கம்பன் சாதுரியம்

வான்மீகமும் யோகவாசிஷ்டமும் இராஜசுல்க்கம் முதலானவற்றை விரிவாகப் பாடுவதால் தசரதன் தன் மதிப்பிலிருந்து நழுவி விடுகிறான். இந்த இக்கட்டான நிலையைப் போக்க விரும்பிய கம்பநாடன், இறைவனையே மகனாகப் பெற்ற தசரதன் மதிப்பிழக்கக்கூடாது என்ற முடிவான கொள்கையுடன் இருந்தான். ஆதலின் மிகச் சாதுரியமான முறையில் இராமனிடம் தசரதன் பேசுமாறு காப்பியத்தை அமைக்கிறான். எந்த நிலையிலும் அவப் பெயர் வராமல் “வாய்மையும், மரபும் காத்து மன்னுயிர் துறந்த வள்ளல்” *(4018)* என்று வாலியே புகழுமாறு, தசரதன் என்ற பாத்திரத்தை அமைத்துவிட்டான். இராமன் காட்டிற்குப் புறப்படும் பொழுது தசரதனும் கைகேயியும் அதனைப் மேற்பார்வை பார்த்ததாக மூலநூல் சொல்லிச் செல்கிறது. அந்த இக்கட்டான நிலையையும் சமாளித்து விடுகிறான் கம்பன். அவன் அவசமுற்று கிடக்கின்ற நிலையில் தான் கைகேயி - இராகவன் உரையாடல் நடைபெறுகின்றது. “இன்றே போகின்றேன், விடையுங் கொண்டேன்” *(1604)* என்று கூறிவிட்டு, தசரதன் மூர்ச்சை தெளியுமுன் இராமன் கானகம் சென்றதாகக் கம்பன் பாடுகிறான்.

மந்திராலோசனை சபையில் தந்தை - மகன் உரையாடல், மகனைத் தழுவிக் கொள்ளுதல் என்ற இரு நிகழ்ச்சிகளுக்குப் பிறகு தந்தையும் மகனும் சந்திக்கவே இல்லை. கைகேயியை வெறுத்து

அவள் மனைவி அல்லள். பரதன் மகனல்லன் என்று கூறிவிட்டு தசரதன் உயிர் துறந்தான். ஆதலின் வீடு பேற்றை அடைய முடியாமல் சொர்க்கத்திலேயே இருக்கிறான். தசரதன், தமிழ்நாட்டு மரபின்படி, காழ்ப்புணர்ச்சி கொண்டவர்கள் வீடுபேற்றை அடைய முடியாது. அதனாலேயே இலங்கைப் போர் முடிந்து அயோத்தி திரும்பு முன் சொர்க்கத்திலிருந்து தசரதன் மீண்டு வந்து தனயனைச் சந்திப்பதாக ஒரு நிகழ்ச்சியைப் புகுத்துகிறான், கம்பன். இறந்த பிறகுங்கூட அவன் மனத்தில் இருந்த காழ்ப்புணர்ச்சி போகவில்லை என்பதைப் பின்வரும் பாடலில் கவிஞன் விளக்குகிறான்.

> **“அன்று கேகயன் மகள் கொண்டவரம் எனும் அயில்வேல் இன்று**
> **காறும் என் இதயத்தினிடை நின்றது, என்னைக்**
> **கொன்று நீங்கலது, இப்பொழுது அகன்றது, உன்குலப்பூண்**
> **மன்றல் ஆகம் ஆம் காந்த மாமணி இன்று வாங்க”**
>
> *- கம்ப. 10068*

இதன் பொருள்: “அன்றொரு நாள் கேகேயன் மகளாகிய கைகேயி கொண்ட வரம் என்ற கூர்மையான வேலாயுதம் என் இதயத்தில் புகுந்தது. புகுந்த அந்த வேல் நீங்காமல் என் இதயத்திலேயே ஊடுருவி நின்றது. இன்று உன்னைத் தழுவிய போது உன் மார்பு என்ற காந்தக் கல் என் மார்பில் தைத்து அங்கேயே தங்கியிருந்த இரும்பிலான வேலாயுதத்தைப் பிடுங்கி விட்டது” என்பதாகும்.

இராமன் கேட்ட வரம்

இறந்த பிறகும் கைகேயி பற்றிய தவறான எண்ணம் தந்தையின் மனத்தில் இருப்பதை அறிகின்றான், இராமன். ஆழ்ந்து சிந்தித்தால் கைகேயி தவறு ஒன்றும் இழைக்கவில்லை. இராஜசுல்கத்தை எடுத்துக்காட்டி பரதனுக்கு இராச்சியத்தைக் கேட்டிருக்கலாம். அப்படிச் செய்திருந்தால் தசரதன் பொய்ம்மை வெளிப்பட்டிருக்கும். அவனுக்கு அவப்பெயர் சூழும். அதுவராமல் தடுப்பதற்காகவே கற்புடை மகளாகிய கைகேயி, வரம் என்ற பெயரில் அரசைப் பெற்றாள். அவதார நோக்கம் நிறைவேறுவதற்காகத் தேவர்கள் அவளைக் கருவியாகப் பயன்படுத்தினர். இவற்றையெல்லாம் நன்கு அறிந்த இராமன், தந்தையின் மனநிலையில் உள்ள பெரிய தவற்றைப் போக்க நினைக்கிறான். தந்தையைத் தெய்வமாகக் கருதி வழிபடும் இராமன், தந்தையின் தவற்றை எடுத்துக்காட்டித் திருத்த இயலாது. எனவே, மிக அற்புதமான ஒரு வழியைக் கையாண்டு இரண்டு காரியங்களைச் சாதித்து விடுகிறான் இராமன். ஒன்று, கைகேயியைத் தான் தெய்வம்

என்று மதிப்பதாகக் கூறினால், தசரதன் வெறுப்புணர்ச்சி அடங்கும். ஏனென்றால், அவள் வரத்தால் நேரிடையாகத் துன்ப முற்றவன் அவன்தானே? எனவே, அவளைத் தான் தெய்வம் என்று மதிப்பதாகக் கூறுகிறான். இரண்டாவது, அதைவிட நுணுக்கமான பொருள் ஒன்றும் உண்டு. 'கைகேயி என் தாரம் அல்லள், பரதன் என் மகனும் அல்லன். ஆகான் உரிமைக்கு (எனக்கு ஈமக்கடன் செய்ய அவனுக்கு உரிமை இல்லை)' என்று கூறிய தசரதனைப் பார்த்து "நீ அவளை மனைவியாக ஏற்றுக்கொள்" என்று சொல்வது பொருத்தமாக இராது. எனவே, மிக நுண்மையான தன் அறிவைப் பயன்படுத்தி இதே காரியத்தைச் சாதித்து விடுகிறான், இராமன்.

'என்னிடம் ஏதாவது வரம் பெற்றுக்கொள்வாயாக' என்று தசரதன் வேண்டிய பொழுது, இராகவன் கேட்கும் வரம் அவனை ஒரு மாமனிதனாகவும், விருப்பு வெறுப்பற்ற இறைவனாகவும் உயர்த்திக் காட்டுகின்றது.

....

'தீயள் என்று நீ துறந்த என் தெய்வமும் மகனும்,
தாயும் தம்பியும் ஆம் வரம் தருக!' எனத் தாழ்ந்தான்;
வாய்திறந்து எழுந்து ஆர்த்தன, உயிர் எலாம், வழுத்தி

- கம்ப. 10079

தசரதன் மனைவி, மகன் என்று ஏற்றுக்கொள்ளாத வரையில் இராமன் அவர்களைத் தாய், தம்பி என்று தசரதன் எதிரே கூறமுடியாது. எனவே, அவனை ஏற்றுக்கொள் என்று சொல்வதற்குப் பதிலாக, "கைகேயி என்ற என் தெய்வமும், அவள் மகனும் எனக்குத் தாயும், தம்பியும் ஆகுமாறு வரந்தருக" என்று கூறி, தான் யார் என்பதைத் தசரதனுக்கு உணர்த்தி விட்டான் தனயன். அவனுடைய சொற்கள் மனிதருள் மகாத்மாவான ஒருவன் தான் பேசமுடியும் என்பதால், உலகில் உள்ள உயிர்கள் எல்லாம் அவனை வாழ்த்தின என்று பேசுகின்றான் கம்பன். அண்டத்தில் உள்ள எல்லா உயிர்களும் ஒருவனை வாழ்த்தின என்றால் அவன் யாராக இருக்க முடியும்? எல்லா உயிர்களும் வாழ்த்துவது இறைவன் ஒருவனைத்தான். எனவே, உயிரெல்லாம் வாழ்த்தின என்று கம்பன் சொல்லும் போது இராமன் பரம்பொருள் என்ற உண்மையை மறைமுகமாகச் சொல்கிறான் என்பதை மனங்கொள்ள வேண்டும்.

தந்தையால் பாசம்

வனத்திடை வைகும் இராகவனைக் கண்டு அவனை மீட்டுக் கொணர்ந்து பட்டம் ஏற்கச் செய்யும் நோக்கத்துடன் நேர்மையின்

ஆணியாம் பரதன் தாயருடனும், வசிட்டனுடனும் வந்து இராமனைக் காண்கிறான். பட்டம் ஏற்ற கோலத்துடன் தன்னைக் காண வருவான் என்று எதிர்பார்த்திருந்த இராமனுக்கே அதிர்ச்சி ஊட்டும் வகையில் துறவுக் கோலம் புனைந்து வந்த பரதனைக் கண்டு எல்லையற்ற அன்பு காரணமாக அவனைத் தழுவிக் கொள்கிறான், இராமன். உயிர் உண்டோ என்று ஐயுறுமாறு இளைத்து, சோர்ந்து துறவுக் கோலத்துடன் தன்னை வணங்கி எதிரே நிற்கும் இளவலைக் கண்டான். அருளுக்கே ஓர் உறைவிடமான இராமன். அவனைக் கட்டித் தழுவிய இராமன் கண்களிலிருந்து ஆறாய்ப் பெருகும் கண்ணீர் பரதனின் சடையை நனைத்துவிட்டது. *(2428)*

"பரதன், இராமன் இருவர் கண்களும் அன்பு காரணமாகக் கண்ணீரைப் பொழிகின்றன. இப்பொழுது இராமன் பரதனை இறுக அணைத்துக்கொண்டான். இருவருடைய திருமேனிகளும் கரிய நிறத்தவாம். ஒருவரை ஒருவர் அணைத்து நிற்கும் அக்காட்சியை மனக்கண்ணில் காண்கிறார், கவிஞன். இராமனும், பரதனும் கவிஞன் கண்ணில் இருந்து மறைகின்றனர். இரண்டு மாபெரும் பண்புகள் வடிவு பெற்று ஒன்றை ஒன்று தழுவிக்கொண்டு நிற்பதாகக் கவிஞன் காண்கிறான். அவை என்ன பண்புகள்? இதோ கவிஞன் விடை கூறுகிறான்:

....

....

நியாயம் அத்தனைக்கும் ஓர் நிலையம் ஆயினான் -
தயாமுதல் அறத்தினைத் தழிஇயது என்னவே" - *கம்ப. 2429*

நியாயம் என்ற பலபொருள் குறித்த இச்சொல்லுக்கு, நீதி, வாய்மை, நன்னெறி, கட்டுப்பாடு என்ற பொருள்களும் உண்டு. எனவே, இத்தனை பொருள்களையும் உள்ளடக்கிய நியாயத்திற்கு இருப்பிடமாக உள்ளவன் இராமன் என்ற கருத்தில் தான் "நியாயம் அத்தனைக்கும் ஓர் நிலயம் ஆயினான்" என்கிறான். இதனைக் கூறியவுடன் இங்குக் கூறப்பட்ட பண்பிற்கு இரக்கம் என்ற குணம் இருக்க வேண்டும் என்ற அவசியமில்லை. நேர்மையும் நீதியும் வழங்கப்படும் பொழுது அங்குக் கருணை இடம் பெறுவது கடினம். இதனை உணர்ந்த கவிஞன் இராமனுடைய ஒரு பகுதியை மட்டும் இவை குறிப்பதால் அவனுடைய மற்றொரு பகுதியாகிய அருள் உடைமையையும் இதனுடன் சேர்த்துச் சொல்ல விரும்பித் தயாமுதல் வடிவாகவும் இராமன் உள்ளான் என்று பேசுகிறான். நியாயம், தயா என்று சொல்லப்படும் அருளோடு சேர்ந்து பயன்படும் பொழுது அது

இணையற்ற சிறப்பைப் பெறுகிறது. எனவே, இராமனை நியாயம் அத்தனைக்கும் நிலயமாகவும், தயா முதலாகவும் உருவகிக்கிறான். உலகம் போற்றும் ஷேக்ஸ்பியர் வெனிஸ் வர்த்தகன் என்ற நாடகத்தில் ‘*Justice tempered with mercy*’ என்று கூறுவது இங்கு ஒப்பு நோக்கத்தக்கது.

தழுவிக் கொண்ட பரதனிடம் ‘மன்னன் வலியனோ?’ என்று இயல்பாகக் கேட்கிறான் இராகவன். அவ்வினாவிற்கு விடை கூற வந்த பரதன். “ஐயனே! நின்பிரிவு என்னும் பிணி அரசனைப் பற்றிக்கொள்ள என் தாயின் வரம் காலன் வடிவாக வந்து அவனைக் கவர்ந்து சென்றது” *(2431)* என்று விடையிறுத்தான்.

சற்றும் எதிர்பாராத இந்தச் செய்தி கேட்ட இராமன் கலங்கினான், துடித்தான், கீழே விழுந்து அவசமுற்றான். பின்னர் ஒருவாறு தேறிப் புலம்பத் தொடங்கிவிட்டான்.

“ஒளிவிளக்குப் போன்ற தலைவனே! உலகத்தால் அனைவருக்கும் தலைவன் போன்றவனே! அறம், தயை என்ற இரண்டிற்கும் இருப்பிடமாக இருந்தவனே! நீ இறந்துவிட்டாயல்லவா? வாய்மை காப்பவர் என்ற பெயருக்கு அருகதை உடையவர்களை எங்கே காணப்போகிறேன்” *(2434)*.

“தந்தையே! அரசை எம்பால் தருவது பற்றி மந்திரி சபையில் பேசும் பொழுது இந்தப் பாரத்தை நான் ஏற்றுக் கொண்டால் வனத்திடைச் சென்று தவம் புரிந்து, ஐந்த இந்திரியங்களையும் அடக்கப் போகிறேன் என்று சொன்னீர்களே! இதுவோ அதைச் செய்யும் முறை”. *(2437)*

“அரசே! நாட்டை விட்டுக் காட்டில் வந்துள்ளேன் என்ற சொற்களைக் கேட்கக்கூட சகிக்காமல் நீ உயிரை நீத்தாய். ஆனால் நீ உயிர் நீத்தாய் என்று கேட்டும் இந்த வாழ்வை உகந்து இன்னும் இருக்கின்றேன்”. (இது சரியோ?). *(2439)*

- இவ்வாறு அழுது புலம்பும் இராமனுக்குப் பழைய நிகழ்ச்சிகள் ஒன்றன் பின் ஒன்றாய் நினைவுக்கு வருகின்றன. “அறுபதினாயிரம் ஆண்டுகள் வாழ்ந்து, தேவர் பகை முடிக்கும் ஆற்றலையும் பெற்று, ‘இவனுக்கு இறுதியுண்டோ’ என்று கண்டார் வியக்கும் வண்ணம் வாழ்ந்த உனக்கு நானல்லவோ எமனாக வந்தேன். அதுவும் அரசாட்சியை ஏற்றுக் கொள்கிறேன் என்று சொன்னப்றகல்லவா உனக்கு இக்கதி ஏற்பட்டது” என்று கூறிவிட்டு மேலும் தொடர்கிறான். “ஐயனே! உலகத்தில் உள்ள எல்லாப் பொருளும் தனக்கு வேண்டும்

என்று நினைப்பவர்கூடப் பொறுப்பு நிறைந்ததும், துன்பத்தை விளைப்பதுமான இந்த அரசாட்சி வேண்டாம் என்று கூறுவார்கள். அனைவரும் வெறுத்து ஒதுக்கும் இந்த ஆட்சியை நான் ஏற்றுக் கொண்டதனால் அன்றோ இவ்வுலகத்திற்குப் பெருந்துன்பம் உண்டாக்கிவிட்டேன். நான் இப்பொழுதே இங்கேயே மாண்டு மடிந்தால் நலமாக இருக்கும். உயிரோடு இருந்து பதினான்கு ஆண்டுகள் கழித்து யாரைக் காண்பதற்காக நாட்டிற்குத் திரும்ப வேண்டும்?" *(2438)* என்ற பொருளில் பின்வரும் பாடலைக் கூறுகிறான்.

"வேண்டும் திறத்தாரும் வேண்டா அரசாட்சி
பூண்டு, இவ்உலகுக்கு இடர்கொடுத்த புல்லனேன்
மாண்டு முடிவது அல்லால், மாயா உடம்பு இதுகொண்டு
ஆண்டுவருவது, இனி யார் முகத்தே நோக்கவோ?"

- *கம்ப. 2438*

தந்தையின் வேண்டுகோளுக்கிணங்கி அதனை அரசு ஆணையாகவே மதித்து 'யாது கொற்றவன் ஏவியது', "அதன் வழிநிற்றலே எனக்கு நீதியாகும்" என்று நினைத்துதானே அப்பணி தலைநின்றான் இராமன். ஆனால், என்ன காரணத்தாலோ அந்த வினாடியில் இருந்து துன்பங்கள் ஒன்றின் மேல் ஒன்றாய் அடுக்கிவரத் தொடங்கிவிட்டன. அன்பைக் கொட்டி வளர்த்த சிற்றன்னை பகைமை பூண்டு விட்டாள். பதினாலு ஆண்டுகள் வனத்தில் வாழ வேண்டும் என்று கட்டளை இட்டாள். புறப்படும் பொழுது தன்பால் உயிரையே வைத்திருக்கும் தந்தையை நேரே கண்டு விடைபெறக்கூட முடியாமல் போய்விட்டது. அன்பே வடிவான இலக்குவன் ஒரு பாவமும் அறியாத பரதன்மேல் தீராப் பகைமை கொண்டுவிட்டான். அரண்மனைச் சுகபோகங்களை அனுபவிக்க வேண்டிய புதுப்பெண்ணாகிய சீதை கானகத்தில் கால்கடுக்க நடக்கும் நிலை அடைந்தாள்.பெருமகனாகிய பரதன் சடை வளர்த்துத் துறவுக்கோலம் பூண்டு விட்டான். தன்னை அல்லாமல் உயிர்வேறு இலாத தசரதன் வானம் புகுந்தான் என்ற இத்தனை எண்ணங்களும் இராமன் மனத்தில் தோன்றி மறைந்ததனால், வேண்டும் திறத்தாரும் வேண்டாத இந்த அரசாட்சியை ஏற்றுக் கொள்கிறேன் என்று தந்தையிடம் ஒப்புதல் தந்ததால் தானே உலகத்தாருக்கும், உற்றார் உறவினருக்கும் இப்பெருந்துயர் தரநேர்ந்தது என்று கருதி மனம் அழுங்கிச் சோர்ந்து விடுகிறான், கோசல நாடுடை வள்ளல்.

வேண்டுதல் வேண்டாமை, விருப்பு வெறுப்பு, சுகம் துக்கம் ஆகிய அனைத்தையும் கடந்து சமதிருஷ்டியுடன் வாழும் இராகவனுக்குக் கூடவா இத்தனை கவலைகள்? மேலே காட்டிய இந்தச் சமநோக்கு எந்த ஒன்றுக்கும் தான் வருத்தப்படாமல் இருக்கும் நிலையைத் தருமே தவிரப் பிறருடைய துயரத்தை மாற்ற இவை உதவுமா என்பது ஆய்வுக்குரியதே ஆகும். வேண்டாமை அன்ன விழுச்செல்வம் மிக உயர்ந்ததாகலின் அந்த அடிப்படையில் அரசு வேண்டாம் என்று தான் சொல்லியிருந்தால் இத்துணைத் துன்பங்களும் வந்திராவே என்று நினைந்து வருந்துகிறான் இராகவன். மூத்த மகன் என்ற கடமை உணர்வால் தந்தைக்குப் பின் அரசோச்சுவது தனக்குரிய தவிர்க்கமுடியாத கடமை என்பதால் தானே அரசை ஏற்றுக்கொள்ளச் சம்மதம் தந்தான்.

அப்படி இருக்க, 'இப்பொழுது நான் அந்த முடிவுக்கு வந்ததால் தான் இத்தனை இடையூறுகளும், பலருக்குப் பலவிதமான துன்பங்களும் வந்துவிட்டன' என்று வருந்துவது நியாயமா என்ற கேள்வி எழத்தான் செய்கிறது.

இந்த வினாடிவரை உணர்ச்சிக்கு இடங்கொடாமல் அறவழி எதுவோ அதன்வழிச் செல்வதே தன் கடமை என்று வாழ்ந்து வருகிறான் இராமன். சிற்றன்னையின் மேலும், பரதன் மேலும் எல்லையற்ற சினம் கொண்டு அவர்களை அழிப்பேன் என்று. உணர்ச்சிவசப்பட்டுப் பேசிய இலக்குவனிடம் கூட விதியின் பிழையே பிழை, இதற்கு என்னை நீ மனம் நோவது என்று கூறி உணர்ச்சிக்கு இடங்கொடுத்தல் தவறு என்று அறவுரை கூறிய இராகவனா இப்படித் துயர் அடைகிறான்? அறுபதினாயிரம் ஆண்டுகள் வாழ்ந்து அனுபவிக்க வேண்டிய அனைத்தையும் அனுபவித்து, தேவர்க்கும் உதவி செய்த நான்கு மக்களைப் பெற்று அனைவருக்கும் திருமணம் முதலியவற்றைச் செய்து தன் கடமைகள் அனைத்தையும் நிறைவேற்றிய பிறகுதானே தசரதன் உயிர் நீத்தான்? அப்படியிருக்க அவன் இறந்தமை குறித்து இராமன் இவ்வளவு துயரம் காட்டுவதும் உணர்ச்சிவசப்படுவதும் முறையா என்றால், ஒருவிதத்தில் முறைதான் என்றே சொல்லவேண்டும்.

வான்மீகி உள்படப் பலர் இயற்றிய இராமாயணங்களும் கூறாத முறையில் கவிச் சக்கரவர்த்தி கம்பன் இராமனைப் படைக்கிறான். ஒரே சமயத்தில் பரம்பொருளாகவும், இராமன் என்ற மனிதனாகவும் இருக்குமாறு செய்து காப்பியத்தை நடத்திச் செல்கிறான் கவிஞன். தான் யார் என்பதை இராமன் நினைத்ததாகவோ, அறிந்ததாகவோ,

உணர்ந்ததாகவோ கம்பன் காட்டவேயில்லை. பெரும்பாலான இடங்களில் இராமன் மனிதனாகத்தான் நடந்து கொள்கிறான். மனிதனாக என்னும் பொழுது சராசரி மனிதனாக இல்லாமல் மாமனிதனாக நடந்து கொள்கிறான். மாமனிதனாக என்னும் பொழுது சிற்சில சமயங்களில் சராசரி நிலைக்கு வந்துவிடும் இராமனை அழகாகப் படைப்பான் கம்பன். இவ்வாறு செய்யாமல் கடவுளாகவே படைத்திருந்தால் மக்களுக்கு உதாரணமாக அவன் இருந்திருக்க முடியாது. மனிதகுலத்திற்கே ஒருவன் முன்னுதாரணமாக இருக்க வேண்டுமானால், அவன் ஓரளவாவது சாதாரண மனிதர்களுக்கு உரிய உணர்ச்சிகளைப் பெற்றிருக்க வேண்டும். அப்பொழுதுதான் அந்தப் பாத்திரத்தோடு நாம் ஒன்றமுடியும். இதை மனத்துட் கொண்ட கம்பன் இதே போன்ற பல இடங்களை உருவாக்கி உறவினர்மேல் கொண்ட பாசத்தால் துயருறுதல், மனைவியைத் திருப்திப்படுத்துவதற்காகச் சிலவற்றைச் செய்தல் ஆகிய நிகழ்ச்சிகளைப் புகுத்தி, அவற்றில் ஈடுபடும் இராமனைப் பரம்பொருளாகக் கருதாமல், அவனை நம்முடையவனாக, நம் தோழனாகக் கருதுமாறு செய்துவிடுகிறான். இவ்வாறு இராமனை நம்மவனாக நினைத்துக் கொள்ளும் சூழ்நிலைகளை அங்கங்கே உருவாக்குவதால் கம்பன் படைத்த இராமனின் மதிப்புக் குறைந்துவிடுவதில்லை. அவனுடைய தெய்வத்தன்மைக்கு எவ்வித இழுக்கும் வந்துவிடுவதுமில்லை. அதனால் தான் தசரதன் இறந்த பொழுது இராமன் அடைந்த துயரத்தை இவ்வளவு விரிவாகப் பாடிக் காட்டுகிறான்.

இராமனைச் சாதாரண மனித நிலைக்குக் கொணர்ந்து தந்தைப் பாசம் அவனை எவ்வளவு தூரம் அவதியுறச் செய்தது என்பதைக் காட்டிய கவிஞன், அப்படித் துயர் உறும் சராசரி மனிதனுக்கு ஏனையோர் சமாதானம் சொல்வதுபோல இராமனுக்கு வசிட்டன் சமாதானம் கூறுவதாகச் சில பாடல்களை இயற்றி நம் போன்றவர்க்கு அறவுரை பகர்கின்றான் கவிஞன்.

....

....

"இறத்தலும் பிறத்தலும் இயற்கை" என்பதை
மறத்தியோ, மறைகளின் வரம்பு கண்ட நீ" - *கம்ப 2444*

"சீலமும், தருமமும், சிதைவு இல் செய்கையாய்!
சூலமும், திகிரியும், சொல்லும், தாங்கிய
மூலம் வந்து உதவிய மூவர்க்கு ஆயினும்,
காலம் என்று ஒரு வலை கடக்கல் ஆகுமோ?" - *கம்ப. 2447*

இவ்வாறு துயர் உறும் இராமனை நாம் நம்மில் ஒருவனாக நினைத்து அவனுடைய துயரத்தில் பங்கு கொள்கிறோம். அந்த நெருக்க உணர்வு வளர வளரப் பின்னர் நம் அறிவு வளர்ந்த நிலையில் அவன் பரம்பொருள் என்பதை உணர முடிகிறது. மனிதகுலத்துக்கு வழிகாட்டுபவன் அவன் என்ற நினைவு வந்தவுடன் அவனைப் பின்பற்றி நடக்கவும், பக்தி செலுத்தவும் நாம் பழகிக் கொள்கிறோம்.

முடிவாக

தந்தை தனயனிடத்தும், தனயன் தந்தையிடத்தும் கொண்ட பாசத்தைத் தசரதன், இராமன் ஆகியோரின் எண்ணம், சொல், செயல் இவற்றால் கவிச்சக்கரவர்த்தி விளக்கியதைக் கண்டோம். பாச நாடகத்தினிடையிடையே இராமாயண நிகழ்ச்சியமைப்புகளைச் சித்தரித்த கவிச் சக்கரவர்த்தியின் திறனும் காணமுடிந்தது.

~

தாயரும் இராமனும்

காப்பிய நாயகனான இராமனைப் பொறுத்தவரை பெற்ற தாய், வளர்த்த தாய் என்ற இருவர் உண்டு. கோசலை பெற்ற தாய், கைகேயி வளர்த்த தாய் என்பதை நாட்டு மக்கள் அனைவரும் அறிந்திருந்தனர் என்பதைத் 'தாய் கையில் வளர்ந்திலன், வளர்த்தது தவத்தால் கேகயன் மடந்தை' (1591) என்ற பாடல் தொடரால் கம்பன் அறிவிக்கிறான்.

ஒருபெரும் குறை

கம்பனது பால காவியத்தில் காணப்படும் ஒரு பெரும் குறையை இங்குச் சுட்டாமல் இருக்க முடியவில்லை. பிள்ளையே பெறாத பெரியாழ்வார் 8ஆம் நூற்றாண்டிலேயே கண்ணனைக் குழந்தையாக்கி நூற்றுக்கணக்கான பாடல்களைப் பாடி, பின் 5 நூற்றாண்டுகள் கழித்துத் தோன்றப்போகும் பிள்ளைத் தமிழ்ப் பிரபந்தத்திற்கு வழிவகுத்து விட்டார். கண்ணன் வழிபாட்டில் அவனைக் குழந்தையாகக் கண்டு அவன் செய்யும் லீலைகளில் மனத்தைப் பறிகொடுத்து ஈடுபட்ட பல்லாயிரவர் தமிழ் நாட்டிலும் உண்டு, வடநாட்டிலும் உண்டு. 8ஆம் நூற்றாண்டு வாக்கில் தோன்றிய ஸ்ரீமத் பாகவதம் கண்ணன் லீலைகளைச் செப்பப் பெரும்பகுதியைச் செலவழிக்கின்றது. அப்படி இருக்க, கம்பநாடன் காப்பியத்தில் நால்வர் குழந்தைகளாய்த் தோன்றுகின்றனர். மூன்று தாயர் அவர்களை வளர்க்கின்றனர். தசரதனுக்கும் அவனுக்குகந்த அரசியான

கைகேயிக்கும் செல்லப்பிள்ளையாக வளர்கிறான் கோசலைமைந்தன். பதினாயிரம் பாடல்களில் காப்பியத்தை அமைத்த கவிஞனுக்கு இந்த நான்கு குழந்தைகளின் விளையாடல்களைப் பாட ஏனோ மனம் வரவில்லை! ஒரு நூறு அல்லது 200பாடல்களாவது கைகேயி வளர்த்த செல்வன் இராமன் விளையாடல்களைப் பாடியிருக்கலாம். அவ்வாறு இல்லாமைக்குக் காரணம் யாதென்று தெரியவில்லை. குழந்தைகள் என்று நினைத்தாலே ஓர் ஒவ்வாமை கம்பனிடம் இருந்தது என்று நினைக்கத் தோன்றுகிறது. செவிவழிக் கதை உண்மையானால், இக்கவிஞன் தன் ஒரே மகனை இளவயதில் இழந்திருக்க வேண்டும். அதனால் குழந்தைகள் என்ற நினைவு தோன்றும் போதே ஒவ்வாமை தோன்றி விட்டது போலும். இராமனின் விளையாட்டுப் பருவத்தைப் பற்றிப் பத்துப் பாட்டுகளில் கூடப் பாடவில்லை. எனவே, கைகேயி வளர்த்த பொழுது இராமன் என்ன செய்தான் என்று நாம் அறிய வாய்ப்பில்லை. பிறந்த குழந்தையின் பிரிவினால் விளையும் அவலத்தைத் தசரதன், இராவணன், மண்டோதரி ஆகியோர் வாயிலாக மிக விரிவாகப் பாடிய கவிச் சக்கரவர்த்தி மழலைப் பருவ விளையாடல்களைப் பாடாதது ஒரு பெருங்குறையே என்பதில் ஐயமில்லை.

இராமன், பெற்ற தாயாகிய கோசலையைக் கண்டு வணங்கும் பகுதி எதிர்கொள் படலத்தில் தான் வருகிறது. திருமணத்திற்கு நாள் குறிக்கப்பட்டதைத் தசரதனுக்கு சனகன் தெரிவிக்க, தசரதன் தம் மனைவியரோடு மிதிலைக்கு வரும் வழியில் மிதிலையின் எல்லையில் தாயர் மூவரையும் கண்டு இராமன் வணங்கினான் (1053) என்ற செய்தி பேசப்படுகிறது.

அடுத்து இராமனுக்கு இளவரசுப் பட்டம் கட்டத் தசரதன் முடிவு செய்தான் என்பதைக் கேள்விப்பட்ட கோசலை சுமித்திரையோடு கோயிலுக்குச் சென்றாள் என்று கவிஞன் பாடுகிறான்.

சந்தனமும் பாம்பும்:

இனி, கைகேயியினிடம் விடையும் கொண்டேன் என்று கூறி அவளை வணங்கிவிட்டுப் புறப்பட்ட தசரதகுமாரன் தன்னைப் பெற்ற தாயாராகிய கோசலை அரண்மனைக்கு நேராக வந்து சேர்ந்தான். இராமனின் தாயாக இருப்பினும் தசரதன் அவளுக்கென்று தனியே செய்தி சொல்லி அனுப்பவில்லை. நகர மாந்தர் கேள்விப்பட்டது போலவே கோசலையும் இராமன் முடிசூடலைப் பற்றிக் கேள்விப்பட்டிருந்தாள். ஆதலின், இப்பொழுது

அபிஷேகம் முதலியவற்றைச் செய்துகொண்டு, முடிசூடிய நிலையில் வெண்கொற்றக் குடையின் கீழ் அண்மையில் உள்ளவர்கள் சாமரம் வீச மகன் வரப்போகிறான் என்று அத்தாய் அளவற்ற கற்பனைகளோடு தன் கோயிலில் காத்திருந்தாள். ஆனால், அவள் என்னென்ன நினைத்தாளோ அவை ஒன்றும் அதாவது கவரி, குடை, மௌலி ஆகிய ஒன்றும் இல்லாமல் புடைசூழ்ந்து யாரும் வராமல், மகன் தனியே வருவது கண்டு திடுக்குற்றாள். அவள் எதிர்பார்த்தவை ஒன்றும் வரவில்லையே தவிர, அவள் எதிர்பாராதவை இரண்டு இராமனுடன் வந்தன என்கிறான் கவிஞன். அந்த இரண்டும் அவள் கண்ணுக்குப் படவில்லை. அரசகுமாரன் வரும்பொழுது முன்னும் பின்னும் பணியாளர் வருவது இயற்கை. ஆனால், இப்பொழுது பணியாளர்க்குப் பதில் கண்ணுக்குத் தெரியாத இருவர் வருகின்றனராம். நடந்துவரும் இராமனுக்கு முன்னே விதி என்ற ஒன்று அவனுடைய எதிர்காலத்தை வனைந்து கொண்டே வருகிறது. இராமனுக்குப் பின்னே தருமதேவதை தளர்துத் வீழ்ந்த தன் கதியை எண்ணிக் கண்ணீருடன் வருகிறது - ஆம்! முன்னே செல்லும் விதியையும், பின்னே வரும் தரும தேவதையையும் இராமனோ, கோசலையோ பிற மக்கள் கூட்டமோ காண முடியவில்லை என்ற கருத்தை வலியுறுத்த வந்த கவிஞன், 'ஒரு தமியன் சென்றான்' என்று கூறுகிறான். அப்பாடல் வருமாறு!

"குழைக்கின்ற கவரி இன்றி, கொற்ற வெண்குடையும் இன்றி,
இழைக்கின்ற விதிமுன் செல்ல, தருமம் பின் இரங்கி ஏக
மழைக்குன்றம் அனையான் மௌலி கவிந்தனன் வரும் என்று என்று
தழைக்கின்ற உள்ளத்து அன்னாள் முன், ஒரு தமியன் சென்றான்". - *கம்ப. 1606.*

மௌலியுடன் வரும் மகனை எதிர்பார்த்த தாய்க்கு, தமியனாக வந்த மகன் காட்சி அளித்ததை நினைக்கும் பொழுது யாப்பருங்கல விருத்தியில் வரும் ஒரு தொடர் மிகப் பொருத்தமாக நினைவுக்கு வருகிறது.

"சாந்துஅகந்து உண்டு என்று செப்புத்திறந்து ஒருவன்
பாம்பு அகத்து கண்டதுடைத்து" *(யாப் பெருங்கல விருத்தி)*

பெற்ற உணர்வும் வளர்த்த உணர்வும்

துயரத்தின் எல்லையில் நிற்கும் தாயைச் சென்று வணங்கினான் தனயனாகிய இராகவன். வணங்கிய மகனை மேலும் கீழும் பார்த்த

தாய் புனித நீரால் நனைக்கப்படாமல் வறண்டு கிடக்கும் அவன் தலையையும், கிரீடம் சுமக்க வேண்டிய அத்தலை வெறுந்தலையாக இருப்பதையும் கண்டு தன் துயரத்தையெல்லாம் உள்ளடக்கிக் கொண்டு மிக அமைதியாக, "என்ன நினைத்து வந்தாய் மகனே நீ நெடுமுடி புனைந்து கொள்வதற்கு இடையூறு ஏதேனும் உண்டோ?" என்று வினவினாள். அவளுடைய ஐயத்தைப் போக்க நினைத்த சக்கரவர்த்தியின் மூத்த திருமகன், அந்த வினாவிற்கு மட்டும் விடைகூறுகிறான். "நெடுமுடி புனைய இடையூறு ஒன்றுமில்லை. நான் புனைவதற்குப் பதிலாகத் தங்கள் ஆசை மகன் பரதன் புனைந்து கொள்ளப் போகிறான்" என்ற கருத்தில் விடைகூறினான், இராகவன்:

"மங்கை அம்மொழி கூறலும் மானவன்
செங் கைகூப்பி, 'நின்காதல் திருமகன்
பங்கம் இல்குணத்து எம்பி, பரதனே
துங்கமாமுடி சூடுகின்றான்' என்றான்" - *கம்ப. 1608*

ஈடு இணையற்ற தான் பெற்ற மகனை வளர்க்கத்தான் கொடுத்து வைக்கவில்லை; ஆனால், என்றாவது ஒருநாள் அவன் அரசனாவான் என்ற நினைவு கற்பனைக் கோட்டையாக அத்தாயின் உள்ளத்துள் எழுப்பப் பட்டிருந்ததில் புதுமை ஒன்றுமில்லை. அப்படிப்பட்ட சாதாரணத் தாய் இச்செய்தியைக் கேள்விப்பட்டிருந்தால் நெஞ்சு உடைந்திருப்பாள் என்பதில் ஐயமில்லை. ஆனால், தசரதனின் மூத்த மனைவியும், இந்தக் கோசல நாட்டின் உரிமையைப் பெற்றவரும், பரம்பொருளையே மகனாகப் பெற்றவரும் ஆன கோசலை இச்செய்தி கேட்டு மனம் உடைந்துவிடவில்லை. மிக அமைதியாக, "மகனே! மூத்தவன் இருக்க இளையவன் முடிசூடுதல் நம் மரபுக்கு ஏற்றதன்று என்ற ஒரு காரணத்தைத் தவிர, வேறு சிந்திக்க வேண்டியது எதுவுமில்லை. எல்லா நற்பண்புகளாலும் நிறைந்த உன் தம்பியாகிய பரதன் உன்னைவிட நல்லவன் என்பதில் ஐயமில்லை, எக்குறையும் இல்லாதவன்" என்று கூறினாளாம். கூறினவள் யார் என்று கூறவந்த கவிஞன், ஒன்றரை அடிகளில் கோசலையின் பண்புநலன் அனைத்தையும் முழுவதுமாகக் காட்டி விடுகிறான். அந்த அற்புதமான பாடல் வருமாறு

"முறைமை அன்று என்பது ஒன்று உண்டு; மும்மையின்
நிறை குணத்தவன்; நின்னிலும் நல்லனால்;
குறைவு இலன்" எனக்கூறினள் - நால்வர்க்கும்
மறுஇல் அன்பினில், வேற்றுமை மாற்றினாள். - *கம்ப. 1609.*

இவ்வாறு கூறியதுடன் அமையாமல், அந்த அற்புதத் தாய் மகனுக்கு அறிவுரை கூறுகிறாள்: "மகனே! அரசன் நேரிடையாக உனக்கு ஆணை தரவில்லை என்று நினையாதே; யார்மூலம் அந்த ஆணை வந்திருந்தாலும் அதை நிறைவேற்றும் வகையில் ஆட்சியைத் தம்பியிடம் கொடுத்துவிட்டு, நீயும் தம்பியும் ஊழிக்காலம் வரை ஒன்றி வாழ்வீர்களாக" என்ற கருத்தில் அறவுரை பகர்ந்தாள். அப்பாடல் இதோ:

"என்று, பின்னரும், மன்னவன் ஏவியது
அன்று எனாமை, மகனே! உனக்கு அறன்,
நன்று, நும்பிக்கு நானிலம் நீ கொடுத்து,
ஒன்றி வாழுதி, ஊழிபல என்றாள்". - கம்ப.1610

இராமனை நன்கு அறிந்திருப்பின், இந்த உபதேசம் தேவையே இல்லை. அப்படி இருந்தும் ஏன் இந்த அறவுரையைச் கோசலை பேசுகிறாள் என்று சிந்தித்தால், ஓர் உண்மை வெளிப்படும். பெற்ற கடமை தவிர, மகனை வளர்க்கின்ற பேறு பெறாமையால் அவனுடைய பண்பு நலன்கள் வளர்ச்சியைக் கோசலை அறியுமாறு இல்லை. பரதனைத்தான் அவள் வளர்த்தாள். அவள் நற்பண்புகளின் உறைவிடம் என்பதை அனுபவரீதியாகக் கண்டவள் என்பதால், நிறைகுணத்தவன் நின்னினும் நல்லனால் என்று அவளால் பரதனுக்கு நற்சான்றிதழ் கொடுக்க முடிகின்றது. கோசலையோடு அதிகம் தொடர்பில்லாமல் கைகேயினிடமே முழுவதுமாக இராகவன் இருந்து விட்டான் என்பதற்கு இந்த உரையாடல் ஒரு சான்றாகும்.

அதிராதவள் பெற்ற அதிர்ச்சி

இப்பொழுது அந்தப் பெற்ற தாயின் உணர்ச்சிகள் ஒருவாறு அடங்கி அமைதி பெற்றுவிட்டன. பரதன் முடிபுனைவதில் அவனை வளர்த்த அத்தாய்க்கு மகிழ்ச்சியே தவிர, வேறில்லை. இப்படி ஒரு சூழ்நிலை உருவாகிய பிறகுதான் மற்றொரு கொடுமை நிறைந்த அரசு ஆணையை அவளிடம் சொல்ல நினைத்தான் இராகவன். இரண்டு ஆணைகளையும் ஒரே நேரத்தில் சொல்லியிருந்தால் அந்தத் தாயுள்ளம் அதைத் தாங்க முடியாது என்பதை அறிந்ததால் தான், இராகவன் இரண்டாவது ஆணையை இப்பொழுது மெல்லச் சொல்லத் தொடங்குகிறான். "தாயே! அரசர் இரண்டாவது கட்டளையும் பிறப்பித்துள்ளார். அக்கட்டளை என்னை நன்னெறிப்படுத்துவதற்கு ஏற்றதாகும் என்ற முறையில் தான் அவர் அதனைப் பிறப்பித்தார்." இவ்வாறு இராமன் கூறியவுடன் ஒரு சிறிதும் மனக்கலக்கம்

இல்லாமல் "தந்தை சொன்ன அப்பணி யாது?" என்று கேட்கிறாள் அத்தாய். ஒரு சிறிதும் பதட்டப்படாமல், 'ஈண்டு உரைத்த பணி என்னை?' என்று அவள் கேட்டதன் தத்துவம் யாது? அதிர்ச்சி தரும் செய்தி முன்னரே சொல்லப் பட்டு விட்டதால், அதைவிட அதிர்ச்சி தரும் செய்தி வேறு இருக்க முடியாது என்பதால்தான் 'ஈண்டு உரைத்த பணி என்னை' என்று கேட்கிறாள். அவளுடைய பதட்டமின்மையை இயல்பாகவே பெற்றிருந்த இராகவன், ஏதோ ஒரு சாதாரணச் செய்தியை கூறுபவன் போல பதிலிறுப்பது இராகவனை அறிந்து கொள்ள வாய்ப்பளிக்கிறது.

"ஈண்டு உரைத்த பணி என்னை? என்றவட்கு,
ஆண்டு ஓர் ஏழினொடு ஏழ் அகன் கானிடை
மாண்டமா தவத்தோருடன் வைகி, பின்
மீண்டு நீ வரல்வேண்டும்" என்றான். - *கம்ப. 1612.*

பேரதிர்ச்சி அடைந்த அத் தாய், தசரதன் இராகவனை அழைத்து, "நீ முடிசூடிக்கொள்" என்று கூறியது உண்மையாகவே சொல்லப்பட்டதா? அப்படிச் சொல்லியிருந்தால் சில நாழிகைப் பொழுதில் இப்படி ஒரு மாற்றம் வரமுடியுமா என்று நினைத்தவுடன், இராகவனை ஏமாற்ற வேண்டும் என்று வஞ்சகமான எண்ணத்தை மனத்தில் வைத்துக்கொண்டு மன்னன் இவ்வாறு முதலில் கூறினானோ? இந்த அதிர்ச்சியைத் தாங்காமல் 'என் உயிர் போய்விடுமோ' என்று அழத்துவங்கினாள் கோசல நாட்டு உரிமை பெற்றவளாகிய கௌசல்யை.

மகன் சமாளித்த சதுரப்பாடு

மயங்கி விழப்போன கோசலையைத் தாங்கிப் பிடித்து இராகவன் பேசுவது அவளைத் தேற்றுவதற்கு மட்டுமல்லாமல் அவன் உறுதியை வெளிப்படுத்துவதற்கும் வாய்ப்பாக அமைந்துள்ளது:

"சிறந்த தம்பி திருஉற, எந்தையை
மறந்தும் பொய் இலன் ஆக்கி, வனத்திடை
உறைந்து தீரும் உறுதி பெற்றேன், இதின்,
பிறந்தது யான் பெறும் பேறு என்பது யாவதோ?" - *கம்ப. 1621.*

தான் காடு செல்ல வேண்டியிருப்பதை முதலில் சொல்லாமல், இரண்டாம் முறையாகச் சொல்லியவன், அப்படிச் சொல்லியபின் தன் தாய், அதைத் தடுக்கக் கூடாது என்பதைக் குறிப்பாகச் சொல்லுகிறான். 'எந்தையை மறந்தும் பொய் இலன் ஆக்கி' என்றதால், இப்பொழுது தான் காட்டிற்குச் செல்லவில்லை என்றால்

அவள் கணவன் பொய் சொன்னவனாகிவிடுவான். எந்தவொரு மனைவியும், கணவனுக்கு அவப்பேர் வரக்கூடாது என்பதில் உறுதியாக இருப்பாள் அல்லவா? எனவே, தந்தையைப் பொய் சொல்லாதவனாக ஆக்குவேன் என்றான். அப்படிக் கூறியவன் அடுத்தபடியாகக் காடு செல்லும் உறுதியுடன் இருக்கிறேன் என்று மறுபடியும் சொல்வது, தாய் தன்னைத் தடுக்க வேண்டாம் என்பதைக் குறிப்பாகக் கூறுவதற்கேயாம்.

அவனின் உறுதிப்பாட்டைக் கண்ட தாய் அடக்க முடியாத் துயரத்தை அடைந்திருக்க வேண்டும். அவளை அமைதிப்படுத்தும் வகையில் வேறொன்றையும் சொல்கிறான். தன் உறுதிப்பாடு என்று சொல்லியவுடன் அவள் தாயன்பைப் பயன்படுத்தி அவன் உறுதியைக் குலைக்க முயலலாம் அல்லவா? துயரக் கடலில் மூழ்கிய அவள், "மகனே! என் மீது ஆணை. நீ போகக் கூடாது" என்று வாய்தவறிக் கூறிவிட்டால் இராமன் கதி என்னவாகும் அப்படி ஒரு சூழ்நிலை வராதிருக்கவே இப்படி ஒரு பதிலை இராமன் கூறுகிறான்; அப்பாடல் வருமாறு:

"விண்ணும் மண்ணும், இவ்வேலையும், மற்றும் வேறு
எண்ணும் பூதம் எலாம் அழிந்து ஏகினும்,
அண்ணல் ஏவல் மறுக்க, அடியனேற்கு
ஒண்ணுமோ? இதற்கு உள் அழியேல் என்றான்" *கம்ப. 1622*

பஞ்ச பூதங்களும் நிலையில் கலங்கினாலும் தந்தையும், அரசனுமாக உள்ளவர் இட்ட கட்டளையை மீறுதல் என்பது நினைக்கவும் முடியாத காரியம் ஆகும் என்பதால் எக்காரணத்தைக் கொண்டும் தன்னை நிறுத்தக் கூடாது என்பதை மிகச் சிறந்த முறையில் விளக்கிவிட்டான்.

கோசல மன்னனின் புதல்வியாகப் பிறந்த அவள் தாய் நுண்மையான அறிவும், குறிப்புணரும் ஆற்றலும் பெற்றிருந்தமையின் தன்னுடைய வியூகத்தை மாற்றிக் கொண்டு புதியதொரு பிரச்சனையை உண்டாக்குகிறாள். அந்தப் பிரச்சனையைச் சமாளிப்பதென்பது இராகவனுக்கே இக்கட்டானதாகி விடுகிறது. அவர் கூறியது என்ன?

"ஆகின், ஐய! அரசன் தன் ஆணையால்
ஏகல் என்பது யானும் உணாக்கிலென்
சாகலா உயிர் தாங்க வல்லேனையும்,
போகின், நின்னொடும் கொண்டனை போகு" என்றாள்.

- கம்ப. 1623

முதல் பிரச்சனைக்கு விடைகூறுபவள் போல, “என் கணவன், உன் தந்தை என்ற உறவை நீக்கிவிட்டு அரசனின் ஆணை என்ற நோக்கில் அரசாணையை யாரும் கடக்க இயலாது. எனவே, உன்னைப் போகவேண்டாம் என்று சொல்லவில்லை. அப்படிப் போவதானால் நீ போவதை அறிந்தும் இன்னும் போகாது நிற்கும் உயிரைத் தாங்கிக் கொண்டிருக்கின்ற என்னையும் உடன் அழைத்துச் செல்வாயாக” என்று கூறிவிட்டாள்.

கோசலையின் இந்த வேண்டுகோளைக் கேட்ட இராமன், அதனை மறுக்க முடியாத நிலையில், தாயின் மனம் எதனைச் சொன்னால் மாறும் என்று தன் நுண்ணிய அறிவால் ஆய்ந்து மிகக் குறிப்பாக ஒன்றைச் சொல்லுகிறான்:

“என்னை நீங்கி இடர்க்கடல் வைகுறும்
மன்னர் மன்னனை வற்புறுத்தாது, உடன்
துன்னு கானம் தொடரத் துணிவதோ?
அன்னையே! ‘அறம் பார்க்கிலை ஆம்’ என்றான்” - *கம்ப. 1624*

“வரி வில் எம்பி இம் மண் அரசு ஆய், அவற்கு
உரிமை மா நிலம் உற்றபின், கொற்றவன்
திருவின் நீங்கித் தவம் செயும் நாள், உடன்,
அருமைநோன்புகள் ஆற்றுதி ஆம் அன்றே!” - *கம்ப. 1625*

“தாயே! என்னை விட்டுப் பிரிவதனால் துயரக் கடலில் விழுந்து எழ முடியாமல் தவிக்கும் மன்னர் மன்னனுக்கு ஆறுதல் கூற வேறு யார் உளர்? இடர்படும் கணவனுக்கு உதவுவதுதான் கற்புடைய மனைவியின் முதல் கடமையாகும். அதுவே அறமும் ஆகும். அந்த அறத்தை மறந்து நீ என்னுடன் வரலாமா?” என்பது முதல் பாடலின் பொருளாகும்.

“பரதனுக்கு அரசைக் கொடுத்துவிட்டபின், தந்தை தனித்து விடுவார். அந்த வானப்பிரஸ்த நிலையில் அவருக்குதவியாக நீ இருக்க வேண்டும் அல்லவா?” என்பதே இரண்டாம் பாடலின் பொருளாகும்.

இந்த இரண்டு பாடல்களையும் கூர்ந்து கவனிக்க வேண்டும். இந்த இரு பாடல்களும் வான்மீகியை ஒருவகையில் அடியொற்றி வந்தாலும், வான்மீகி வழியை (அயோ காண்டம். 19 சருக்கம் - 7 முதல்) விட்டுவிட்டு இராமனை ஈடு இணையற்ற அறநெறியைக் கைப்பிடிப்பவனாகக் கம்பன் காட்டுகிறான். மூலநூலில் இராமனும் கைகேயியும் உரையாடுவது இருவர் பண்பையும் உயர்த்துவதாக

இல்லை. அதே போலக் கோசலையிடம் பேசும் பொழுது பரதன் நாட்டைப் பெற்றுவிட்டால் தசரதன் பாடு பரிதாபமாகிவிடும் என்று இராமன் பேசுவதாக உள்ள மூலநூல் கருத்து கம்பன் படைத்த இராமனுக்குப் பொருந்துவதாக இல்லை. மிகக் குறிப்பாக, 'என்னை நீங்கி இடர்உறும் மன்னன்' என்று சொல்வது, நடந்தவற்றை யாரும் சொல்லாவிடினும் இராமன் தன் நுண்ணறிவால் அறிந்து விட்டான் என்பதை வலியுறுத்தும். கம்பன் வகுத்த முறையில் இராமன் தசரதனைக் காணவே இல்லை. 'இயம்பினான் நுந்தை' என்று கைகேயிதான் கூறினாளே தவிர, தசரதன் அந்த இடத்தில் இல்லவே இல்லை. அப்படியிருக்க, 'என்னை நீங்கி இடர்கடல் வைகுறும்' என்ற இராமன் கூறக் காரணமென்ன? தசரதன் தன்பால் வைத்திருந்த அன்பு ஒரு தந்தை மகன்பால் நியாயமாகச் செலுத்த வேண்டிய இயல்பான அன்பைவிடப் பன்மடங்கு அதிகமானது என்பதை இராமன் நன்கு அறிவான். அப்படியிருந்தும் கைகேயியின் அரண்மனையில் தந்தையைக் காணமுடியவில்லை. (1597) காண முடியாமற் செய்தது சிற்றன்னையின் பணி என்று இராமன் அறிந்து கொண்டான். எனவே, தான் காடு சென்றால் தந்தை கடும் துயர் எய்துவான் என்பதை உய்த்துணர்ந்து கொண்ட இராமன் அந்த நேரத்தில் கோசலையின் துணை அவனுக்கு வேண்டியிருக்கும் என்பதையும் அறிந்த கொண்டான். ஆதலால், "துயர்க் கடலில் மூழ்கும் தந்தைக்கு வேறு யாரும் துணை இல்லாத பொழுது நீங்கதான் துணையாக இருக்க வேண்டு"மென்று தாயிடம் வேண்டிக் கொள்கிறான்.

முழு அதிகாரத்தையும் கையில் வைத்துக் கொண்டிருக்கும் இந்த நிலையில் கூட மகனை அவன் சந்திக்க முடியாதபடி செய்கின்றவர்கள் (சிற்றன்னை) அரண்மனையிலேயே இருக்கிறார்கள். அப்படி இருக்க, நாளை முடிபுனையப் போகும் பரதன் கைக்கு அதிகாரம் போய்விட்டால் தந்தையின் கதி என்னாகும் என்று சாதாரண மனித நிலையில் நினைக்கிறான். இந்தச் சிற்றன்னையின் அதிகாரம் பரதன் ஆட்சிக்கு வந்த பின்னும் தொடரத்தானே செய்யும்? அப்பொழுது தசரதன் நிலை எப்படி இருக்கக் கூடும் என்பதை நினைப்பூட்டுவான் போல இராகவன் தாயிடம் நேரிடையாகச் சொல்லாமல் மறைமுகமாகவும் குறிப்பாகவும் பேசுகிறான். அதுவே இரண்டாம் பாடலின் உட்கிடக்கை ஆகும். பரதன் எத்துணைச் சிறந்தவன் ஆயினும், அப்பொழுது ராஜமாதாவாக பொறுப்பு ஏற்கப் போகின்றவள் கைகேயி அல்லவா? அப்பொழுது தசரதன் நிலை பரிதாபமாகிவிடும் என்பதைச் சுட்டுவான் போலப்

பேசுகிறான். என்றாலும், அதைத் தன் தாயிடம் நேரே சொல்ல விரும்பவில்லை. அப்படிச் சொன்னால் சக்கிழத்தியின் மீது கோசலையின் சினம் அதிகரிக்கும். தான் காடு போய் விட்ட பின்னர்த் தன் தந்தையின் நிலையைப் போலவே தன் தாயின் நிலையும் இரக்கத்திற்குரியதாகிவிடும். என்றாலும், இவர்கள் இருவருமே பரதன் ஆட்சியில் அரண்மனையில் தங்க வேண்டியவர்கள். ஆதலால் கைகேயியின் மேல் கோசலைக்குச் சினம் உண்டாகாதவாறு அற்புதமாகப் பேசுகிறான் இராகவன். "தாயே! அருமைத் தம்பி பரதன் பட்டம் ஏற்ற பிறகு தந்தை வானப்பிரஸ்தம் செல்வார். அப்பொழுது நீங்கள் அவருக்குத் துணையாக இருக்க வேண்டாமா?" என்ற பொருளில் அவன் பேசினான் என்பதை இரண்டாவது பாடல் அறிவிக்கின்றது.

இங்கு நாம் கூறிய கருத்துக்கள் வான்மீகி அடியொற்றிப் பேசப்பட்டவை ஆகும். இதனை விரிவாகக் கூறினால், தான் படைத்த இராமனுக்கு இழுக்கு நேர்ந்துவிடும் என்று கருதிய கம்பநாடன் மிக அற்புதமாக இராமன் கூற்றாக மேலே காட்டியுள்ள இரண்டு பாடல்களைப் பாடி வைத்துள்ளான். மேலாகப் பார்ப்பதற்கு மிகச் சாதாரண முறையில் பொருள் கொள்ளும்படி பாடல்கள் அமைந்துள்ளன. ஒவ்வொரு சொல்லையும் தனியே எடுத்து ஆய்ந்தால், மேலே கூறிய வாதங்களுக்கு அச்சொற்கள் இடம் கொடுப்பதைக் காணலாம்.

சிற்றன்னை சுமித்திரை

தாய் கோசலையிடம் விடைபெற்றுக் கொண்டு நேராகச் சிற்றன்னை சுமித்திரையிடம் செல்கிறான். இடையில் இலக்குவன் பெருங்குழப்பத்தை உண்டாக்கி, எல்லையற்ற சினத்துடன் பேசிக் கொண்டிருக்கிறான். (இதன் விரிவைத் தம்பியரும் இராமனும் என்ற தலைப்பில் காணலாம்) தம்பியின் கோபத்தைத் தணித்து, இராகவன் அவனை அணைத்துக் கொண்டு இலக்குவன் தாயும், தன் சிற்றன்னையுமான சுமித்திரை மாளிகைக்குள் புகுந்தான். நடந்ததைக் கேள்வியுற்ற சுமித்திரை அழுதாள், புரண்டாள், விழுந்தாள், கீழே விழுந்த அவளைத் தூக்கிப் பிடித்துத் தன் தாயிடம் சொல்லியதைப் போலவே, இராகவன் பேசினான். "அன்னையே! சக்கரவர்த்தியைப் பொய்யராக்க விரும்பவில்லை நான். காட்டில் சென்று வாழ்ந்து விட்டு விரைவில் திரும்பிவிடுவேன்" என்றான். *(1745)*

"தாயே! காட்டில் சென்று இடர்ப்படுவேன் என்று நினைக்க வேண்டாம். காடாக இருப்பினும், கடலாக இருப்பினும், ஆகாயத்தில் இருந்தாலும், அந்த இடங்கள் எனக்கு அயோத்தியாகவே இருக்கும். ஆதலால், தாங்கள் அஞ்சி வருந்த வேண்டியதில்லை" என்று பேசுகிறான்.

இந்நிலையில், கைகேயி கொடுத்து அனுப்பியதாகப் பணிப்பெண்கள் மரவுரியைக் கொண்டு வந்தனர். இலக்குவன் அதை வாங்கித் தாயின் திருவடிகளில் வைத்து வணங்கி, 'எம்பிராட்டி துயரம் நீங்கி இராமனுடன் செல்வாயாக என்று கட்டளை இட்டால், அதையே நான் பெற்ற பெரும் பேறு என்று கருதுவேன்' என்றான் இளையோன்.

இப்பொழுது சுமித்திரை கூற்றாகக் கம்பன் பாடிய இரு பாடல்கள் உலக இலக்கியங்களில் இடம்பெற வேண்டிய சிறப்புடைய கவிதை ஆகும்.

"ஆகாதது அன்றால் உனக்கு, அவ் வனம் இவ் அயோத்தி;
பா காதல் இராமன் நம்மன்னவன்; வையம் ஈந்தும்
போகா உயிர்த் தாயர் நம்பூங்குழல் சீதை - என்றே
ஏகாய், இனி, இவ் வயின் நிற்றலும் ஏதம் என்றாள்"

- *கம்ப. 1751*

"பின்னும் பகர்வாள், "மகனே! இவன்பின் செல்; தம்பி
என்னும்படி அன்று, அடியாரின் ஏவல் செய்தி
மன்னும் நகர்க்கே இவன் வந்திடின், வா: அது அன்றேல்,
முன்னம் முடி" என்றனள், வார் விழி சோர நின்றாள்"

- *கம்ப. 1752*

சுமித்திரை பெற்ற இருவரில் ஒருவன் இராகனோடும் ஒருவன் பரதனோடும் இணைந்துவிட்டனர். இராம - இலக்குவர் இணைபிரியாது இருப்பதை அறிந்த சுமித்திரை தன் ஒரு மகனுக்கு இடும் கட்டளை இதுவாகும். அவன் மனத்தை நன்கு அறிந்திருந்தமையின், அவனை இராமனுடன் செல்லுமாறு கூறினாளா, அன்றி அதையே தன் விருப்பமாகக் கொண்டிருந்தாளா என்று சிந்தித்தால், இப்பாடல் அவள் மனநிலையை விளக்குகிறது. இதில் உள்ள ஒரு நுணுக்கத்தையும் காணவேண்டும். சுமித்திரையின் கூற்றாக "இராமனுக்கு வனம் ஏற்றதென்றால் உனக்கும் அது ஏற்றதே ஆகும். இனி உன் அன்பிற்குரிய இராமனே உன் தந்தையாகிய மன்னன் தசரதன் ஆவான். பூக்களை அணிந்த கூந்தலையுடைய அச்சீதையே, இத்தனை நடந்தும் உயிரை விடாமல் இருக்கின்ற உன் தாயரைப்

போன்றவள் ஆவாள்" என்று கம்பன் கூறுகிறான். இந்த நிகழ்ச்சி நடைபெறும் பொழுது இராமன், சீதையைச் சந்திக்கவில்லை. அவளை உடன் அழைத்துச் செல்வதாக ஒப்பவும் இல்லை. அப்படி இருந்தும் 'அந்தச் சீதையே உனக்குத் தாயாவாள்' என்றால், இவர்கள் இருவரும் காடு சென்றால் உறுதியாகச் சீதையும் உடன் செல்வாள் என்பதைச் சுமித்திரை உணர்திருந்தாள் என்பதை அறிய முடிகிறது.

அடுத்தபடியாக, இரண்டாவது ஓர் ஆணையையும் பிறப்பிக்கிறாள், அந்த அன்னை. அந்த ஆணையின் அடிப்படையைச் சற்றுச் சிந்திக்க வேண்டும். தசரதபுத்திரர்கள் நால்வரும் அரச குமாரர்களே ஆவர். ஒருவருக்கொருவர் ஒருநாள் வித்தியாசத்தில் பிறந்தவர்கள். ஆயினும் மூத்தவனாகிய இராமனுக்குப் பரதன் முதலானவர்கள் இளையவர்கள் என்று சொல்லும் பொழுது, இவர்களிடையே மிக அதிகமான வயது வேறுபாடு இருக்கும் போலும் என்று நம்மை எண்ண வைக்கிறது கதைப்போக்கு. முதலில் பிறந்தவனுக்கு அரசு உரிமை உண்டு என்பதைத் தவிர ஏனைய மூவருக்கும் அரசகுமாரர்களுக்குரிய உரிமை உண்டு என்பதை மறக்கக்கூடாது. அயோத்தியில் வளர்கின்றவரை இலக்குவன் முதலானவர்கள் தாங்களும் அரசகுமாரர்கள் என்ற எண்ணத்தில் வளர்ந்திருக்கலாம் அல்லவா? அன்றியும் அயோத்தியில் வாழுகின்றவரையில் ஒவ்வொருவருக்கும், பணியாளர்களுக்கும் எடுபிடி வேலை செய்யும் ஆள்களுக்கும் குறைவே இருந்திருக்காது. மூத்தவனாகிய இராமன் இளையவனாகிய இலக்குவனின் உதவியை நாடவேண்டிய தேவையே தோன்றியிருக்காது.

ஆனால், இராமனோ வனம் செல்லப்போகிறான். பிராட்டியும் உடன் செல்லப் போகிறாள். வனத்திடை அவர்களுக்குத் துணை செய்ய யார் இருக்கப்போகிறார்கள்? ஓர் உதவியாளர் தயவில்லாமல் காட்டிடைக் கணவன் மனைவி வாழவே முடியாது. இலக்குவன் தன்னை வணங்கும் பொழுதே சுமித்திரை என்ற அந்தப் பெருமாட்டியின் உள்ளத்தில் இந்த எண்ணங்கள் தோன்றவே, அவள் ஒரு முடிவுக்கு வந்துவிட்டாள். அதன்படி முதற்பாடலில் "இராமனுடன் செல்க" என்று கட்டளை இட்டாள் இரண்டாவது பாடலில் மற்றொரு உத்தரவு இடுகிறாள் "மகனே! இவன் பின்னே நீ செல்வாயாக. இளைய அரசகுமாரன் என்றோ, இராமனுக்குத் தம்பி என்றோ ஒருகணம்கூட நினைத்து விடாதே. பணியாளரைப் போல ஏவல் செய்வாயாக. பதினான்கு ஆண்டுகள் முடிந்து அப்பெருமகன் அயோத்தி வந்தால் நீயும் வருவாயாக; ஒருவேளை

வேறு ஏதாவது நிகழ்வதாயிருந்தால் அதற்கு முன்னர் நீ உன்னை முடித்துக்கொள்வாயாக" (1752) என்பதே அவள் இரண்டாவது ஆணை. இப்பாடலின் சிறப்பைச் சற்றுச் சிந்திக்க வேண்டும். இப்பெருமாட்டி இராமனைப் பெற்ற தாயும் இல்லை; வளர்த்த தாயும் இல்லை; இருந்தும் தான் பெற்ற பிள்ளையை மாற்றாள் மகனாகிய இராமனுக்கு அடியானாகத் தந்துவிடுகிறான். அடியானாகப் பணிபுரிபவன் தன் எசமானனுக்கு ஒன்று நிகழ்ந்துவிட்டால், தானும் முடிய வேண்டும் என்ற கடப்பாடு எங்கும் இல்லை. எனவே, அத்தாய் 'அடியாரின் ஏவல் செய்தி' என்று கூறிய பிறகு, 'உலகில் உள்ள மற்றப் பணியாளர்களைப் போல நீ இருக்கக் கூடாது. உன் தலைவனுக்கு ஒன்று நிகழ்வதாயிருப்பின், முன்னம் முடிதி' என்று கூறினாள் என்றால், இத்தாய் இராமனைப் பெற்ற தாயினும், வளர்த்த தாயினும் பன்னூறு மடங்கு உயர்ந்தவள் ஆகிவிடுவதைக் காணமுடிகிறது. இந்த எண்ணத்தை மனத்தில் கொண்டுதான் கவிச்சக்கரவர்த்தி, இராமன் இவள் மாளிகை அடைந்தான் என்று கூறவரும்பொழுது, 'சுமித்திரை கோயில் புக்கான்' என்று பேசுகிறான். தன்னலம் என்ற சொல்லுக்கே இடமில்லாமல் பிறர் வாடாது கருணை செய்வது தெய்வம் ஒன்றுதான். அந்தத் தெய்வம் உறையும் இடத்தைக் கோயில் என்று சொல்வது தமிழ் மரபு. அரசன் அரசியர் வாழும் இடத்தை ஒரோவழி கோயில் என்று சொல்வதும் தமிழ் மரபு. ஆனால், இங்கே சுமித்திரை கோயில் என்று சொல்லும் பொழுது அரச மரபு பற்றி அவள் வாழும் இடத்தைக் 'கோயில்' என்று சொல்லவில்லை. அவள் தெய்வத் தன்மை வாய்ந்தவள் என்பதை நமக்கு நினைவூட்டவே 'சுமித்திரை கோயில்' என்கிறான் கவிஞன்.

வளர்த்த தாயும் மகனும்

இராம காதையில் தசரதனுக்கு மிகவும் வேண்டப்பட்ட கைகேயி பற்றி வரும் பாடல்கள் அதிகமாகும். கோசலை, சுமித்திரை என்பவர்கள் பற்றிச் சொல்லும் பாடல்களைவிடக் கைகேயி பற்றிச் சொல்லும் பாடல்கள் அதிகம். கைகேயி பற்றிப் பேச இது இடம் இல்லை என்றாலும், இராமனும் அவளும் சந்திக்கும் இடம் பற்றி மட்டும் இங்கே காணலாம். வரங்களைப் பெற்றுக்கொண்டபின் தசரதன் அவசமுற்றுக் கிடக்கும் நிலையில் வசிட்டன் ஆணையின் பேரில் தசரதனைத் தேடி வருகிறான் சுமந்திரன். பல இடங்களில் தேடியும் காணாமையால் கைகேயியின் அரண்மனை புகுந்தான் சுமந்திரன். 'அரசன் எங்கே' என்று அவன் கேட்பதற்குமுன் அவளே முந்திக் கொண்டு, பிள்ளையைக் கொணர்க (1573) என்று

ஆணியிட்டாள். நடந்ததை அறியாத சுமந்திரன், மகுடம் சூடப்போகும் மகனைப் பார்க்க வளர்த்த தாய் ஆசைப்பட்டாள் என்று நினைத்து, மகிழ்ச்சியோடு இராமனை அழைத்து வரச் சென்றுவிட்டான். சுமந்திரனோடு இராமன் மட்டும் வருகிறான். இணைபிரியாத் தம்பி என்ன ஆனான் என்று சிந்திக்கத் தோன்றுகிறதல்லவா? அவன் உடன் வரவில்லை. காரணம், அரசியின் உத்தரவு பிள்ளையைக் கொணர்க என்று இருந்தமையின் இலக்குவனை உடன் அழைத்து வரவில்லை.

தனியே வந்த இராகவன் முதலில் தந்தையைக் கண்டு வணங்க வேண்டும் என்ற எண்ணியும், அவனை எங்கேயும் காணாததால் கைகேயி அரண்மனை புகுந்து தந்தையைத் தேடத் தொடங்கினான் என்று சொல்லது முனைந்த கவிஞன் பயன்படுத்தும் சொற்கள் நம் சிந்தனையைத் தூண்டுவனவாக உள்ளன.

"ஆயன நிகழும் வேலை, அண்ணலும் அயர்ந்து தேடித்
தூயவன் இருந்த சூழல் துருவினன் வருதல் நோக்கி,
'நாயகன்உரையான் வாயால், நான் இதுபகர்வென்'என்னா,
தாய் எனநினைவான் முன்னே கூற்று எனத்தமியள் வந்தாள்"

- கம்ப. 1597

என்ற இப்பாடலின் முதலிரண்டு அடிகள் மிக ஆழமான பொருள் உடையன. ஆயன நிகழும் வேலை - பட்டாபி ஷேகத்திற்குரிய வேலைகள் நடந்து கொண்டிருக்கும் நேரத்தில்; அண்ணலும் - இராமனும்; அயர்ந்து தேடித் - தசரதனைத் தேடிக் காணாமையால் சோர்ந்து, உடன் தெளிந்து; தூயவன் இருந்த சூழல் - நல்லவனாகிய தசரதன் எந்தச் சூழலில் அகப்பட்டுக் கொண்டிருக்கிறான்; துருவினன் - துருவித்துருவி; வருதல் நோக்கி - தேடிக் கொண்டு வருதலைப் பார்த்து; நாயகன் உரையான் வாயால் - வருகின்ற இராமனை வரவேற்க்கும் ஒரு சொல்கூட சொல்லாமல் திடீரென்று தலைவனாகிய தசரதன் தன் வாய் திறந்து ஒன்றும் பேசமாட்டான்; "நான் இது பகர்வென் - நான் இப்போழுது சொல்லப் போகிறேன்".

முடிசூட்டு விழாவிற்கான வேலைகள் பலவும் நடைபெற்றுக் கொண்டிருக்கிற அந்த நேரத்தில் இவற்றை ஏவுதற்கர்த்தாவாகிய தசரதன் அங்கேதான் இருப்பான் என்று நினைத்துச் சென்றான் இராமன். அங்கே அரசன் இல்லாத்தையும் தன்னைப்போலவே வசிட்டரும் மன்னனைத் தேடிக்கொண்டிருக்கிறார் என்பதையும் அறிந்து கொண்ட இராமனுக்கு நடக்கக் கூடாதது ஏதோ நடந்துவிட்டது என்ற ஓர் உள்ளுணர்வு ஏற்பட்டதால் மனம் சோர்ந்துவிட்டான். சமதிருஷ்டியுடன் பழகுகின்ற காரணத்தால் உடனே தெளிந்து

விட்டான். இங்கே தசரதன் இருக்கவில்லையென்றால் சிற்றன்னையின் அரண்மனையில் தான் இருக்க வேண்டும் என்று முடிவு செய்து அங்கே சென்று அரசன் இருக்கக் கூடிய இடங்களிலெல்லாம் தேடியும் காணாமையால், அவன் இருக்கக்கூடும் என்று நினைக்க முடியாத இடங்களில் கூடத் துருவி ஆராயத் தொடங்கினான். எக்காரணத்தைக் கொண்டும் மயங்கிக் கிடக்கும் தசரதனை அவன் பார்த்துவிடக்கூடாது என்ற நோக்கத்தில் அவனிடம் பேசத் தொடங்கினாள் கைகேயி. தன் வளர்ப்பு மகனிடம் நேற்றுவரை காட்டிய அன்பை அறவே துறந்துவிட்டு, இப்பொழுது பேசத் தொடங்குகிறாள் கைகேயி. 'விராவரும் புவிக்கெலாம் வேதமே என இராமனைப் பயந்தயெற்கு இடருண்டோ' என்று பேசிய அதே கைகேயி இப்பொழுது இராமனிடம் ஒரு துளி அன்புகூடக் காட்டாமல், "அரசன் வாயால் உரைக்கமாட்டான்; நான் சொல்லுகிறேன்" என்று பகைவனிடம் பேசுவது போலப் பேசுவதைக் காண்கிறோம். 'மகனே!' என்று அன்புடன் அழைத்துப் பேசத் தொடங்கினால் பழைய பாசம் வந்து தன்னை மூடிவிடும், தான் நினைத்ததைச் சொல்லமுடியாது என்ற காரணத்தினால் போலும் அன்பே இல்லாதவள்போல் பேசத் தொடங்கினாள். "அரசன் வாயினால் பேசான். அதனை நான் சொல்கிறேன்" என்று கைகேயி பேசியும், அவள் மேற்கொண்ட இந்தப் புதிய வடிவைப்பற்றி ஒரு சிறிதும் கவலைப்படாமல் இதுநாள் வரை சிற்றன்னையைக் கண்ட பொழுது எப்படி நடந்து கொண்டானோ அப்படியே நடந்துகொள்கிறான் இராமன் என்பதைக் கம்பன் மிக அற்புதமாக வடித்துக் கூறுகிறான்.

நேற்றுவரை தன்மாட்டு உயிரையே வைத்திருந்த ஒருத்தி இன்று திடீரென்று பெற்ற மாற்றமும், அன்பே கலவாத அவளது பேச்சும், தன் தந்தையைத் தேடி வந்திருக்கிறான் என்பதை அறிந்தும் தந்தையைப்பற்றி ஒரு சொல் கூடப் பேசாத மனநிலையும் கொண்ட ஒருத்தி எதிரே நின்றால், அதிர்ச்சியும் குழப்பமும் அடையாமல் யாரும் இருத்தல் இயலாது. அதுமட்டுமன்று, தன்னை ஒருவர் உதாசீனப்படுத்துகிறார் என்பதை அறிந்த போதிலும் பழையபடி அவரிடம் முன்போலவே பண்புடன் நடந்து கொள்வது சாதாரண மனிதனுக்கு இயலாத காரியம். ஆனால், இராமன் மண்ணுற வணங்கி, வாய்பொத்தி, ஒரு கையால் உடையை மடக்கிக் கொண்டு, அவள் பேசுவதைக் கேட்கத் தயாராக உள்ளான் என்றால், 'இவன் சராசரி மனிதன் அல்லன், மாமனிதன்' என்பதை நன்கு விளக்கி விட்டான் கவிஞன். இதுவரையில் பார்த்த பல இடங்களிலும் இராமனிடம் பார்த்த தெய்வத் தன்மையை வெளிப்படையாகவும்,

குறிப்பாகவும் கூறிக்கொண்டு வந்த கவிஞன் இந்தப் பாடலிலும், பின்வரும் பாடலிலும் (1598 - 1600) அந்த இறைத் தன்மையைத் துளிக்கூட வெளிக்காட்டவேயில்லை.

ஒரு மனிதன் ஒரு பிழையும் செய்யாதிருக்கவும், அன்புக்குக் கட்டுப்பட்டு நடந்து கொள்ளும் இயல்பைக் பெற்றிருந்தும் தான் அவமதிக்கப்படும் பொழுது அவமானத்தால் குன்றிப்போவதோ சினம் கொள்வதோ இயற்கை. இவ்விரண்டையும் செய்யாமல் எதுவுமே நடவாதது போல் ஒருவன் நடந்துகொண்டால் அவனை மனித ஆத்மா என்று சொல்லாமல் பரமாத்மா என்று கீதை சொல்கிறது. பரமாத்மாவிற்குரிய இலக்கணங்களைச் சொல்ல வந்த கீதை புலன்களை வென்றவனும், எந்நிலையிலும் அமைதியோடு இருப்பவனும், வெப்பம் - குளிர்ச்சி, சுகம் - துக்கம், மான - அவமானம் ஆகிய இரட்டைகளைச் சமமாக உணர்பவனுமாகிய ஒருவனே (Samhitah) பரமாத்மா. இங்குக் கூறப்பட்ட இரட்டைகளில் இறுதியாகச் சொல்லப்பட்ட மான அவமானம் என்ற இரண்டையும் ஒரே மனநிலையில் ஏற்றுக் கொள்வது என்பது மனிதனுக்கு இயலாத காரியம். இப்பொழுது சிற்றன்னையின் எதிரில் அவள் இழைத்த அவமானங்களையெல்லாம் ஒரு சிறிதும் மனங்கொள்ளாமல் கைகட்டி வாய் பொத்தி நிற்கின்ற இராமனைப் படம் பிடித்துக் காட்டும் இந்தப் பாடல் (1598) இராமனைப் பரமாத்மா என்று எண்ணுமாறு செய்துவிடுகின்றது.

இராமனைக் கடவுள் தன்மையும், மனிதத் தன்மையும் இணைந்த ஒரு பாத்திரமாகக் கம்பன் ஒருவன் தான் செய்கின்றான். வான்மீகி மனிதர்களுள் சிறந்தவனாகவே அவனைக் காட்டிச் செல்லும் பகுதிகள் நிரம்ப உண்டு. என்றாலும், பல இடங்களில் இராமனை அவ்வாறு நினைக்க முடியாமல் செய்துவிடுகின்றான். குறிப்பாக, இந்த இடத்தைப் பாடும் வான்மீகி (வான்மீகி - அயோ. காண்டம் 19 - சருக்கம் 7ஆவது பாடல்) கைகேயியுடன் இராமனை மிக நீளமாக உரையாடும்படிச் செய்வது இராமனின் தரத்தைக் குறைத்து விடுவதாக உள்ளது. சமதிருஷ்டி உள்ள மாமனிதனாக இராமனைப் இப்பாடலில் காட்டிய கம்பன் அதன் பிறகு கைகேயி பேசுவதைக் காட்டுவது பொருத்தமுடையதாக உள்ளது. இவ்வளவு பணிந்து காழ்ப்புணர்ச்சி ஒரு சிறிதும் இல்லாமல் தாயை வணங்கி நின்ற இராமனைக் கண்டதும் கைகேயிக்கே மனத்தில் ஒரு சிறு மாற்றம் ஏற்பட்டிருக்கும் போலும்! அதனைக் கூறவந்த கவிஞன் 'மைந்த' என்ற சொல்லினால் அதனைத் தெரிவிக்கின்றான்.

....

....

இன்று எனக்கு உணர்த்தல் ஆவது ஏயதே என்னின்; ஆகும்;
ஒன்று உனக்கு உந்தை, மைந்த! உரைப்பது ஓர் உரை உண்டு
என்றாள்". - *கம்ப. 1599*

மிகக் கொடுமையாக மனத்தை இறுக்கிக் கொண்டாளேனும் தான் நினைத்ததைச் சொல்லக் கைகேயிக்குத் துணிவு எளிதிலே பிறக்கவில்லை. எனவே, நீட்டி முழக்கிச் சுற்றி வளைத்துத் தான் கருதியதைச் சொல்லத் தொடங்குகிறாள். இன்று என்னுடைய மனத்தில் பொருத்தமானது என்று கருதிய ஒன்றை உனக்கு நான் சொல்வது பொருத்தம் என்று நீ கருதினால், உனக்கு உந்தை சொல்லிய சொல் ஒன்று இருப்பதைச் சொல்ல விரும்புகிறேன். சுற்றி வளைத்துப் பேசுவதையும் கைகேயி உள்ளத்தில் ஏற்பட்ட தடுமாற்றத்தையும் இப்பாடலின் நடையமைப்பு உணர்த்துவதைக் காணலாம்.

சிற்றன்னையின் பேச்சுக்கு இராகவன் சொல்லும் விடை நயமானது.

"எந்தையே ஏவ, நீரே உரைசெய இயைவது உண்டேல்,
உய்ந்தனென் அடியேன்; என்னின் பிறந்தவர் உளரோ? வாழி!
வந்தது, என்தவத்தின் ஆயவருபயன்; மற்று ஒன்று உண்டோ?
தந்தையும், தாயும், நீரே, தலைநின்றேன்; பணிமின்' என்றான்".
(-கம்ப1600)

இந்தப் பாடல் இராமன் கூறிய விடையாகும். நுண்ணறிவுடையவனாகிய இராமன், ஏறத்தாழ நடந்ததைப் புரிந்துக் கொண்டான் என்றாலும் அவனுடைய மனத்தில் எவ்விதச் சலனமும் ஏற்படவில்லை. முழுக் கர்மயோகியாக மாறிவிட்ட அவன், அவள் உள்ளம் குளிரத் தந்த விடையாகும் இது. இதிலும் ஒரு சிறப்பு இருக்கிறது. சொல்ல வந்ததை நேரிடையாகச் சொல்லாமல் நீண்ட முகவுரைக்குப்பின், சொல்ல விரும்புகிறேன் என்று அவள் சுற்றிச் சுற்றி வருவதால் எந்த ஒன்றைச் சொல்ல வேண்டும் என்று நினைத்தாளோ அதைச் சொல்லும் மனோதிடம் அவளிடம் இல்லை என்பதை அறிந்து கொண்ட இராமன், அவள் அஞ்சத் தேவையில்லை என்ற கருத்துப்படப் பேசியது தான் இப்பாடலின் அடி நாதமாகும். "என் தந்தை ஏவினார். அந்த ஏவலை நீங்கள் எனக்கு இப்பொழுது சொல்லப் போகிறீர்கள். பொருத்தமான இச்செயலால் அடியேன் உய்கதி அடைந்தேன். என்னைவிடப் பாக்கியம் செய்தவர்

யாருமில்லை. இங்கே நான் வந்த. முன்னர்ச் செய்த தவத்தின் பயனே ஆகும். இப்பொழுது எனக்குத் தந்தையாகவும் தாயாகவும் தாங்களே உள்ளீர்கள், கட்டளை இட்டு அருளுங்கள்''என்றான்.

'எந்தையே ஏவ, நீரே உரைசெய் இயைவது உண்டேல்' என்ற தொடர் பலவகையாகப் பொருள் கொள்ள நிற்கின்றது. இங்கு நடைபெறுவது இம்முறையில் அமையவில்லை. உரைசெய்தவன் தந்தை, ஏவினவள் தாய், 'இது பொருத்தமாகக் கூடிய நிலை இருக்குமானால்' என்பதும் ஒரு பொருளாகும். தந்தையை நன்கு அறிந்தவன் ஆதலால், அவர் உரைத்ததும், தாய் ஏவியதும் முரண் உடையதாகத்தான் இருக்கும் என்ற கருத்தை 'இயைவது உண்டேல்' என்ற தொடரினால் பெற வைக்கிறான் கவிஞன். இவ்வாறு இரட்டுறமொழிந்து இரண்டு பொருள் கொள்ளுமாறு இப்பாடல் மட்டுமல்லாமல் 'மன்னவன் பணி அறைகின்' (1504) என்ற பாடலும் அமைந்து இருப்பதைக் காணலாம்.

கைகேயியின் கூற்றாக வரும் 'ஆழிசூழ் உலகம் எல்லாம்' (601) என்ற பாடல் உலகப் பிரசித்தமானது.

ஆழிசூழ் உலகம் எல்லாம் பாதனே ஆள், நீ போய்,
தாழ் இருஞ் சடைகள் தாங்கி, தாங்க அருந் தவம் மேற்கொண்டு,
பூழி வெங் கானம் நண்ணி, புண்ணியத் துறைகள் ஆடி,
ஏழ் - இரண்டு ஆண்டின் வா' என்று, இயம்பினான் அரசன்'
என்றாள். - கம்ப. 1601

இப்பாடலின் இறுதி அடி 'இயம்பினன் அரசன்' என்று முடிவது சிந்திக்கத்தக்கது. ஆயன என்று தொடங்கும் (1597) பாட்டில் 'நாயகன் உரையான வாயால்' என்று தொடங்கிய சிற்றன்னை இதனை அடுத்த 2ஆவது பாடலிலேயே 'ஒன்று உனக்கு உந்தை, மைந்த உரைப்பது ஓர் உரை உண்டு' என்று கூறுவதில், அரசன் என்ற பொருளில் வரும் 'நாயகன்' என்ற சொல்லைப் பயன்படுத்தி, அடுத்து உந்தை என்ற சொல்லைப் பயன்படுத்தி, மூன்றாவது பாடலில் 'இயம்பினன் அரசன்' என்று கூறும் கைகேயியின் அறிவுத் திறன் வியக்கத்தக்கதாகும்.

இராமன் மறுப்புக் கூறிவிடுவானோ என்ற அச்சத்தில் 'நாயகன் உரையான் வாயால்' என்று கூறினாள். அரசரில் பிறந்து, அரசரில் வளர்ந்து, பேரரசியான அவளுக்கு இந்த நுணுக்கம் பழைய பாடமாகும். அரசர்கள் நேரிடையாகத் தம் வாயைத் திறந்து எந்த ஆணையையும் இடுவதில்லை. அதை நினைவூட்டுவதுபோல் 'நாயகன் வாயால் உரையான்' என்று தொடங்கினாள். மறுப்புத்

தெரிவிக்கும் மனநிலையில் இராமன் இல்லை என்பதை அவன் அவளைப் பணிந்து, வாய் பொத்தி நிற்கும் நிலை அவளுடைய மனத்தில் தெம்பைத் தந்தது. எனவேதான், அடுத்து 'மைந்த! உனக்கு உந்தை உரைப்பது ஓர் உரை உண்டு' என்று கூறினாள். அரசியல் நுணுக்கம் தெரிந்த இராமனுக்கு இது நன்கு விளங்கியிருக்கும். ஆகவே, 'உந்தை' என்று அவனுடைய மனம் குளிருமாறு கூறிவிட்டு, 'உரைப்பது ஒன்று உண்டு' என்று கூறிமுடித்தாள். இந்த வினாடி வரை அந்த உரை என்னவென்று தெரிந்து கொள்ளும் ஆர்வம் இராமனிடம் ஒரு சிறிதும் இல்லை என்பதை நன்கு உறுதிப்படுத்திக்கொண்ட கைகேயி, இறுதி பாணத்தைத் தொடுக்கின்றாள். பரதனுக்கு முடியுரிமை வாங்கியதை ஒரே வரியில் முடித்து விட்டு, இரண்டு மூன்றாம் அடிகளில் இராமன் காடு செல்ல வேண்டியதையும், பதினான்கு ஆண்டுகள் கழித்துத்தான் திரும்ப வேண்டும் என்பதையும் 'நான் கூறுகிறேன்' என்று சொல்லாமல், 'ஆணை இட்டான் அரசன்' என்றும் சொல்லாமல், 'இயம்பினன் அரசன்' என்றாள்.

சில தொடர்கள் எழுப்பும் சிந்தனை

கைகேயி கூற்றாக வரும் இம்மூன்று பாடல்களையும் மறுபடி சிந்தித்துப்பார்த்தால், ஓர் உண்மை தெற்றெனப் புலப்படும். அந்த உண்மையாதெனில், இராமனைக் கண்ட மாத்திரத்தில் கைகேயி மனம் குழம்பிவிட்டாள் என்பதே ஆகும். அறத்தின் வடிவாக, அழகின் சிலையாக, நேர்மையின் ஆணியாக, கை, வாய், முகம் என்பவை கமலமாக எதிரே நிற்கும் அந்த வள்ளலைக் கண்டவுடன் அவள் மனம் குழம்பியதில் வியப்பு ஒன்றும் இல்லை. அதன் பயனாக அவள் சொல்லவந்தவற்றில் முரண்பாடுகள் பொதிந்து கிடப்பதைக் காணலாம். "நாயகன் உரையான் வாயால்" என்று தொடங்கியவள், 'இயம்பினன் அரசன்' என்று முடிக்கின்றாள். வாயால் உரையாமல் இருக்கும்பொழுது, 'இயம்பினன் அரசன்' என்பது எவ்வளவு பொருத்தமற்றது! இந்த இரண்டு கூற்றுகளிலும் உள்ள முரண்பாடு எளிதில் விளங்கும். 'இயம்பினன் அரசன்' என்பதற்கு, உன்னிடம் சொல்ல முடியாமல் என்னிடம் இயம்பினன் என்று பொருள் கண்டால், இந்த முரண்பாட்டைத் தவிர்க்கலாமே என்று சிலர் கருதலாம். அவர்கள் வாதம் ஒத்துவராது என்பதற்குப் பாடலின் நான்காவது அடி குறுக்கே நிற்கிறது. 'ஆழிசூழ் உலகம் எல்லாம்' என்று தொடங்கி, 'வா' என்பது முடிய ஆணை நேரிடையாகத் தசரதன் கூற்றாக அமைந்துள்ளதைக் காணவேண்டும். 'வா' என்ற முன்னிலை ஏவல் ஒருமை 'இராமா நீ' என்ற தோற்றா எழுவாய்

கொண்டு முடிவதைக் காணலாம். அதாவது, ‘இராமா நீ தாழ் இருஞ்சடைகள் தாங்கி, ஏழிரண்டாண்டில் வா’ என்று முடியும் தொடர்ப்பொருள் இராமனை முன்னிலைப்படுத்தி அரசன் ஏவிய ஆணையாகக் கொள்வதுதான் இப்பாடலின் பொருளாகும். என்று, ‘இயம்பினன் அரசன்’ என்ற கைகேயியின் கூற்று, அரசன் வாயினால் இட்ட ஆணையை அப்படியே எடுத்துக்கூறி, ‘என்ற ஆணையை வாய்மொழியாக இயம்பினான் அரசன்’ என்று அவள் கூறுவதாக முடிகின்றது. தமிழ்நாட்டில் அரசர்கள் வாய்மொழி ஆணையை அறிவிப்பவர்கள் ‘திருவாய்க்கேள்வி’ என்று அழைக்கப்பட்டனர். கல்வெட்டில் வரும் இப்பெயர் அரசன் வாயினால் சொல்லுகின்ற ஆணையைக் காதால் கேட்டு அதனை வெளியிடுகின்றவர்கள் பதவிக்குத் ‘திருவாய்க் கேள்வி’ என்ற பெயர் உண்டு.

கைகேயி, தன்னைத் தானே அரசன் திருவாய்க் கேள்வியாக நினைத்துக்கொண்டு பேசுவதாக வைத்துக் கொண்டால், இப்பொழுது அவள் கூற்றுகளில் முரண்பாடுகள் இல்லாமையை அறியலாம். “நாயகன் உரையான் வாயான்”. எனவே, அவன் திருவாய்க் கேள்வியாக இருக்கும் நான் அவனுடைய ஆணையை அப்படியே கூறுகிறேன் என்று தொடங்கி அந்த ஆணையை வெளியிடுகின்றாள்.

இந்த ‘இயம்பினன் அரசன்’ என்ற சொற்களும் இவள் தந்த விளக்கமாகும். ‘இயம்பினன்’ என்று சொல்லியிருந்தாலே போதும். ‘நாயகன்’ என்றும், ‘உந்தை’ என்றும் கூறியவள், ‘இயம்பினன்’ என்று கூறி நிறுத்தியிருந்தாலே, போதுமானதாகும். அப்படி இருக்க, ‘அரசன்’ என்ற சொல்லைத் தேவை இல்லாது கூறினாளோ எனின், அன்று. ஒரு மனைவி தன் கணவனை நாயகன் என்று கூறுவது மரபு. தலைவன் என்று பொருள்படும் அச்சொல்லுக்கு, அதுவும் மனைவி கூற்றாக வரும் அச்சொல்லுக்குத் தலைவன் என்று பொருள் கொள்ள வேண்டும் தவிர, அரசன் என்று பொருள் கொள்ள வேண்டிய தேவையில்லை. “உந்தை உனக்கு உரைப்பது ஓர் உரை உண்டு. அதை நான் சொல்கிறேன்”என்று கூறிவிட்டால், அதை ஏற்று நடக்க வேண்டிய கடப்பாடு இராமனிடம் இருக்கலாம், இல்லாமலும் போகலாம். ‘தந்தை தவறிழைத்தான்’ என்று கூறி மகன் அதை மறுக்கலாம் அல்லவா? எனவே, நாயகன், உந்தை என்ற இரண்டு சொற்களும் எதிர்ப்பிற்கு இடந்தருவனவாதலின் நுண்ணறிவுடைய கைகேயி எதிபர்பே இல்லாமல் செய்ய ஒரு வழியைக் காண்கிறாள். இராமனை முன்னிலைப்படுத்தி ‘ஏழிரண்டாண்டில் வா’ என்ற கட்டளையை நேரே இராமனுக்குத் தயரதன் இடுவது போல்

அமைத்துப் பேசுகிறாள், ‘கட்டளை இட்டவனை என்னுடைய நாயகன் என்றோ, உன்னுடைய தந்தை என்றோ எண்ணிவிடாதே. இவ்வாறு கட்டளை இட்டவன் இந்நாட்டு மன்னன்’ என்று அறிவுறுத்துமுகமாக, ‘இயம்பினன் அரசன்’ என்று கைகேயி கூறும் பொழுது முதலில் குழம்பி, பிறகு மனம் தெளிந்த நிலையில் அவள் பேசுவதை அறிய முடிகிறது. இராமன் முகத்தைக் கண்டவுடன் இப்படியொன்றை அவனுக்குச் செய்ய வேண்டுமா என்று குழம்பி ‘நாயகன் உரையான்’ என்று தொடங்கி, ‘உந்தை உனக்கு உரைப்பது ஒன்று உண்டு’ என்று தொடர்ந்தாள். பிறகு தான் சொல்லப்போவது கொடுமையாக இருப்பினும் அதன் விளைவு நலன் பயக்கும் என்று கருதினவள்போல் இது அரசன் ஆணை என்று கூறி முடித்துவிட்டாள். குழம்பிய மனம் எதனால் தெளிவடைந்தது என்பதைக் கவிஞன் கூறவில்லை.

இராமன் வடிவில் எதிரே நிற்கும் அவள் அன்பு மகனின் அந்தராதமாவாக இயங்கும் பரம்பொருளின் அவதார நோக்கம் நடைபெற வேண்டுமானால், கைகேயி குழப்பத்தைத் தவிர்த்து அவளுக்கு நெஞ்சு உரத்தை ஏற்படுத்தி இக்கடுஞ்சொற்களைச் சொல்லுமாறு ஊழ்வினை செய்துவிட்டது என்று கொள்வதில் தவறில்லை. ‘இயம்பினன் அரசன்’ என்ற இரண்டு சொற்களுக்கும் உள்ள தொனிப்பொருளைச் சிந்தித்தால் ஓர் உண்மை விளங்கும். கடைக்கண் அருள் வழியத் தூங்குகின்றவளும் *(1448)* தூமொழி மடமானும் *(1484)* நாடக மயிலும் *(1494)* ஆகிய ஒருத்தி, ‘இயம்பினன் அரசன்’ என்று சொல்வதில் உள்ள தொனியைச் சிந்தித்தால் நன்கு விளங்கும். ‘அன்பு மகனே! இது நான் விரும்பிச் செய்யும் காரியமன்று. அரசன் ஆணையை உனக்குச் சொல்ல வேண்டிய கடப்பாட்டில் உள்ளேன்’ என்ற கருத்துப்பட, ‘நான் சொல்லவில்லை, அரசன் இப்படிச் சொன்னான்’ என்று கூறி முடித்தாள் போலும். இதே கருத்தை மனத்துட் கொண்டவன் போலக் கம்பநாடான்,

> **“அரக்கர் பாவமும் அல்லவர் இயற்றிய அறமும்,**
> **துரக்க, நல் அருள் துறந்தனள் தூமொழி மடமான்”** - *கம்ப. 1484*

என்று பாடுவதால் கைகேயி பற்றிக் கவிஞன் என்ன பாடுகிறான் என்று தெரிகிறது.

கைகேயி எதிரே நிற்கும் இராகவனின் மனநிலையைப் படம் பிடித்துக் காட்டுகிறான் கவிஞன்.

"இப்பொழுது, எம்மனோரால் இயம்புதற்கு எளிதே? யாரும்
செப்ப அருங் குணத்து இராமன் திருமுகச்செவ்வி நோக்கின்
ஒப்பதே முன்புபின்பு; அவ்வாசகம் உணரக் கேட்ட
அப்பொழுது, அலர்ந்த செந்தாமரையினை வென்றது அம்மா!"

- *கம்ப 1602*

என்பது அப்பாடல்.

கை, வாய், முகம் அனைத்தும் தாமரை போன்றுள்ளவன், இராகவன். கையும், வாயும் புறத்தே காணப்படும் அழகுபற்றித் தாமரைக்கு உவமையாயின. வடிவு, நிறம் பற்றி வந்த உவமையாகும் இவை. திருமுகம் என்பது வேறு விஷயம். கரிய நிறமுடைய பெருமானின் முகத்தை வடிவு, நிறம் என்பது பற்றித் தாமரைக்கு உவமிக்க முடியாது. அம்முகத்தில் உள்ள கண்கள், கருணை வெள்ளம் பொழியும் கண்கள். ஆழ்வார் கூற்றுப்படி, "கடலினும் பெரியவாய அக்கண்கள்"தாமரையோடு பல்வகையிலும் உவமிக்கப்படத் தக்கவை. முகம் முழுவதற்கும் அறிகுறியாக நிற்கும் அக்கண்கள் காரணமாக முகமே கமலம் என்று வருணிக்கப்பட்டது. தாமரை போன்ற வடிவும், தேன் பிலிற்றும் குணமும், கண், முகம் என்பவற்றின் வடிவிற்கும் கருணை பொழியும் குணத்திற்கும் உவமை ஆயின. இவை புறத்தே உள்ளவர்கட்கும் காட்சிதரும் இயல்புடையவை. அதைத்தான் கவிஞன் 'திருமுகச் செவ்வி' என்கிறான். தாமரை முழுமலர்ச்சி அடைந்து கண்ணையும், மனத்தையும் கவரும் இயல்பினைப் பெறுவது அது தோன்றி வளரும் மண்ணின் தன்மையைப் பொறுத்ததாகும். அனைத்து வளங்களும் நிறைந்த மண்ணாக இருப்பின், அதில் தோன்றி வளரும் தாமரை ஈடு இணையற்றதாய் அழகுடன் மிளிர்ந்து தேனைச் சொரியும். ஆனால், அந்த மண் வளம் தாமரையின் மலர்ச்சியைக் கொண்டு அறியப்படுமே தவிர, நீருக்குள் இருக்கும் மண்ணின் தரத்தை வேறுவகையால் அறியமுடியாது. அதேபோன்று இராமன் கண்களில் காணப்படும் அந்த ஈடு இணையற்ற அழகு கண்ணில் தோன்றியதா என்றால் இல்லை என்கிறான் கவிஞன். இக்கண்களுக்கு வடிவு, தொழில் பற்றி உவமை செய்யப்புகும் பொழுது இவை இரண்டிற்கும் மூலகாரணமாக உள்ள இராமன் பண்புகளை நினைவுகூர்கிறான் கம்பன். திருமுகச் செவ்வி அப்பொழுது அலர்ந்த செந்தாமரையினை ஒத்தது என்று கூறியிருந்தாலே போதுமானதுதான். முன்பு என்ற சொல்லைச் சேர்த்ததால் எப்பொழுதோ சில நேரங்களில் தோன்றி மறையும் அழகு அல்ல இது; எப்பொதுமே நிறைந்திருத்தலின் முன்பு என்ற சொல்லால் அதைப் பெறவைக்கிறான். இராமன் திருமுகச்செவ்வி

என்று கூறவந்த கவிஞன், இந்த செவ்விக்கு மூலகாரணம் யாது என்பதை ஆய்ந்து அதை இரண்டு சொற்களில் வெளிப்படுத்துகிறான். "செப்ப அருங் குணத்து இராமன்" என்ற அடைமொழியால் இராமனுக்குரிய நற்பண்புகள் அனைத்தையும் சொல்லி எல்லை கண்டு விடமுடியாது என்று கூறுவதால், அப்பொழுது அலர்ந்த செந்தாமரையினை எப்பொழுதும் நினைவூட்டிக்கொண்டு நிற்கும் அவன் திருமுகச் செவ்விக்குக் காரணம் அவன் பண்பு நலன்களேயாம் என்ற கருத்தையும் பெறவைத்துவிட்டான். செப்ப அருங்குணமும் அதனால் தோன்றும் திருமுகச் செவ்வியும் இராகவனை விட்டு ஒரு கணமும் பிரிந்ததில்லை. ஆதலால், திருமுகச் செவ்வி நோக்கின் அலர்ந்த செந்தாமரையினை ஒப்பதே முன்பு என்று கூறி முடித்துவிடுகிறான்.

அப்படியானால், அடுத்த அடியில் வாசகம் உணரக் கேட்ட அப்பொழுது அலர்ந்த செந்தாமரையினை வென்றது என்று கூறுவதன் நோக்கம் யாது? எஞ்ஞான்றும் தாமரையினை ஒப்பதாக இருந்த முகம் அதனை வென்றது என்றால், வெல்வதற்குரிய காரணம் ஏதோ நிகழ்ந்திருக்க வேண்டும். அது யாது என்று சிந்திப்பது நலம் பயக்கும். ஒரு தாமரை மலரின் அழகை ரசிப்பதற்கு ஒருவன் கண்கள் மட்டும் பெற்றிருந்தால் போதாது. ஒரு குறிப்பிட்ட இடத்தில், குறிப்பிட்ட கோணத்தில் இருந்து பார்க்கும் பொழுது முழு அழகையும் ரசிக்க முடியும். இடமும் கோணமும் மாறினால் அழகின் தன்மையில் குறைவும் நிறைவும் ஏற்படும். அப்படியானால் அதனைக் காண்பதற்குரிய சிறந்த இடத்தையும், கோணத்தையும் தேர்ந்தெடுத்துக் கொண்டு அந்த இடத்தில் இருந்து பார்க்கும் பொழுது முழு அழகும் தென்படும் என்பது உண்மைதான். அப்படிப் பார்த்துக்கொண்டே இருக்கும் பொழுது திடீரென்று, பளிச்சென்ற சிறப்புடன் சில கணங்கள் அந்த அழகு பழைய அழகை வென்று நிற்பதைக் காணலாம். இந்தப் புதிய அழகு எங்கிருந்து வந்தது? மலரின் அழகைக் காண்பதற்கு உதவியது கதிரவனின் ஒளிக்கற்றைகளே ஆகும். வினாடிக்கு வினாடி இடம் பெயர்ந்து கொண்டிருக்கும் கதிரவன் ஒளி ஒரே கோணத்தில் தாமரை மேல் படிவதில்லை. அதன் கோணம் மாறிக் கொண்டேயிருக்கும். குறிப்பிட்ட ஒரு நேரத்தில் அவ்ஒளிக் கற்றைகள் தாமரைமேல் படும் பொழுது அதன் அழகுபன் மடங்காகி, பழைய அழகைத் தோற்கடித்துவிடும். ஆனால், இது எந்நேரமும் நீடிப்பதில்லை. ஒரு சில வினாடிகளே இது நிற்கும். கதிரவன் நகர்ந்தவுடன் ஒளிக்கற்றைகள் கோணம் மாறுவதால் இவ்வழகு மறைந்துவிடும்.

பழைய அழகை வெற்றிகொள்ள இப்புத்தழகு ஒருசில கணங்கள் தோன்றிப் பின்னர் மறைவதால் பழைய அழகே நிலைபெற்று நிற்கும்.

விஞ்ஞானரீதியாக மேலே கூறப்பெற்றவற்றை மனத்தில் வாங்கிக்கொண்டு மட்டும் பாடலைப் பார்த்தால், கவிச்சக்கரவர்த்தி கம்பனின் பேராற்றலை நன்கு அறிய முடியும். இராமன் எதிரே நிற்கின்றான். நாம் அவன் எதிரே நின்று அப்பொழுது அலர்ந்த தாமரையின் செவ்வியை அம்முகத்தில் கண்டு மெய்மறந்து நிற்கின்றோம். எந்த நேரத்தில், இராகவன் முகத்தை யார் பார்த்தாலும் இந்த நிலைதான். அதாவது, அலர்ந்த செந்தாமரையின் செவ்வி அங்கே இருக்கும். இதைத்தான் கவிஞன் 'ஒப்பதே முன்பு'என்று குறிக்கிறான். கதிரவன் இடம் பெயர்வதால் ஒளிக் கற்றைகள் கோணம் மாறி அலர்ந்த செந்தாமரை மேல் பட்டு முன்பு இல்லாத அழகை இப்பொழுது தோற்றுவித்துப் பின்னர் மறைந்துவிடுவது போல் இங்கேயும் ஒன்று நடைபெறுகிறது. அலாந்த செவ்வி என நிற்கும் இராமன் காதுகளில், கைகேயி கூறிய (அதாவது, தாழிடும் சடைகள் தாங்கி......... ஆண்டின் வா என்ற சொற்கள் புகுகின்றன. சூரியனுடைய ஒளி புதிய கோணத்தில் தாமரையில் படுவதுபோல, இராமனுடைய தாமரை முகத்தோடு இணைந்த செவியில் அச்சொற்கள் புகுகின்றன. கதிரவன் ஒளிக்கற்றைக்கு இச்சொற்கள் உவமையாகும். புதிய கோணத்தில் வரும் அந்த ஒளிக்கற்றைகள் சில வினாடிகள் மலரின் அழகை மிகுதிப்படுத்துவது போல் இராமன் திருமுகச் செவ்வியில் இச்சொற்கள் முன்னர்க் காணாத புதிய அழகைச் சில வினாடிகள் தோற்றுவிக்கின்றன. அதன் பிறகு பழைய அழகே அங்கு நிலைபெறுகிறது. இதைத்தான் கவிஞன், "அவ்வாசகம் உணரக் கேட்ட பின்பு. .... செந்தாமரையினை வென்றதம்மா"என்று கூறுகிறான். கதிரவன் ஒளிக்கற்றைகள் வெப்பம் மிகுந்தவையாய் இருப்பினும் தாமரைக்குப் புதுமெருகூட்டுவது போலக் கைகேயியின் கொடுமை நிறைந்த சொற்கள் சமதிருஷ்டி உடையவனும், ஸ்திதப்பிரக்ஞனும் ஆன இராமன் முகத்தில் புதியதோர் அழகை சிலவினாடிகள் உண்டாக்கின என்ற நுணுக்கத்தைத்தான் இந்த ஒரு பாடலின் மூன்று அடிகளில் கம்பநாடன் விளக்குகிறான்.

இதனை அடுத்துவரும் பாடல் (1603) மறுபடியும் நம் சிந்தனைக்கு உரியதாகும். மன்னன் தசரதன், இவ்வாட்சியை நீ ஏற்றுக் கொள்ள வேண்டும் என்ற போது, விருப்பு வெறுப்பு

இல்லாமல் கடமை என்றுணர்ந்து கர்மயோகியாய் நின்று அந்தப் பொறுப்பை ஏற்றுக் கொள்ள மனம் ஒப்பித் தந்தையின் முன்நின்ற இராகவன் முகத்தைக் கற்பனை செய்து பார்க்கிறான் கவிஞன். இப்பொழுது அதே அரசன் பெயரால் அப்பொறுப்பு அவனிடமிருந்து நீக்கப்பட்டவுடன் அவன் முகத்தைக் கற்பனையில் காண்கிறான் கவிஞன். வேளாண்மை செய்கின்ற வெண்ணெய்ச் சடையன் வீட்டில் தங்கி இருந்ததால் வண்டியில் பூட்டும் காளைகளை, அவை பூட்டப்படும் பொழுதும் பிறகு அவிழித்துவிடப்படும் பொழுதும் கவிஞன் நன்கு கவனித்திருக்கிறான். அந்தக்காட்சி இப்பொழுது அவன் கண்முன் நிற்கிறது. பொறுப்பை இராமனுக்கு ஏற்றிய பொழுதும் அந்தப் பொறுப்பை இறக்கிய பொழுதும் அவனுடைய முகச்செவ்வியைக் கற்பனையில் காணுகிறான். வண்டியில் பூட்டி அவிழ்த்து விடப்பெற்ற அந்த எருதுகட்கும், இராமனுக்கும் உள்ள ஒற்றுமை பளிச்சென்று அவன் மனத்தில் படுகின்றது. வண்டியில் பூட்டப்படுவதும், அவிழ்த்துவிடப்படுவதும் எருதுகளின் இச்சை அன்று. அவை அப்பணியை ஏற்றுக்கொள்கின்றனவா, மறுக்கின்றனவா என்று யாரும் எருதைக் கேட்பதில்லை. அதேபோல, முடியை ஏற்றுக் கொள்ளச் சொன்ன பொழுதும், அதை மறுத்து விட்ட பொழுதும் யாரும் இராமனுடைய விருப்பம் என்ன என்று கேட்கவில்லை.

என்றாலும், அவிழ்த்து விடப்பட்ட போது எருதுகளின் முகத்தில் தோன்றும் மகிழ்ச்சியும், திருப்தியும் 'வாசகம் உணரக்கேட்ட இராமன் முகத்தில் தோன்றின' என்கிறான் கவிஞன்.

"தெருளுடை மனத்து மன்னன் ஏவலின் திறம்ப அஞ்சி,
இருளுடை உலகம் தாங்கும் இன்னலுக்கு இயைந்து நின்றான்,
உருளுடைச் சகடம் பூண்ட, உடையவன் உய்த்த கார்ஏறு
அருளுடை ஒருவன் நீக்க, அப்பிணி அவிழ்ந்தது ஒத்தான்"

- கம்ப. 1608

பாடலின் பின் இரண்டு அடிகள் இராமன் வாழ்க்கையில் நடைபெற்ற ஒன்றைக் குறிப்பாகச் சுட்டுகின்றன. எவனோ ஒருவன் எருதுகளை வண்டியில் பூட்டினான். எவனோ ஒருவன் அந்த எருதுகளை அவிழ்த்துவிட்டான் என்று சொல்லும் பொழுது அரசை ஏற்கச் சொன்னவன் தசரதன் என்றும், அதனை இறக்கி வைத்தவள் கைகேயி என்றும் குறிப்பாகக் கவிஞன் பெறவைத்துவிட்டான்.

இதனை அடுத்து வரும் பாடல், தேவையான இடங்களில் இரு பொருள்படப் பாடும் கம்பனின் கவி வண்ணத்துக்கு ஓர் எடுத்துக்காட்டாகும்.

“மன்னவன் பணி அன்றாகின், நும்பணி மறுப்பெனோ? என்
பின்னவன் பெற்ற செல்வம் அடியனேன் பெற்றது அன்றோ?
என் இனி உறுதி அப்பால்? இப்பணி தலைமேல் கொண்டேன்;
மின் ஒளிர்கானம் இன்றே போகின்றேன்; விடையும் கொண்டேன்”

- *கம்ப. 1604*

மனிதப் பண்பின் சிகரத்தில் நிற்கும் இராமன் கருத்துப்படி பொருள் கொள்வதானால், ‘தாயே! இது அரசனுடைய பணி. இல்லை என்றால் கூட நீ இட்ட கட்டளையை மறுக்கும் எண்ணம் எந்நாளும் என்னிடத்தில் இல்லை. மேலும், என் பின்னவனாகிய பரதன் பெற்ற செல்வம், நான் பெற்றதாகவே கருதுகின்றேன். இதைவிட என் கடமை என்று சொல்லத்தக்கது வேறு எது? தங்கள் ஆணையைச் சிரமேல் தாங்கி இப்பொழுதே காடு செல்கிறேன். தங்களை வணங்கி இப்பொழுதே விடை கொள்கின்றேன்’ என்று விளக்கம் கொள்ளப்படும்.

இனி, இப்பாடலுக்கு இவ்வாறு பொருள் கொள்ளாமல், “தாயே! என் தந்தையை நன்கறிவேன். ஆதலால் இவ்வாறு கட்டளை இடத் துணியமாட்டார். ஆதலால் தாங்கள் இடும் கட்டளை மன்னவன் பணி அன்று. ஆனாலும் (ஆயின்) தாங்கள் இட்ட கட்டளையை என்றாவது நான் மறுத்ததுண்டோ? என் பின்னவனாகிய பரதன் பெற்ற இக்கோசல நாடு அடியவனாகிய நான் (கோசல மன்னனுக்குரியது ஆதலாலும், அம்மன்னனின் மகள் கௌசல்யையை என் தந்தை மணந்த பொழுது என் தாய்க்குக் கொடுத்த சீதனம் ஆதலாலும்) பெற்றதன்றோ? தாய்க்குச் சீதனமாக வந்த இக்கோசலம் முறைப்படி நான் பெறவேண்டியதே ஆகும். அப்படி உரிமையாக நான் பெற்ற செல்வத்தைத் தான் இப்பொழுது என் பின்னவனாகிய பரதன் பெற்றுள்ளான்” என்ற பொருள்படவும் கவிஞன் பாடியுள்ளமை காணலாம்.

இவ்வாறு கூறுவதால், புருஷோத்தமனான இராமன் பெருமை பெரிதும் தாழ்ந்துவிடும் என்பதைக் கவிஞன் அறியாதவன் அல்லன். அவன் காலத்து வழங்கிய பல்வேறு இராமாயணங்களில் யோக வாசிஷ்ட இராமாயணமும் ஒன்று. அதில் வருகிறது இக்கருத்து. அந்த இராமாயணங்கள் இராமனைப் பரம்பொருளாகக் காட்டவில்லை. மிகச் சிறந்த மனிதன் என்ற அடிப்படையிலேயே பாடிச்

செல்கின்றனர். மேலும் அவற்றில் தசரதன் மூர்ச்சை அடைந்து விட்டதாகவும், இராகவன் அவனைக் காணமுடியவில்லை என்பதாகவும் கம்பன் கூறியது போல் காட்டப்படவில்லை. இவ்வார்த்தைகளைக் கைகேயி கூறும் பொழுது, தசரதன் அவளை எதிர்த்துப் பேசமுடியாமல் வாய்மூடி இருந்து விடுகிறான். அந்த நிலையில் இப்படிப் பொருள் கொள்வது நியாயமானதே ஆகும். அந்த இராமாயணங்களின்படி தசரதன் இரண்டு குற்றங்களைச் செய்கிறான். தனக்கு உரிமை இல்லாததும், தன் மனைவி கோசலைக்குச் சொந்தமானதுமான கோசல நாட்டை கைகேயியை மணக்க வேண்டும் என்ற விருப்பத்தில் கேகேய நாட்டு மன்னனிடத்தில் இராஜசுல்கமாகத் தருவதாகச் சொல்வது முதல் தவறு. வரம் என்ற பெயரில் பரதனுக்குக் கோசலத்தைக் கேட்ட பொழுது, கோசலத்தின் உரிமை தனக்கில்லை என்று தெரிந்திருந்தும் அதனைத் தருகிறேன் என்று கைகேயியினிடம் கூறியது இரண்டாவது குற்றம், அந்த இராமாயணங்கள் இராமனை மனிதனாகவே காட்டுவதால் இந்த அரசியலில் நடைபெறும் இந்தத் திருகுகளை இராமன் நன்கு அறிந்திருந்தான். அவன் பெருந்தன்மை காரணமாகச் சற்று விட்டுக்கொடுத்தான் என்ற கருத்தில் பாடிச் செல்கின்றார். கம்பன் இவற்றை நன்கு அறிந்திருந்தான். ஆயினும் இதில் உள்ள நியாயத்தை அவன் மறுக்க முடியாது என்ற காரணத்தால் முதல் குற்றமாகிய இராஜ சுல்கம் நிகழ்ச்சியையே கூறாமல் விட்டு விட்டான். தசரதன் எத்தனை தவறுகள் செய்திருந்தாலும் பரம்பொருளை மகனாகப் பெறும் பேறு பெற்றவன். ஆதலால் அவன் மேல் குற்றம் வராதபடி கம்பன் பாடிச் செல்கிறான்.

இராமனுடைய பண்பிற்குப் பழுது வரக்கூடாது என்று கம்பன் நினைத்திருந்தால் இப்படி இரண்டு பொருள்பட ஏன் பாடவேண்டும் என்ற வினா தோன்றுகின்றதல்லவா? அவன் காலச்சூழ்நிலையில் இருந்த எல்லா இராமாயணங்களையும் கம்பன் கற்றிந்தான்; ஆதலால் அவை கூறும் சில இடங்கள் சரியானவையே என்று அவன் மனத்தில் பட்டிருக்கவேண்டும். அவற்றின் தாக்கம் அவனைச் சும்மா விடவில்லை. தான் படைத்த இராமனுக்கு ஒரு தரக்குறைவு ஏற்படும் என்பதைக்கூட மறந்துவிடுகிறான். அதன் பயனாகவே இருபொருள்படும் இப்பாடல் தோன்றிற்று என்று நினைப்பதில் தவறில்லை.

இத்தனையும் நடந்த பிறகும் இராகவன் என்ன செய்தான் என்பதை மிக அற்புதமாகக் கவிஞன் பாடிச் செல்கிறான். மறுபடியும்

சிற்றன்னையை வணங்கிய இராகவன், தந்தை அரண்மனையில் எங்கோ ஒரு பகுதியில் அவசமுற்றுக் கிடக்கிறான் என்பதை மனத்துட்கொண்டு உத்தேசமாக அத்திசை நோக்கி நின்று தந்தைக்கு ஒரு வணக்கம் செலுத்திவிட்டுக் கோசலை கோயில் புகுந்தானாம்.

> **"என்று கொண்டு இனைய கூறி, அடி இணை இறைஞ்சி, மீட்டும்,**
> **தன் துணைத் தாதை பாதம் அத்திசை நோக்கித் தாழ்ந்து.**
> **பொன்திணி போதினாளும், பூமியும், புலம்பிநைய,**
> **குன்றினும் உயர்ந்த தோளான் கோசலை கோயில் புக்கான்"**
>
> *- கம்ப. 1685*

கைகேயியை விட்டு இராமன் வருகின்றபோது அங்கே யார் இருந்தார்கள்? இந்த நிலையை உண்டாக்கிய கைகேயி மட்டும் தான் இருந்தாள்; எங்கோ அறையில் தசரதன் மயக்கத்துடன் படுத்துக் கிடக்கிறான் என்றுதானே நாம் நினைப்போம்? இல்லை என்கிறான் கவிஞன். கண்ணுக்குப் புலனாகின்ற இவ்விருவர் தவிர, புலனாகாத இரண்டு பெண்கள் அங்கே அழுதுகொண்டு நிற்கின்றனராம். தாமரையில் உள்ள இலக்குமியும், பூமிதேவியும் மனம் நைந்து உருகி அங்கேயே கைகேயி மனையிலேயே நின்றுவிட்டனராம். முடிசூட்டு விழாவிற்கு நாள் வைத்ததிலிருந்து கண்காணா இருவர் மாறிமாறி இராமனுடன் உள்ளனர் என்கிறான் கவிஞன். கோசலையை நோக்கித் தனியனாக வரும் இராமனைப் பற்றிச் சொல்லும் கவிஞன், இழைக்கின்ற விதி முன் செல்ல, தருமம் பின் இரங்கி ஏக "இராமன் வந்தான்" (1606) என்றான், இப்பொழுது கைகேயியை விட்டு விலகும் பொழுது இலக்குமியும், பூமிதேவியும் அழுதுநின்றனர் என்று கூறுகிறான். இந்த நால்வருமே நம் கண்ணுக்குத் தெரியாமல் செயல் புரிகின்றவர் ஆவர்.

முடிவாக

பெற்ற தாய் ஒருத்தி; பேணி வளர்த்த தாய் ஒருத்தி; நிலைமை அறிந்து கைங்கரியச் செல்வனாக மகனை உதவிய தாய் ஒருத்தி. ஆக, தாயர் மூவரைப் பெற்ற இராகவன்பால் அம்மூவரும் கொண்ட தொடர்பும் காட்டிய பாசமும் துலங்குகின்ற பல குறிப்புகளை இதுவரையில் கண்டோம். சுருக்கமாகத் தொகுத்துக் கண்டு இக்கட்டுரையை முடிப்போம்.

தான் பெற்ற மகனை இளையாள் வளர்க்குமாறு விடுத்து அவள் பெற்ற மகனைத் தான் வளர்த்தாள் மூத்த அரசியாகிய கோசலை. 'நின்னினும் நல்லன்' என்று கூறி இராமனைவிடப் பண்பினால்

உயர்ந்தவன் பரதன் என்று இராமனிடமே கூறி, அன்பினில் வேற்றுமை மாற்றினவள் தான் என்பதைப் புலப்படுத்தினாள் மணிவயிறு வாய்த்த கோசலை.

வளர்த்த மகனுக்கு முடிசூட்டு விழா என்ற செய்தி கேட்ட தூமொழி மடமான் ஆகிய கைகேயி நாயகம் அனைய மாலை வழங்கி மகிழ்ந்தாள். ஆனால், கொடுமனக் கூனியின் வார்த்தை ஜாலத்தால் மட்டுமன்றிக் கொண்டவன் புகழுக்கு மாசு வரக்கூடாதே என்ற உணர்வினாலும் தூய சிந்தை திரியுமாறு நேர்கிறது. மனிதச் சிந்தனை உள்ளளவும் மாயாப் பழி ஏற்கத் துணிந்துவிட்ட மாபெருந்தியாகியாகக் கைகேயியை விளக்க முனைந்தது புது நோக்கு, புது முயற்சி வளர்த்த பாசத்தையே சீரணம் செய்து தியாகியாகி வாய் திறவா மௌனயோகம் மேற்கொண்ட வளர்ப்புத் தாயின் திறமும் தரமும் நெடிய சிந்தனைக்கு உரியது.

இளைய மென்கொடியாகிய சுமித்திரையின் தாயன்பு தனித்தன்மை வாய்ந்தது. இக்காப்பியத்தின் ஒப்பற்ற கதாநாயகனுக்குச் கைங்கரியம் செய்வதற்கே பிறந்த உறங்காவில்லியைப் பெற்றவள் இவள் என்பதொன்றே இவள் பெருமையைப் புரிந்த போற்றுவதற்குப் போதுமானது. வேறொருத்தி வயிற்றில் பிறந்த மகனுக்குத் தன் மகனைப் பலியிடக்கூடத் துணிந்த சுமித்திரை தாய்மை கணிப்பிலே இமாலயச் சிறப்புக்கு உரியவள் என்றால் மிகையாகாது. நால்வரிடை வேற்றுமை உற்றிலாள் கைகேயி; வேற்றுமை மாற்றினவள் கோசலை. இருவருமே மகன் என்ற உடைமையை விட்டுவிடவில்லை. சுமித்திரை எப்படி? இராமனை அண்ணன் என்று நினையாமல், அடியாரின் ஏவல் செய்க என்று சொன்னதோடு, ‘இடர் வருமேல் முன்னம் முடி’ என்று தான் பெற்ற மகனைத் தியாகக் களத்துக்கு அனுப்பினாள். கட்டளை இட்டு அனுப்பினாள். தாயர் மூவரைப் படைத்து, மூவராக மட்டுமன்றி முதிர்ச்சி வகையிலும் ஒருவர்க்கொருவர் சளைக்காதவர்களாகக் கவிச் சக்கரவர்த்தி படைத்திருக்கிறான்.

~

தம்பியரும் இராமனும்

மக்கள் நால்வர் - இரண்டு இணைகள்

தசரத சக்கரவர்த்தியின் மூத்த மகனாகப் பிறந்த இராமனுக்கு மூன்று தம்பிகள் பிறந்தனர். இராமனுக்கு அடுத்துப் பிறந்த பரதன் கைகேயி மகனாவான். இளைய மென்கொடி என்று கம்பனால் வருணிக்கப்படும் சுமித்திரை வயிற்றில் இலக்குவனும் சத்ருக்கனனும் பிறந்தனர். கோசலை வயிற்றில் பிறந்த இராகவன் சிறிய தாயாராகிய கைகேயியினிடத்திலேயே வளர்ந்தான். கைகேயி மைந்தன் கோசலையிடத்து வளர்ந்தான். இந்த முறைக்கு ஏற்பச் சுமித்திரையின் மைந்தர்களுள் மூத்தவனாகிய இலக்குவன் இராமனிடத்திலும், இளையவனாகிய சத்ருக்கனன் பரதனிடத்திலும் ஓட்டியே வாழ்ந்தனர்.

பரதன்

அருகிக் காட்சியளிக்கும் பரதன்

கம்பனுடைய காப்பிய அமைப்பில் காப்பிய நாயகனான இராமன் காப்பியம் முழுவதும் வியாபித்து நிற்கின்றான். எனவே, இலக்குவனுக்கும் அந்த வியாபகம் கிடைக்கின்றது. பால காண்டத்தில் திருமணத்தின் போது காட்சி அளிக்கும் பரதன், அயோத்தியா காண்டத்தில் முடிசூட்டு விழாப் பற்றிப் பெரும் பிரச்சனைகள் தோன்றுகின்ற காலத்தில் பரதன் அங்கு இல்லை. அவன் கேகய நாட்டிற்குப் பாட்டன் வீட்டிற்குச் சென்றிருக்கிறான்.

இராமன் காடு சென்றவுடன் தசரதன் இறக்கவும், வசிட்டன் அவனுக்குச் செய்தி சொல்லி அனுப்புகிறான். அயோத்தி வந்தடைந்த பரதன் நடந்தவற்றை அறிந்து துயரக் கடலில் ஆழ்ந்து தேறிய பின் வசிட்டன் அவனை முடிசூட்டிக்கொள்ளுமாறு வேண்ட, தீயை மிதித்தவன் போல் துணுக்குற்ற பரதன் அண்ணனை மீட்டும் அழைத்துவந்து பட்டத்தை ஏற்கச் செய்யப்போவதாக உறுதி பூண்டு கானகம் செல்கிறான். தாயர் மூவரும் வசிட்டனும் உடன் செல்கின்றனர். இராமனைப் பரதன் சந்திக்கின்றான். பின்னர்க் காப்பிய இறுதியில் தான் பரதனைக் காணமுடிகிறது.

பரதனைப் பற்றி இராமன் கணிப்பு - பெருமகன்

பரதன் போருக்கு வருவதாகத் தவறாக நினைந்து போருக்குரிய கவசம் முதலியவற்றை இலக்குவன் அணியத் தொடங்கிய பொழுது, இராமன் பரதனைப் பற்றிக் கூறுவது, அதுவும் பரதன் இன்னும் நெருங்கி வராத நிலையில் அவன் இல்லாதபொழுது அவனைப் பற்றி இராமன் கூறுவது பரதன் பண்பு மட்டுமின்றி இராகவன் பண்பையும் எடுத்துக் காட்டுவதாகும்.

“இலக்குவ! பதினான்கு உலங்களையும் தாக்கி அழிக்க வேண்டும் என்று நீ கருதினால் அதனை யாரும் விலக்க முடியாது. போர் வலியால் மட்டும் சிந்திப்பதை விட்டு, அறிவினால் ஆராய்ந்து கொள்ள வேண்டிய ஒரு செய்தியை நான் உனக்குச் சொல்லப் போகிறேன்.” *(2416)*

“போர் செய்கின்ற தோளையுடைய இலக்குவ! நம் குலத்தில் உதித்தவர்கள் குற்றமற்றவர்களாய் வாழ்ந்து தீர்ந்தவர்கள். அவருள் யாரேனும் ஒருவர் அறத்தினின்று நீங்கினார் என்று சொல்ல முடியுமா?” *(2417)*

“எத்தனை வேதங்கள் உண்டோ அத்தனை வேதங்களும் அறநெறி என்று சொல்வது எதனை என்று தெரியுமா? பரதனது செய்கைகளையே அந்த வேதங்கள் அறநெறி என்று கூறுகின்றன. பரதன் செய்கை இவ்வறநெறிக்கு மாறுபட்டவை அல்ல. அப்படிப்பட்டவன் பரதன் என்பதை நீ அறியாமற் போனதற்குக் காரணம் என் மீது வைத்த அளவற்ற அன்பினாலேயே ஆகும்” என்ற பொருள் தரும் பாடல் வருமாறு:

“எனைத்து உளமறை அவை இயம்பற்பாலன்,
பனைத்திரள் கரக்கரிப் பரதன் செய்கையே,

அனைத்திறம் அல்லன அல்ல; அன்னது
நினைத்திலை, என்வயின் நேய நெஞ்சினால்." *- கம்ப. 2418*

இதனைக் கூறுகின்றவன் வேதத்தின் வித்தாக விளங்கும் பரம்பொருள் ஆவான். ஆனால், இப்பொழுது அவன் தன்னை இன்னான் என்று நினைக்கவுமில்லை, கூறிக்கொள்ளவும் இல்லை. அறநெறி கூறும் வேதங்களின் முழுவடிவாக உள்ளான் பரதன் என்று கூறுகையில், பரதன்பால் இராமன் கொண்ட அன்பின் ஆழம் எத்தகையது என்பதை அறிகின்றோம்.

அதைவிட வியப்பானதொன்றும் இப்பாடலில் உள்ளது. இராமனும் பரதனும் அதிகம் நெருங்கிப் பழகியதாகக் காப்பியம் கூறவில்லை. இராமனைப் பிரியாத நிழல் போல் வாழும் இலக்குவனைப் பற்றி இராமன் அறிந்திருப்பது இயல்பு. ஆனால், நெருங்கிப் பழகாதவனும் இத்தனை பிரச்சனைகளும் நடைபெறுகின்ற காலத்துப் பாட்டன் வீட்டிற்குச் சென்றுவிட்டவனுமாகிய பரதனை, இராகவன் வேதத்தின் வடிவம் என்று எடைபோட்டது வியப்பைத் தருவதாகும். எவ்விதக் குற்றமும் இல்லாத இராகவன் தன்னை ஒத்தவனாகிய பரதனைத் துல்லியமாக அறிந்திருந்ததில் பரதன் பெருமையை மட்டுமல்லாமல், இராகவன் பெருமையையும் அறிந்து கொள்ள முடிகிறது.

இதைவிடச் சிறப்பு, பரதன் வருவதன் நோக்கத்தையும் எத்துணை நுணுக்கமாகவும் சிறப்பாகவும் முன்னரே அறிந்து வைத்துத் தேவை ஏற்பட்ட விடத்துச் சொல்ல வேண்டியவனுக்குச் சொல்கிறான். பரதன் வருகை பற்றி இதோ இராமன் பேசுகிறான்:

"பெருமகன் என்வயின் பிறந்த காதலின்
வரும் என நினைகையும், மண்ணை என்வயின்
தரும் என நினைகையும் "தவிர", தானையால்
பொரும் என நினைகையும் புலமைப்பாலதோ?" *(2419)*

"பொன்னொடும், பொரு கழல் பரதன் போந்தனன்,
நல் நெடும் பெரும் படை நல்கல் அன்றியே
என்னொடும் பொரும் என இயம்பற் பாலதோ? -
மின்னொடும் பொருவுற விளங்கு வேலினாய்!" *-கம்ப. 2419, 2420*

இங்கே இரண்டாம் பாடலில் அணித்தே நிற்கும் இலக்குவனை இராமன் விளிக்கும் சொற்றொடர் சிந்தனைக்குரியது. "மின்னலைப் போன்று ஒளிவிடும் வேற்படையை உடையவனே!" என்று கூறுவது ஏன்? இப்பொழுது இலக்குவன் கையில் வேற்படையை வைத்திருக்கவில்லை. என்றாலும், அதை நினைவூட்டும் வகையில்

இராகவன் அவனை விளித்ததற்குத்தக்க காரணம் ஒன்று உண்டு. இலக்குவனைப் பொறுத்தமட்டில் புத்தியைப் பயன்படுத்த வேண்டிய நேரத்தில் கூடக் கத்தியைப் பயன்படுத்த முயலும் இயல்புடையவன். அதனால் தான் முதற் பாடலின் இறுதியில், "பரதனை நன்கு புரிந்து கொள்ளாமல் நீ தவறாக நினைப்பது நல்லறிவின் பாற்பட்டதன்று" என்று ஓரளவு மனம் வருந்திய நிலையில் பேசுகிறான். பரதனைப் பற்றி இலக்குவனிடம் சொல்லவந்த இராகவன் என்ன அருமையான சொல்லைப் பயன்படுத்துகிறான்! . "என்னிடத்துக் கொண்ட அளப்பரும் காதல் காரணமாக வருகிறான் என்பதும், மறுபடியும் மண்ணை எனக்குத் தரவே வருகிறான் என்பதும் நினையாமல் என்னுடன் போர் செய்ய வருகிறான் என்று நினைப்பது அறிவின்பாற் பட்டதோ?" என்று கூறுகையில், பரதன் என்றோ, இளையவன் என்றோ, கைகேயி மகன் என்று கூறாமல், 'பெருமகன்' என்ற சொல்லை இராகவன் பயன்படுத்துவது பரதனை முற்றிலுமாக அறிந்திருந்தான் என்பதைக் காட்ட வந்த சொல்லாகும். இந்த ஒரு சொல்லைப் பயன்படுத்தியதனாலேயே இலக்குவன் பரதனை நன்கு அறிந்துகொண்டிருக்க வேண்டும். ஆனால், இளையபெருமாள் மனத்தில் பழைய குரோதம் இன்னும் நீங்கவில்லை என்பதை அறிந்த இராமபிரான், அந்தப் பெருமகன் என்ற சொல்லிற்கு ஒரு விளக்க உரையாகவே அடுத்த பாடலின் முதலடியைத் தொடங்குகிறான்.

பெருமகன் என்ற சொல் யாரைக் குறிக்கப் பயன்படுத்த வேண்டும் என்ற ஐயம் உலகத்தில் யாருக்காவது தோன்றுமேயானால், இலக்குவன் உள்பட அத்துணைப் பேருக்கும் விளக்கம் தருகின்ற முறையில் இரண்டு சொற்றொடர்களைப் பயன்படுத்துகிறான், தென்சொல் கடலைக் கடந்தவனும், அறத்தின் மூர்த்தியும், அருள் ஆழியும் ஆகிய இராகவன். இதோ அந்த விளக்கம்: "மிக உயர்ந்து பரந்து எங்கும் விரிந்து நிற்கின்ற அறக்கடவுளின் வடிவமாக உள்ளவனாகிய பரதன், நேர்மை, நடுவுநிலைமை, தூய நல்லொழுக்கம் என்பவற்றைப் பற்றி அறிந்து கொள்ள வேண்டுமானால் இவற்றின் உறைகல்லாக (ஆணி) விளங்குபவன் பரதன்" தருமத்தின் தேவதையாகவும் நேர்மையின் ஆணியாகவும் உள்ள ஒருவனைத்தான் பெருமகன் என்ற சொல்லினால் இராகவன் குறிக்கிறான்.

இராமகாதை முழுவதிலும், கவனம் செலுத்திப் பார்த்தால் இச்சொல்லை மற்றோர் இடத்தில் வேறு ஒருவரைக் குறிப்பதற்காக

மற்றொருவர் பயன்படுத்திய இடம் உண்டு. அது இதனோடு ஒப்பவைத்து எண்ணத்தகுந்த இடமாகும்.

வனத்திடை பொன்மானின் பின்னே சென்றுவிட்டான் இராகவன். சிறிது நேரத்தில் 'இலக்குவனே!' என்று இராமன் குரலில் ஓர் ஓலம் கேட்கிறது. *(3313, 3316)* கணவனுக்குத்தான் ஏதோ ஆபத்து ஏற்பட்டுவிட்டது என்று அஞ்சிய பிராட்டி இலக்குவனை உடனே துணைக்குச் செல்லுமாறு ஏவுகிறாள். இராமன் பெருமையைக் கூறி, தான் செல்லத் தேவை இல்லை என்று கூறினான் இளைய பெருமாள். அப்பொழுது பிராட்டி கூறிய சொற்கள் யாருக்கும் பெருந்துயரை விளைக்கும் சொற்களாகும்.

ஒருபகல் பழகினார் உயிரை ஈவரால்;
பெருமகன் உலைவுறு பெற்றி கேட்டும், நீ
வெருவலை நின்றனை............
.. - கம்ப. *3331*

இப்பாடலில் இராமனின் பண்புநலன்களில் தன்னையே மறந்து வாழும் பிராட்டி அவனைப் 'பெருமகன்' என்று அழைப்பதைக் காண்கிறோம். அதேபோலப் பரதனின் பண்பு நலன்களில் தன்னை இழந்த இராகவன், பரதனைப் 'பெருமகன்' என்று அழைப்பதைக் காண்கிறோம்.

இதில் ஒரு சிறப்பு என்னவென்றால், இலக்குவன் எதிரே இராமனைப் பெருமகன் என்று சீதை சொல்கிறாள். அதே இலக்குவன் எதிரே பரதனைப் பெருமகன் என்று இராமன் சொல்கிறான். பெருமகன் என்ற சொல்லிற்கு இராமன் பொருளாக இருப்பது சரி. அந்தப் பட்டத்தை இராமனே பரதனுக்குச் சூட்டுகிறானே, இது பொருந்துமா, என்றோ அன்பு காரணமாக இராமன் இப்பட்டத்தைச் சூட்டினானா என்றோ ஐயப்படுபவர்கள் முற்றும் துறந்த முனிவனாகிய விசுவாமித்திரன் பரதனைப்பற்றிச் சனகனிடம் கூறுவதைக் கவனிக்க வேண்டும்.

"தள்ள அரியபெரு நீதித் தனி ஆறு புகமண்டும்
பள்ளம் எனும் தகையானை, பரதன் எனும் பெயரானை,
எள்ள அரிய குணத்தாலும், எழிலாலும் இவ் இருந்த
வள்ளலையே அனையானை, கேகயர் கோன் மகள் பயந்தாள்."
- கம்ப. *657*

நீதி என்ற ஆறு வந்து பாயும் பள்ளம் போன்றவன் பரதன் என்றும், இங்கு கண்ணெதிரே நிற்கும் வள்ளலாகிய இராமனையே

போன்றவன் பரதன் என்றும் அம்முனிவன் கூறுகிறான். பரதனைப்பற்றி முனிவன் கூறிய இலக்கணமும், இராமனை ஒத்தவன் அவன் என்ற ஒப்புமையும், பெருமகன் என்ற சொல்லுக்குப் பரதன் உரியவன் ஆகிறான் என்பதை அறிவுறுத்தும். வான்மீகத்திலும் பரதனை இராமன் 'புருஷோத்தம்' என விளிப்பதாக வந்துள்ளமை (அயோ. சர்க் 107 - சுலோ. 5) ஒப்பிடத்தக்கது.

பரதன் மாட்டுக் கொண்ட அன்பினால் மட்டும் அவனைப் பெருமகன் என்று கூறவில்லை. அவன் தகுதி அறிந்தே கூறுகிறான் என்பது தெளிவாகும். இதனை மனத்தில் கொண்டுதான் கவிஞன் இவர்கள் இருவரும் தழுவிக் கொள்வதைக் கூறவந்தபொழுது இரண்டு பெரிய பண்புகள், அதாவது, தருமமும் அறமும் ஒன்றை ஒன்று தழுவிக் கொண்டன என்று உவமிக்கிறான்.

அயா உயிர்த்து, அழு கணீர் அருவி மார்பிடை,
உயாவுற, திரு உளம் உருக, புல்லினான் -
நியாயம் அத்தனைக்கும் ஓர் நிலயம் ஆயினான்
தயாமுதல் அறத்தினைத் தழீஇயது என்னவே - கம்ப 2429

இராமன் - பரதன் உரையாடல்: உரிமை யாருக்கு? ஏன்?

பரதனது தவக்கோலத்தைக் கண்ணீருடன் நீண்ட நேரம் பார்த்துக்கொண்டிருந்த இராகவன் பின்வருமாறு பேசுகிறான்;

"வரதன் துஞ்சினான்; வையம் ஆணையால்,
சாதம் நின்னதே; மகுடம் தாங்கலாய்,
விரத வேடம், நீ என்கொல் வேண்டுவான்?
பரத கூறு!' எனாப் பரிந்து கூறினான்." - கம்ப 2470

"ஐயனே! அரசனோ இறந்தான். அவன் ஆணையால் இந்த உலகம் உன்னுடையதாயிற்று. மகுடம் சூடி ஆட்சி செய்வதற்குப் பதிலாக விரதவேடம் தாங்கியது ஏன்?" என்று வினவுகிறான் தமையன். எவ்வித உட்கருத்தும் இல்லாமல் அன்பு மீதூர, "ஆள வேண்டிய நீ துறவு பூண்டது ஏன்" என்றுதான் இராமன் கேட்கிறான். இந்த வினாவிற்கு நேரிடையாக விடை கூறாமல், தவம் பூணுவதற்குக்கூடத் தனக்குத் தகுதியும் உரிமையும் இல்லை போலும் என்று ஏழு பாடல்களில் பரதன் புலம்புகின்றான்.

இராமன் வினாவைக் கேட்டு "அஞ்சி, நடுங்கி, பதைபதைத்துக் கையைத் தலைமேல் கூப்பி ஆட்சியை ஏற்பதற்கு உன்னைத் தவிரச் சிறந்த மன்னர் யாருளர்?" (2471)

“மனத்திற்குப் பொருந்தாத இரு வரங்களினால் உனக்கு ஒவ்வாத இந்த நிலையினைத் தந்து, மற்றொன்றால் சக்கரவர்த்தியைக் கொன்றவள் மகனாகிய எனக்குத் தவவேடம் பொருந்தாது போலும்”. *(2472)*

- இவ்வாறெல்லாம் பேசிவந்த பரதன், திடீரென்று மிகப்பெரிய பிரச்சனை ஒன்றை முன் வைக்கிறான்.

“பிறந்து நீயுடைப் பிரிவு இல்தொல்பதம்
துறந்து, மாதவம் தொடங்குவாய் என்றால்,
மறந்து, நீதியின் திறம்பி, வாளின் கொன்று
அறம் தின்றான் என, அரசு அது ஆள்வெனோ?” - *கம்ப 2475*

“நீ பிறந்ததனால் பரம்பரையாக உனக்கு வரவேண்டிய பழமையான அரசைத் துறந்து, மா தவத்தினை நீ தொடங்கிவிட்டாய் என்றால், அதுதான் சந்தர்ப்பம் என்று கருதி அறத்தை வாளினால் கொன்று தின்றது போல நீதியை புதைத்துவிட்டு, எனக்கு உரிமை இல்லாத அரசை நான் ஆள்வேனோ?” *(2475)*

“ஐயனே! அரசன் இறக்கவும், நீ கானகம் புகவும், அந்தச் சந்தர்ப்பத்தைப் பயன்படுத்திக் கொண்டு அரசை ஆள நான் உன் பகைவனா? அன்றிக் கள்வனா?” எதுவும் இல்லையே. *(2476)*

இவ்வாறு பலபடியாகத் தன் துயரத்தையும் இப்பொழுது அகப்பட்டுள்ள இக்கட்டான நிலையையும் எடுத்துக் கூறிவிட்டு, பரதன் இறுதியாகத் தன் வேண்டுகோளை இராமன் முன் வைக்கின்றான்.

“ஐயனே!” பாவகாரியாகிய என் தாய், தந்தைக்குச் செய்த கொடுமையும், உனக்குச் செய்த கொடுமையும்,

“எந்தை ! நீங்க, மீண்ட அரசு செய்க ! எனா,
சிந்தை யாவதும் தெரியக் கூறினான்”. - *கம்ப. 2477*

பரதன் புலம்பும் சொற்களைக் கேட்டு, அச்சொற்களின் பின்னே உள்ள அவன் மனநிலையை உணர்கின்றான் தமையன். ‘இற்றதோ இவன் மனம்?’ *(2478)* என்று கருதி, அமைதியாக விடைகூறத் தொடங்குகின்றான்.

பரதனுடைய பண்புநலன்களை மிக நன்றாக அறிந்தவன் ஆதலால் உறுதியாக, பரதன் அரசை ஏற்கமாட்டான் என்றும், அவன் கேகேயத்தில் இருந்து அயோத்தி மீண்டவுடன் தன்னைக் காண வருவான் என்றும், மீண்டு வந்து அரசை ஏற்றுக்கொள்க

என்று விண்ணப்பம் செய்வான் என்றும் இராமன் அறிந்திருந்தான். அறம் திறம்பாத பரதன் இம்முறையைத்தான் கையாள்வான் என்று உறுதியாக இராகவன் நம்பியிருந்ததால் பரதன் வனத்திடைத் தன்னை காண வந்ததில் வியப்படையவில்லை. ஆனாலும், பரதன் தவக்கோலம் பூண்டு வருவான் என்று முழுதுணர் இராமன் கூட எதிர்பார்க்கவில்லை. ஒருவேளை அண்ணல் பூண்ட தவக்கோலத்தின் எதிரே தான் அரச வேடத்துடன் வருவது பொருத்தமாய் இராது என்று எண்ணி இவ்வாறு வந்தான் போலும் என்று கூட இராகவன் நினைத்திருக்கலாம். அதனால் தான் 'ஆளவேண்டிய நீ இவ்வேடம் புனையக் காரணம் என்ன' என்று இராமனே வினவி விட்டான்.

அந்த வினாவை வேறுவிதமாக எடுத்துக்கொண்டு, அதற்குக்கூடத் தனக்கு தகுதியில்லை என்றும், சந்தர்ப்பம் பார்த்து அரசை வவ்வும் திருடனோ பகைவனோ அல்லன் தான் என்றும் அறத்தை வாளினால் கொன்று தின்பவன் தான் அல்லன் என்றும் அடுக்கிக் கொண்டே சென்ற பரதனுடைய சொற்கள் அவனுடைய உதட்டினின்று வராமல் அவனது ஆழ்மனத்தினின்று புறப்பட்டவை ஆகும் என்பதை உணர்ந்த இராகவன் அதிர்ச்சியுற்று விட்டான்.

பரதன் மனம் உடைந்துவிட்டது என்பதை நன்குணர்ந்து கொண்ட பெரிய பெருமாள் மிக அமைதியாக, தருக்கரீதியாகப் பேசத் தொடங்குமுன், "வெற்றி வீரனே! யான் விளம்புவதைக் கேட்பாயாக!" என்று தன் பேச்சைத் தொடங்கினான்.

சொற்ற வாசகத் துணிவு உணர்ந்த பின்,
'இற்றதோ இவன்மனம்?' என்று எண்ணுவான்,
'வெற்றிவீர ! யான் விளம்பக்கேள்' எனா,
முற்ற நோக்கினான் மொழிதல் மேயினான்." - *கம்ப. 2478*

அரசைத் துறந்து, தவக்கோலம் பூண்டு அழுத கண்ணீருடன் நிற்கும் ஒருவனைப் பார்த்து, 'வெற்றி வீர!' என்று விளிப்பது பொருத்தமில்லாத விளியாகத் தோன்றலாம். 'வெற்றி வீர' என்ற சொல்லை நாம் காணும் பொருளில் இராகவன் கூறவில்லை. "தாய் உரை கொண்டு தாதை உதவிய தரணிதன்னைத் தீவினை என்ன நீத்துச் சிந்தனை முகத்தில் தேக்கி (2337) எதிரே நிற்கும் தன் தம்பியின் தியாகத்தை நன்குணர்ந்து கொண்ட கருணை வீரனாகிய இராகவன், ஆசையை அறவே அறுத்து, புலன்களை ஒடுக்கி அகங்கார, மமகாரங்களைச் சுட்டு எரித்துவிட்டுச் சுயம் பிரகாசமாய் நிற்கும் பரதன் பொறிபுலன்களை வெற்றி கொண்டவன் என்ற கருத்தில் தான் 'வெற்றிவீர!' என்று அழைக்கின்றான். 'புலன் ஐந்தும்

வென்றான் தன் வீரமே வீரமாம்' என்ற ஔவையார் வாக்கும், கேடும் ஆக்கமும் கெட்ட திருவினார் வீரம், என்ற சேக்கிழார் வாக்கும் இங்கு நினையத் தக்கவை. (113) அடுத்து 'விளம்பக்கேள்' என்ற சொற்களை வேண்டும் என்றே இராமன் சொல்கிறான். 'விளம்புதல்' என்பது பொறுமையாக, மெதுவாக, அவசரமில்லாமல், ஆழ்ந்த சிந்தனையுடன் பேசுவதையே குறிக்கும். 'யான் விளம்பு, நீ கேள்' என்று இராகவன் சொல்லும் பொழுதே "பரதா! அவசரப்பட்டுப் பேசுகிறேன் என்று நினைந்துவிடாதே. ஆழ்ந்து சிந்தித்த பின் தான் ஒருசில முடிவுகளைக் கண்டு இப்பொழுது உன்னிடம் அவற்றைச் சொல்லப்போகிறேன்" என்ற முன்னுரையுடன் பேசத் தொடங்குகிறான் அருளுடை அண்ணல்.

"அருமைத் தம்பி பரதா! வாய்மை, நீதி என்பவை சொல்லும் உயர்ந்த கருத்துக்களுடன் அறமும், அடிப்படையான சுருதி நூல்களும் நன்கு அறிந்த தந்தை ஏவலின் படி அனைத்தும் நடைபெறுகின்றன என்பதை நீ அறிய வேண்டும்", (2479)

சிறந்த குரவர்கள் யார் யார் என்று பட்டியல் இட்டுக் கூறும் இராகவன், "இக்குரவர்களுள் முதலிடத்தை வகிப்பவர்கள் தாய் தந்தையரே ஆவர்" என்று கூறுகிறான். (2481).

அடுத்து "பரதா! தாய் கொண்ட வரத்தின் அடிப்படையில் தந்தை எனை வனம் செல்லுமாறு ஏவினார். அதே வரத்தின் அடிப்படையில் நீ அரசை ஏற்க மறுப்பது சரியாகுமா? ஆராயும் அறிவினை உடைய நீ குரவர் ஆணையை மீறலாமா?" (2482)

"பரதா! புதல்வர்கள் என்பவர்கள் தாய் தந்தையருக்கு தாம் செய்யும் செயல்கள் மூலமாக நற்புகழை உண்டாக்க வேண்டுமே தவிர வன்பழியை உண்டாக்கக் கூடாது (2483) என்ற கருத்தில் நான்கு பாடல்களில் தான் வனமாள்வதும், பரதன் நாடாள்வதும் தசரதனுக்குப் புதல்வர்களாய் பிறந்தவர்கள் என்ற முறையில் செய்து முடிக்க வேண்டிய கடமைகளாகும் என்பதை வலியுறுத்துகிறான், நியாயத்தின் நிலயமான அண்ணல். இங்ஙனம் அவன் கடமையை வலியுறுத்துவதில் ஓர் ஆழ்ந்த காரணமும் உண்டு.

ஒருவன் தனக்கு அளிக்கப்பட்டிருக்கும் கடமையை நிறைவேற்றும் பொழுது தன்னுடைய விருப்பு வெறுப்புகளையும், அக்கடமை தனக்களிக்கப்பட்டது நியாயமா என்ற ஆராய்ச்சியையும் இடையே புகுந்து விட அனுமதிக்கக் கூடாது. தாய் வரங் கொண்டது தவறு, தந்தை அதற்கொப்பியது அதைவிடப் பெரிய தவறு என்ற

கருத்தில் தான் பரதன் இதுவரை பேசிவந்தான். அதற்கு விடை கூற வந்த இராகவன், முதற்குரவர்களாகிய தாய் தந்தையர் இட்ட ஆணையை நிறைவேற்றுவதுதான் தலையாய கடமையே தவிர அவர்கள் செயலை ஆராய்வது மைந்தர்களின் உரிமை அன்று என்ற அருங்கருத்தை, அதாவது பரதன் செய்வது தவறு என்ற கருத்தை அவன் மனம் நோவாமல் அருளுடை அண்ணல் மென்மையாக, பரதன் மனங்கொள்ளுமாறு எடுத்துரைப்பது மனித நேயத்தில் இராகவன் ஈடு இணையில்லாது உயர்ந்து நிற்கிறான் என்பதை எடுத்துக் காட்டுகிறது.

பரதன் நாடாள்வது தான் அவன் கடமை என்று தருக்கரீதியாக இதுவரை உணர்த்திய பெரிய பெருமாள் இனி வரும் பாடலில் பரதனுக்கே அந்த உரிமை உண்டு என்பதை மிக மிக நுணுக்கமாக - பரதன் மட்டும் புரிந்து கொள்ளுமாறு பேசுவது - இராமனின் சொல்லாற்றலுக்குச் சிறந்த உதாரணமாகும்.

"வரன்நில் உந்தை சொல் மரபினால், உடைத்
தரணி நின்னது என்று இயைந்த தன்மையால்,
உரனின் நீபிறந்து உரிமை ஆதலால்,
அரசு நின்னதே; ஆள்க' என்னவே, -" - *கம்ப. 2485*

இப்பாடலுக்குப் பலரும் கூறும் பொருள் பொருந்தாமை காண்டல் வேணும். "வரத்தில் நின்று உன் தந்தை சொல்லியபடி இப்பூமி உனக்கு என்று இயைந்த தன்மையாலும், எனக்குப் பின் நீ பிறந்ததால் இவ்வாட்சி உனக்கு உரிமை ஆயிற்று" என்று பொருள் கொள்ளுதல் சிறிதும் பொருத்தமாகப்படவில்லை. 'உரனின் நீ பிறந்து உரிமை ஆயிற்று' என்று கூறுவது, வரத்தினால் வந்தது என்பதோடு பொருந்தாமை அறியவேண்டும். வரத்தினால் வந்து உனக்கு உரிமை ஆயிற்று என்று சொல்வது சரி. நீ பிறந்து, அதனால் உரிமை ஆயிற்று என்று கூறுவது முதலில் கூறிய வரத்தால் உனக்கு இயைந்தது என்பதோடு பொருந்தாமையை அறிய வேண்டும். இப்படிப் பொருள் கொண்டால் இதில் புதுமையான காரணம் எதையும் இராமன் காட்டியதாகத் தெரியவில்லை. வரக்கதையை நன்கறிந்தவன் பரதன். அப்படியிருக்க, இராமன் அதைத் திருப்பிச் சொன்னவுடன், நீ கூறியதை நான் ஏற்றுக்கொள்கிறேன்; அரசு என்னுடையதுதான். இப்பொழுது நான் வேண்டுகிறேன், நீ வந்து அரசாள்க என்று பரதன் கூறுவதாக வரும் அடுத்த பாடல் - முதற்பாடலுக்கு ஏனையோர் கூறும் பொருளை ஏற்றுக் கொண்டால் - பொருளற்றதாகிவிடும். நடந்தவை அனைத்தும் தவறு என்று

சாதிக்கும் பரதனிடம் அதே வரக்கதையை இராமன் சொன்னவுடன் எப்படி மனம் மாறி உடனே 'அரசை ஏற்றுக்கொள்கிறேன்' என்று சொல்வான்? பரதன் திடீரென்று மனம் மாறியதற்கு மிக வலுவான காரணம் ஒன்றை, 'வரனில் உந்தை சொல்' என்ற பாடலில் இராமன் காட்டியிருக்க வேண்டும். இதுவரை, பரதன் சிந்திக்காமல் இருந்த அந்தக் காரணத்தை அப்பாடல் பரதனுக்கு நினைவூட்டியிருக்க வேண்டும். சங்கேத மொழியில் இராகவன் அந்த வலுவான காரணத்தைக் கூறியவுடன் அதனைப் புரிந்த கொண்ட பரதன் உடனே மனம் மாறி விட்டான்.

அதற்கு ஏற்றபடி அப்பாடலுக்குப் பொருள் செய்வதற்கு முன், வான்மீகி இதே இடத்தில் அதாவது, இராம - பரத உரையாடலில் கூறிய ஒரு பாடலைச் சிந்திக்க வேண்டும். வான்மீகியின் அயோ. காண்டம் 107ஆவது சருக்கம் 7ஆவது பாடலில் சொல்லப்பட்ட கருத்தாவது: "சகோதரனே! நம் தந்தையானவர் முன்னொரு காலத்தில் உனது தாயை மணம் செய்து கொள்ளும் பொழுது உன் தாய்ப்பாட்டனாகிய கேகயனிடத்தில் இராஜ்ய சுல்க்கமாக இந்நாட்டை வாக்களித்தார் என்று வரும் பாடலை அடுத்து வரும் 13 ஆவது பாடலின் பொருள் வருமாறு: 'பரதா! பிரபுவாகிய சக்கரவர்த்தியாரைக் கடனிலிருந்து எனக்காக நீக்கி வை'. இந்த இரு பாடல்களையும் மனத்துட் கொண்டுதான் கவிச்சக்கரவர்த்தி 'வரன்நில் உந்தை' என்ற பாடலைப் பாடியுள்ளான். இப்பொழுது இக்கருத்தை மனத்துட் கொண்டு அப்பாடலை மறுபடியும் காணலாம்.

வரன்நில் - சிறந்தவரான; உந்தை - உன் தந்தை; சொல் மரபினால் - (உன்னுடைய தாய்ப் பாட்டனாரின்) சொல்லிய மரபுப்படி; உடைத் தரணி - உன் தந்தையார் பெற்றிருந்த இத்தரணி, நின்னது - உன்னுடையது என்று; இயைந்த தன்மையால் - பொருந்திவிட்ட படியாலும்; உரனின் - வலுவுடைய; நீ பிறந்து - நீ பிறந்து விட்ட காரணத்தால்; உரிமை ஆதலால் - (உன் பாட்டனாரிடம் தந்தை ராஜ சுல்க்கம் என்று சொல்லிய மரபுக்கு ஏற்ப உனக்கு முன்னரே இயைந்துவிட்ட இத்தரணி) உனக்கு உரிமையாகி விட்டது; அரசு நின்னதே - (தந்தை முன்னர் உன் பாட்டனாரிடம் வாக்களித்தபடி) இவ்வரசு உன்னுடையது என்பதில் ஐயமில்லை; ஆளக - நீ சென்று உன் உரிமையான அரசை ஆள்வாயாக.

பாடலின் பொருளைக் கொண்டு கூட்டித் தேவையான சொற்களை வரவழைத்துப் பொருள் கொள்வது கடினம் என்றாலும், இவ்வாறு பொருள் கொள்வது தவிர வேறு வழியில்லை. தாய்

கொண்ட வரம் என்ற பிரச்சனையை விட்டுவிட்டு இப்பொழுது புதிய வாதத்தைப் பேசுகிறான், இராகவன். "உந்தை சொல்லிய மரபினால், நீ பிறப்பதற்கு முன்பே இத்தரணி உனது என்று இயைந்து விட்டது. அடுத்து இவ்வாத்தாண்ட வாதத்தை பிறப்பது நீ பிறந்த பொழுது முன்னரே உனக்கு இயைந்த இந்த அரசு, இப்பொழுது உரிமையாகிவிட்டது சென்று ஆள்வாயாக" என்று இராகவன் கூறியவுடன் இந்தப் புதிய வாதத்திற்கு மறுப்புச் சொல்ல முடியாதவனாய்ப் பரதன் 'அரசை ஏற்றுக் கொண்டு விட்டேன்' என்று ஒத்துக்கொண்டு, மேலும் பேசத் தொடங்குகிறான்:

"முன்னர் வந்து உதித்து, உலகம் மூன்றினும்
நின்னை ஒப்பு இலா நீ, பிறந்த பார்
என்னது ஆகில், யான் இன்று தந்தனென்,
மன்ன! போந்து நீ மகுடம் சூடு' எனா," - *கம்ப 2486*

"எனக்கு முன்ரே பிறந்த நீ, மூன்று உலகத்தினும் உனக்கு ஈடானவர் யாருமில்லை என்று சொல்லத்தக்க நீ பிறந்து விட்ட இந்தப் பூமி என்னது ஆகில் (நான் பிறப்பதற்கு முன்பே என்னுடையதாகி விட்டது என்று நீ கூறுவதுபடியே இருப்பினும்) யான் இன்று தந்தனென் - (பாட்டன் சொத்து பேரனுக்கு என்ற உரிமைப்படி) அரசனாகிவிட்ட நான் இன்று இவ்வரசை உனக்கு அளிக்கின்றேன். நீ நாடு திரும்பி மகுடம் சூடுவாயாக" என்று கூறினான்.

இந்த இரண்டு பாடல்களுக்கும் இவ்வாறு பொருள் கொள்ளாவிட்டால் முதல் பாடலில் 2, 3 அடிகளில் வரும் முரண்பாட்டைத் தவிர்க்க முடியாது. மேலும், இப்புதிய பொருளைக் கொள்ளாவிட்டால், திடீரென்று பரதன் மனம் மாறியதற்கும், 'நான் இன்று தந்தனென்' என்று கூறுவதற்கும் வேறு காரணம் கூறமுடியாது. 'தாய் பெற்ற வரம் அநியாயமானது, தந்தை ஏற்றுக் கொண்டிருக்கக் கூடாது. இராமனுக்குரிய அரசைத் தான் ஏற்பது என்பது அற்றம் பார்த்துப் பிறர் சொத்தை அபகரிக்கும் கள்வர் அல்லது பகைவர் செயலாகும் என்றெல்லாம் பேசிய பரதன், திடீரென்று மனம்மாறி, 'நான் இன்று தந்தனென் போந்து மகுடம் சூடு' என்று பேசுவது எவ்வாறு பொருந்தும்? அண்ணனைத் தெய்வமாக மதித்து வழிபடும் பரதன், தாய் கொண்ட வரத்திற்காக அவளைப் பாவி என்று ஏசும் பரதன் இராமன் கூறிய 'வரனில் உந்தை சொல்' என்ற ஒரு பாடலைக் கேட்டு, தான் அரசன் என்பதை ஏற்றுக்கொண்டு, இப்பொழுது நான் அரசன், என்னுடைய அரசை யாருக்கு வேண்டுமானாலும் கொடுக்க எனக்கு உரிமை உண்டு,

இப்பொழுது நான் உனக்குத் தருகிறேன் என்று கூறுவானாகில் இந்த மாபெரும் மனமாற்றம் எவ்வாறு நிகழ்ந்தது என்பதைச் சிந்திக்காமலேயே பாடலுக்கு உரைகண்டனர்.

முன்னர் காட்டப்பெற்ற வான்மீகியின் பாடல்களில் இரண்டாவதாக உள்ள பாடலைச் சற்றுக் கவனிக்க வேண்டும். தம்பியைப் பார்த்து இராகவன், "பரதா! இந்தக் கோசல ராஜ்ஜியத்தை நீ ஏற்றுக்கொண்டு தந்தையைக் கடனிலிருந்து விடுவிப்பாயாக" என்று கூறுவதன் நோக்கம் யாது? ராஜசுல்கம் காரணமாகத் தசரதனுக்குப் பிறகு இந்தக் கோசல ராஜ்ஜியம் அவன் வாக்களித்தபடி கேகேயனுக்கோ, அவன் மகள் கைகேயிக்கோ அல்லது அவள் மகன் பரதனுக்கோ, சேரவேண்டும். இப்பொழுது, ராஜ்ஜியம் பரதனைச் சேர்ந்தால் தான், தசரதன் பட்ட கடன் அடைப்படும். இந்தப் பாடலின் பொருளை மனத்துட் கொண்டே கவிச் சக்கரவர்த்தி, 'உந்தை சொல் மரபினாய், அவனுடைத் தரணி, நீ பிறப்பதற்கு முன்பே உனது என்று இயைந்து விட்டது. நீ பிறந்ததால் உன் பாட்டனுக்கும் தாய்க்கும் - அதாவது உன் முன்னோர்களுக்கு, இயைந்து விட்ட இந்த அரசு நீ பிறந்ததால் உனக்கு உரிமை ஆயிற்று' என்ற பொருளில் பேசுகிறான். இந்த உரிமைப் பொருள் அவனிடம் சேருகின்ற வரை தசரதன் கடன்பட்டவனாகவே இருக்க நேரிடும் என்ற பொருள் தொனிக்க 'உனக்கு உரிமையான அரசை ஏற்று ஆள்க' என்று இராகவன் கூறினான்.

கன்யா சுல்கம் பற்றிக் கம்பன் வெளிப்படையாகக் கூறாதது ஏன்?

வான்மீகியை இவ்வளவு தூரம் அடியொற்றிப் பாடுகின்ற கவிச்சக்கரவர்த்தி ஏன் கன்யா சுல்கத்தை நேரடியாகக் கூறாமல் விட்டுவிட்டான் என்ற வினா எழுவது முறையே ஆகும். தான் படைத்த பாத்திரத்தை மிகச் சிறப்புடையதாக, ஈடு இணையற்றதாக ஆக்க வேண்டும் என்று நினைக்கின்றான் கம்பன். கூடுமானவரை வான்மீகியைப் பின்பற்றியே பாடிவரும் கவிஞன், அந்தப் பாத்திரத்திற்குக் குறைவு ஏற்படும் வகையில் மூலநூல் இருந்தால் ஆழ்ந்த யோசனையுடன் அந்த இடங்களை மாற்றிவிடுவது கம்பனுக்குக் கைவந்த கலை. தசரதனை வாய்மையும் அறமும் காத்து மன்னுயிர் துறந்த வள்ளலாகப் படைக்க விரும்பிவிட்டான் கவிஞன். கன்யா சுல்கத்தை நேரடியாகப் பாடினால், அதைத் தெரிந்திருந்தும் இராமனுக்கு முடிசூட்ட நினைந்தது பெரும் தவறாக முடியும். மூலநூலில், திருமணம் ஆகிவந்த பரதன், தாய்மாமன் அழைப்பின் பேரில் கேகயம் சென்றான் என்றுள்ளது. பரதன் இல்லாதிருக்கும்

பொழுதே இராமன் முடிசூடலை நடத்திவிட வேண்டும் என்று தசரதன் நினைந்ததாகவும் உள்ளது. இவற்றையெல்லாம் காட்டாமல் தசரதனை உயர்த்தியே பாடிவருகிறான். ஆதலால் கன்யா சுல்கக் கதையைச் சொல்ல விரும்பவில்லை.

பதவியில் யார் - இது வேறு வகைப் போட்டி

கம்பன் பாடிவரும் முறையில் இராம - பரத உரையாடல் ஓர் இக்கட்டான சூழ்நிலையை உருவாக்கி விட்டது. என்ன சொல்லியும் அரசு தன்னுடையது என்று பரதன் ஏற்றுக் கொள்ளப் போவதில்லை. இந்த நிலையில் கேகயம் சென்றிருந்த பரதன் நிச்சயமாக இராஜ சுல்க விவகாரத்தை அறிந்திருக்கக் கூடும் என்ற எண்ணத்தில் தான் அதை மறைமுகமாக, அயல் நின்றார் யாரும் அறியா வண்ணம் பரதனுக்கு மட்டும் நினைவூட்டுவதாகத் தன் பாடலை அமைத்துச் செல்கிறான், கவிஞன்.

"அரச உரிமை பெற்ற நான், உனக்கு இராச்சியத்தைத் தருகிறேன் இன்று தந்தனென்" என்று பரதன் கூறியதை இராமனால் மறுக்க முடியவில்லை. பரதன் இவ்வாறு கூறியதோடல்லாமல் இராமன் திருவடிகளில் விழுந்து வணங்கி, "போந்து காத்தி"(2487) என்று வேண்டினான்.

இராமனுடைய தருக்கவாதம் இப்பொழுது அவனையே பற்றிக் கொண்டது. இன்று தந்தனென், போந்து காத்தி என்று பரதன் சொன்னதை ஏற்றுக்கொண்ட இராகவன், "பரதா! உன் வேண்டுகோளுக்கு இசைந்து அரசை ஏற்றுக் கொள்கிறேன் என்று வைத்துக் கொண்டால் தந்தையின் இரண்டாவது கட்டளையை மீறுபவன் ஆவேன். அந்த ஆணையை மீற என்னால் இயலாது. இப்பொழுது உன் விருப்பத்தை ஏற்றுக் கொண்ட நான் அரசனாகி விட்டேன் அல்லவா? எனக்கென்று ஒரு கடமை உண்டு. என் தந்தையின் ஆணையை நான் நிறைவேற்ற வேண்டும். எனவே, அந்தப் பதினான்கு ஆண்டுகளும் எனக்காக நீ ஆட்சி செய்வாயாக, இது என் ஆணையாகும்" என்று கூறிய இராகவன், வேறு சமாதானம் கூறி இதனைப் பரதன் மறுத்து விடுவானோ என்ற கருத்தில் தான் 'ஆள் என் ஆணையால்' என்று கூறுகிறான். மேலும் அரசனாகிய தான் இட்ட ஆணையை பரதன் மீறக்கூடாது என்பதற்குத் தன்னையே எடுத்துக்காட்டாகப் பேசுகிறான், இராகவன் "பரதா! தந்தை உயிரோடு இருக்கும் பொழுதே எனக்கு முடிசூட்டுகிறேன் என்று

அவர் சொன்ன பொழுது அவர் ஆணையை மீறமுடியாது என்ற காரணத்தால் தானே அதனை ஏற்றுக் கொண்டேன். இதனை நன்கு அறிந்த நீ இப்பொழுது நான் உயிருடன் இருக்கும் பொழுது நீ எப்படி ஆட்சி செய்யலாம் என்று கலங்கத் தேவை இல்லை. என் ஆணையை மீற உனக்கு உரிமை இல்லை" என்ற கருத்தில் இராமன் பேசுவதாகப் பின்வரும் இரண்டு பாடல்களை அமைக்கிறான் கவிச்சக்கரவர்த்தி கம்பன். அவை வருமாறு:

எந்தை ஏவ், ஆண்டு ஏழொடு ஏழ்எனா
வந்த காலம் நான் வனத்துள் வைக, நீ
தந்தபாரகம் தன்னை, மெய்ம்மையால்
அந்த நாள் எலாம் ஆள், என் ஆணையால்.

"மன்னவன் இருக்கவேயும், மணி அணி மகுடம் சூடுக"
என்ன, யான் இயைந்தது அன்னான் ஏயது மறுக்க அஞ்சி;
அன்னது நினைந்தும், நீ என் ஆணையை மறுக்கலாமோ?
சொன்னது செய்தி, ஐய! துயர் உழந்து அயரல்! என்றான்."

- கம்ப 2490, 2491

இவ்வளவு கூறியும் பரதன் இணங்காததைக் கண்ட இராமன்

"...
யான் உனை இரந்தனென்; இனி என் ஆணையால்
ஆனது ஓர் அமைதியின் அளித்தி. ....
.." *(2506)*

என்று பேகம் சூழ்நிலை ஏற்பட்டுவிட்டது. இந்தப் பாடலில் இராமனுடைய சிறப்பை மேலும் உயர்த்தி விடுகிறான் கம்பன். ஒரே பாடலில் 'யான் உனை இரந்தனென், அதாவது உன்னை மிகவும் பணிந்து வேண்டிக் கொள்கிறேன் என்று தொடங்கி, மறுபடியும் என் ஆணையை மீறாதே' என்றும் கூறுவது இராமனுடைய பண்புக்கு மெருகூட்டுவதாகும்.

அடுத்து, இராமனை வணங்கி அவன் திருவடிகளைப் பெற்றுக் கொண்டு அதன் பிரதிநிதியாக இருந்து தான் ஆளப்போவதாகக் கூறும் பரதன், அண்ணன் எதிரே 'உன்மீது ஆணை' என்று ஆணையிடுகிறான். எதற்கு? பதினான்கு ஆண்டுகள் முடிந்தவுடன் நீ வந்து அரசை ஏற்கவில்லை என்றால் நான் தீயிடைப் புகுந்து இறப்பது உறுதி, உன்மேல் ஆணை (2507) என்ற கருத்தில் பேசுவது இராமனை நெகிழவைத்துவிடுகிறது.

நந்தியம்பதி பரதனை இராமன் நினைவது

இந்நிகழ்ச்சிக்குப் பிறகு, பரதனைப் பற்றி இராகவன் நினைக்க வேண்டிய சூழ்நிலை போர்க்களத்தின் மத்தியில் தான் வருகிறது. (கிட்கிந்தா காண்டத்தில் சுக்கிரீவன் நிலைபற்றிச் சுட்டும் போது பரதனை இராமன் நினைவு கூர்வது மின்னல் போன்ற சிறு நினைப்பே) அரக்கியைச் சீதையின் வடிவம் கொள்ளுமாறு செய்து அனுமன் எதிரே அவளை வெட்டிப் போட்டுவிட்டு "அயோத்திக்குச் செல்கிறேன், பரதனை அழிக்கிறேன் பார்" என்று இந்திரசித்தன் வடக்கு நோக்கிப் புறப்பட, அச்செய்தியை இராகவனிடம் வந்து சொல்கிறான் அனுமன். அது கேட்ட இராகவன், "பரதனும் தாயரும் இக்கொடியவன் கையில் அகப்பட்டு என்ன கதி அடையப்போகிறார்களோ" என்று பெரிதும் கலங்கிவிட்டான். அந்நிலையில் அண்ணன் கலங்கும் போதெல்லாம் அவனுக்கு ஆறுதலும், மனத்திடமும் தந்து உதவும் இராமானுசனாகிய இலக்குவன் 'பரதனைப் பற்றிக் கவலைப்படுவது தேவையில்லை. மூன்று உலகங்களையும் அழிக்கும் ஆற்றல் பரதனுக்கு உண்டு' (8920) என்றும், 'நாகபாசத்தாலும், நான்முகன் படையாலும் மயங்கி வீழ்ந்த என்னைப் போன்ற எளிமையானவன் அல்லன். (8921) பரதன்' என்றும் எடுத்துக் கூற, இராமன் அமைதி அடைகின்றான்.

காப்பிய முடிவில் சந்திப்பு

இதனை அடுத்து, பரதனும் இராமனும் சந்திக்கும் இடம் காப்பிய முடிவில் மீட்சிப் படலத்தில் தான். இராமன் பரதனை அணைத்து மகிழ மனம் மாறிய இலக்குவனும் பரதனை வீழ்ந்து வணங்குகிறான். *(10278)*

"தழுவினன் நின்ற காலை, தத்தி வீழ் அருவிசாலும்
விழுமலர்க் கண்ணீர் மூரி வெள்ளத்தால், முருகின் செவ்வி
வழுவுற, பின்னி மூசு மாசுண்ட சடையின் மாலை
கழுவினன், உச்சிமோந்து, கன்று காண் கறவை அன்னான்"

- கம்ப 10279

என்ற இப்பாடலின் மூலம் மனிதனாக இருக்கும் இராமன் தன்னை ஒத்தவனும், மாமனிதனும் தம்பியுமாகிய பரதனிடம் எந்த அளவுக்கு ஆழமான அன்பை வைத்திருந்தான் என்பதைக் கவிஞன் எடுத்துக் காட்டுகிறான்.

இலக்குவன்

பின் பிறந்தாரில் இலக்குவன்

இராமானுஜன் என்று போற்றப்படும் இளையபெருமாள் சுமித்திரை பெற்ற சிங்கமாவான். இராமகாதை முழுவதிலும் இராமனுடைய நிழல்போல் எந்த இடத்திலும், எந்த நேரத்திலும் அந்த அறத்தின் மூர்த்தியைப் பிரியாது இருப்பவன் இலக்குவனே ஆவான். இராமனுக்கு நேர் இளையவன் பரதன். அவனுக்கு நேர் இளையவன் இலக்குவன். எனவே, இராகவன் இலக்குவனைத் தன் இளைய தம்பியாக மட்டும் கருதாமல், ஒரு குழந்தையாகவே கருதுகிறான். இராமகாதையில் உள்ள தனிச்சிறப்பு ஒன்றைக் கவனிக்க வேண்டும். இராமனை அடுத்துப் பிறந்த மூவரும் ஒவ்வொருநாள் இடைவெளிவிட்டுப் பிறந்தவர்களே ஆவர். துல்லியமாகக் கூற வேண்டுமானால், இராமனுக்குப் பின்னர் இரண்டு நாள் கழித்துப் பிறந்தவனே இலக்குவன் ஆவான். இது இவ்வாறாயினும் பரதன் முதலிய தம்பிமார்கள் அண்ணனாகிய இராகவனைத் தங்களைவிடப் பல்லாண்டுகள் முன்பிறந்தவன் போலவே கருதி, போற்றி, வழிபட்டு வந்தனர்.

மிகத் தேவை ஏற்பட்ட பொழுது ஓரிரு சமயங்களில் இராமன் கருத்துக்கு மாறாக இலக்குவன் முரண்டு பிடிக்கிறான் என்பது உண்மைதான். என்ன சொல்லியும் கேளாமல் பிடிவாதம் பிடிக்கும் இலக்குவனைக் கோபித்துக் கொள்ளாமல், முரண்டு பிடிக்கும் குழந்தையை எல்லையற்ற பாசத்தோடு சமாதானப்படுத்தும் பெரியவர்களைப் போலவே இராமன் நடந்து கொள்கிறான். பரதன், இலக்குவன் ஆகிய இருவரிடத்தும் இராமன் கொண்டிருந்த அன்பிற்கு எல்லையே இல்லை. அறிவுடைய தந்தைமார்கள், தனயன்மார்கள் தாங்கள் கொண்டிருக்கும் பாசத்தை எப்போதும் வெளிக்காட்டுவதே இல்லை. மிக இன்றியமையாத சந்தர்ப்பங்களில் அவர்கள் கொண்டிருக்கும் பாசம் அவர்களையும் மீறிச் சொற்களாக வெளிப்படுவதை இன்றும் காணலாம். இதனை, இராமன் பரதனிடம் தன் அன்பை வெளிப்படுத்திப் பேசும் பகுதியில் பரதனும் - இராமனும் என்ற தலைப்பில் கண்டோம்.

இலக்குவன் சீற்றம்

இலக்குவனைப் பொறுத்தவரை ஓரளவு முன்கோபமும், பிடிவாதமும், யாரையும் எடுத்தெறிந்து பேசும் இயல்பும்

உடையவன். அவனது இந்த இயல்பை அறிந்த இராகவன், அவன்மாட்டுக் கொண்ட பேரன்பு காரணமாக மிகவும் லாகவமாகவே கையாள்கிறான். இருந்த இடம் தெரியாமல் அண்ணனின் நிழலாய்ப் பின்தொடரும் இலக்குவனுக்கு ஒரு சோதனைக் காலம் வருகிறது. தனி இடத்தில் சீதையோடு மகிழ்ந்து இருந்த இராகவனை, சிற்றன்னை அழைக்கிறாள் என்று சொல்லிச் சுமந்திரன் அழைத்துச் சென்றுவிட்டான்.

கைகேயியை இராமன் சந்திக்கின்ற வேளையில் நல்லவேளையாக இலக்குவன் உடன் இல்லை. பெரிய தாய் இராமனைக் காடு செல்லப் பணித்தாள் என்ற செய்தி, காட்டுத் தீப்போல் பரவி, தனியே இருந்த இலக்குவனையும் எட்டிவிட்டது. அவன் அடைந்த சீற்றத்தை இதோ கவிஞன் பேசுகிறான்.

கண்ணின் கடைத்தீ உக, நெற்றியில் கற்றை நாற,
விண்ணில் சுடரும் சுடர் தோன்ற, மெய்ந்நீர் விரிப்ப,
உள்நிற்கும் உயிர்ப்பு எனும் ஊதை பிறக்க, நின்ற
அண்ணல் பெரியோன் தனது ஆதியின் மூர்த்தி ஒத்தான்.

- கம்ப 1717

இப்பாடலின் இறுதி அடி இலக்குவன் ஆதிசேடன் அவதாரம் என்ற கருத்தை அடியொற்றிப் பிறந்ததாகும். இலக்குவன் சினத்தை வருணிக்கப் புகுந்த கவிச்சக்கரவர்த்தி நாகராசனாகிய ஆதிசேடனை நினைப்பூட்டிச் சுருங்கச் சொல்லி விளங்க வைக்கின்றான்.

சினத்தின் எல்லையில் நின்று பெரிய தாயையும், அவள் மகன் பரதனையும் இலக்குவன் பேசும் பேச்சு இராமன்மாட்டு அவன் கொண்டிருந்த அன்பை வெளிப்படுத்துகிறது என்பது உண்மைதான்.

"சிங்கக் குருளைக்கு இடுதீம் சுவை ஊனை, நாயின்
வெங்கண் சிறுகுட்டனை ஊட்ட விரும்பினாளே!
நங்கைக்கு அறிவின் திறம்! நன்று, இது! நன்று, இது! என்னா,
கங்கைக்கு இறைவன் கடகக் கை புடைத்து நக்கான்."

- கம்ப 1718

என்றாலும், என்ன நடந்தது? யார் இதில் குற்றம் செய்தவர்? என்பவற்றையெல்லாம் அறிய இலக்குவனுக்குச் சந்தர்ப்பமே இல்லை. பராபரியாகக் காதில் விழுந்த செய்தியை வைத்துக் கொண்டு, பெருநீதித் தனியாறு புக மண்டும் பள்ளம் எனத் தகைய பரதனை 'நாய்' என்று இலக்குவன் பேசுவது அடிப்படையான அவன் பண்பாட்டில் உள்ள ஒரு சிறு குறையை எடுத்துக்காட்டுகிறது. அவனால் நாய்க்குட்டி என்று ஏசப்படும் பரதன், அயோத்தியை

விட்டுக் கேகயம் சென்று பன்னாட்களாகிவிட்டன. அப்படி இருந்தும் கைகேயியின் சூழ்ச்சிக்கு அவனும் உடந்தை என்பதுபோல் பேசுவது முன்பின் எண்ணிப்பார்க்காமல் செயலில் இறங்கும் முன்கோபி என்பதை எடுத்துக்காட்டுகிறது. பேராற்றல் மிக்கவனும் மூன்று உலகங்களையும் அழிக்க வல்லவனுமாகிய ஒருவனிடத்து இந்த முன்கோபம் பேராபத்தை விளைவிக்கும். இப்படிப்பட்ட ஒருவன் பரதனைப்போல் தனித்தியங்கவோ, பெரிய பொறுப்பை ஏற்று நடத்தவோ இயலாது. நல்ல வேளையாக, இராகவனின் நிழலாய் அவன் அமைந்துவிட்டதால் கோசல நாட்டிற்கே வரக்கூடிய ஆபத்து தவிர்க்கப்பட்டது. இராமன் இல்லாத பொழுது என்ன நடந்தது என்பதை முழுவதும் அறிந்து கொள்ளாமலேயே போருக்கு வேண்டிய கவசம் முதலியவற்றை அணிந்து, இதோ பேசுகிறான் இளையவன்:

"புவிப்பாவை பரம்கெட, போரில் வந்தோரை எல்லாம்
அவிப்பானும், அவித்து அவர் ஆக்கையை அண்டம் முற்றக்
குவிப்பானும், எனக்கு ஒரு கோவினைக் கொற்ற மௌலி
கவிப்பானும், நின்றேன்; இது காக்குநர் காமின் என்றான்."

- கம்ப 1722

இப்பாடலின் தொனி இலக்குவன் பண்பைச் சிறப்பித்துக் காட்டவில்லை. இராமனுக்கு முடிசூட்டக்கூடாது என்று பகைவர் பலர் கூடித்திரண்டு நின்று அக்காரியத்தைச் செய்தது போலவும் அவர்கள் அனைவரையும் கொன்று ஆகாயம் வரை பிணக்குவியலாகச் செய்யப் போவதாகவும் அவன் பேசுவது எல்லையற்ற அன்பின் அடிப்படையில் விளைந்தது என்றாலும், உணர்ச்சிவசப்பட்டு அறிவைத் துறந்து பேசும் பேச்சாகவே தெரிகிறது. எந்த நிலையிலும் கலங்காத, தம்மை இழக்காத இராமன், பரதன் ஆகிய இருவரோடு ஒப்பவைத்துப் பார்க்கும் பொழுது இலக்குவன் செயல், பேச்சு என்பவை மனத்தில் ஒரு நெருடலை உண்டாக்குகின்றன. இராகவன் இவற்றைப் பெரிதுபடுத்தாமல் ஒரு குழந்தை முரண்டு பிடிக்கும் செயலாகவே கருதுகிறான்.

போருக்கு உரிய ஏற்பாடுகளைச் செய்து கொண்டு நகரைச் சுற்றித் திரியும் இலக்குவன், வில்லை வளைத்து, நாண் ஏற்றி அதிலிருந்து தோற்றுவித்த ஓசை சிற்றன்னையிடம் விடை பெற்றுக்கொண்டு புறப்பட்டுக் கொண்டிருந்த இராகவன் காதில் விழவும், உடனே இலக்குவன் இருக்குமிடம் நாடி அப்பெருமகன் புறப்பட்டுவிட்டான். இதனைக் கூறவந்த கவிஞன் இலக்குவன் கோபத்தீ என்னும்

'காலாக்னியை அணைக்க வரும் அஞ்சன மேகம் என்ன வந்தான்' என்று கூறுகிறான்.

சீற்றத்தை எவ்வாறு தணித்தான்?

இலக்குவன் அருகே வந்த அஞ்சன மேனியான் ஒன்றும் அறியாதவன் போல, "என் அத்த! என்? இமையோரை முனிந்திலாதாய், சன்னத்தன் ஆகித் தனு ஏந்துவதற்கு ஏது?" என்று வினவுகிறான். 'இமையோரை முனிந்திலாதாய்' என்று கூறுவது ஒரு நுண்மையான பொருளை உடையதாகும். "இந்த மண்ணுலகத்தில் நீ கோபிப்பதற்குரிய செயலை யாரும் செய்யவில்லை, செய்யத் துணியமாட்டார்கள் என்பதை நான் அறிவேன். ஒருவேளை தேவர்கள் மேல் சினந்தாயோ? என்று எண்ணினேன். உன்னைப் பார்க்கும் பொழுது நீ இமையவர் மேலும் கோபப்படவில்லை என்பது நன்கு தெரிகிறது. அப்படி இருக்கவில்லை ஏந்துதற்குக் காரணம் என்ன?" என்று கேட்கிறான். இவ்வாறு சொல்வதன் நோக்கம் இம்மண்ணுலகில் யார் மேலும், இப்பொழுது நடைபெற்ற ஒன்றிற்குக் குற்றம் சுமத்த முடியாது என்ற குறிப்பை தொடக்கத்திலேயே சொல்லிவிடுகிறான், அறத்தின் மூர்த்தி (1727).

தனு ஏந்துதற்குக் காரணம் என் என்று வினவிய பெரிய பெருமாளுக்கு இளைய பெருமாள் கூறும் விடை அவன் மனப்பாங்கைத் தெற்றென விளக்குகிறது.

> **"................ நெஞ்சம்**
> **மையின் கரியாள் எதிர், நின்னை அம்மௌலி சூட்டல்**
> **செய்யக் கருதி, தடை செய்குநர் தேவரேனும்,**
> **துய்யைச் சுடுவெங் கனலின் சடவான் துணிந்தேன்"** - *கம்ப 1728*
>
> **"..**
> **..**
> **............... உலகு ஏழினொடு ஏழும், மன்னர் குலக்காவலும்,**
> **இன்று, உனக்கு யான்தரக்கோடி' என்றான்"** - *கம்ப 1729*

இந்த இரண்டு பாடல்களிலும் இலக்குவன் பேச்சும், "உனக்கு நானே முடிசூட்டித் தருகிறேன்" என்ற முத்தாய்ப்பும் நமக்குப் பெருவியப்பை உண்டாக்குகிறது. இராமன் உண்மையில் யார் என்பதை அறிந்த ஒரு சிலருள் அதுவும் அயோத்தியில் உள்ளவர்களுள் இருவர் மிக முக்கியமானவர்கள். பரதனும் இலக்குவனும் இராமனை ஒருநாள் முன்பிறந்த அண்ணன் என்று கருதாமல் 'மூலமும், நடுவும், ஈரும் இல்லாத ஒரு மூலப் பரம்பொருள்' இராமன் என்ற வடிவில்

வந்திருக்கிறது என்பதை நன்கு அறிந்தவர்கள். பெற்ற தாயும் தந்தையும் கூட அறியாத இந்த மறைபொருளை நன்கு அறிந்தவர்கள் இவர்கள் இருவரும்; மான் பின் சென்ற இராகவனுக்கு உதவியாக "நீ உடனே போவாயாக" என்று கட்டளை இட்ட பிராட்டியின் எதிரே இதே இலக்குவன் பேசியதை நினைவில் கொண்டு வருதல் நலம். "பஞ்ச பூதங்களும் அவன் முனிந்தால் நிலை லையும். கார் எனக் கரிய அக்கமலக் கண்ணனை யார் எனக் கருதி, இவ் இடரின் ஆழ்கின்றீர்?" (3325) நிசிசரற்கு இடைந்து போய், இராமன் எவ்வம் வந்து அடைந்தபோது அழைக்குமே? அழைக்குமாம் எனின் மிடைந்த பார் அண்டங்கள் மேல, கீழான உடைந்து போம்" (3326)

இவ்வாறு இராகவன் உண்மையில் யார் என்று அறிந்திருந்து தேவை ஏற்படும் பொழுது அந்தத் தெய்வ ரகசியத்தை வெளிப்படையாகவே கூறும் இளைய பெருமாள், "கைகேயியை முடித்து இன்று நான் உனக்கு மகுடத்தை வாங்கித் தருகிறேன்" என்று சொல்வது வியப்பினும் வியப்பே ஆகும்.

இந்த இடத்தில் மனவியலார் கூறும் ஓர் உண்மையை மனத்தில் கொள்ள வேண்டும். ஒருவர் மேல் கொள்ளும் எல்லையற்ற அன்பு முக்கியமான சந்தர்ப்பங்களில் அந்த அன்புடையவர்களின் அறிவை மழுங்கச் செய்துவிடுகிறது. இராமன் மாட்டுக் கொண்ட ஈடு இணையற்ற பேரன்பு காரணமாக இப்பொழுது இலக்குவன் பேசுகிறான். அன்பு செய்யப்பட்டவர்களின் தராதரத்தை, வன்மையை, ஆற்றலை அன்பு செய்பவர்கள் மறந்துவிடுதல் இன்றும் உலகியற்கை. இந்த அடிப்படையில் தான் இலக்குவன் கொண்ட பேரன்பின் எதிரே இராமன், தன்னைத் தான் காத்துக்கொள்ள முடியாத இரக்கத்திற்குரியவனாகக் காணப்படுகிறான். அந்த நிலையில் தான், 'நெஞ்சில் கரியாளைக் கொன்று உனக்குரிய முடியை நானே வாங்கித் தருகிறேன்' என்று பேசும் பேச்சு வெளிப்படுகிறது. இலக்குவனிடம் குறை காண்பதற்கோ அவன் பேச்சில் குற்றம் கூறுவதற்கோ இங்கு எதுவுமே இல்லை.

இவ்வளவு விரிவாக இலக்குவன் செயல்களை இங்கு விரித்துக் கூறுவதற்கு ஒரு காரணம் உண்டு. இத்துணைக் கோபத்தையும் ஒரே ஒரு சொல் மூலம் 'நடையில் நின்றுயர் நாயகன்' தணித்துவிடுகிறான் என்றால், அவனுடைய பேராற்றலை என்னென்று வியப்பது! இலக்குவன் சீற்றத்தைத் தணிக்க இராகவன் கையாண்ட இருவழிகளில், முதல் வழி இதுவாகும். நடைபெறும் நிகழ்ச்சிகள் அனைத்தும் சாதாரண மனிதர்களாகிய நம்முடைய விருப்பத்திற்குக்

கட்டுப்பட்டவை அல்ல. எத்தகையவர்களும் அவர்களினும் மேம்பட்ட ஓர் ஆற்றலால் இயக்கப்படுகிறார்கள். அதனால் அவரவர் வினை வழி அவரவர் செயல்கள் நடைபெறுகின்றன என்ற இந்த அறிவுவாத விளக்கத்தை இலக்குவனை நோக்கி மூத்தவன் தருகின்றான்.

"நதியின் பிழை அன்று நறும் புனல் இன்மை; அற்றே,
பதியின் பிழை அன்று பயந்து நமைப் புரந்தாள்
மதியின் பிழை அன்று மகன் பிழை அன்று, மைந்த!
விதியின் பிழை; நீ இதற்கு என்னை வெகுண்டது?' என்றான்."

- கம்ப. 1734

அறிவுடையவர்கள் யாவரும் இதனை எளிதில் புரிந்து கொள்வார்கள். தண்ணீரைக் கொண்டு வரவேண்டிய ஆறு வற்றிவிட்டால் நதியைக் குறை சொல்லி என்ன பயன்?

இங்கே தசரதன், கைகேயி, பரதன் ஆகிய மூவரும் விதியின் விளையாட்டுப் பொம்மைகளாக உள்ளனர் என்பதை அறிய வேண்டும். இந்த மூவருடைய விருப்பங்களில் ஒன்றுகூட நிறைவேறவில்லை. இராமனுக்கு அரசு தர விரும்பினான் தசரதன். அது நடைபெறவில்லை. பரதனுக்கு அரசு தர விரும்பினாள் கைகேயி. அதுவும் நடைபெறவில்லை. இராமனை மீட்டுக் கொணர வேண்டும் என்ற உறுதியோடு முயன்றான் பரதன். அதுவும் நடைபெறவில்லை. அப்படியிருக்க, இவர்கள் யாரைக் குறை சொல்வது?

"இவர்கள் மூவரையும் விஞ்சி விதி என்ற ஒன்று இவர்களையும் நம்மையும் ஆட்டிப்படைக்கிறது என்பதை அறிந்த நீ, எதற்காகக் கோபிக்க வேண்டும்? யார் மேல் கோபிப்பது?" இந்த அறிவு வாதத்தை முன்வைக்கிறான் இராகவன். இந்தப் பாடலை அவன் சொல்லும் பொழுது கைகேயி முதலியவர்கள் எண்ணம் ஈடேறவில்லை என்று சொல்வதற்குரிய நிகழ்ச்சிகள் நடைபெறவில்லை என்றாலும் இராகவன் வாயில் இவ்வாறு சொற்கள் வருவதே விதியின் கூற்றுப் போலும். இராமனையும் அறியாமல் அவன் உள்ளே இருக்கும் முழுதுணர் ஆற்றல் இவ்வாறு பேசவைக்கிறது.

பேரன்பு காரணமாக உணர்ச்சிவசப்பட்டு அறிவால் சிந்திக்க இயலாத நிலையில் உள்ள இளையவன், இராமனுடைய இந்த வாதத்தை ஏற்காதது மட்டுமன்று; அதை எள்ளி நகையாடவும் செய்கின்றான். இவை விதியின் விளையாட்டு என்ற இராமன் கூற்றுக்கெதிரே, "விதிக்கும் விதி ஆகும் என் வில் தொழில் காண்டி" (1735) என்று கூறிவிடுகிறான்.

பேரறிவாளனாகிய இராகவன் இலக்குவனின் இப்பொழுதைய மனநிலையில் அறிவுவாதம் பேசிப் பயனில்லை என்பதை எளிதில் கண்டுகொண்டான். அப்படியே விட்டுவிட்டால் அந்தப் பொழுது கழிந்தவுடன் அவன் சினம் சிறிது தணியும் என்று நினைத்து ஓரளவு அதனை ஆறப் போடலாம். இராமன் அவ்வாறு செய்ய முடியாமைக்கு இரண்டு காரணங்கள் உண்டு. ஒன்று இலக்குவன் மனக்கொதிப்பை அவ்வளவு விரைவில் ஆற்ற முடியாது என்பது. இராமன் அப்புறம், இப்புறம் நகர்ந்தால் பிறகு இலக்குவனது செயலையாரும் கட்டுப்படுத்த முடியாது. இலக்குவனுடைய பண்பை, அவன் தன்பால் கொண்ட ஈடு இணையற்ற அன்பை நன்கு அறிந்திருந்தவனாகிய அண்ணன், இலக்குவன் மனத்துள் நுழைய வேண்டுமானால் அவன் தன் மேல் கொண்ட அன்பையே வழியாகக் கொண்டு அவன் மனத்துள் நுழைய வேண்டும்; நுழைந்து, அவனைத் திருத்திப் பணி கொள்ள வேண்டும் என்று நினைக்கிறான் அக்கருணை வள்ளல். அவன் பயன்படுத்திய இறுதி அஸ்திரத்தைக் கவிஞன் நமக்குக் காட்டுகிறான். அந்த அஸ்திரத்தைப் பயன்படுத்து முன்னர் அது சென்று பாயும் குறியிடத்தை, (இலக்குவன் மனத்தைப்) பக்குவம் செய்கிறான். அவனுடைய உள்ளத்தில் கோபம் குடி கொண்டிருக்கிற வரையில் தன் இறுதி அஸ்திரம் உள்ளே நுழைய முடியாது என்பதை அறிந்த பேரறிவாளனாகிய இராகவன் அவனுடைய கோபத்தைப் போக்க ஓரளவு கடுமையான சொற்களைப் பயன்படுத்துகிறான்.

“ஆன்றான் பகர்வான் பினும்; ‘ஐய! இவ் வைய மையல்
தோன்றாநெறி வாழ் துணைத் தம்முனைப்போர் தொலைத்தோ?
சான்றோர் புகழும் தனித் தாதையை வாகை கொண்டோ?
ஈன்றாளை வென்றோ, இனி, இக் கதம் தீர்வது?’ என்றான்.”

- *கம்ப. 1739*

“இலக்குவனே! உடன் பிறந்த அண்ணன், தாய், தந்தை இவர்களை வழிபடுவதற்குப் பதிலாக கொன்று தொலைத்துத் தான் உன் கோபம் தணியப் போகிறதோ” என்று கூறியவுடன் இலக்குவன் மனத்தில் இருந்த கோப உணர்ச்சி மறைந்து தன்னிரக்க உணர்ச்சி அவ்விடத்தை நிரம்பிக்கொண்டது. அதனால்,

“.......... ‘தெவ்வர் சொல்லும்
சொல்லும் சுமந்தேன்; இருதோள் எனச் சோம்பி ஓங்கும்
கல்லும் சுமந்தேன்; கணைப்புட்டிலும், கட்டு அமைந்த
வில்லும், சுமக்கப் பிறந்தேன்; வெகுண்டு என்னை?’ என்றான்.”

- *கம்ப. 1740*

என்று கூறியவுடன் தன்னிரக்க உணர்ச்சி மீதூர்ந்துவிட்டதை அறிந்த இராமன், முன்னிருந்த கோப உணர்ச்சியைவிட இலக்குவனுக்கு அதிகத் தீமை பயக்கக்கூடியது இந்தத் தன்னிரக்க உணர்ச்சி என்பதை அறிந்துகொண்டு அவன் அன்பின் வழி தன் இறுதிப் பாணத்தைச் செலுத்துகிறான்.

"நன் சொற்கள் தந்து ஆண்டு, எனை நாளும் வளர்த்த தாதை
தன் சொல் கடந்து, எற்கு அரசு ஆள்வது தக்கது அன்றால்;
என்சொல் கடந்தால், உனக்கு யாது உளது ஈனம்? என்றான்
....................."

- கம்ப. 1741

"தந்தை சொல்லை மீறுவது தகாது என்று கருதி யான் அதனை ஏற்றுக் கொண்டேன். இப்பொழுது உனக்கு மூத்தவனாகிய என் சொல்லை மீறுவதால் உனக்கு என்ன ஏற்படப் போகிறது? மீறாதிருந்தால் அதனால் என்ன இழிவு ஏற்பட்டுவிடப் போகிறது"என்றான். இம்மாதிரி தெரிந்தெடுத்த சொற்களைக் கொண்டு ஒரு மாபெரும் மனமாற்றத்தையே இலக்குவன்பால் ஏற்படுத்தினான், ஒருவன். 'அவன் யார்?' என்ற வினாவிற்கு விடை தருபவன் போலத் தென் சொல் கடலையும் வடசொல் கடலையும் நிலை கண்டு உணர்ந்தவனும், சொல்லின் ஆற்றலை நன்கு அறிந்தவனும் சொல்ல வேண்டிய சொல்லைத் தேர்ந்தெடுத்து, சொல்ல வேண்டிய இடத்தில், சொல்ல வேண்டிய நேரத்தில் சொல்லக்கூடிய ஆற்றல் பெற்றவனுமாகிய இராகவன்' என்று முடிக்கிறான் கவிஞன்.

அடியனேன் பிழைத்தது யாது?

இலக்குவன் அமைதி அடைந்த பின்னர் அவனை அருகில் இருத்திய இராமன், "யான் காடு சென்றுவிட்ட பிறகு துயரக்கடலில் மூழ்கி இருக்கும் தந்தை, தாயர் அனைவருக்கும் உதவியாக இருந்து, என் பொருட்டாக நீ பணிபுரிய வேண்டும்" என்று இராகவன் வேண்டினான். 'உன்னை நீ என் பொருட்டு உதவுவாய்' (1755) என்பதே அவன் வேண்டுகோள். இந்த வேண்டுகோளைத் தசரதராமன் வேறு எண்ணத்துடன் கூறியிருப்பினும் மூல இராமனின் கட்டளையாக அது அமைந்துவிட்டமையின் இராமன் பொருட்டு இலக்குவன் மாயமானில் தொடங்கி, நாகபாசம் வேல் ஏற்றல், பிரம்மாஸ்திரம் ஆகியவற்றைத் தானே ஏற்று இராமன் பொருட்டு ஒருமுறை அல்ல பன்முறை உயிரை ஈந்து உதவினான். இராமனின்

இந்த வேண்டுகோளுக்கு, நொந்த மனத்துடன் இலக்குவன் விடை கூறுகிறான்.

ஆண்தகை அம்மொழி பகர, அன்பனும்,
தூண் தகு திரள் புயம் துளங்க, துண்ணெனா,
மீண்டது ஓர் உயிர் இடைவிம்ம விம்முவான்,
"ஈண்டு, உனக்கு அடியனேன் பிழைத்தது யாது?" என்றான்.

- கம்ப. 1756

இந்தச் சொற்களைக் கேட்ட இராகவன் அதிர்ச்சி அடைந்து விட்டான். இதற்கு மேலாக ஒருபடி சென்ற இலக்குவன், "நானும் சீதையும் ஆர் உளர் எனின் உளம்?" என்று அடுத்த வினாவினைத் தொடுத்தான். இன்னும் ஒரு படி மேலே சென்று, "ஐயனே! கொடுமைகள் நடைபெறுவதைப் பார்த்துக் கொண்டிருந்தும் என்னைச் சினம் தணிக என்று கட்டளை இட்டாய். உன் ஏவலுக்கு அஞ்சி என் சினத்தை விட்டுவிட்டேன். நீ பிறப்பித்த அந்த ஆணையைவிடக் கொடியது இப்பொழுது நான் போகிறேன், நீ இங்கே இரு" என்று கூறும் சொற்கள் (1759).

இலக்குவனுடைய இந்தச் சொற்கள் இராமனைத் திகைக்க வைத்ததோடு இந்த அன்பைப் பிரித்தோ, பிளந்தோ அயோத்தியில் விட்டுச் செல்வது என்பது இயலாது என்று உணர்ந்தவுடன் உகும் கண்ணீருடன் தம்பியைப் பார்த்து கொண்டே நின்றுவிட்டான்.

என்று கற்றாய்?

அடுத்து, இந்த இணைபிரியாத் தம்பி, மூங்கில்களை வெட்டி மாணைக் கொடியால் அவற்றை இறுகக் கட்டி அதை அழகிய தெப்பமாகக் கட்டி அதில் எம்பிராட்டியையும், எம்பிரானையும் ஏற்றிவைத்து யமுனை ஆற்றில் நீந்திக் கொண்டே தெப்பத்தை அக்கரை சேர்த்தான். (2034) யமுனையைக் கடந்து மேலும் தெற்கே சென்று சித்திரகூட பர்வதத்தை அடைந்தார்கள். சித்திரகூடத்தில் ஒரு சோலையின் நடுவே இவர்கள் தங்குவதற்கு சாலை ஒன்றை இலக்குவன் தன் கைவண்ணத்தால் நிர்மாணித்தான். அந்தச் சாலை கட்டப்பட்ட முறையை ஆறு பாடல்களில் (2089 - 2094) மிக நுணுக்கமாகவும் விளக்கமாகவும் கவிஞன் பாடுகிறான். சடையப்ப வள்ளலின் வீட்டில் இருந்து செல்லமாக வளர்ந்த கம்பநாடன் ஒரு பர்ணசாலை அமைக்க எங்கே கற்றான் என்பதை நினைக்க வியப்பு அதிகமாகிறது. மனித சஞ்சாரமற்ற சித்திரகூட பர்வதத்தின் சாரலில் ஓங்கி வளர்ந்துள்ளன பல்வகை மரங்கள், மலர்கள், செடிகொடிகள்;

விலங்குகள், தவம் செய்யும் முனிவர்கள் இங்கே வாழ்கின்றனர். இத்தகைய சூழலில் தான் அந்தச் சாலை நிறுவப்பட்டது.

அந்தச் சாலையில் பிராட்டியோடு பெருமான் நுழைந்தான் என்ற பகுதியைப் பாடிக்கொண்டே வரும் கம்பநாடன், அந்தக் கற்பனையில் ஆழ்ந்து தன்னையே மறந்து விடுகிறான். இந்த அற்புதமான சூழலில் அமைந்த சாலையில் நுழைந்தவர்கள் தசரத குமாரனும் அவன் மனைவியும் என்பதையே மறந்து விட்டனர். இந்தச் சூழலில் இயற்கையின் நடுவில் இருப்பவன் இறைவன் அல்லவா? அத்தகைய எண்ணம் தோன்றியவுடன் உள்ளே புகுந்தவன் "அண்ட சராசரங்கள் அனைத்திலும் உயிர்கள் தோறும் அந்தர்யாமியாய் இருக்கும் இறைவனே" என்று பாடிவிடுகிறான். அப்பாடல் வருமாறு:

"இன்னணம் இளையவன் இழைத்த சாலையில்,
பொன்நிறத் திருவொடும் குடி புக்கான் அரோ!
நல்நெடுந் திசைமுகன் அகத்தும், நம்மனோர்க்கு
உன்ன அரும் உயிருளும், ஒக்க வைகுவான்." - கம்ப. 2093

"தொடரும் இடரை இழைத்துவிட்டேனே"

பர்ணசாலையுள் நுழைந்த வள்ளல் அதன் புற, அக அழகுகளைக் கண்டுகளித்தான். கைதேர்ந்த கட்டடக் கலைஞன் ஒருவன் பன்னெடுங்காலம் நினைத்து அழகே வடிவு கொண்டது போன்று அமைத்த, சாலையாக இருந்தது அது. ஒரு வினாடி கண்ணை மூடித் திறக்கிறான் இராகவன். எதிரே வணக்கத்தோடு நிற்கிறான் இளையவன். பிறந்தது முதல் ஒரு கணம் கூடத் தன்னை விட்டுப் பிரிந்தறியாதவன் இளைய பெருமாள். அரச போகத்தில் பிறந்து அதிலேயே வளர்ந்தவன். வசிட்டனிடம் இருவரும் ஒன்றாகத்தான் கல்வி பயின்றனர். இந்த வினாடி வரை இராமனைப் பிரிந்து ஒரு கணமும் தனியே இருந்திராதவன் இளையவன். இவை அனைத்தும் இராமன் கண்ணெதிரே வரிசையாகத் தோன்றி மறைகின்றன. எப்பொழுது யாரிடம் இக்கலையைக் கற்றான் என் அருமைத் தம்பி என்று சிந்திக்கின்றான், இராமன். விடைகாண முடியவில்லை. தம்பியைப் பார்க்கிறான்; வியப்பைப் புலப்படுத்திக் கசிகின்றான்:

"என்று சிந்தித்து, இளையவற் பார்த்து, 'இரு
குன்று போலக் குவவிய தோளினாய்!
என்று கற்றனை நீ இது போல்?'என்றான்-
துன்று தாமரைக் கண் பனி சோர்கின்றான்." - கம்ப. 2096

கண்ணீருடன் இராமன் எழுப்பிய இந்த வினாவிற்கு இளையவனிடமிருந்து எந்த விடையும் வரவில்லை. நீண்ட நேரம் அவனைப் பார்த்துக் கொண்டே இருந்த இராகவன், தனக்குத் தானே பேசிக்கொள்ளலானான்.

வனத்திடைப் புகும் போது எவ்வித வசதியும் இல்லாமல் துன்பம் உழக்க நேரிடும் என்று அஞ்சித்தான் இலக்குவனையும் பிராட்டியையும் வரவேண்டாம் என்று இராகவன் கூறினான். ஆனால், மிதிலையர் கோன் மகள் காட்டில் படும் அல்லலைப் பற்றி ஒரு சிறிதும் கவலைப்படாமல் இராமனுடன் நடந்து வந்ததைக் கண்டு பெருமிதம் அடைந்தான் இராகவன். இளையவன் தொண்டன் என்ற முறையில் காவலுக்கு வருகின்றான் என்றுதான் அனைவரும் கருதினர். என்ன அதிசயம்! மிதிலையார் கோன் மகள் பூவின் மெல்லிய பாதம் காட்டில் நடந்து வந்தது. கணப்பொழுதும் பிரியாத தம்பியின் கைகள் இந்த அற்புதமான சாலையை நிறுவியது. - இந்த எண்ணம் நீண்ட நேரம் மனத்தில் ஓட, இளையவனையே பார்த்துக்கொண்டிருந்த அருளாளன் கண்ணீர் ஆறாய்ப் பெருக, "தந்தையின் ஆணையைச் சிரமேற்கொண்டு அதனை நிறைவேற்றியதால் சூரிய குலத்தில் தோன்றிய பெருமையைப் பெற்றுவிட்டேன் என்று நினைத்தேன். ஆம்! அந்தப் பெருமையை அடைய முயன்ற முயற்சியில் இளையவனே! நெடுங்காலமாகப் பெருந்துன்பத்தை உனக்கு இழைத்து விட்டேன்" என்று வருந்தினான்.

"அடரும் செல்வம் அளித்தவன் ஆணையால்,
படரும் நல் அறம் பாலித்து, இரவியின்
சுடரும் மெய்ப் புகழ்சூடினென் என்பது என்?
இடர் உனக்கு இழைத்தேன் நெடுநாள் என்றான்" - கம்ப, 2097

மிக அற்புதமான ஒரு பர்ணசாலையில் வழி நடந்த களைப்புத்தீர மகிழ்ச்சியோடு மனைவியிடம் உரையாடிக் கொண்டிருக்கும் மனநிலையில் பிறர் பற்றியோ, அவர்கள் நலன் தீங்கு பற்றியோ எந்தச் சராசரி மனிதனும் நினைந்து பார்க்கமாட்டான். உயர்ந்த பண்புடையவர்கள் சாதாரண நேரங்களில் பிறர் துயர்பற்றிச் சிந்திப்பார்களே தவிர, மகிழ்ச்சி பொங்கும் இந்தச் சூழலில் அந்த மகிழ்ச்சிக்குக் காரணமான இடமும், மனைவியும் உடன் இருக்க இதனைச் சிந்திப்பது கடினம். வழிநடந்த களைப்பு நீங்க இன்பத்தில் திளைத்துக் கொண்டிருக்கும் இந்த நேரத்தில், பூவின் மெல்லிய பாதம் கானம் போந்ததும், குற்றமற்ற தம்பியின் கை சாலை சமைத்ததும், நெஞ்சை நெருட இளையவனைப் பார்த்து,

தனக்காக அவன் ஏற்றுக்கொண்ட இந்த இடர்மிகு வாழ்க்கையை நினைக்கின்றான். தன்னுடைய துயரைப் போக்கப் பிராட்டி இருக்கிறாள். இளையவனுக்கு யார் இருக்கிறார்கள்? எஞ்சியுள்ள பதினான்கு ஆண்டுகளும் இந்தத் தொண்டைச் செய்து கொண்டே, இவர்களுக்குக் காவலாகவும் இருக்க வேண்டியவன் அவன். தான்தான் தந்தையின் ஏவலைத் தலைமேல் தாங்கிக் கானம் புகுந்தான். கற்புடை மனைவி கணவன் இருக்குமிடமே சுவர்க்கம் என்று நினைப்பவள் ஆதலின் துன்பத்தை ஏற்றுக்கொண்டு வந்தாள். இளையவன் வரவேண்டிய அவசியம் என்ன? தம்பி எனும்படி செல்லாதே. அடியாரின் ஏவல் செய்தி என்று ஈடு இணை அற்ற அந்தத் தாய் இட்ட கட்டளையை நிறைவேற்ற வந்தானா? இல்லை. தாயைச் சந்தித்து அவள் கட்டளை இடுவதற்கு முன்பே மன்றாடி, "நீ இருக்கும் இடத்தில் தான் சீதையும் நானும் இருப்போம்" என்று கூறித் தன் சம்மதத்தைப் பெற்றுவிட்ட தம்பியை மறுபடியும் கண்ணீர் நிறைந்த கண்களால் பார்க்கிறான் இராகவன். "என் கடமையை நிறைவேற்றிப் புகழ் பெறுவது இப்பொழுது ஒரு பொருட்டாகத் தெரியவில்லை. உனக்கு நான் இழைத்த துன்பத்தை நினைந்து பார்க்கையில் தான் என்னையே நான் கடிந்து கொள்கிறேன்" என்ற பொருள்பட இராமன் என்ற மாமனிதன் பேசியதைத் தான் "அடரும் செல்வம்" என்று துவங்கும் பாடல் குறிக்கின்றது.

சித்திரகூடம், பஞ்சவடி.......... கதைத் தொடர்ச்சி

சித்திரகூடத்தை விட்டுப் பஞ்சவடி செல்ல நினைத்த இராமன் கழுகின் வேந்தன் வழிகாட்ட, பஞ்சவடியில் சென்று தங்கினான். பஞ்சவடியில் தங்கி இருக்கையில் தான் அவதார நோக்கம் நிறைவேறுதற்குரிய சூழ்நிலை உருவாகிறது. இராவணன் தங்கையாகிய சூர்ப்பணகை, இராமன் மேல் ஆசை கொண்டு அழகிய வடிவெடுத்து வந்து இராமனுடன் பேசத் தொடங்கினாள், பேச்சு திசைதிரும்பவே, "இளையவன் கண்டால் உன்னை முனிவான்" என்று அவளை விரட்ட - அவள் இலக்குவனிடம் சென்று தன் விருப்பத்தை வெளியிட - இலக்குவன் அவள் மூக்கு முதலியவற்றை அரிந்துவிடுகிறான். ஓடிச்சென்ற அவள் கர, தூஷணர்களை அனுப்பி இராமனைக் கொல்ல முனைந்தாள். அதுகண்ட இளையகோ போருக்குத் தயாராகிவிட்டான். அண்ணனிடம் வந்து வணங்கி, ஆணையிடுமாறு வேண்டுகிறான். ஆனால், இராகவன் "வீரனே! உன் அண்ணியைக் காத்து நிற்பாயாக. யான் அரக்கர் ஆவி பறித்திடுவென். முனிவர்கட்கு நான் கொடுத்த வாக்கை நிறைவேற்ற வேண்டிய

சந்தர்ப்பம் இது. எனவே, நானே போருக்குச் செல்கிறேன்" என்று புறப்பட்டு விட்டான். இவ்வாறு புறப்படுவதற்கு மற்றொரு காரணமும் இருந்திருக்கும் போலும். கரனுடன் வந்த தூஷணன், திரிசிரா முதலியவர் களைக் கொன்றபின், கரனைக் கொல்ல வில்லை வளைத்தவுடன் அது ஒடிந்து போயிற்று. அரசர்களுக்குரிய முறையில் இடக்கரத்தைப் பின்னே நீட்ட, வருணன் தன் பாதுகாவலாக வைத்திருந்த விஷ்ணு தனுசைத் தர அவ்வில்லில் அம்பு பூட்டிக் காரனைக் கொன்றான். இப்படி ஒரு சூழ்நிலை உருவாகும், விஷ்ணு தனுசைப் பெற வேண்டிய சந்தர்ப்பம் வந்தால், அதனைப் பெறுவதற்கு இலக்குவனுக்கு உரிமை இல்லை என்பதை முழுதுணர் பெருமாள் அறிந்திருந்தான் ஆதலின், அந்த நுணுக்கத்தைத் தம்பியிடம் சொல்லாமல் முனிவர்கட்கு வாக்குக் கொடுத்த செய்தியை மட்டும் கூறிவிட்டுத் தானே போருக்குப் புறப்பட்டு விட்டான்.

இனி இராம - இலக்குவர் உரையாடித் தொழிற்படும் இடம் மாரீசன் வதைப்படலம் ஆகும். இராவணன் ஏவலால் பொன்மான் வடிவு கொண்டு இராமன் தங்கி இருக்கும் பர்ணசாலை எதிரே விளையாடுகிறான் மாரீசன்.

பொன்மான் வேட்டை

இராமகாதை முழுவதிலும் இராமனைச் சராசரி மனிதனுக்கு இணையாகக் கம்பன் காட்டியது இந்த ஒரே ஒரு படலத்தில் தான். பொன்மான், ஆசிரமத்தின் முன் உலவுவதை முதலில் பார்த்தவள் பிராட்டிதான். அவள் கணவனிடம் சொல்ல, அவனும் அதைப் பார்க்கிறான். பிறகு 'மையறு மலரின் நீங்கி வந்த பெருமாட்டி'யாக நடந்து கொள்ளாமல் புதிய பொருள் ஏதாவது ஒன்றைக் கண்டால் உடனே அது தனக்கு வேண்டும் என்று அடம்பிடிக்கும் சராசரிப் பெண்ணாக நடந்து கொள்கிறாள் பிராட்டி. இப்பொழுது இளையவன் குறுக்கிட்டு, "இயற்கையின் படைப்புக்கு மாறாக இப்படி ஒரு மான் இருப்பதற்கு வாய்ப்பே இல்லை. இது அரக்கர்கள் சூழ்ச்சி" என்கிறான். இதில் தொடங்கி மிக நீண்ட நேரம் வாக்குவாதம் நடைபெறுகிறது, சகோதரர்களிடையே.

இந்த வாதத்தைச் சற்று விரிவாகக் கண்டால் பயனுடைய தாகும். உணர்ச்சிவசப்பட்ட யாரும் அறிவு கலந்து யோசிப்பது என்பது முடியாத காரியம் என்பதை மிக விரிவாகக் கவிஞன் விளக்குகிறான்.

"பொன்னாலாகியதும், காது, குளம்பு முதலியவற்றில் மணிகள் பதிக்கப்பெற்றதும் ஆகிய மானை வந்து காண்க" என்றாள் பிராட்டி. இப்படிப்பட்ட ஒரு மான் இந்த மண்ணுலகில் இருக்க முடியாது என்பதை சற்றும் எண்ணிப் பாராமல் காதலியின் வார்த்தைகளைக் கேட்ட இராகவன், தானும் அம்மானின் மேல் ஆசை கொண்டான். *(3284, 3285, 3286)*. கணவன் மனைவி உரையாடலை அணித்தே இருந்து கேட்டுக் கொண்டிருந்த இளையவன் பேசத் தொடங்கினான்.

"உடம்பு முழுவதும் பொன்னாகவும், காது, கால்கள் ஆகியவை மாணிக்கங்களாகவும் இருக்கின்ற இந்த மான் இயற்கையின் படைப்போடு ஒத்திருக்கவில்லை. ஆகவே, இது மாயம் என்பதில் ஐயமில்லை. வேறுவிதமாக இதைக் கருதுதல் அறிவுக்குப் பொருத்தமன்று"என்றான் இளையவன் *(3288)*

அதுகேட்ட இராகவன், "நிலைபேறில்லாத இந்த உலகின் இயற்கையை மாபெரும் அறிஞர்களும் முழுதும் உணர்ந்தார்கள் இல்லை. நிலைபெற்ற உயிர்கள் கோடிக்கணக்கான மாறுபட்ட உடல்களுடன் உலகம் முழுதும் வியாபித்து இருப்பதால் இவ்வுலகில் இல்லாதன எதுவுமே இல்லை என்பதை நீ புரிந்து கொள்ள வேண்டும். இளமையோடு கூடிய குமரனே" என்று பதிலிறுத்தான் இராகவன். *(3289)*

"இயற்கைக்குப் பொருந்தாத ஒன்று இம் மண்ணுலகில் இருக்க முடியாது. அப்படி இருந்தால் அது மாயமாகத்தான் இருக்க வேண்டும் என்று கூறும் அறிவு வாதத்திற்கு விடைகூறப் புகுந்த இராகவன், 'இவ்வுலகில் இல்லாதன இல்லை' என்று விடை கூறினான். இப்படிக் கூறுபவனாகிய தான் அறிவிலும், ஆண்டிலும், அனுபவத்திலும் மிக்கவன் என்று சொல்லிக்கொள்வது போல, இலக்குவனைப் பார்த்து 'உலக அனுபவம் நிறையாத இளமை உடையவனே!' என்று ஓர் எள்ளல் குறிப்பும் தோன்றப் பேசுவது இராமனுடைய இப்பொழுதைய மனநிலையை எடுத்துக்காட்டுகிறது. தன்னுடைய இந்த வாதத்தை நிறுவுவதற்காக ஒரு மேற்கோளையும் அடுத்த பாடலில் எடுத்துக் காட்டுகிறான் இராகவன்.

"இலக்குவ! என்ன நினைத்து நீ இந்த முடிவுக்கு வந்தாய்? (கண்ணால் காணாவிடினும்) எத்தனை புதிய செய்திகள் நம் காதுகளில் வந்து விழுகின்றன. பொன்மயமான உடலோடு கூடிய ஏழு அன்னப் பறவைகள் இருப்பது பற்றி நீ கேள்விப் படவில்லையா?" *(3290)*

"நிறைந்துள்ள உயிர்கள் இன்ன வடிவுடன் இப்படித்தான் இருக்கவேண்டுமென்ற நியதி ஒன்றும் இல்லை. இதனை நீ அறிந்து கொள்வாயாக" *(3291)* என்று இராகவன் தன் கருத்தை வலுவாகக் கூறினான்.

இவர்கள் உரையாடலைக் கேட்டுக்கொண்டிருந்த சீதை, இவர்கள் வாதம் முடிவதற்குள் மான் எங்கேயாவது ஓடி மறைந்துவிட்டால் என்ன செய்வது என்று மிக்க வருத்தத்துடன் சாலையின் உள்ளே செல்லவும், அவள் வருத்தத்தைத் தணிக்க வேண்டி "எங்கே அந்த மானைக் காட்டு பார்க்கலாம்" என்று சொல்லிக் கொண்டே அவள் பின்னே சென்றான் இராகவன். வீரக்கழலை அணிந்த தம்பி நொந்த மனத்துடன் இராகவன் பின்னே சென்றான். *(3292)*

சீதை காட்டிய மான் தன் அழகிய விழிகளால் இராமனை உற்றுப்பார்க்கவும் 'நன்று இது' என்று கூறினானாம். அந்தச் சொல்லின் பொருளை நம்மனோர் அறிந்து கூற முடியுமோ? அரவுப் படுக்கையில் இருந்து தேவர்கள் செய்த புண்ணியத்தால் இம்மண்ணுலகத்திற்கு வந்தது ஒரு காரியத்தைக் கருதி அல்லவா? அது பழுதுபட்டுவிடுமோ? *(3293)*

"இளையவனே! இந்த மானின் கால்கள், உடம்பு, புல்லைக் கறிக்க நீட்டும் நா, காதுக்கள் என்பவற்றைப் பாராய். இந்த மான் தனக்குத்தானே உவமை ஆவது அல்லது பிறிதொன்றுக்கு உவமையாக்கப்படும் தன்மையது அன்று. *(3294)* "வில்வீரனே! இந்த மானைப் பார்த்தவர் ஆண், பெண் யாராயினும் சரி, ஆசை கொள்ளாமல் இருக்க முடியாது. ஒளி விளக்கில் விழுகின்ற விட்டிலைப் போலப் பார்ப்பவர் மனம் இந்த மானின் அழகில் தோய்ந்து விடுதலில் வியப்பு ஒன்றும் இல்லை." *(3295)*

தன் வாதங்களை முந்தைய பல பாடல்களில் தருக்க ரீதியாக எடுத்துக் கூறிய இராகவன், இப்பொழுது அவன் வாதத்தின் முடிவாக ஒரு கருத்தைப் பேசுகிறான். 'இந்த மானின் அழகில் ஈடுபட்டவர் யாராக இருப்பினும் விளக்கிடை வீழும் விட்டிலைப் போல் அதன் அழகில் மனம் பறிகொடாமல் இருக்க முடியாது', என்று கூறி முடித்தவுடன் மானின் அழகிலோ அண்ணனின் வாதத்திலோ தன்னை இழந்துவிடாமல் அறிவு ஒன்றையே துணையாகக் கொண்டு நடைபெறுவதை ஆராயும் மனத்தனான இளையவன் இறுதியாகத் தன் முடிவைச் சொன்னான். அண்ணன் சொல்லியவற்றை மனத்தில் வாங்கிக் கொண்டான். அண்ணன் போக்கு எங்கே கொண்டுபோய் விடும் என்பதைத் தன் தெளிந்த

சிந்தையில் விளங்கிக் கொண்டவனாகிய இளையவன், உறுதியோடு பேசத் தொடங்குகிறான்.

“அண்ணா! இங்கு நாம் கண்டது உண்மையான பொன்மான் என்றாலும் கூட, இப்பொழுது நாம் திரும்புவதே செயற்தகு செயலாகும்” என்றான். *(3296)* இப்பொன்மானால் நமக்கு எவ்விதப் பயனும் இல்லை, மீள்வதே கருமம் என்று கூறியதைக் கேட்ட சீதை, கணவனைப் பார்த்து, “இந்த மானை நீ பிடித்துத் தந்தால் வனவாசம் முடிந்து அயோத்தி செல்லும் பொழுது விளையாடுவதற்கு இம்மானைக் கொண்டு செல்வேன்” என்றாள். *(3297)*

வாதம் முற்றுகிறது

மனைவியின் சொல்லைக் கேட்டு உணர்ச்சி வசத்தால் அவள் கருத்தை முடிக்க வேண்டும் என்ற துணிவுடன் இருக்கும் இராமனை நோக்கித் தெளிந்த அறிவால் உண்மையை உணர்ந்த இளைய பெருமாள் பேசத்தொடங்குகிறான்.

சீதையின் வேண்டுதலை நிறைவேற்றத் துணிந்த மூத்தவனைப் பார்த்து இளையவன், “ஐயனே! அரக்கர் வஞ்சகத்துடன் செய்த சூழ்ச்சியின் பயனாகும் இந்த மான் என்பதை நீ முடிவில் தெரிந்து கொள்ளத்தான் போகிறாய்” *(3293)*

அதுகேட்ட இராகவன், “இலக்குவ! நீ சொல்வது போல் இது அரக்கர் மாயமாக இருப்பின் நீ இதனைக் கொல்லும் போது ஓர் அரக்கன் அழிவும் உடனேயே நிகழும். உண்மையான மானாக இருப்பின் பிடித்துக் கொண்டு வரலாம். இந்த இரண்டில் எது நடந்தாலும் அதனால் நன்மையே விளையும்” என்று கூறினான். *(3299)*

இராமனுடைய வாதத்தை இப்பொழுது நேரடியாகவே மறுக்கத் துணிந்து விட்டான் இலக்குவன். “வயிரத் தோளாய்! இம்மானை ஏவிவிட்டு இதன் பின்னே நிற்பவர் யார் என்றும் தெரியவில்லை. எதற்காக இந்த மாயமானை அனுப்பினர் என்றும் தெரியவில்லை. அவர்கள் சூழ்ச்சியில் தோன்றிய இந்த மான் எத்தகையது என்றும் தெரியவில்லை. ஒன்றும் அறிந்துகொள்ள முடியாத இந்த மானை வேட்டையாடச் செல்லுதல் பொருத்தமற்றதாகும். நம் முன்னோர் வேட்டைத் தொழிலையே வேண்டாம் என்று ஒதுக்கினவர் என்பதை நீ அறிவாயல்லவா?” *(3300)*

இலக்குவன் வாதத்தின் பின்னே உள்ள அடிப்படையை ஏற்றுக் கொள்ளாமல் இராகவன், "பகைவர் பலர் என்றும், அவர்கள் அரக்கர்கள் என்றும், மாயம்மிக வல்லவர்கள் என்றும் நினைத்து அரக்கர்களை ஒழிப்போம் என்று நாம் மேற்கொண்ட விரதத்தைக் கைவிடுதல் புலமைத்தன்று" என்றான். *(3301)*

முடிவாக, இராமன் மனத்தை மாற்ற முடியாது என்பதை அறிந்து கொண்ட இளையவன், "அண்ணலே! பகைவர் எத்தனை பேராக இருப்பினும் அம்புகளைத் தூவி அவர்களை ஒழித்துவிடுகிறேன். ஒருவேளை இந்த மான் உண்மையிலேயே பொன்மான் எனின் அதைப் பற்றிக்கொண்டு வருகிறேன்" என்றான். *(3302)*

இந்த உரையாடல் முழுவதையும் கேட்டுக் கொண்டு அங்கு நின்ற சானகி, பெண்களுக்கே உரிய முறையில், கண்களில் நீர் வழிந்தோட, வாய் குழறி, "நாயகனே! நீயே இந்த மானைப் பற்றிக் கொண்டுவந்து எனக்குத் தரமாட்டாய் போலும்" என்று சினத்துடன் கூறி அப்பால் போய்விட்டாள். *(3303)*

சீதையின் ஊடலைத் தணிக்கக் கருதிய இராமன் இலக்குவனை நோக்கி, வீரனே! நானே இம் மானைப் பற்றிக் கொணர்வேன். சீதையைக் காத்து நிற்பாயாக *(3804)* என்று புறப்படத் தயாரானான்.

அறிவின் துணைகொண்டு விருப்பு வெறுப்பின்றி ஆராயும் பழக்கத்தை அண்மையில் பழகிக்கொண்ட இலக்குவன் புறப்பட்டுவிட்ட இராமனின் பின்னர் நின்று கொண்டு "அண்ணலே! விசுவாமித்திர யாகத்தில் எதிர்த்து வந்த மூன்று சகோதரர்களில் இருவர் இறந்து போக, மாரீசன் என்பவன் தப்பிவிட்டான் அல்லவா? அவன் தான் இவன் என்று கருதுகிறேன்" என்று கூறிக் கையைத் தலைமேல் வைத்து வணங்கினான். *(3305)* அவன் வார்த்தைகளைக் காதில் போட்டுக் கொள்ளாத இராகவன் மானின் பின்னே புறப்பட்டுப் போய்விட்டான்.

இக்கட்டுரையின் தொடக்கத்தில் சராசரி மனிதனாக இராமனையும் சராசரிப் பெண்ணாகச் சீதையையும் கற்பிக்கிறான் என்று சொல்லப் பெற்றது. மனிதனாக நடந்து கொள்ளும் இராகவன், இந்த வினாடிவரை உணர்ச்சி வசப்பட்டு அறிவு தொழிற்படாத வகையில் எச்செயலையும் நிகழ்த்தியதாக ஒரு நிகழ்ச்சி கூட அமையவில்லை. "மெய்த்திருப்பதம் மேவு என்ற போதினும், இத்திருத்துறந்து ஏகு என்ற போதினும்"அறிவு என்ற அங்குசத்தைப்

பயன்படுத்தி, 'நடப்பது நடந்தே தீரும்' என்று தொழிற்பட்ட இராமனைத்தான் இதுவரை கண்டுவந்திருக்கிறோம்.

இப்பொழுது நிலைமை மாறுகிறது. அரண்மனையில் இராஜபோகத்தை அனுபவித்துக்கொண்டு தோழியர், பணிப் பெண்கள் என்பவர்களிடையே கொலுவீற்றிருக்கவேண்டிய பிராட்டி, இவை எதுவும் இன்றிப் பேச்சுத்துணைக்குக்கூட இராமனை அன்றி வேறுயாரும் இல்லாத நிலையில் இருந்து வருகிறாள். இந்த மனநிலையில் பொன்மான் கிடைத்தால் பொழுதுபோக்க வசதியாக இருக்கும் என்று அவள் நினைத்ததில் தவறில்லை. எனவே, தன் தலைவனிடம் 'அந்த மானைப் பிடித்துத் தா' என்று கேட்டதில் தவறில்லை.

தன் மனையாளிடத்து எல்லையற்ற அன்பு கொண்டிருந்த இராகவன் அவளுடைய மிக அற்பமான இந்த வேண்டுகோளை நிறைவேற்ற வேண்டும் என்று நினைத்ததிலும் தவறில்லை. இவ்வளவு விரிவாகச் சோதரர்கள் இடையே நடந்த உரையாடல்களை எடுத்துக்காட்டியதில் நோக்கம் ஒன்று உண்டு. மனைவியின் இந்தச் சிறிய ஆசையைக் கூடத் தன்னால் நிறைவேற்ற முடியவில்லை என்றால், கணவனுக்குரிய கடமையிலிருந்து தவறியதாகவே முடியும். இந்த அடிப்படையில் இராமன் செயலை ஆய்ந்தால், அதில் எவ்விதத் தவறும் காணமுடியாது. அப்படியானால் எங்கே குறை நேருகிறது என்று சிந்திக்க வேண்டும். 'உலகில் இல்லாதன இல்லை' என்ற தனது முடிவை இராகவன் தெரிவித்த பிறகுதான், இது அரக்கர் சூழ்ச்சி என்ற தன் இரண்டாவது வாதத்தை இலக்குவன் முன் மொழிகிறான். அரக்கரைக் கொல்வது தனது கடமை; எனவே, மாயமான் பற்றிய ஆராய்ச்சி தேவையில்லை. கொன்றால் ஓர் அரக்கன் ஒழிந்தான். உயிரோடு பிடித்தால் சீதைக்கு ஒரு விளையாட்டுப் பொருள் கிடைக்கும் என்ற விடையால் இலக்குவனது இரண்டாவது வாதம் அடிபடுகிறது. பகைவர் யார் என்று தெரியாது, அவர்கள் சூழ்ச்சி எத்தகையது என்றும் தெரியாது. எனவே வேட்டையாடுவது சரியில்லை என்பது இலக்குவனின் மூன்றாவது வாதம். "ஒருவர், பலர் என்ற கவலை நமக்கு வேண்டாம். எந்தச் சூழ்ச்சியையும் அழிக்கும் ஆற்றல் நம் அம்புகளுக்குண்டு. பகைவர் பலர் என்று அஞ்சி வாளா இருப்பது, நாம் மேற்கொண்ட சபதத்திற்கு ஒத்துப் போகாது. எனவே, நான் செல்கிறேன்" என்ற சொற்களால் இலக்குவனின் மூன்றாவது வாதத்தையும் வென்றுவிடுகிறான் இராகவன்.

இந்த நீண்ட வாதத்தை மேலாகப் பார்க்கும்பொழுது மனைவிமாட்டுக்கொண்ட கழிபெருங் காதலால் இராமன் தவறு செய்கிறானோ என்று எண்ணத் தோன்றுகிறது. சராசரி மனிதனாக இராமனை வைத்துப் பார்த்தால் இது ஓரளவுக்குச் சரியேயாகும். எவ்வித உணர்ச்சியுமின்றித் தன் கூர்த்த மதி ஒன்றையே துணையாகக் கொண்டு, இலக்குவன் கூறும் வாதங்கள் ஆணித்தரமானவை என்பதில் ஐயமில்லை. அதற்கு விடைகூறும் இராமன் அறிவின் துணை கொண்டு இலக்குவனைப்போல் ஆயாமல், காதல் உணர்வில் நின்று சீதையின் துயரைத் துடைக்க வேண்டும் என்ற ஒரே எண்ணத்தில் நிற்கிறான் என்றாலும், இலக்குவன் எடுத்து வைக்கும் மூன்று வாதங்களுக்கும் தக்க சமாதானம் கூறிவிடுகிறான். இராகவனுடைய மூன்று விடைகளையும் ஒன்றாக்கிப் படித்தால், தான் கொண்ட கருத்தை நிறைவேற்ற விரும்புபவன் விடையாக அவை அமைந்துள்ளதைக் காணலாம்.

இலக்குவன் - புதிய பரிமாணம்

இந்த நேரத்தில், இலக்குவனின் அறிவுபூர்வமான வாதத்தைப் அவன் படிப்படியாக முன்வைக்கும் மூன்று வாதங்களையும் படிக்கும்பொழுது இலக்குவனின் புதிய பரிமாணத்தைக் காணமுடிகிறது. அயோத்தியா காண்டத்தில், “பெரியன்னையையும் பரதனையும் வென்று இராமனுக்கு முடிசூட்டப்போகிறேன். இதைக் காக்குநர் காமின்; விதிக்கும் விதியாகும் என் வில் தொழில் காண்டி” என்று பேசிய இலக்குவனா பொன்மான் பற்றி இவ்வளவு அற்புதமாக வாதங்களை அடுக்குகிறான் என்ற வியப்பு நம் மனத்தில் தோன்றுகிறது. அயோத்தியில் இருக்கும் வரை ஓர் அரசன், மூன்று தாயர்கள், நான்கு மைந்தர்கள் என்ற எட்டுப் பேரில் இலக்குவன் ஒருவன். அவன் உணர்ச்சிவசப்பட்டுப் பேசினாலும், ஏதோ ஒன்றைச் செய்தாலும் அது மிகப் பெரிதாக விளைந்துவிடாது. ஆனால், அதே மனநிலையில் வனத்திடை வைக்கும்பொழுது அவனிருந்தால் அதனால் விளையும் நன்மை தீமைகள் மிகப் பெரியவையாகிவிடும். உடனுள்ள இராமனும் சீதையும் அதனால் பாதிக்கப்படவும் நேரிடும். இவற்றையெல்லாம் மனத்தில் எண்ணித் தன் வாழ்க்கையையே மாற்றிக்கொண்டான் இலக்குவன். பரதனைப் பற்றிய அவனுடைய கருத்துகள் எவ்வளவு தவறானவை என்பதை வனத்திடைக் கண்டு கொண்டான். எனவே, உணர்ச்சிக்கு அப்பாற்பட்டு எந்த ஒன்றையும் அறிவு பூர்வமாக ஆய்ந்து முடிவெடுக்கும் மனநிலையைப் பெற்றுவிட்டான். அயோத்தியில் இருந்த இலக்குவன் வானுற

வளர்ந்து, ஆரணியத்தில் காட்சி தருவதை இந்த உரையாடல் பகுதி நன்கு எடுத்துக்காட்டுகிறது.

சகோதரர்கள் உரையாடலின் அடிநாதம்

இராமனைச் சராசரி மனிதனாக வைத்துத்தான் இதுவரை சகோதரரிடையே நடந்த உரையாடலுக்குப் பொருள் செய்து வந்தோம். இந்த ஏழு எட்டுப் பாடல்களிலும் அடியோட்டமாக ஒன்றைச் சொல்லிச் செல்கிறான் கவிஞன். மிகவும் ஆழ்ந்து சிந்திப்பவர்களுக்கு மட்டும் அந்தச்சொற்கள் எவ்வளவு ஆழமானவை, நுண்மையான பொருள் தரக்கூடியவை என்று விளங்கும். இலக்குவன், சீதை என்ற இருவரும் மனித வளத்தில் மேம்பட்டுள்ளார்களே தவிர, அதற்கப்பால் உள்ள தெய்விகநிலையோடு ஒன்றியிருக்கும் இயல்பினர் அல்லர். இராமனைப் பொறுத்தமட்டில் நிலைமை வேறு வகையானது. தான் மனிதன் என்ற நினைவுடனேயே பேசிச் செயல்படும் அந்த வள்ளலின் உள்ளே பரம்பொருள் இருந்து தொழிற்படுகிறான் என்பதை மறத்தலாகாது. ஒவ்வோர் உயிருள்ளும் இறைவன் இருக்கிறான் என்பது மிகப்பழங்காலம் தொட்டே இந்நாட்டில் உள்ள வைணவம், சைவம் என்ற இரண்டு சமயங்களும் ஏற்றுக்கொண்ட கொள்கையாகும். அப்படி இருக்க, இராமனுள் மறைந்து நிற்கும் பரம்பொருள் தொழிற்படுகிறான் என்று கூறுவது சரியா என்று எண்ணத் தோன்றும் வினாவிற்குத் தக்கதோர் விடையுண்டு. ஏனையோரைப் பொறுத்தமட்டில் அவர்கள் உடம்பினுள் உரையும் உயிர்க்குயிராய் இறைவன் மறைந்து உறைகின்றான். அவன் அங்கு இருப்பதைச் சாதாரண மக்கள் அறிந்து கொள்வதில்லை. அங்கே இறைவன் மறைபொருளாகவே உள்ளான்.

இராமனைப் பொறுத்தமட்டில் இதனைத் தலைகீழாகக் கொள்ள வேண்டும். இறைவனே இராமன் என்ற வடிவு கொண்டு அவனுள் உறையும் உயிராகவும் இருக்கின்றான். அதனால் தான் அவனை அவதாரம் என்று சொல்கின்றோம். தான் எடுத்த மனித வடிவுக்கு ஏற்ப அவன் தொழிற்படுவதை இராமகாதை முழுதும் காட்டிச் செல்லும் கம்பன், மாரீசன் வதைபடலத்தில் அதை மிகுதிப்படுத்திக் காட்டுகின்றான். அவன் ஒன்றைக் கூறும் பொழுது சில தொடர்களைப் பயன்படுத்துகிறான். அத்தொடர்களுக்குப் பொருள் செய்யும் பொழுது, ‘பேசுபவன் தசரதகுமாரன் என்ற மனிதனோ, அல்லது அவ்வடிவினுள் புகுந்து நிற்கும் பரம்பொருளோ’ என்று சிந்தித்துத் தெளிய வேண்டும். ஆகவேதான் இந்த ஏழு எட்டுப் பாடல்களிலும் பேசுபவனை பற்றிக் குறிப்பிடும் பொழுது, அவனை

விளிக்கும் வகையில் சில சொற்களைக் கம்பன் விடாது சொல்லி வருகிறான். அவற்றை வரிசைப்படுத்திக் காண்பது நலம். அவை: எம்மான் (3286), தே மலரோன் அம்மான் (3286); இறைவன் (3291) சேக்கையின் அரவு நீங்கிப் பிறந்தவன் (3293); ஆரியன் (3296); தேவரை இடுக்கண் தீர்ப்பான் (3299); சதுமுகன் தாதை (3301).

ஏழு பாடல்களில் ஏழு இடங்களில் இராமன் வடிவில் நின்றவன் யார் என்பதை நினைவூட்டுகிறான். அதற்குரிய காரணம் ஒன்றுண்டு. இராமனை மனிதனாகக் கருதி இப்பகுதியைப் படிக்கும் நாம், மனைவியைத் திருப்திப்படுத்துவதற்காக இலக்குவனிடம் போலியான வாதங்களைப் பேசுகிறான் என்று நினைத்துவிடுவோம். மனிதன் என்று எடுத்துக்கொண்டாலும் தன்னை நம்பி வந்தவளை மகிழச் செய்வது கணவனின் தலையாய கடமையாதலால் இராமன் செய்ததை சரி என்றே சொல்லவேண்டும். அதே நேரத்தில் ஒரு குறிப்பிட்ட காரியத்திற்காக மண்ணிடைவந்த பரம்பொருள் இவன் என்பதையும் மறக்கலாகாது.

இராமன் என்ற மனிதவடிவுள் மறைந்து தொழிற்படும் பரம்பொருள் தான் வந்த காரியத்தை மறப்பதேயில்லை. தசரதன் மகனாகப் பிறந்தது, அவனுக்குப்பின் ஆட்சியை ஏற்று நடத்துவதற்காகவா? இல்லையே. எனவே, தான் வந்த காரியத்தை நிறைவேற்றுவதற்குத் தூமொழியாள் ஆகிய கைகேயியின் மனம் திரிய வேண்டும். கானிடை நீ செல் என்று அவள் ஏவவேண்டும். இந்த முதல் திருப்பம் எப்பொழுது வரும் என்று எதிர்பார்த்து இருந்ததால் தான் கைகேயியின் உரையைக் கேட்டபொழுது, அன்றலர்ந்த செந்தாமரையினை வென்றதாயிற்று அவன் முகம். முதல் திருப்ப முடிவில் வனத்திற்கு வந்தாயிற்று. தவம் செய்யவா வனத்திடை வந்தான்? அடுத்த திருப்பத்திற்குக் கால்கோள் இடவேண்டும். எனவேதான், மானைப் பார்த்தவுடன் 'நன்றுஇது' (3293) என்று கூறினான்.

"நோக்கிய மானை நோக்கி நுதியுடை மதியின் ஒன்றும்
தூக்கிலன்; நன்று இது' என்றான்; அதன்பொருள்
சொல்லல்ஆகும்?
சேக்கையின் அரவுநீங்கிப் பிறந்தது தேவர் செய்த
பாக்கியம் உடைமை அன்றோ? அன்னது பழுது போமோ?"

- கம்ப 3293

வந்ததோ பொன்மான். மூவர் பார்க்கின்றனர் அம் மானை பெண்ணாகியஎபிராட்டி பார்த்தாள்; தன் விளையாட்டிற்கு அது

உகந்தது என்று கருதினாள். அதே மானை இளையவன் பார்த்தான்; தெளிந்த சிந்தையில் ஆய்ந்து, ‘இது அரக்கர் வஞ்சம்; இவன் மாரீசனே ஆவான்’ என்ற முடிவிற்கு வந்தான். மூன்றாவதாக அம்மானைக் கண்டவன் யார் என்று குறிக்க வந்த கவிஞன் எம்மான் என்றும், இறைவன் என்றும், தேமலரோன் அம்மான் என்றும், பாற்கடல் பள்ளியின் நீங்கியவன் என்றும் கூறுவானேயானால், அப்படிப்பட்டவன் பார்வை, இலக்குவன் பார்வையாகவோ, சீதையின் பார்வையாகவோ இராது. இந்த மாறுபட்ட பார்வையில் ஓர் இணையற்ற திருப்தி ஏற்படுகிறது. அதனால் மானைக் கண்டவுடன் ‘நன்று இது’ என்று கூறினான் என்று பாடுகிறான் கம்பன். இந்த மானின் வரவு நல்லது என்று கூறினவன் யார் தெரியுமா? ‘சேக்கையின் அரவு நீங்கிப் பிறந்தவன்’. அவன் ஏன் பிறந்தான்? தசரதனுக்குப் பிள்ளை இல்லையே என்ற துயரத்தைப் போக்கவா பிறந்தான்? இல்லை. அதற்கென்று பிறந்திருந்தால் இறந்த தசரதனுக்குக் கொள்ளிகூட வைக்கவில்லையே! பின் ஏன் பிறந்தான்? தேவர் செய்த பாக்கியத்தால் பிறந்தான் என்று கூறுவதால் இராமன் என்ற வடிவை மறந்துவிட்டு, பரமன் என்று வைத்துக் கொண்டால் தான் வந்த காரியம் நிறைவேறப் பேருதவி புரியப் போகிறது இம் மான் என்ற கருத்தில் தான் ‘நன்று இது’ என்றான். இங்குக் கூறிய அனைத்தையும் மனத்தில் கொண்ட கவிஞன், ‘நன்று இது’ என்று இராகவன் கூறிய சொற்களுக்கு என்ன பொருள் என்பதை, நம்மால் சொல்லமுடியுமோ? (அதன் பொருள் சொல்லல் ஆகும்?) என்ற வினாவோடு நிறுத்திவிடுகிறான்.

மான் வந்ததிலிருந்து நடைபெற்ற நிகழ்ச்சிகளையும், சோதரர் இடையே நிகழ்ந்த உரையாடல்களையும் மற்றுமொருமுறை கோவையாகச் சிந்தித்துப் பார்த்தால் மானின் வரவு எதிர்பாராத ஒரு திடீர் நிகழ்ச்சி என்றோ இராவணன் சூழ்ச்சியால் நடந்தது என்றோ நினைப்பதற்கில்லை. தான் அவதாரம் எடுத்த காரணத்தை இராமன் வடிவில் அந்தராத்மாவாக உள்ளிருக்கும் இராமன் ஒவ்வொன்றையும் கணக்கிட்டே நிகழுமாறு செய்கின்றான் என்பதை அறியமுடிகிறது.

முக்காலத்தையும் முழுதுணர்ந்தவனாகிய வசிட்டன், இளவரசனுக்கு முடிகவிப்பதற்கு ஒரு நன்னாளைத் தேர்ந்தெடுக்கிறான். என்ன விந்தை! அந்த நன்னாளில் முடிகவித்துக் கொள்வதற்குப் பதிலாக, கானகம் செல்ல நேரிடுகிறது. அன்பே வடிவான சிற்றன்னை ‘இராமனைப் பெற்ற எற்கு இடருண்டோ’ என்று கூறும் சிற்றன்னை ‘இராமனுக்கு முடிசூட்டப் போகிறார்கள்’ என்ற செய்தியை முதலில்

சொல்லிய ஒருத்திக்கு முத்துமாலையைப் பரிசாகக் கொடுத்த சிற்றன்னை ஒரே வினாடியில் மனம் மாறிவிடுகிறாள். மைந்தனை அல்லாமல் உயிர் வேறு இலாத தசரத மன்னன் விழித்திருந்தால் இராமன் வனம் போக விட்டிருக்கமாட்டான். அந்தக் காட்சியைப் பாராமலிருக்க அவன் அவசமாகிவிடுகிறான்.

ஆக, இதுவரை நடந்தவற்றை எல்லாம் ஒன்று சேர்த்துப் பார்க்கும் பொழுது இந்த வசிட்டன், தசரதன், கைகேயி, இலக்குவன் ஆகிய அனைவரும் இராமனுள் மறைந்திருக்கும் 'அந்த இராமனின்' வாய் திறந்து பேசாத ஆணைக்குக் கட்டுப்பட்டே செயல் புரிகின்றனர் என்பது தேற்றம். இந்த நாடகத்தில் தசரதராமனும் ஒரு பாத்திரமாகிறான். பரம்பொருள் இராமன் அவன் உள்ளிருந்து இடும் கட்டளைக்கு ஏனையோர் போலவே தசரதராமனும் பணிகின்றான்.

மானின் வரவைப் பார்த்து, 'நன்று இது' என்று சொல்லியவன் தசரதராமனா? அன்றி அவனுள் இருக்கும் மூல இராமனா என்று ஐயுறுவார்க்குக் கவிஞன் அந்தப் பாடலிலேயே விடைகூறுகிறான். "நோக்கிய மானை நோக்கி, நுதியுடை மதியின் ஒன்றும் தூக்கிலன்; 'நன்று இது' என்றான்" என்ற இந்த அடிகளின் பொருள் யாது? மான் மருண்ட பார்வை உடையதாயிற்றே. ஒரு வினாடிக்குமேல் எந்தப் பொருளையும் நிலைகுத்திக் காணும் இயல்பு மானுக்கு இல்லையே. அப்படியிருக்க மான் இராமனைப் பார்த்தது இராமன் மானைப் பார்த்தான் என்று சொல்ல வந்த கவிஞன் கண்டது, பார்த்தது என்ற சொற்களை விட்டுவிட்டு, 'நோக்கி' என்ற சொல்லை வேண்டுமென்றே கவிஞன் பெய்கிறான். ஒரு குறிப்பிட்ட கருத்தோடு, அந்தக் கருத்தைக் கண்ணின் மூலமே வெளியிடும் சூழ்நிலை ஏற்படும் பொழுது 'நோக்கி' என்ற சொல்லைப் பயன்படுத்துவது தமிழ் மரபு.'இருநோக்கு இவள் உண்கண் உள்ளது' (குறள் 1091) என்றும், 'யான் நோக்குங்காலை நிலன் நோக்கும்' (குறள் 1094) என்றும் வள்ளுவப் பேராசான் கூறுவதும், 'கடைக்கண்ணால் கொல்வான் போல் நோக்கி', (கலித். 51:15) என்ற கலித்தொகையும், 'அண்ணனும் நோக்கினான்' (கம்ப 514) என்ற கம்பன் பாடலும் 'நோக்கி' என்ற சொல்லுக்கு இங்கே நாம் கொண்ட பொருள் பொருத்தமானது என்பதை விளக்கும்.

இந்த நுணுக்கத்தை மனத்தில் வாங்கிக் கொண்டு, 'நோக்கிய மானை நோக்கி' என்ற அடியை மறுபடி பார்த்தால், மாரீசன் என்ற மானும், தசரதகுமாரன் என்ற மனிதனும் களத்தில் இருந்து மறைந்துவிடுகின்றனர். மூல இராமனின் ஏவலுக்கு உட்பட்டு

மான் வடிவில் வந்த ஒன்று, தசரத ராமனின் உள்ளிருக்கும் மூல இராமனை ஒரு கருத்தோடு நோக்கிற்று என்கின்றான், கவிஞன். என்ன கருத்தோடு நோக்கிற்று? "ஐயா! முதற்காரணனாகிய உன் ஏவலின் படி ஒரு சூழ்நிலை உருவாக்க வந்துவிட்டேன் என்பதைத் தெரிவிக்கின்றேன்."

"ஒரு மானைப் பிடிக்க நீ எதற்குப் போகவேண்டும்? நான் பிடித்துத் தருகிறேன்" என்று இளைய பெருமாள் சொன்ன பொழுது, அவனையும் ஒரு நோக்கத்தோடு நோக்கினேன். ஆனால் பாவம்! இளையவன் அதனைப் புரிந்து கொள்ளவில்லை. விளையாடுவதற்கு மான் வேண்டும் என்றுதான் பிராட்டி விரும்பினாளே தவிர அதை யார் பிடித்துத் தரவேண்டும் என்று அவள் சிந்திக்கவில்லை. திடீரென்று இளையவன் புறப்பட்டவுடன், "நீ என்னை அனுப்பிய நோக்கமே கெட்டுவிடும்" என்று பயந்து, ஒரு வினாடி பிராட்டியின் மனத்தில் புகுந்தேன். அதனால் தான் மான் வேண்டும் என்று முரண்டு பிடித்த அவள், 'நாயக! நீயே பற்றித் தருகலை போலும்' என்று அவளைப் பேசவைத்தேன். அனைத்தும் உன் ஆணைப்படியே நடந்துவிட்டது ஐயா! என் பணி முடிந்துவிட்டது. இனி உன் அம்பால் இந்த மாய உடலை ஒழித்து விட்டு உன் அடி சேர வேண்டும் என்று இவ்வளவு தகவல்களையும் தன் கண்ணினாலேயே மூல இராமனுக்கு மானுள் இருக்கும் ஒரு சக்தி தெரிவித்தது என்ற கருத்தையெல்லாம் உள்ளடக்கிப் பாட வந்த கம்பன் 'நோக்கிய மானை நோக்கி' என்று பாடுகிறான்.

பலர் கூடியிருக்கும் இடத்திலும், காதலர் இருவர் தம் கண்களினாலேயே ஒருவரை ஒருவர் நோக்கிப் பேசுவதை அறிந்த நாம், 'நோக்கிய மானை நோக்கி' என்பதைப் புரிந்து கொள்ள முடியும்.

இராமர் இருவர் - நிலை வெவ்வேறு

இப்பொழுது ஒரு சிறிய பிரச்சினை தோன்றுகிறது. மானின் கண்மூலம் தெரிவிக்கப்பட்ட இச்செய்தியை இருவர் பார்க்கின்றனர். ஒருவன் தசரதராமன்; மற்றொருவன் அவனுள் இருக்கும் மூல இராமன். மான் கண்ணின் மூலம் கூறியவற்றைத் தசரதராமன் புரிந்து கொண்டானா? தசரதராமன் அறிவின் மூலம் ஒன்றை ஆய்ந்து முடிவுக்கு வருபவன். இப்பொழுது அந்த அறிவு தொழிற்பட்டிருந்தால் இத்தகைய ஒரு மான் இயற்கையின் படைப்பில் இருக்க முடியாது என்பதை இலக்குவன் சொல்லு முன்னரே தெரிந்து கொண்டிருப்பான்.

அப்படித் தெரிந்துகொண்டிருந்தால் அவதார நோக்கம் நிறைவேறாது. எனவே, தசரதராமனின் அறிவைத் தொழிற்படாதவாறு முடக்கிவிட்டு, மூல இராமனுக்குத் தன் செய்தியை அறிவித்தது மானின் கண்கள் என்ற கருத்தையும் கவிஞன் பெறவைக்கின்றான். இந்தத் தசரதராமன் மானைப் பார்த்தவுடன் 'நுதியுடை மதியின் ஒன்றும் தூக்கிலன்; நன்று இது என்றான்' என்று கவிஞன் பாடுகிறான். நுதியுடை மதி, இலக்குவனைப் போலப் பணிபுரிந்திருந்தால், மானின் பின்னே போயிருக்க மாட்டான். மானின் பின்னே அவன் போனால் தான் அவதார நோக்கம் நிறைவேறும். ஆதலால் தசரதராமனுடைய 'நுதியுடை மதி' மூடிக் கொண்டது. மான் கண்ணின் மூலம் கூறிய செய்திகளை அறிந்த மூல இராமன் 'நன்று இது' என்றான்.

இதுவரை கூறியவற்றை மனத்துட் கொண்டு பார்த்தால், 'நன்று இது' என்று கூறியவன் 'மூல இராமனே' தவிர 'தசரதராமன் அல்லன்' என்பது நன்கு விளங்கும். ஒரு பாடலில் இவ்வளவு பொருளும் விளங்கச் சிறந்த சொற்களைத் தேர்ந்தெடுத்துக் கவிதை புனையும் ஆற்றல் இராமபக்தனாகிய கம்பன் ஒருவனுக்கே முடியும்.

இலக்குவன் நிலை - ஒரு விளக்கம்

இலக்குவனைப் பொறுத்தமட்டில் தன்னுடன் இருக்கும் மூத்தவன் பரம்பொருளே என்பதை நன்றாக உணர்ந்திருந்தான் என்றாலும், பல சமயங்களில் இதை உணராதவன் போல நடந்து கொள்வதைக் காண்கிறோம். மாய மான் பற்றிய உரையாடலில் அறிவின் எல்லையில் இருக்கும் இராமன் போலி வாதங்களை முன்வைத்த பொழுதே இலக்குவன், இதனை அறிந்திருக்க வேண்டும். ஆனால், அவன் அவ்வாறு செய்யவில்லை. இதே போன்று கிட்கிந்தையில் முதன் முதலாக மாணிவடிவில் இருந்த அனுமனை இலக்குவன் இன்னான் என்று அறிந்து கொள்ளவில்லை; அறிந்து கொள்ள முயலவுமில்லை. இராமன் அறிவுறுத்திய பொழுதும் அறிந்துகொள்ளவில்லை.

இந்த இரண்டு இடங்களிலும் சுமித்திரை சிங்கம் இவ்வாறு நடந்த கொள்வதற்குரிய காரணத்தையும் ஒருவாறு ஊகிக்க முடியும். அண்ணனுக்கும் அவன் மனைவிக்கும் பாதுகாவலனாகப் பொறுப்பேற்று வந்துளன். ஆதலின் இயற்கைக்கு மாறுபட்ட எதைக் கண்டாலும், அதனால் அவர்களுக்குத் தீங்கு உண்டாகுமே என்ற அச்சம் காரணமாகத்தான் அவ்வளவு பிடிவாதமாக வாதம் செய்தான். அனுமனைப் பொறுத்தமட்டில் மாணிவடிவில் சென்ற அவனைச்

சொல்லின் செல்வன் என்றும், அவன் கல்லாத கலையே இல்லை என்றும், இவ்வுலகுக்கெல்லாம் ஆணி என்றும் இராமன் புகழ்ந்து பேசியதை இலக்குவன் ஏற்றுக்கொண்டதாகவே தெரியவில்லை. இங்கேயும் மாய வடிவிலும் பிறகு குரங்கு வடிவிலும் வருகின்ற அனுமன் புதியவன்தானே? எனவே, எளிதாக அவனையும் இலக்குவன் நம்பத் தயாராக இல்லை.

மூல இராமன் இங்கு மட்டுமே

மானைக் கண்ட பொழுது, இராகவன் பேசிய பேச்சுக்களில் புறத்தே தசரதராமனும், அகத்தே மூல இராமனும் இருப்பதை நுண்மையாகக் கவனிப்பவருக்கு விளங்குமாறு படைக்கிறான் கம்பன். இதன் பிறகு ஏறத்தாழக் காப்பியம் முழுவதிலும் மூல இராமன் வெளிப்பட்டுப் பேசும் இடமே இல்லை எனலாம்.

அதிரும் இராமன் - அயோத்தி இராமன்

தன்னைத் தேடி வந்த இலக்குவனைக் கண்டதும் அதிர்ந்து விடுகிறான் இராமன். நடுக்காட்டில் ஒரு பெண்ணைத் தனியே விட்டு, அவள் காவலைப் போக்கிக் கொண்டதையும் நினைக்க நினைக்க அவனுடைய அச்சம், துயரம், சினம் ஆகியவை மாறிமாறி அவனை ஆட்கொள்கின்றன. தம்பி தன்னைத் தேடி வருவான் என்று கனவிலும் எதிர்பாராத சமயம் அவனைக் கண்டவுடன் அதிர்ச்சிக்குள்ளானதில் வியப்பொன்றுமில்லை. இதே இலக்குவன்தான் ‘இந்த மான் அரக்கர் சூழ்ச்சி ஆகும்; இதன் பின்னே யாருளர் என்று தெரியாமல் தலையிட வேண்டாம்’ என்று கூறினான். அப்படிப்பட்டவன் பிராட்டியைத் தனியே விட்டு விட்டு எப்படி வந்தான் என்ற வினாவும் அதற்கு உடனடியாக விடை தெரிய வேண்டும் என்ற ஆதங்கமும் மனத்தைக் குடைய, இப்பொழுது இராகவன் பேசுகிறான். மனத்தைக் குடையும் நிலையில் இராகவன் மனத்தில் தோன்றிய எண்ணப் போராட்டங்களைக் கவிஞன் ஒரே பாடலில் அற்புதமாக விளக்குகிறான்.

“புண்சொற்கள் தந்த பகுவாய் அரக்கன் உரை
பொய்எனாது,புலர்வாள்
வன்சொற்கள் தந்து மடமங்கை ஏவ,
நிலைதேர வந்த மருளோ?

தன்சொல் கடந்து தளர்கின்ற நெஞ்சம்
உடையேன் மருங்கு, தனியே

என்சொல் கடந்து, மனமும் தளர்ந்த
இளவீரன் வந்த இயல்பே." - கம்ப 3466

'அம்புப் பட்டதும் அந்தப் பொன்மான் தன் பழைய அரக்க வடிவைப் பெற்று இராமன் குரலில் ஓலமிட்டதைக் கேட்ட சீதை அழுது 'உடனே இராமனைத் தேடிச் செல்க என்று கட்டளை இட்டாள் போலும்! அதனைத் தக்க காரணம் காட்டி இலக்குவன் மறுக்கவும், கடுஞ்சொல் பேசி இலக்குவனை இங்கே அனுப்பியிருக்கிறாள். எந்த இலக்குவனுடைய முன் எச்சரிக்கையை ஏற்றுக்கொள்ளாமல் மீறி வந்து பெரும் துன்பத்தில் அகப்பட்டு நொந்துள்ளேனோ, அதே இலக்குவன் இப்பொழுது என்னைக் காண வருகிறான். 'அண்ணியைக் காவல் செய்வாயாக' என்ற என்னுடைய கட்டளையை மீறும்படி சீதை ஏவியதால் மனம் தளர்ந்து இதோ வருகின்றான்' - இது பாடலின் செய்தி.

இதிலிருந்து இராம், இலக்குவர்கள் உரையாடலும் மாபெரும் கேடு ஒன்று தங்களைத் சூழ்ந்திருக்கிறது என்ற இராமனின் உள் உணர்வும் பல வகையாகத் தன் துயரத்தை வெளியிட்டு இராகவன் பேசுவதைக் கவிஞன் வருணிக்கின்றான்.

இனி, மூல இராமன் ஒடுக்கம்

தொடக்கம் முதல் பல சந்தர்ப்பங்களில் இராமனையோ இராமன் பேசுவதையோ குறிக்கும் பொழுது தசரத ராமனையும் அவனுள் இருக்கும் மூல இராமனையும் நாம் அறிந்து கொள்ளுமாறு இந்தப் படலம் முடியப் பாடிவந்துள்ளான் கவிஞன். இப்பொழுது இராமனும், இலக்குவனும் சந்தித்ததிலிருந்து காப்பியத்தின் முடிவுவரை மூல இராமன் மறைந்துவிடுகிறான். அதன் பயனாக தசரதராமன் ஏனைய மனிதர்களைப் போலவே துன்பமும் துயரமும் அனுபவிப்பதையும், மனைவியைப் பிரிந்து பெரும் அவலத்திற்குள்ளாவதையும் அந்தந்த இடங்களில் மிக விரிவாகப் பாடிச் செல்கிறான் கவிஞன்.

மூல இராமனைப் பற்றிச் சிந்திக்கும் பொழுது நம் மனத்தில் தோன்றும் அச்சம் கலந்த மரியாதையும் வியப்பும் தசரதராமனை இனிவரும் பகுதிகளில் காணும் போது மறைந்துவிடுகின்றன. அதற்குப் பதிலாகத் தாய் தந்தையரைப் பிரிந்து, மனைவியை அழைத்துக் கொண்டு வனவாசம் வந்த ஓர் அரசகுமாரனிடம் எவ்வளவு பரிவும், அன்பும், இரக்கமும் காட்டமுடியுமோ அவ்வளவும் காட்டுகிறோம். அவன் மகிழும்போது நாமும் மகிழுகிறோம். அவன்

துயரடையும் போழுது நாமும் துயரடைகிறோம். மனைவியைப் பிரிந்து நொந்து நிற்கும் அவனிடம் எல்லையற்ற பரிவும் இரக்கமும் நமக்குத் தோன்றுகின்றன. காப்பிய நாயகனாகிய அவன் நிர்குண நிராமய நிராலஞ்சனம் ஆகிய பரம்பொருள் என்ற நினைவு நம்மனத்தை விட்டு அகன்று விடுகிறது. நம்முன் ஒருவனாக அவனை ஏற்றுக்கொள்வதால் அவனுடைய சுக துக்கங்கள் நம்மையும் பாதிக்கின்றன. இத்தகைய ஒரு மன நிலையைக் கற்பார் மனத்தில் ஏற்படுத்த வேண்டும். காப்பிய நாயகனோடு அனைவரும் உறவு கொண்டாட வேண்டும் என்றுதான் கவிச்சக்கரவர்த்தி நினைத்திருக்க வேண்டும். அந்த நினைவு அவன் எதிர்பார்த்ததைவிட அதிகப்படியான வெற்றியை வாங்கித் தந்துள்ளது என்பது உண்மை.

இராம - பரத சந்திப்பின் பின் இலக்குவன்:

இந்தப் படலம் வரை அடிக்கடி உணர்ச்சி வசப்பட்டு அறிவு கொண்டு ஆராயாத முடிவுகளைக் கொண்டு அதன் பயனாக இராமனையும் சிக்கலில் இறக்கிவிடும் சூழ்நிலையில் தான் இலக்குவனைக் கண்டோம். வனத்திடை வாழும் இராம இலக்குவர்கள் பரதனைச் சந்திக்கின்றவரை இந்த மனநிலைதான் இலக்குவனிடம் நிரம்பியிருந்தது. இராமனைச் சந்தித்த பரதன் பேசிய பேச்சுக்கள், நடந்து கொண்ட முறை, இராமன் சொல்லுக்குக் கட்டுப்பட்ட முறை, அவன் திருவடிகளையே அரசு செலுத்தும் முதற்பொருளாக வைத்து ஆட்சி செய்யப்போவதாகக் கூறிய திறன் ஆகிய அனைத்தும் இலக்குவன் பண்பட உதவின. இப்பொழுது இலக்குவன் முழுவளர்ச்சி அடைந்துவிட்டான். மாயமானுக்குப் பிறகு அண்ணனுக்கு மாறுபட்டு அறஉரை கூற வேண்டிய சந்தர்ப்பம் வரவே இல்லை. இந்த முழுவளர்ச்சி அடைந்த இலக்குவன், அண்ணனைச் சார்ந்து நிற்பவனாக இதுவரை இருந்த இலக்குவன், இனி துயரத்தில் மூழ்கிய அண்ணன் தன்னைச் சார்ந்து இருக்கக்கூடிய அளவிற்கு மனத்திடமும் வளர்ச்சியும் பெற்று விட்டான்.

பர்ணசாலையும் சீதையும் காணப்படவில்லை - பின் நிகழ்வுகள்

மாயமானைக் கொன்று திரும்பிய இராகவன் இலக்குவனிடம் நடந்தவற்றை அறிந்து கொண்டு, ஓட்டமும் நடையுமாகப் பர்ணசாலைக்கு வருகிறான். பர்ணசாலையில் சீதை இல்லாததைக் கண்ட இராகவன் ஆற்றொணத் துயருடன் அழுது புலம்புவதைக் கவிஞன் பல பாடல்களில் கூறிச் செல்கிறான். அவன் அஞ்சியது போலவே அங்குப் பிராட்டி இல்லை. தேர்த்தடம் தெரிகிறது.

சோதரர்கள் இருவர் தேர்க்கால் வழியைப் பின்பற்றி வந்து, பின்னர் அது மறைந்து விடவே அத்தேர் வானிடைச் சென்றுவிட்டது என்பதை அறிகின்றனர்.

தென்திசையில் தேர் சென்றிருக்க வேண்டும் என்ற அனுமானத்துடன் நடந்து செல்கையில் சோதரர் இருவரும் ஒரு சிறிதும் எதிர்பாராத வகையில் கழுகின் வேந்தன் குருதி வெள்ளத்தில் கிடப்பதைக் கண்டனர். இக்காட்சி, ஏற்கெனவே துயரில் மூழ்கியிருக்கும் இராமனைப் பெரிதும் பாதித்துவிட்டது.

"குழந்தைகளே! நீங்கள் பஞ்சவடிவில் தங்கும் பொழுது என் பாதுகாவல் உங்களுக்கு உண்டு என்று சொல்லிய கழுகின் வேந்தனாகிய தந்தை இப்பொழுது குருதி வெள்ளத்தில் கிடக்கிறான். துயரக் கடலில் மூழ்கி இருக்கும் இராமனுக்கு இக்காட்சி மனம் இற்றுப்போகும்படி இருந்ததால் சடாயுவின்மேல் விழுந்து மூர்ச்சை ஆகிவிடுகிறான். இதுபோன்ற இடங்களில், அதாவது முன்னவன் உணர்ச்சிப் பெருக்கில் தள்ளாடும் நிலையில் முழு வளர்ச்சி பெற்றுவிட்ட இலக்குவன், அண்ணனைத் தன்மேல் சார்த்திக் கொண்டு அமைதி அளிப்பதைத் தொடர்ந்து காணமுடியும். மேல் விழுந்த இராமனின் கண்கள் சொரிந்த சூடான நீர் பட்டவுடன் சாடாயுவிற்கு மூர்ச்சை தெளிகிறது. பிராட்டியை எடுத்துச் சென்றவன் இராவணன் என்பதை அவன் கூறினவுடன் தன்னிரக்கமும், சினமும் ஒருசேர இராமனை ஆட்கொள்கின்றன".

இராமன் கொண்ட தன்னிரக்கம்

தன்னிரக்கம் கொண்ட இராமன் பேசியவற்றைக் கவிஞன் எட்டுப் பாடல்களில் *(3494 - 3501)* விரிவாகக் கூறுகிறான். இப்பாடல்களைப் படிக்கும் பொழுது இராமனிடம் இதுவரை நாம் காணாத ஒரு பரிணாமம் வெளிப்படக் காண்கிறோம். வன்மை அற்றவர்கள், எதிர்வருவனவற்றைச் சந்திக்கும் ஆற்றல் இல்லாதவர்கள், மனோதிடம் இல்லாதவர்கள் ஆகியவர்கள் தாம் தன்னிரக்கம் கொண்டு புலம்புவார்கள் என்று மனவியலார் கூறுகிறார்கள். இராமனை ஒத்த பெருவீரன் எவனையும் அழிக்கும் ஆற்றலுடைய அம்புகளையும் வில்லையும் வைத்துக் கொண்டிருந்தும் ஏன் இவ்வாறு பேசவேண்டும்? அவன் பேசியவற்றைக் கீழே சுருங்கக் காணலாம்:

"தந்தையர் இருவரும் (தசரதனும், சாடாயுவும்) இறப்பதற்குக் காரணமாக இருந்த என் போன்ற பிள்ளைகள் எங்கேனும் உண்டோ?

என் அருமைத் தந்தையே! உனக்கு நானே எமனாக ஆகிவிட்டேன்." *(3497)*

"தந்தையே! பெண் ஒருத்தி ஆசைப்பட்டாள் என்பதற்காகப் பின் விளைவுகளை ஆராயாமல் மானின் பின்னே சென்றேன் நான். தேவை ஏற்பட்ட பொழுது ஒற்றையாக இருந்த நீ, உன் மருமகளைக் காப்பதற்காக உயிரைக் கொடுத்து உன் கடமையைச் செய்துவிட்டாய். உறவு என்று சொல்லத்தக்கவர் யாருமின்றித் தனியனாக ஆகிவிட்டேன் நான்." *(3498)*

"ஐயனே! இவற்றைக் கண்ட நான் உயிர்விட்டிருக்க வேண்டும். முனிவர்களின் குறையைத் தீர்ப்பேன் என்று விரதம் பூண்டதால் இந்த உயிரை வைத்துக் கொண்டிருக்கிறேன். தனிமரம் போல நிற்கின்ற நான் எப்பயனையும் விளைக்காத இந்த மாயப் புன்பிறவியை வேண்டேன்" *(3499)*

"என் மனைவியை ஒருத்தன் கவர்ந்து செல்லவும், அது பொறுக்காமல் நீ அவனுடன் போர் செய்து கொலையுண்டாய். உன்னைக் கொன்றவனும் இன்னும் உயிரோடுதான் இருக்கிறான். இந்த நிலையில் எல்லையற்ற அம்புக் கூட்டங்களை வைத்திருக்கும் அம்பறாத்தூணியையும், நீண்ட பெரிய வில்லையும் எவ்விதப் பயனும் இன்றி வைத்துக் கொண்டு நெடுமரம் போல் நிற்கின்றேன் யான்". *(3500)*

- மேலே உள்ள சொற்களைப் பேசியவன், கூட்டு ஒருவரையும் வேண்டாக கொன்றவன் என்று நினைக்கும் பொழுது வியப்பு மேலிடுகிறது. எல்லையற்ற பெருந்துயரம் எதிர் கொண்டுவிட்டது என்பதில் ஐயமில்லை. துயரால் வருந்துவதும் அழுவதும் ஓரளவு நியாயமானதே ஆகும். அதன் எதிராக இத்தனை பாடல்களில் நெடுமரம் போல் நின்றேன், தந்தைக்குக் கூற்றாகி விட்டேன், பயனில்லாமல் வில்லையும் அம்பையும் சுமக்கின்றேன் என்று தன்னிரக்கம் மேலிட்டுப் புலம்பக் காரணம் என்ன? மனைவியையும், தம்பியையும் அழைத்துக்கொண்டு வரும்பொழுது அவர்கள் இருவரையும் பாதுகாக்கக்கூடிய மாபெரும் தன்மை படைத்த வீரனாகத்தான் இராகவன் புறப்பட்டான். இடையே வந்த முனிவர்கள் புலம்பலைக் கேட்டு அவர்கள் துயர் துடைப்பதாக வாக்கும் அளித்தான். இந்த வினாடி வரை, அதாவது மாயமானின் பின்னே போகின்ற வினாடி வரை, இராகவன் என்ற ஒரு மாபெரும் ஆற்றலை நம்பி, சீதை என்ற பெண்ணும், இலக்குவன் என்ற தம்பியும், முனிவர்கள் என்ற மனிதர்களும் சுற்றி இருக்கின்றனர். இவர்கள்

அனைவருக்கும் ஒரே பற்றுக்கோடாக இருந்தவன் தசரதராமனே ஆவான்.

ஒரு வினாடியில் அனைத்தும் தலைகீழாக மாறிவிட்டன. தன்னையே நம்பி, தன் பாதுகாவலை நம்பி வனத்திடை வந்த சானகி வேறொருவனால் கவரப்பட்டாள். அண்ணனையும் அவனது பேராற்றலையும் மலைபோல் நம்பியிருந்த இளையவன் அந்த அண்ணனுக்கு மன அமைதி கூறும் அளவிற்கு வளர்ந்துவிட்டான். இந்த முனிவர் கூட்டங்கள் 'ஐயோ' என்று அரற்றுவது தவிர வேறொன்றும் செய்ய முடியாத நிலை ஏற்பட்டுவிட்டது.

ஒரு வினாடிக்கு முன்னர் உலகம் முழுவதையும் தன் காலடியில் வைத்திருந்த வீரன் அதனுள் மூழ்கிவிட்டது போன்ற ஒரு நிலை. தன் பழைய நிலையையும், இப்பொழுதைய தன் நிலையையும் சிந்திக்கின்றான் இராகவன். பழைய நிலையிலும் அவன் வில்லும் அம்பும் இருந்தன; இப்பொழுதும் அவை இருக்கின்றன. ஆனால், என்ன வேறுபாடு? தாடகையை உரங்கிழித்துச் சென்ற அம்பு இன்னும் தன் தூணியில் இருக்கிறது. கரன், தூடணன், திரிசிரா ஆகியோரை அவர்களுடைய எண்ணற்ற படைகளோடு சேர்த்துக் கடிகை மூன்றில் விண்ணில் செலுத்திய அம்பும் இன்னும் தன் தூணியில் தான் இருக்கிறது. இந்த அம்புகளின் துணையைக் கொண்டு தான் முனிவர்களின் பகையை முடிப்பேன் என்று சபதம் செய்தான் இராகவன். இந்த அம்புகளைக் கொண்ட முனிவர் பகை முடிப்பது ஒருபுறம் இருக்கட்டும். தன் பகையை முடிக்கக்கூட இவ்வம்புகள் பயன்படவில்லையே. மனைவியைக் கவர்ந்தவனும் தந்தையைக் கொன்றவனுமாகிய ஒருவன் இன்னும் உயிர் வாழ்கின்றான். இந்த அம்புகள் இன்னும் தூணியில் உறங்குகின்றன.

இந்த முறையில் இராகவனுடைய மனத்தில் சிந்தனைகள் ஓட ஓட அவன் தன்னிரக்கம் கொண்டதில் எவ்விதத் தவறும் இல்லை. அவனை ஒத்த பெருவீரர்கள் தன்னிரக்கம் கொள்ளக்கூடாது என்று மனவியலார் கூறலாம். வந்த துயரம் எல்லையற்றுப் போகுமானால் தன்னிரக்கம் வருவது இயல்பே ஆகும். பசிக்கின்ற நேரத்தில் சோறு கிடைக்காமல் தவிப்பது ஒருவகை. அறுசுவை உண்டி இருந்தும் அதை உண்ண முடியாமல் இருக்கின்ற நிலை மிகக் கொடுமையானது. பகை முடிக்கும் ஆற்றலோ, அதை முடிக்கும் கருவிகளோ இல்லாமல் இருக்கின்ற ஒருவன் தன்னிரக்கம் கொள்வது பொருளற்றதாயினும் மனித இயல்பே ஆகும். அறுசுவை உண்டியை எதிரே வைத்துக்கொண்டு அதை உண்ண முடியாதிருப்பவன்

தன்னிரக்கம் கொண்டு பேசுவது பரிதாபமான ஒரு சூழ்நிலை ஆகும். அந்த நிலைதான் இப்பொழுது இராகவன் நிலை. இந்த ஒன்பது பாடல்களில் இராமனிடம் இதுவரையில் காணப்படாததும், இனிக் காண முடியாததும், இந்த ஒரு இடத்தில் மட்டும் காணப்படுவதும் ஆகிய தன்னிரக்கம் என்ற இந்தப் புதிய பரிமாணத்தைக் கவிஞன் காட்டுகிறான்.

பெரும்பாலும் பேராற்றல் உடையவர்கள் தன்னிரக்கம் கொள்வதில்லை. எதிர்பாராமல் நேர்ந்தது இந்தப் பேரிடி, கையில் வில்லும் அம்பும் இருந்தும் இதிலிருந்து மீள முடியவில்லையே என்ற ஆதங்கமே இந்தத் தன்னிரக்கத்திற்குக் காரணம் ஆகும். வாய்விட்டுப் புலம்பிவிட்ட பிறகு இந்தத் தன்னிரக்கம் மறைந்தபோது அந்த இடத்தில் பெருஞ்சினம் நிலைபெறுகிறது. இப்பொழுது இராமன் பேசும் பேச்சுக்கள் நம்மையே திகைக்கவைக்கின்றன:

தன்னிரக்கம் ஒடுங்கியபோது

"ஓர் அபலைப் பெண்ணை அரக்கன் ஒருவன் வவ்விச் செல்வதைப் பார்த்துக்கொண்டிருந்த இந்த உலகங்கள், உயிர்கள், தேவர்கள் ஆகிய அனைவரையும் பழிவாங்குவேன்" *(3519)*

"விண்மீன்கள் உதிரவும், பஞ்சபூதங்கள் நிலைகுலையவும், கதிரவன் முதலியவர்கள் பொடிப்பொடியாக உதிரவும், பதினான்கு உலகங்களும் உடைந்து பொடியாகுமாறும், அண்டகோளம் கீறி அதற்கப்பால் உள்ளவையும் அழியுமாறும்" - இராகவனின் இந்த வஞ்சின மொழிகளைக் கேட்டு கதிரவன் நடுங்கி மேல் திசையில் மறைந்தான். திக்கயங்கள் தம் இடத்தை விட்டு அப்பால் ஓடின. *(3520, 3521, 3522)*

அண்ணனை நன்கறிந்த இலக்குவனே கூட மிரண்டுவிட்டான். காத்தல் கடவுளான திருமால் தீயோரை ஒடுக்கி, நல்லவர்களை வாழவைக்க, இராமாவதாரமாக வந்த நிலையில் அந்த இராமனே 'ஏழுலகங்களையும் அழிப்பேன்' என்று தொடங்கினால் அவனைத் தடுத்து அறவுரை கூறக்கூடியவர் யார்? நமக்குத் தெரிந்த வரையில் இருவர் உளர். ஒருவன் தசரதன். அவன் இப்பொழுது இறந்துவிட்டான். மற்றொருவன் வசிட்டன். அவனோ அயோத்தியில் இருக்கிறான். இந்த நிலையில் தந்தையின் உரிமை பூண்டு சிற்றப்பனாக விளங்கும் கழுகின் வேந்தன் தான் இராமனுக்கு அறிவுரை கூறமுடியும். உயிர்போகும் தறுவாயில் கூடக் கழுகின் வேந்தன் தன் கடமையைச் செய்ய மறக்கவில்லை. சடாயு கூறிய அறிவுரையைத் தந்தை

தயரதன் கூறியதாகவே இராமன் கருதி மதித்தான். 'புயல் நிற வண்ணன், ஆண்டு, அப்புண்ணியன்' புகன்ற சொல்லைத் தயரதன் பணி ஈது என்னச் சிந்தையில் தழுவி நின்றான்(3528) என்பது கம்பன் வாக்கு. அவன் அறவுறை கூறிய விதமே மிக அற்புதமாக உள்ளது. உயிர்களுக்கெல்லாம் தந்தையாக உள்ள திருமாலின் அவதாரமாகிய இராகவன், பெருந்துயரம் காரணமாக முன்பின் யோசியாமல் உலகத்தை அழிப்பேன் என்று கூறும்பொழுது ஒரு சிறிதும் அஞ்சாமல் இராமன் முகத்தைப் பார்த்து, 'மகனே! தவறு செய்தவன் நீ. உன் தவற்றின் காரணமாக இக்கொடுமை. நிகழ்ந்தது. இதில் ஏனைய உயிர்களும், உலகமும் எவ்வாறு பொறுப்பேற்க முடியும்' என்ற கருத்தில் சடாயு பேசுவது இராமகாதை முழுவதிலும் வேறு எங்கும் காணமுடியாத சிறப்புடைய பகுதியாகும். இதோ அப்பாடல்:

"வம்பு இழை கொங்கை வஞ்சி வனத்திடைத் தமியள்வைக,
கொம்பு இழை மானின் பின்போய், குலப்பழி கூட்டிக் கொண்டீர்,
அம்பு இழை வரிவில் செங் கை ஐயன்மீர்! ஆயும் காலை,
உம்பிழை என்பது அல்லால், உலகம் செய்பிழையும் உண்டோ?"

- *கம்ப. 3526.*

கழுகின் வேந்தனின் இந்த அறவுரை கொதித்துக் கொண்டிருக்கும் பாலில் குளிர்ந்த நீரைத் தெளித்தது போல் ஆயிற்று. ஆம்! இராகவன் சினம் தணிந்தான்.

துரதிர்ஷ்டவசமாக இந்த அறவுரை கூறிய பின்னர்ச் சடாயு உயிர் நீத்து விடுகிறான். இராம - இலக்குவர்கள் அவனுக்கு ஈமக்கடன் செய்கின்றனர். வியப்பினும் வியப்பு தவம் இருந்து, வேள்வி செய்து இப் பிள்ளையைப் பெற்ற தசரதனுக்கு இப்பிள்ளை கையால் நீர்க்கடன் செய்யக் கொடுத்து வைக்கவில்லை. அவனுக்குக் கிடைக்காத அப்பெருஞ்சிறப்பு தன்னுயிர் புகழ்க்கு விற்ற சடாயுவுக்குக் கிடைத்தது. *(3535 - 40)*

இலக்குவன் தேற்றுதல், மற்றும் நெறிப்படுத்தல்

இராமனுடைய சினம் தணிந்தது உண்மைதான். ஆனால், மேற்கொண்டு என்ன செய்யவேண்டும் என்று சிந்திக்க முடியாமல் குழம்பி இருந்தவனைத் தெளிந்த அறிவுடைய தம்பி என்ன சொல்லித் தேற்றுகிறான் என்று பார்ப்பது சிறப்புடையதாகும்.

"எந்தை ! நீ இயம்பிற்று என்னை? எண்மையன் ஆகி, ஏழைச்
சந்தவார் குழலினாளைத் துறந்தனை தணிதியேனும்,

**உந்தையை உயிர்கொண்டானை உயிருண்ணும் ஊற்றம் இல்லாச்
சிந்தையை ஆகிநின்று, செய்வத என் செய்கை?" என்றான்."**

- கம்ப 3534

இந்தப் பாடலில் இராமன் இரண்டு கடமைகளைச் செய்ய வேண்டும்மென்று இலக்குவன் நினைவூட்டுகிறான். முதலாவது கடமையாக அவன் நினைவூட்டுவது ஆழ்ந்த துயரத்தில் இருக்கும் இராமனைத் தட்டி எழுப்புவது போல் அமைந்துள்ளது. "ஐயனே! நீ என்ன முடிவுக்கு வந்தாய்? இப்பொழுது பிராட்டியை விடுவிக்க வேண்டியது தேவையில்லை என்ற முறையில் உன் கோபம் தணிந்தாலும், நமது சிறிய தந்தையைக் கொன்றவன் இன்னும் உயிரோடு இருக்கிறான் என்றால், அவனைப் பழிவாங்காது வாளா இருப்பது என் கருதி?" என்ற முறையில் இலக்குவன் பேசியது, துயர உணர்ச்சியில் மூழ்கியிருக்கும் இராமனுக்கு தன்னிரக்கம் கொண்டிருந்த இராமனுக்கு - தன் சுயநினைவுக்கு வருமாறு இளையவன் செய்த பணிதான் இது.

அயோமுகி நிகழ்ச்சி - இலக்குவன் வளர்ச்சி

அயோமுகிப் படலத்தில் தம்பிக்குத் தனியான ஒரு சோதனை வருகிறது. அயோமுகி என்ற அரக்கியிடம் அகப்பட்ட இலக்குவன் அவளைக் கடுமையாகத் தண்டித்துவிட்டு அண்ணனிடம் மீண்டு வருகிறான். அயோமுகியை இலக்குவன் தண்டிக்கிற நேரத்தில் இராமன் உடனில்லை. ஆதலால் மீண்டுவந்த தம்பியை 'அங்கு நிகழ்ந்தது என்?' என்று வினவினான். *(3626)*

நான்கு பாடல்களில் நடந்தவற்றை விரிவாகக் கூறிய இலக்குவன், இறுதியாக ஒரு செய்தியைச் சொல்லி அண்ணனை வணங்கி நிற்கின்றான்.

**"துளைபடு மூக்கொடு செவி துமித்து உக,
வளை எயிறு இதழொடு அரிந்து, மாற்றிய
அளவையில், பூசலிட்டு அரற்றினாள், என,
இளையவன் விளம்பி நின்று இரு கை கூப்பினான்."** *- கம்ப 3631*

"மூக்கு முதமான உறுப்புகளை நான் அறிந்தபொழுது அந்த அரக்கி அரற்றிய கூச்சல் தங்கள் காதுவரை எட்டியது" என்று கூறிவிட்டு, தமையனைப் பார்த்து இரண்டு கைகளையும் கூப்பி, வணங்கி நின்றுவிட்டான். ஆம்! பெண்ணாதலின் அவளை நான் கொல்லவில்லை என்பதுதான் இந்த வணக்கத்தின் பொருளாகும். அதை ஒரு வேளை வெளிப்படையாகச் சொல்லியிருந்தால், தான்

தாடகையைக் கொன்ற நினைவு வர, இராகவன் மனத்தில் ஒரு சலனம் ஏற்படும். அதனால் தான் அரற்றினான் என்று மட்டும் கூறி முடித்துவிட்டான். ஆம்! இராமானுஜனாகிய இளையவன் மிக விரைவாக மனமுதிர்ச்சி பெற்று வருகிறான் என்பதற்கு இதுவும் ஓர் எடுத்துக்காட்டாகும்.

தம்பியின் அறிவுடைமைக்கும், சொல் சாதுர்யத்திற்கும் எவ்விதத்திலும் குறைந்தவன் அல்லன் இராகவன் என்பதை அடுத்த பாடல் தெரிவிக்கின்றது.

“தொல்இருள், தனைக் கொலத் தொடர்கின்றாளையும்,
கொல்லலை; நாசியைக் கொய்து நீக்கினாய்;
வல்லை நீ மனு முதல் மரபினோய்!’ என,
புல்லினன் - உவகையின் பொருமி விம்முவான்” - *கம்ப 3632*

இலக்குவன் சொல்லாது விட்ட குறிப்பை நன்கு அறிந்து கொண்டவனாகிய இராகவன் அருமைத் தம்பியை மார்புறப் புல்லி, ‘இருள்வடிவான அவளை நீ கொல்லவில்லை என்பதை அறிகின்றேன். அதற்குரிய காரணத்தையும் நான் அறிவேன்’ என்று வெளிப்படையாகக் கூறாமல், ‘அருமைத் தம்பியே! நீ மனுவின் மரபில் வந்தவன் என்பதை நிரூபித்து விட்டாய்’என்பதைக் குறிப்பாகவே பேசுகிறான். இதன் வெளிப்படையான பொருள், மனு மரபில் வந்தவர்கள், எந்த நிலையிலும் பெண்களைக் கொல்லமாட்டார்கள் என்பதாம்.

கவந்தன் நிகழ்ச்சி - சகோதரரிடையே அன்புப் போட்டி

அடுத்து வரும் கவந்தன் படலத்தில் தவிர்க்க முடியாத சிக்கல் ஏற்படும் பொழுது இராமன் அதனை எதிர்கொள்ளும் முறையும், இலக்குவன் அதனை எதிர்கொள்ளும் முறையும் நன்கு பேசப்பட்டுள்ளது. கவந்தன் கையில் சிக்கிய சோதரர் இருவரும் பேசுவதை வைத்தே, இருவர் மனநிலையையும் காண முடிகிறது. இராமனது மனத்தளர்ச்சியும், அதன் எதிராகப் பகைவர்களை அழிக்க வேண்டும் என்ற உறுதியும் மாறிமாறி வருதலைக் காண்கின்றோம். கவந்தனிடமிருந்து தப்ப வாய்ப்பில்லை என்ற முடிவுக்கு வந்தவுடன் இராமனிடம் இரக்க உணர்ச்சி சில வினாடிகள் மறுபடியும் தலை தூக்குகிறது.

“தோகையும் பிரிந்தனர், எந்தை துஞ்சினன்;
வேக வெம்பழி சுமந்து உழல வேண்டலேன்;

ஆகலின், யான், இனி, இதனுக்கு ஆமிடம்
ஏகுதி ஈண்டு நின்று, இளவலே! என்றான்" - *கம்ப. 3664*

கலக்கம் ஒரு சிறிதுமின்றி மனத்திடத்தோடும், தெளிவோடும் உள்ள இளைய பெருமாள், இராமன் கூறுவது தவறு என்பதைப் பல கோணங்களில் எடுத்துக் காட்டுகிறான்.

"ஐயனே! நாம் புறப்படும் பொழுது என் தாய் இட்ட கட்டளை நினைவில் உள்ளது. புகழுக்குரிய நீங்கள் இருவரும் வனத்தில் இருந்து மீண்டால் உடன் வருக. இன்றேல் முன்னம் முடி என்றாள் அல்லவா? அத்தாயின் கட்டளையை நிறைவேற்றும் முறையில் நானே முன்னம் முடிய வேண்டியவன்" *(3671)*

இதனை அடுத்துத் தளர்வுற்ற மனத்தினனாகிய இராகவன் மனத்தில் ஒரு சில நினைவுகளைத் தோற்றுவிக்கும் முறையில் இலக்குவன் கூறும் இரண்டு பாடல்கள் சிந்தனைக் குரியன.

"ஓதுங்கால், அப்பல் பொருள் முற்றுற்று, ஒருவாத
வேதம் சொல்லும் தேவரும் வியும் கடைவீயாய்;
மாதங்கம் தின்று உய்ந்து இவ் வனத்தின் தலைவாழும்
பூதம் கொல்லப் போன்றுதி என்னின், பொருள் உண்டோ"
- *கம்ப 3673*

"கேட்டார் கொள்ளார்; கண்டவர் பேணார், கிளர் போரில்
தோட்டார் கோதைச் சோர் குழல் தன்னைத் துவளாமல்
மீட்டான் என்னும் பேர் இசைகொள்ளான், செருவெல்ல
மாட்டான், மாண்டான்" என்றலின் மேலும் வசை உண்டோ?
- *கம்ப. 3674*

"ஐயனே! அண்ட பேரண்டங்கள் அனைத்தும் அழிந்து, சாவாதவர் என்று பெயர்பெற்ற தேவரும் அழிகின்ற காலத்திலும் நீ ஒருவன்தானே எஞ்சி நிற்கப் போகிறாய். அப்படிப்பட்ட நீ, கேவலம் யானைகளைத் தின்று உயிர் வாழும் வனத்தில் வாழும் ஒரு பூதத்தினால் கொல்லப்பட்டாய் என்றால் யார் அதனை நம்புவார்கள்!"

"ஐயனே! நீ இவ்வாறு இறந்தாய் என்றால், அதனைக் கேட்பவர்கள் நம்பமாட்டார்கள். இதனை நேரே கண்டவர்களும் இதனை உண்மை என்று ஏற்றுக்கொள்ளமாட்டார்கள். மலர்க்கூந்தலை உடைய சானகியை மீட்டு வந்தான் என்ற புகழைப் பெறாமல், போரில் வெற்றி பெற முடியாமல் உயிரை விட்டான் என்று வரும் பழி ஏற்றுக்கொள்ளத் தக்கதோ"

“நம்மைப் பற்றியுள்ள இப் பூதத்தின் கையையும், வாயையும் வாளால் துணிப்பதே கருமம்” என்று முன்னேறிய இலக்குவனைத் தடுத்து இராமன் முன்னேற இருவருமாகக் கவந்தனைக் கொன்றனர்.

நான் இறப்பதே சாலும் என்ற முடிவுடன் பேசிய அண்ணனைத் தகவுடைத் தம்பி, பழிவரும் என்ற அச்சத்தை அண்ணன் மனத்தில் ஏற்றுகிறான். ‘புகழ் எனின் உயிரும் கொடுக்குவர்; பழி எனின் உலகுடன் பெறினும் கொள்ளலா’ (புறநா. 182) என்ற புறநானூற்றடிகள் பன்னெடுங்காலமாக இத்தமிழர் கொண்டிருந்த கொள்கையை வலியுறுத்துகிறது. மேலேகண்ட இரண்டு பாடல்களிலும் இக் கருத்தைத்தான் இலக்குவன் கூற்றாகக் கம்பன் பாடுகிறான்.

இதுவரை பல இடங்களில் இராமனும் இலக்குவனும் உரையாடியதைக் கண்டு வந்துள்ளோம். இராமன் பரம்பொருளின் அவதாரம் என்ற கருத்தைப் பிராட்டிக்கு கூறினானே தவிர, நேரிடையாக இராமனிடம் பேசும் பொழுது இதுவரை அவன் கூறியதில்லை. அப்படியிருக்க முற்றிலும் மனமுடைந்த நிலையில் இருக்கும் இராகவன் இனி நான் வாழ்ந்து பயன் என்ன? இப்பூதத்திற்கு உணவாகி விடுகிறேன்! என்று பேசியது இலக்குவனைத் திடுக்கிடவைத்துவிட்டது. இந்த அளவிற்கு இராகவன் இறங்கி விடுவான் என்பதை எதிர்பாராத இலக்குவன் இராமனுக்கு ஓர் அதிர்ச்சி மருத்துவம் செய்ய முனைகின்றான். “அண்டங்களும் தேவர்களும் அழிகின்ற மகாபிரளய காலத்திலும் நீ ஒருவன் தானே இருக்கப்போகிறாய். அப்படிப்பட்ட நீ பூதத்திற்கு இரையாவேன் என்று சொல்வது என்ன நியாயம்?” (3673) என்று சொல்லித் தன் தலைவனின் தளர்ச்சி நிலையை ஒழிக்க முனைகிறான். அப்படிச் சொல்லும் போதே இராமனைப் பரம்பொருளாகத் தான் உணர்ந்துள்ள கருத்தையும் புலப்படுத்துகிறான்.

இராமனும் பரம்பொருளுணர்வும்

கவந்தன், விராதன், கருடன், இந்திரன் முதலியவர்கள் இராமனைப் பரம்பொருள் என்று சொல்வதில் வியப்பில்லை. ஆனால் இலக்குவன் நேரிடையாக இவ்வாறு அண்ணனிடம் சொல்வது முறையா? என்ற வினாத் தோன்றினால் இரண்டு காரணங்களினால் இதைச் சரி என்று ஏற்றுக்கொள்ள வேண்டும். மிகத் தேவையான இந்த இடத்தில், அதிர்ச்சி மருத்துவம் தேவைப்படுகிறது. இரண்டாவது, பிரபோத சந்திரோதயம் என்ற வேதாந்த நாடகநூல் கூறுவதை அடியொற்றியதாகும் இது என்பதும் கருதத்தக்கது.

நிர்குண பிரம்மம்கூட நிர்குணமாக இருக்கின்ற வரையில் அதற்கு எவ்விதக் குணமும் இல்லை. அதே பிரம்மம் சகுணமாக இந்த உலகிடை வந்தால் உலகில் வாழும் ஏனைய உயிர்களுக்குரிய குணங்கள் அதனிடம் இருந்தே தீரும். இந்த அடிப்படையில் பார்த்தால் மூலப்பரம்பொருள் பாற்கடல் பள்ளி நீங்கி உலகிடை மானுடனாக வந்தால், மானுடனுக்குரிய குணங்களைப் பெற்றே தீரும். அப்படியானால் சராசரி மனிதனுக்கும், இராமனுக்கும் என்ன வேற்றுமை என்ற வினா தோன்றும். சாதாரண மனிதர்களுக்கு இந்த குணங்கள் உடம்பின் உறுப்புகளைப் போல் பற்றிக்கொண்டு விடாமல் இருக்கும். சகுணமாக உலகிடைத் தோன்றிய இராமனுக்கு இக்குணங்கள் உடம்பின் மேல் அணியப்படும் உடுப்புப்போல் இருக்கும். மேல் அங்கியைக் கழற்றினால் உடம்பு தெரிவது போல இராமனை மறைத்திருக்கும் இந்தப் பெரிய அவலம் அங்கியைப் போன்றதே ஆகும். 'நான் பிறந்து பயன் என்ன?' என்று இராமன் கேட்கும் பொழுது அங்கியின் (குணம்) வசப்பட்டு பேசுகிறான். இலக்குவன் செய்த மருத்துவம் என்னவென்றால், ஒரு வினாடி நேரம் இந்த அங்கியைக் கிழித்து அவன் யார் என்பதை நினைவூட்டியதே ஆகும். ஏனைய இடங்களில் இந்த மாபெரும் உண்மையை வெளியே சொல்லவேண்டிய தேவை இலக்குவனுக்கு ஏற்படவில்லை.

கம்பனுடைய காப்பிய அமைப்பில் தான் யார் என்பதை இராமன் அறிந்து வெளிப்பட்டதாகவே எங்கும் காட்டவில்லை. அப்படி இருந்தும் இரண்டொரு இடங்கள் இக்கருத்துக்கு அரண் செய்வதாக அமையவில்லை. கரனுடன் செய்த போரில் இராமன் பிடித்த வில் முறியவே தன் இடக்கையைப் பின்புறமாக நீட்டினான். வருணன் வில்லைக் கொண்டு வந்து கொடுத்தான் என்று பாடுகிறான் கம்பன். அப்படியானால் தான் யார் என்ற உள்ளுணர்வு இருந்ததால் தானே தனக்குப் பின் வில்லை வைத்துக்கொண்டு வருணன் காத்திருக்கிறான் என்ற நினைவு வந்து கையை நீட்டினான். இதுபோன்ற இடங்கள் காப்பிய பாத்திரப் படைப்பில் சற்று நெருடலான இடங்கள் தான்.

புதியவர்களை ஏற்பதில் இலக்குவன் தயக்கம்

கிஷ்கிந்தா காண்டம் அனுமப் படலத்தில் ஒரு மாறுபாடான காட்சி. தூரத்தே மறைந்து நின்று, இராமனும் இலக்குவனும் நடந்து வருவதைக் கண்ட தேவரோ, மூவரோ என்று ஐயமுற்ற நிலையில் மாணிவடிவம் கொண்டு அனுமன் இவர்கள் எதிரே வருகிறான். இராமனைக் கண்டார் பலர்; அவனுடைய தாளையும்

தோளையும் கண்டு அனைவரும் அதிலேயே லயித்து நின்று விட்டனர். அனுமன் ஒருவன்தான் தாளையும் தோளையும் நோக்காமல் இராமன் கண்களைக் கண்டு பேசத் தொடங்குகிறான். கண்களை வைத்தே இராமனை ஓரளவு அறிந்து கொள்கிறான் அனுமன். பிரம்மச்சாரி வடிவில் இருக்கும் அனுமன் கண்களைக் கொண்டே அவனை அளந்துவிடுகிறான், இராகவன் ஒருவரை ஒருவர் கண்களின் மூலம் எடையிடும் இந்த மௌன நாடகம் நடைபெறுகையில் இளைய பெருமாள் ஏனோ அதில் பங்கு கொள்ளவேயில்லை. அவன் பங்குகொள்ளாததைக் கவனித்த தசரத குமாரன் முதலில் அனுமனைப் பலபடியாகப் புகழ்ந்து கூறிவிட்டு 'யார்கொல் இச் சொல்லின் செல்வன்?' என்று வினாவுகிறான். சில சொற்களில் தன் வரலாற்றைக் கூறிய அனுமனைப் பார்த்து இவன் கல்லாத கலைகளே உலகத்தில் இல்லை. வேதக் கடலை கரைகண்டவன் இவன் என்பது இவன் சொல்லாலே தோன்றிற்று என்று இராமன் கூறியதன் உட்கருத்தை இலக்குவன் புரிந்து கொள்ளவுமில்லை; புரிந்து கொள்ள முயலவுமில்லை. எதிரே பிரம்மச்சாரி வடிவுடன் நிற்கும் ஒருவனைப் பார்த்துச் சில வினாடி நேரத்தில் அவனை எடையிட்டு, "இவன் உருவத்தைக் கண்டு ஏமாந்து விடவேண்டாம்; இந்த உலகுக்கெல்லாம் ஆணி. இதை ஏதோ முன்பின் யோசியாமல் அவசரப்பட்டுக் கூறினேன் என்று நினைத்துவிடாதே. இவனுடைய பெருமையை நன்கு ஆராய்ந்து தெளிந்து கொண்டேன். இப்பொழுது உனக்கு நான் சொல்வது புரியாவிட்டாலும் பின்னர் நான் சொல்வது எவ்வளவு மெய்ம்மை என்பது தெரியும்" என்று இராகவன் பேசுகின்றான். ஆனால், இலக்குவன் இன்னும் கவனம் செலுத்தவில்லை. ஆகவே, அவனைக் கடிந்துகொள்ளும் முறையில் 'வில்லார்தோள் இளையவீர!' என்று முதற்பாடலில் விளிக்கிறான். 'வில்லை ஏந்திய தோளை உடைய இளைய வீரனே' என்று கூறுவதன் நோக்கம், வில்லை நம்புவதைவிட அறிவை நம்பவேண்டும் என்ற பொருளில் கூறினான். அதையும் இலக்குவன் சட்டை செய்யாதபொழுது சினம் கொண்ட இராமன் கழறினான் என்று கம்பன் கூறும் பொழுது, வேண்டுமென்றே அந்தச் சொல்லைப் பயன்படுத்துகிறான். 'கழறுதல்' என்ற தமிழ்ச் சொல்லுக்கு இடித்துக் கூறுதல் என்று பொருளாகும்.

தெளிந்த சிந்தையும், கூர்மையான அறிவும் கொண்ட இலக்குவன் இப்பொழுது ஏன் இப்படி நடந்து கொண்டான் என்று சிந்தித்தால், அதற்கும் ஒரு காரணமுண்டு என்பது விளங்கும். மாயமான் நிகழ்ச்சியிலிருந்தும், அதில் பெற்ற அனுபவத்திலிருந்தும்

இலக்குவன் கற்றுக்கொண்ட முதல் பாடம், ‘புதிதாக வருகின்ற எவரையும் எளிதில் நம்பிவிடக் கூடாது. என்னுடைய அண்ணன் வெள்ளை உள்ளம் உடையவனாதலால், மாயமானை நம்பியதைப் போல எதிரே இருக்கும் இவனையும் நம்பிவிட்டான் போலும்’ என்று ஐயுறுகிறான் இலக்குவன். அரக்கர்கள் எந்த வேடமும் எடுக்கக்கூடியவர்கள். ஆதலால், சீதையைக் கவர்ந்து சென்ற அரக்கர்கள் இவ்வடிவில் வந்து ஊறு செய்யக்கூடுமோ என்ற எண்ணத்தில் இலக்குவன் இருந்ததில் தவறு ஒன்றுமில்லை. மாயமானைப் பொறுத்தவரையிலாவது அண்ணன் தன்னோடு அதுபற்றி உரையாடினான்; தன் கருத்தைச் சொல்லச் சந்தர்ப்பம் கிடைத்தது. இப்பொழுது நிலைமை முற்றிலும் மாறிவிட்டது. எதிரே நிற்பவன் இருவருக்கும் புதியவன்தான். கொண்டிருக்கிற வடிவம் பிரம்மசாரி வடிவம். எதை வைத்து ‘இவனை நண்பன் என்று நம்புவது?’ ‘நீ யார்’ என்று இராகவன் வினவியதற்கு அனுமன் கூறிய விடை வருமாறு:

“மஞ்சு எனத் திரண்ட கோல மேனிய! மகளிர்க்கு எல்லாம்
நஞ்சு எனத் தகைய ஆகி, நளிர் இரும் பனிக்குத் தேம்பாக்
கஞ்சம் ஒத்து அலர்ந்த செய்ய கண்ண! யான் காற்றின் வேந்தற்கு
அஞ்சனை வயிற்றில் வந்தேன்; நாமமும் அனுமன் என்பேன்.”

- கம்ப. 3765

இம்மலை இருந்து வாழும் எரி கதிர்ப் பரிதிச் செல்வன்
செம்மலுக்கு ஏவல் செய்வேன்: தேவ! நும் வரவு நோக்கி
விம்மல் உற்று அனையான் ஏவ, வினவிய வந்தேன்’ என்றான் -
எம்மலைக் குலமும் தாழ், இசைசுமந்து, எழுந்த தோளான்.

- கம்ப. 3766

இந்த விடையைக் கூறுவதற்குச் சிறந்த கல்வியோ, ஞானமோ, அனுபவமோ எதுவும் தேவையில்லை. ஒரு சராசரி மனிதன் கூறக்கூடிய விடையைத்தானே அனுமன் கூறினான்? அப்படி இருக்க, அண்ணன் ‘ஓகோ’ வென்று புகழ்வதை எப்படி ஏற்றுக் கொள்வது? இதனால் தான் இலக்குவன் அசட்டையாக இருந்துவிட்டான். இவ்வாறு இருந்ததனால் அவனுடைய அறிவையோ, எதிரியை எடைபோடும் நுணுக்கத்தையோ குறைத்து மதிப்பிட முடியாது. ஒருமுறை பெற்ற பட்டறிவால் இலக்குவன் முன் எச்சரிக்கையுடன் இருந்ததில் தவறு ஒன்றுமில்லை.

அனுமன் குரங்கு வடிவெடுத்ததில் இலக்குவன் சந்தேகம் வலுத்திருக்கக்கூடும். அரை மனத்துடன் தான் சுக்கிரீவனைக்

காண இராமனுடன் செல்கிறான். அங்கு நடைபெற்ற உரையாடல் சுக்கிரீவன்மேல் அன்பைச் செலுத்த முடியாமல் செய்துவிட்டது. பரம்பொருளின் அவதாரம் என்று தான் வழிபடும் தன்னுடைய அண்ணன் குரங்கு வடிவுடன் இருக்கும் சுக்கிரீவனிடம் சென்று, உரையாடத் தொடங்கினவுடன் "உன்னிடம் வருமாறு சவரிதான் உன் இருப்பிடத்தைக் கூறி இங்கு அனுப்பினாள். சுக்கிரீவா! நான் வந்த காரணத்தைச் சொல்லுகிறேன்" என்ற கருத்தில், "கை அறுதுயரம், நின்னால் கடப்பது கருதி வந்தேம்" *(3809)* என்று கூறினான். வந்த விருந்தினனாகிய இராகவன் இவ்வாறு கூறவும், "உனக்கு என்ன துயரம் நேர்ந்தது? என்னால் முடிந்ததைச் செய்கிறேன்" என்றல்லவா விடையிறுத்திருக்க வேண்டும்? ஆனால், இராமனுடைய இந்த வேண்டுகோளைக் காதில் கூட வாங்கிக்கொள்ளாமல் அந்தச் சுக்கிரீவன், இந்த வேண்டுகோள் பற்றி ஒரு வார்த்தையும் பேசாமல் தான் தன் அண்ணனிடம்பட்ட அடி உதைகளையும், தன் வரலாற்றையும் ஒரு முழுப் பாடலில் கூறி முடிக்கிறான். இவனால் ஏதோ பெரிய உதவி கிடைக்கும் என்று நம்பி வந்த இராம - இலக்குவருக்கு சுக்கிரீவன் விடை இரண்டு விதமாகப்பட்டிருக்க வேண்டும். தன் துயரத்தை விட அவன் துயரம் பெரிதென்று நினைத்த இராகவன் அவனிடம் மனங்கசிந்து பேச ஆரம்பித்தான். இளையவன் என்ன நினைந்தான் என்று கவிஞன் கூறவில்லை; என்றாலும் சுக்கிரீவனிடம் அவன் நடந்து கொண்ட விதத்தைப் பற்றிக் கண்ணால் பார்த்த பிறகு இலக்குவனுக்கு எப்படி அவன் மேல் மதிப்பு ஏற்பட்டிருக்க முடியும்?

சுக்கிரீவனைப் பொறுத்தவரை இராமனுடைய எண்ணமும், இலக்குவன் எண்ணமும் மாறுபட்ட திசைகளில் சென்றன என்பதில் எவ்வித ஐயமுமில்லை. சுக்கிரீவனைப் பற்றி ஏற்பட்ட ஐயம் இலக்குவன் மனத்தில் வளர்ந்து கொண்டேயிருந்திருக்க வேண்டும். காட்சிகள் மாறுகின்றன. இராமனைக் கொண்டு வாலியைக் கொல்ல எல்லா ஏற்பாடுகளும் நடைபெற்றுவிட்டன. இந்த ஏற்பாட்டில் இராகவன் தான் முழுமனத்துடன் ஈடுபட்டான். இலக்குவன் ஈடுபடாதது மட்டுமல்ல, அதை வெறுத்தான் என்பதையும் அறிய முடிகிறது. இலக்குவன் அடிமனத்து உணர்வுக்கு விழுந்த அடி வாலி, சுக்கிரீவன் போர் தொடங்குவதற்கு முன் தன் அண்ணனாகிய இராமனிடம் இலக்குவன் பேசும் பேச்சைக் கவனித்தால், அவனுடைய எண்ண ஓட்டங்களை ஒருவாறு அறியமுடியும். சுக்கிரீவன் 'சரணாகதி' என்று சொன்னதும், இராமன் மறுபேச்சின்றி அதை ஏற்றுக்கொண்டதும் இலக்குவன் மனத்தை நெருடிக்கொண்டே

இருந்தன. எனவே, தன் அண்ணனைக் கொல்வதற்கு யமனைக் கூட்டி வந்திருக்கும் இந்தச் சுக்கிரீவன், முன்பின் தெரியாத தங்களுக்கு என்ன உதவியைச் செய்யப் போகிறான்! இவனை நம்புவது பொருத்தமற்றது என்ற கருத்தில் இதோ பேசுகிறான்:

ஆற்றாது பின்னும் பகர்வான், "அறத்தாறு அழுங்கத்
தேற்றாது செய்வார்களைத் தேறுதல் செவ்விது அன்றால்;
மாற்றான் எனத் தம்முனைக் கொல்லிய வந்து நின்றான்,
வேற்றார்கள் திறத்து இவன் தஞ்சம் என்? வீர!" என்றான்.

- கம்ப. 3976

இந்த வினாவிற்கு இராகவன் கூறும் விடை வியப்பை அளிக்கிறது.

"அத்தா! இது கேள் என, ஆரியன் கூறுவான், இப்
பித்து ஆயவிலங்கின் ஒழுக்கினைப் பேசல் ஆமோ?
எத்தாயர் வயிற்றினும், பின் பிறந்தார்கள் எல்லாம்
ஒத்தால், பரதன் பெரிது உத்தமன் ஆதல் உண்டோ?"

- கம்ப. 3977

இப்பாடலில் இரண்டு கருத்துகளை இராகவன் கூறுகிறான்.

"என் அத்தனே, இலக்குவா! நான் சொல்லப் போவதைக் கவனமாக கேட்பாயாக. இவைகளோ விலங்குகள். ஆறறிவு படைத்த நம்முடைய ஒழுகலாறுகளை இவற்றிடம் எதிர் பார்ப்பது சரியன்று. (அவை மனம் போனபடி வாழும் இயல் புடையன) அடுத்து, எல்லாத் தாய்மார்கள் வயிற்றிலும் இரண்டாவதாக மூன்றாவதாகப் பிறப்பவர்கள் அனைவரும் ஒரே மாதிரி இருப்பார்கள் என்று எதிர்பார்ப்பதற்கில்லை. அப்படி அனைவரும் ஒரேமாதிரி இருந்துவிட்டால் பின் பிறந்தவர் அனைவருள்ளும் பரதன் ஈடு இணையற்ற உத்தமன் என்று சொல்லமுடியாமல் போய்விடும் அன்றோ?

இந்த இரண்டு கருத்துக்களையும் கூறிய முறையில் அண்ணனைக் கொல்லச் சதி செய்த சுக்கிரீவன் விலங்கு, ஆதலால் நம்முடைய அண்ணன் தம்பி உறவுமுறைகளைச் சுக்கிரீவனிடம் எதிர்பார்க்கக் கூடாது என்ற அளவில் சொல்லியிருந்தால் இவை இலக்குவன் மனமாறுபாட்டிற்குக் கொடுத்த விடையாகும். அதற்கு மேல் ஒருபடி சென்று பின் பிறந்தவர்கள் யாவரும் மனிதர்களாக இருப்பினும் அவருள் மாறுபாடு நிரம்ப உண்டு என்ற பொது நியதியைக் கூறிவிட்டு, அனைவரும் ஒத்திருந்தால் பரதனை மட்டும்

பிரித்தெடுத்து உத்தமன் என்று எப்படிச் சொல்லமுடியும் எனவும் வினாவியிருக்கிறான், இராமன்.

மூன்று, நான்காம் அடிகளில் இராமன் கூறிய இக்கருத்து தேவையில்லாத ஒன்று. என்றாலும் இதனைச் சொல்பவன் இராமன். பயனில்லாத ஒரு சொல்லைக்கூட இராகவன் பேசமாட்டான். அப்படியானால் இங்கே எதிரே இருக்கும் தம்பியை விட்டுவிட்டு எங்கோ இருக்கும் பரதனைச் சுட்டிக்காட்டி, பின் பிறந்தோன் மூவரிலும் பரதனே உத்தமன் என்று சொல்லவேண்டிய தேவை என்ன என்று சிந்தித்தால், ஒரு முடிவுக்கு வர வேண்டியுள்ளது. வனத்திடை வந்த பிறகு, பரதனைச் சந்தித்த பிறகு வெகு வேகமாக இலக்குவன் மனமும் அறிவும், நல்ல வளர்ச்சியும் முதிர்ச்சியும் பெற்றுவிட்டன என்பதில் ஐயமில்லை. என்றாலும், அடுத்தடுத்து வந்த துன்பங்களிலும் துயரங்களிலும் இராமனே கலங்கிப்போன நிலையில் தான் இருந்து அவனைச் சமாதானம் செய்வதால் இராமன் ஒருவாறு அமைதி அடைந்துள்ளான் என்ற நினைவு இலக்குவன் மனத்தில் ஊடாடி யிருக்க வேண்டும். அத்தகைய ஓர் எண்ணம் வந்தால் நியாயமானதே ஆகும். பின் பிறந்தார் மூவரிலும் உடனிருந்து துன்பங்களைப் பகிர்ந்து கொள்ளும் தான் அந்த இருவரிலும் ஒருபடி உயர்ந்தவன் என்ற எண்ணம் இலக்குவன் மனத்தின் அடித் தளத்தில் எங்கோ தோன்றியிருக்க வேண்டும். இலக்குவனுடைய எண்ண ஓட்டங்களைக் கூர்ந்து கவனித்துக் கொண்டே வரும் இராகவன், இலக்குவனுடைய நல்ல மனத்தில் இந்தச் சிறுகுறை (ஓரளவு ஆணவம் என்றும் சொல்லலாம்.) முளைவிடத்துவங்கியதை அறிந்து கொண்டான் இராகவன். இப்பொழுது சரியான சந்தர்ப்பம் கிடைத்துள்ளது. அண்ணனிடம் பக்தி செலுத்துவதில் தன்னைவிடச் சிறந்தவர் இல்லை என்ற கருத்தில் தான் சுக்கிரீவனை எடை போடுகிறான் இலக்குவன். அண்ணனைக் கொல்லச் சதி செய்யும் தம்பி, தன்னால் வெறுத்து ஒதுக்கப்படவேண்டியவன் என்ற முடிவுக்கு வந்துவிட்டான். அப்படிப்பட்ட ஒருவனுக்கு அண்ணன் தஞ்சம் அளித்ததை இலக்குவனால் ஏற்றுக் கொள்ள முடியவில்லை. அண்ணனைக் கொல்லச் சதி செய்யும் ஒருவன், தங்களைப் போன்ற முன்பின் தெரியாதவர்க்கு எப்படி உதவியாக இருக்க முடியும்? எனவே, சந்தர்ப்பம் நேர்ந்தபொழுது இதை அண்ணனிடம் நேரே கூறியும் விட்டான். *(3976)*

அண்ணனிடம் பக்தி பூண்டவர்கள் தன்னைப் போலவே உடனிருந்து சுக துக்கங்களில் பங்கு கொள்வதுதான் சிறந்த

வழி என்ற நினைவு வந்தவுடனேயே மனத்தின் அடித்தளத்தில் பரதன், சத்துருக்கனன் ஆகிய இருவரும் இந்த அளவு தொண்டு செய்யவில்லையே என்ற ஒப்பாய்வு இலக்குவன் அடிமனத்தில் தோன்றியதற்கு விடையாக இராமனுடைய பதில் அமைகின்றது. உடனிருந்து தொண்டு செய்யும் தன்னைவிடப் பரதனுடைய இராமபக்தி குறைந்துதான் இருக்கவேண்டும் என்ற இலக்குவனுடைய எண்ணத்திற்கு விடைகூறுவதுதான் பின்னிரண்டு அடிகளின் குறிப்பு. 'பின் பிறந்த நீங்கள் மூவரும் ஒருவருக்கொருவர் சமம் என்று நினைந்துவிடாதே; பரதன் உங்களைவிடப் பல மடங்கு உயர்ந்த உத்தமன்' என்று கூறும் பொழுது இராமன் என்ற மாமனிதன் அன்பே வடிவான இலக்குவன் மனத்தின் ஆழத்தில் முளைவிடும் அகங்காரத்தை இச்சொற்களின் மூலம் களைந்துவிடுகிறான்.

நாகபாசம் காட்டும் பாசப் பிணைப்பு

யுத்த காண்டத்தில் வரும் நாகபாசப் படலம் இராம இலக்குவர் உறவுக்கு ஓர் எடுத்துக்காட்டாகும். நெடும் போர் செய்து இலக்குவனை ஒன்றும் செய்ய முடியாது என்று கண்ட இந்திரசித்து, விண்ணில் மறைந்து நின்று நாகபாசத்தை ஏவினான். வீடணன் தவிர இலக்குவன் உள்ளிட்ட அனைவரையும் பாம்பு உடம்பைச் சுற்றியது போல் ஒவ்வொருவர் உடலையும் அப்பாசம் பிணித்து விட்டது. மூச்சு உண்டோ இல்லையோ என்று கருதுகின்ற அளவுக்கு அப்பாசம் அவர்களை இறுக்கிவிட்டதால் வீடணனே அழுது புலம்பத் தொடங்கிவிட்டான். இந்நிகழ்ச்சி நடந்த இடத்தில் இராமன் இல்லை. போர்க்களத்தில் எங்கோ ஒரு மூலையில் அவன் வழிபாடு செய்து கொண்டிருக்கிறான். எனவே, இங்கு நடந்தது ஒன்றும் இராமனுக்குத் தெரியாது வீடணனை ஓரளவு தேற்றிய அனலன், இராகவனிடம் சென்று நடந்ததைக் கூற, "ஆயிரம் பெயரினானும் அருந்துயர்க் கடலுள் ஆழ்ந்தான்" *(8215)* என்கிறான் கவிஞன். இதற்குள் பொழுது சாயவே, எங்கும் இருள் பரவிற்று. அனலன் கூறிய வாசகத்தைக் கேட்ட இராகவன் ஒரு வார்த்தையும் பேசவில்லை: கண்ணின், நீரைக் கரைத்திலன், கண்கள் திறந்திருப்பினும் ஒன்றையும் காணவில்லை, உளன் என்று எண்ண இருந்தனன் விம்மி, ஏங்கி. *(8216)*

சிறிது நேரத்திற்கெல்லாம் அக்கினியாஸ்திரத்தை ஏவி ஒளி உண்டாக்கிக் கொண்டு போர்க்களம் சென்று தம்பியைக் காணுகிறான் தமையன். இறந்தது போன்று கிடக்கும், நாகங்களால் கட்டப்பட்டுக் கிடக்கும் அந்த உடலைப் புரட்டிப் புரட்டி பார்க்கிறான். மூச்சு

உளதோ என்று மூக்கிடை விரலை வைத்துச் சோதிக்கிறான். தம்பியின் உடல்மேல் விழுந்து பலமுறை அதனைத் தழுவிக் கொண்டு அழுகின்றான். 'உழைக்கும், வெய்து உயிர்க்கும், ஆவி உருகும்; இலக்குவா! இலக்குவா!' என்று அழைக்கும். இராமன் என்ற பிறப்பெடுத்தும் ஜனன, மரணப்பிடியில் இருந்து விடுபட்டவனாகிய இராகவன், 'இலக்குவா! பிழைத்துக் கொள்வாயோ நீ' என்றான்.

"தாமரைக் கையால் தாளைத்தை வரும்; குறங்கைத்தட்டும்;
தூமலர்க் கண்ணை நோக்கும்; 'மார்பிடைத் துடிப்பு உண்டு' என்னர்,
ஏமுறும்; விசும்பை நோக்கும்; எடுக்கும்; தன் மார்பின் ஏற்றும்;
பூமியில் வளர்த்தும்; கள்வன் போய் அகன்றானோ? என்னும்."

- *கம்ப 8224*

இராமனைப் பொறுத்தவரை தம்பி உயிருடன் தான் இருக்கிறான் என்ற எண்ணமே தேயத் தொடங்கிவிட்டது. தன் கைகளால் இலக்குவன் கால்களைத் தடவிக் கொடுப்பதும், அவன் தொடைகளைத் தட்டிக் கொடுப்பதும் முதலிய செய்கைகளில் ஈடுபட்டவனாய்த் தன்னை மறந்த நிலையில் நீண்ட நேரம் இருக்கின்றான்.

இந்த மனநிலையில் கையிலிருந்த வில் நினைவுக்கு வருகிறது. நாண் ஏற்றப்பட்ட அந்த வில் "என் பணி யாது?" என்று கேட்பது போல அவன் மனத்தில் ஒரு பிரமை உண்டாகிறது. இதன் முடிவாக "இந்த உலகத்தையெல்லாம் அழிப்பேன்" என்று கூறி, உதடுகளைக் கடித்துக் கொள்ளுகிறான். இந்தத் துயரப் பெருங்கடலில் ஆழ்ந்திருக்கும் இராகவன், இனி யாரும் தனக்குத் துணையே இல்லை என்ற எண்ணத்தில், 'என் போல் யார் இது பட்டார்' என்று நொந்து கூறுகிறான்.

தம்பியை இழந்து விட்டதாகவே கருதித் துயரில் மூழ்கும் இராகவன் அத்துயரக் கடலில் எவ்வளவு ஆழம் சென்றுவிட்டான் என்பதைத் தெரிவிக்க ஒரு சந்தர்ப்பம் கிடைக்கிறது. இராமனைப் பொறுத்தவரை அடைக்கலப் பொருள் என்பது போற்றி, மதித்து, உயிரைக் கொடுத்தேனும் காப்பாற்ற வேண்டிய ஒன்று என்ற எண்ணத்தில் உறுதியாக இருப்பவன். தம்பி கிடந்த கோலத்தைக் கண்டவுடன், தான் அந்த இடத்தில் இல்லாமல் தம்பியை விட்டுப் போய்விட்டோமே என்று வருந்துகிறான். போர்க்களத்தில் அனைவரும் ஓர் இடத்தில் இருப்பது என்பது இயலாத காரியம்.

அவரவர் பணிக்கு ஏற்ப வெவ்வேறு இடங்களில் இருப்பதுதான் முறைமை ஆகும்.

அதை நன்கு அறிந்திருந்தும் இராகவன் துயர மிகுதியால் திடீரென்று வீடணன் மேல் பெரிய குற்றத்தைச் சாட்டுகிறான். "இராவணன் மைந்தனுடன் இலக்குவன் போர் புரிகின்றான் என்று என்னிடம் வந்து சொல்லாதது உன்னுடைய பெரிய தவறாகும். அதனால், 'என்னைக் கெடுத்தனை; வீடணா! நீ' என்று கூறும் முறையில்,

"எடுத்த போர், இலங்கை வேந்தன் மைந்தனோடு இளையகோவுக்கு
அடுத்தது" என்று, என்னை வல்லை அழைத்திலை, அரவின் பாசம்
தொடுத்த கை தலையினோடும் துணிந்து, உயிர்குடிக்க; என்னைக்
கெடுத்தனை; வீடணா! நீ என்றனன் - கேடு இலாதான்"

- கம்ப 8227

இராகவன் பேசுவது நமக்கே வியப்பைத் தருகிறது என்றால், இராமன் வாயல் நீ என்னைக் கெடுத்தனை என்று சுட்டப்பட்டவனாகிய வீடணன் மனநிலை எப்படி இருந்திருக்கும் என்று சொல்லத் தேவையில்லை. எத்தகைய எளிய மக்களிடத்தும் மறந்தும் கடுஞ்சொல் பேசாதவனாகிய இராகவன் விதி வலியைப் பெரிதும் நம்பி இலக்குவனுக்கு உபதேசம் செய்தவனாகிய இராகவன் தன் அன்புக்கு உறைவிடமான இலக்குவன் இறந்தான் என்று நினைத்துத் தன்னை மறந்த நிலையில் சாட்டிய குற்றச்சாட்டாகும் இது.

இராகவனா இவ்வாறு பேசினான் என்று வியக்கும் வேளையில் ஒன்றை நினைவுக்குக் கொண்டு வரவேண்டும். இதே இலக்குவன் இராமன் யார் என்பதை அவன் முகத்துக்கெதிரேயே பேசியுள்ளான். அப்படிப்பட்ட ஒருவன் தன் பூரண ஆசியையும் பெற்ற இலக்குவன் இறக்கமாட்டான் என்பதனை அறியாதவனா? அதை அறிந்தவன் மூல இராமனே ஆவான். தசரத இராமனைப் பொறுத்தமட்டில் அறத்தின் மூர்த்தியாய், அருளுடை ஒருவனாய்ப் போர்க்களத்தில் இறங்கியவன், அறத்தை அன்றி மறம் என்ற சொல்லையே அறியாதவனும் தங்களுள் மிக முக்கியமானவனுமான இலக்குவனுக்கே இக்கதி என்றால், தசரதராமன் அறத்தையே சந்தேகிக்கத் தொடங்கிவிட்டான். மீண்டும்

ஒன்றை நினைவூட்டிக் கொள்ள வேண்டும். இந்தப் பாடுபடுபவன் தசரத ராமனே.

போர் என்று வந்தால் ஒரு திறத்தார் தோற்பதும், மறு திறத்தார் வெல்வதும் இயற்கை, அப்படியிருக்க இப்போரில் இருதிறத்தாரும் மிகுந்த வன்மை படைத்தவர்களாக இருக்க, தன் திறத்தில் எப்படி இது நிகழ்ந்தது என்று நினைக்கிறான் இராமன். எல்லா வளங்களையும், வரபலங்களையும் பெற்ற இராவணனிடம் அறம் என்ற ஒன்று தவிர எஞ்சிய அனைத்தும் உள்ளன. இராகவன் கட்சியில் மிகுபலம் என்பதோ, பெருந்துணை என்பதோ எதுவும் இல்லாமல் இருக்கும் நிலையில் அறம் ஒன்றை நம்பித்தானே போரில் இறங்கினான், அறத்தின் ஆழியான்? அறத்தை நம்பிய தனக்கு இக்கதி வந்ததென்றால் பெரும் ஏமாற்றத்தையும் சினத்தையும் அது உண்டாக்கும் என்பதில் ஐயமில்லை. அதனால் தான் வீடணனைக் கோபிக்கின்றான்.

இலக்குவனோடு இருந்தவர்கள் சுக்கிரீவன், அனலன், அனுமன், வீடணன் என்போர் ஆவர். அப்படி இருக்க, இலங்கை வேந்தன் மகனுடன் இளைய கோ போர் செய்கின்றான் என்ற செய்தியைத் தன்னிடம் வந்து சொல்லவில்லை என்று வீடணனை மட்டும் ஏன் கோபிக்க வேண்டும்? சுக்கிரீவன், அனுமன், அனலன் ஆகியவர்களில் ஒருவரைக் கோபித்திருக்கலாமே என்றால், அதற்கும் தக்க காரணம் உண்டு. இலங்கை வேந்தன் மகன் ஆற்றல் எத்தகையது, அவனிடம் உள்ள தெய்வப் படைகள் யாவை என்ற விவரங்களோடு மாயப்போரில் அவன் வல்லவன் என்ற உண்மையும் வீடணனைத் தவிர ஏனையோருக்குத் தெரிந்திருக்க நியாயமில்லை என்பதால் தான் அவர்களை விட்டுவிட்டு ‘என்னைக் கெடுத்தனை வீடணா’ என்று உணர்ச்சிவசப்பட்டு இராகவன் வீடணனிடம் கூறிவிட்டான்.

செய்யாமற் செய்த உதவி

கதைத் தொடர்ச்சி இருப்பதால், நாகபாசம் நீங்க உதவிய கருடன் செய்தியையும் - மற்றொன்று விரித்தலாக அல்லாமல் இடைப்பிறவரலாக - ஓரளவு காண்போம்.

தசரதகுமாரன் இராமானுஜனாகிய தம்பிமேல் கொண்ட காதல் எத்தகையது என்பதை அறிவிக்க இப்பகுதி மிகவும் பயன்படும். நாகபாசத்தில் கட்டுண்டவர்கள் இடர்தீர்க்க மேலுலகத்தில் இருந்து கருடன் வருகின்றான். அவன் நிழல் பட்டதும் நாகபாச பந்தங்கள் இற்று விழுகின்றன. அதில் கட்டுண்ட அனைவரும் எழுந்து

ஆரவாரம் செய்தனர். மகிழ்ந்த இராகவன் கருடன் யார் என்று தெரியாமல் அருகில் அழைத்து அவனுக்கு நன்றி பாராட்டுகின்றான்.

"ஐயனே! நீ யார் என்று எங்களுக்குத் தெரியவில்லை. நாங்கள் முன்னர்ச் செய்த தவத்தின் பயனாக எங்கள் அனைவரையும் உயிர்ப்பித்தாய். எங்கள் நன்றிக்கு அடையாளமாக உனக்கு ஏதாவது கையுறை தரவேண்டும் என்று விரும்பினாலும் அதனை ஏற்பவனாக நீ காணப்படவில்லை." *(8268)*

"நீ முன்னர் எங்களைக் கண்டதும் இல்லை; கேட்டதும் இல்லை. நாங்களும் அவ்வாறே அப்படி இருக்க ஒரு பேருபகாரம் செய்து எங்களைக் கடனாளியாக்கிவிட்டாய். உடலுள் இருக்கின்றதோ இல்லையோ என்று. ஐயப்படும் அளவிற்கு வந்துவிட்ட எங்கள் உயினரை நீ இப்பொழுது தந்தாய். ஐயா! ஒருவேளை முன்னரே நாம் நண்பர்களாக இருந்திருப்பின் இவ்வுதவி முறையான தாகும். அதுவும் இல்லாதபோது நாங்கள் என்ன செய்ய வேண்டும் என்பதைத் தயவு செய்து சொல்லு என்கிறான் இராகவன். *(8270)*

தன்னை இன்னார் என்று அடையாளம் கண்டுகொள்ளாத தன் தலைவனாகிய பரம்பொருள், இப்பொழுது எப்படி நன்றி சொல்வது என்று கேட்கிறான். மனம் நெகிழ்ந்து விட்டான், கருடன். உண்மையைச் சொல்வதிலும் பயனில்லை. எனவே, மிக அழகாகவும், சாதுர்யமாகவும் விடை கூறுகின்றான்.

பறவையின் குலங்கள் காக்கும் பாவகன், "பழைய நின்னோடு
உறவுஉள தன்மை எல்லாம் உணர்த்துவென்; அரக்கனோடு அம்
மறவினை முடித்த பின்னர், வருவென் என்று உணர்த்தி, 'மாயப்
பிறவியின் பகைஞ! நல்கு, விடை' எனப் பெயர்ந்து போனான்"

- கம்ப 8271

இம்மாதிரி இடங்களில் தசரதராமன் மட்டுமே தொழிற்படுமாறு செய்து, தன் காப்பிய நாயகனைத் தனிப் பெருமை கொள்ளச் செய்கிறான் கம்பன்.

பிரமாத்திரம் விளைத்த அவலத்தில் புலப்படும் பாசம்

யுத்த காண்டத்தில் நாகபாசப்படலம், பிரம்மாத்திரப் படலம் என்ற இரண்டும் இராம - இலக்குவர்க்குச் சோதனையாக அமைந்த பகுதிகளாகும். இந்த இரண்டு பாணங்களையும் தொடுத்தவன் இந்திரசித்தனே ஆவான். தொடக்கத்திலிருந்து இறுதிவரை இந்திரசித்தனுடன் போர்ப்புரிந்தவன் இலக்குவனே ஆவான்.

இருவருமே தெய்வப் படைகளை நிரம்பப் பெற்றிருந்தனர். ஆனால், அவற்றைப் பயன்படுத்துவதில் இருவருக்கும் மலை போன்ற வேறுபாடு உண்டு. ஒருமுறை இலக்குவன் பிரம்மாத்திரத்தில் கை வைக்க இராமன் அதனைத் தடுத்துவிட்டான். இந்திரசித்தனைப் பொறுத்தமட்டில் இந்தக் கவலையே இல்லை. ஆனால், நாகபாசத்தையோ பிரம்மாத்திரத்தையோ இந்திரசித்தன் தொடுக்கிறான் என்று தெரிந்தால் அவ்விரண்டையும் தடுத்து நிறுத்தும் ஆற்றல் உடையவன் இலக்குவன் *(8202)*. போரின் தொடக்கத்திலேயே இலக்குவன் ஆற்றலை நன்கு அறிந்து கொண்ட இந்திரசித்தன் ஆழ்ந்த சிந்தனையுடன் இந்த இரண்டு அஸ்திரங்களையும் தொடுப்பதை இலக்குவன் தசரதகுமாரன் இராமானுஜனாகிய தம்பிமேல் கொண்ட காதல் எத்தகையது என்பதை அறிவிக்க இப்பகுதி மிகவும் பயன்படும். நாகபாசத்தில் கட்டுண்டவர்கள் இடர்தீர்க்க மேலுலகத்தில் இருந்து கருடன் வருகின்றான். அவன் நிழல்பட்டதும் நாகபாச பந்தங்கள் இற்று விழுகின்றன. அதில் கட்டுண்ட அனைவரும் எழுந்து ஆரவாரம் செய்தனர். மகிழ்ந்த இராகவன் கருடன் யார் என்று தெரியாமல் அருகில் அழைத்து அவனுக்கு நன்றி பாராட்டுகின்றான்.

“ஐயனே! நீ யார் என்று எங்களுக்குத் தெரியவில்லை. நாங்கள் முன்னர்ச் செய்த தவத்தின் பயனாக எங்கள் அனைவரையும் உயிர்ப்பித்தாய். எங்கள் நன்றிக்கு அடையாளமாக உனக்கு ஏதாவது கையுறை தரவேண்டும் என்று விரும்பினாலும் அதனை ஏற்பவனாக நீ காணப்படவில்லை.” *(8258)*

“நீ முன்னர் எங்களைக் கண்டதும் இல்லை; கேட்டதும் இல்லை. நாங்களும் அவ்வாறே. அப்படி இருக்க ஒரு பேருபகாரம் செய்து எங்களைக் கடனாளியாக்கிவிட்டாய். உடலுள் இருக்கின்றதோ இல்லையோ என்று ஐயப்படும் அளவிற்கு வந்துவிட்ட எங்கள் உயினரை நீ இப்பொழுது தந்தாய். ஐயா! ஒருவேளை முன்னரே நாம் நண்பர்களாக இருந்திருப்பின் இவ்வுதவி முறையான தாகும். அதுவும் இல்லாதபோது நாங்கள் என்ன செய்யவேண்டும் என்பதைத் தயவு செய்து சொல்லு” என்கிறான் இராகவன். *(8270)*

தன்னை இன்னார் என்று அடையாளம் கண்டுகொள்ளாத தன் தலைவனாகிய பரம்பொருள், இப்பொழுது எப்படி நன்றி சொல்வது என்று கேட்கிறான். மனம் நெகிழ்ந்து விட்டான், கருடன். உண்மையைச் சொல்வதிலும் பயனில்லை. எனவே, மிக அழகாகவும், சாதுர்யமாகவும் விடை கூறுகின்றான்.

பிரம்மாத்திரம் ஏவப்பட்ட நிலை பரிதாபமானது. இந்திரசித்தனை நீண்ட நேரம் காணாமையால் அவன் களத்திலிருந்து இலங்கைக்குத் திரும்பிவிட்டான் என்று நினைத்த இலக்குவன், சுக்கிரீவன், அங்கதன் முதலியோர் தம் கவசம் முதலியவற்றைக் களைந்து ஓய்வு எடுத்துக்கொண்டிருந்தனர். அந்த நிலையில் ரகசியமாக ஏவப்பட்ட பிரம்மாத்திரம் பதினாயிரக்கணக்கான அம்புகளாக மாறி, இவர்கள் அனைவரின் உடல்களையும் சல்லடைக் கண்களாக துளைத்துவிட்டது. வேறு ஒரு பகுதியில் இருந்த இராகவன் தெய்வப்படைகளுக்குத் தான் செய்ய வேண்டிய வழிபாடுகளை முடித்துக்கொண்டு இவர்களைத் தேடிக்கொண்டு வந்த பொழுது அனைவரும் குற்றுயிரும் கொலையுயிருமாக இருந்த கொடுங்காட்சியைக் கண்டான். சுக்கிரீவன், அங்கதன் ஆகியோரைப் பார்த்த பின்னர்த் தன் ஆறாத் துயரத்தைப் பல பாடல்களில் பேசுகிறான். இறுதியாக இலக்குவனைப் பார்த்தவுடன் துயரத்தின் எல்லைக்குச் சென்று தன் வாழ்வையே வெறுத்தவனாக ஏறத்தாழ் பதினாறு பாடல்களில் *(8645 - 860)* தன் துயரத்தை வெளிப்படுத்துகிறான்.

> **"தாயோ நீயே; தந்தையும் நீயே; தவம் நீயே;**
> **சேயோ நீயே; தம்பியும் நீயே, திரு நீயே;**
> **போயோ நின்றாய்; என்னை இகந்தாய்; புகழ்பாராய்,**
> **நீயோ, யானோ, நின்னினும் நெஞ்சம் வலியேனோ?"** - *கம்ப 8646*

எந்த அளவிற்கு இராகவன் இலக்குவனை நேசித்தான், எந்த அளவிற்கு நம்பி இருந்தான் என்பதை மேற்கண்ட பாடல் விளக்குவதைக் காணலாம்.

"இளையவனே! பதினான்கு ஆண்டுகள் எனக்கு உணவு தேடித்தந்த உன்னைப் பொறுத்தவரை உண்பதையே மறந்துவிட்டாய். எங்களைக் காப்பதற்கென்றே பகலெல்லாம் வெயிலில் நின்று இரவெல்லாம் உறங்காமல் இருந்தமையின் இப்பொழுது களைத்து உறங்குகிறாய் போலும். ஐயனே! உடனே எழுந்து வருவாயாக" *(8648)*

"நீ இறந்தால் நானும் இறப்பேன். நாம் இருவரும் இறந்தால் பரதனும் உறவினர்களும் மாள்வது திண்ணம்" *(8652)*

முன்னர் இலக்குவன் செய்த உதவிகளை வரிசைப்படுத்தி நினைந்த இராமன் திடீரென்று தன்னிரக்கம் கொள்ளத் தொடங்கிவிட்டான். இலக்குவன் பிரிவு அவனை எவ்வளவு தூரம்

உலுக்கிவிட்டது என்பதற்கு, அன்பு மனைவியாகிய பிராட்டியை விடம் என்று பேசுகின்ற அளவிற்கு அவனைக் கொண்டு சென்றுவிட்டது. அவளால் தானே, இந்நிலை தனக்கேற்பட்டது என்று நினைந்தமையால் இலக்குவன் பிரிவுத்துயரத்தைவிட அதிகமாகத் தன்னிரக்கம் மேலிட்டு அதன் விளைவாக,

> **"வேள்விக்கு ஏகி, வில்லும் இறுத்து, ஓர் விடம் அம்மா**
> **வாழ்விக்கும் !"என்று எண்ணினேன்...........** - *கம்ப (8650)*

என்று கூறி அழும் நிலைக்கு அவனைக் கொண்டு சென்றது. இதே தன்னிரக்கம் பின்வருமாறு அவனைப் பேசச் செய்கிறது:

"இளவலே! என் வலிமையும் அம்பும் வாலி, விராதன், கவந்தன், கரன், கடலரசனான வருணன், ஏழு மராமரங்கள் ஆகியோருக்கு மட்டும் பயன்பட்டு இன்று பயனற்றுப் போயிற்றே" *(8655)*

இராகவன் இங்ஙனம் அழுது புலம்புகையில் சாம்பனுடைய அறவுரையைக் கொண்டு அனுமன் மருத்துமலையைக் கொணர எதிர்பாராத விதமாக அனைவரும் உயிர்பெற்று எழுந்தனர்.

இரண்டாம் முறையாக இராகவன் நன்றி பாராட்டும் பணியை மேற்கொள்ள வேண்டியதாயிற்று. கருடன் முன்பின் அறியாதவனாக ஒரே ஒரு முறை வந்து நாகபாசத்தின் இடர்தீர்த்தான். 'உனக்கு நான் என்ன கைம்மாறு செய்வேன்!' என்று பலமுறை இராகவன் வேண்டியும், 'போர் முடிந்தபின் உன்னை வந்து காணுகிறேன்' என்று கூறிப் போய்விட்டான் கருடன். இப்பொழுது இரண்டாம் முறையாகப் பிரமாத்திரத்தால் உயிரனைய தம்பியும் அடைக்கலம் பெற்ற சுக்கிரீவன், அங்கதன் ஆகிய அனைவரும் சேர்ந்து அழியும் தறுவாயில் இருந்த நிலையை மாற்றி, அனைவருக்கும் உயிர் தந்தான் தொண்டின் முழுவடிவாய் நிற்கும் அனுமன். அவன் செய்த உதவியை நினைத்துப் பார்க்கிறான் இராகவன். மருத்துமலை வாராவிட்டால் இலக்குவன், சுக்கிரீவன், அங்கதன் ஆகியோர் மாள்வது உறுதி. இம் மூவரும் போன பிறகு இராமன் அவர்களைத் தொடர்வது உறுதி. இவர்கட்கு நேர்ந்த கதியைப் பின்னர் அறிந்தால் பரதனும் இதையே செய்யப்போகிறான். தாயரும் இத்துறையில் பின்னடையமாட்டார்கள். எனவே, அனுமன் செய்த உதவி இலக்குவனுக்கும் இராமனுக்கும் மட்டும் அல்லாமல் இரகுகுலம் முழுவதற்கும் செய்த உதவி ஆகும் என்ற உண்மையை அறிந்து கொண்ட இராமன் அனுமனுக்கு நன்றி கூற விரும்புகிறான். எப்படிக் கூறுவது? வேண்டும் வரங்கள் தரலாம். ஆனால், வேண்டாமையன்ன விழுச்செல்வம் நிறைந்த அனுமன்

எதையும் விரும்பப் போவதில்லை. ஆழ்ந்த யோசனைக்குப் பிறகு தசரதகுமாரன் தனக்கே உரிய முறையில் அனுமனைப் பார்த்துக் கசிவு நிறைந்த பாசத்தோடு பேசுகிறான். இந்த வினாடி வரை அனுமன் சிறந்த பக்தனாகவும் தன்னலமற்ற தொண்டின் உறைவிடமாகவும் தான் இருந்தான். இப்பொழுது இராமனுடைய கண்களில் அனுமன் பக்தன் என்ற நிலை மாறி, தொண்டன் என்ற நிலை மாறி, இரகு வம்சம் முழுவதையும் காத்த தந்தையாகக் காட்சி அளிக்கிறான். "ஐயனே! பிள்ளைப் பேற்றிற்காக வரங்கிடந்த தசரத மன்னனுக்கு மக்களாக நால்வர் தோன்றினோம். இந்தப் பிரம்மாத்திரம் காரணமாக நால்வரும் மடிந்தேவிட்டோம். இப்பொழுது உன் முன் நிற்கும் நாங்கள் இருவரும் அயோத்தியில் இருக்கும் இருவரும் உனக்குப் பிள்ளைகளாகப் பிறந்தோம்" என்ற கருத்தில் இதோ பேசுகிறான்:

"முன்னின் தோன்றினோர் முறையின் நீங்கலாது,
என்னின் தோன்றிய துயரின், ஈறுசேர்
மன்னின் தோன்றினோம் முன்னம்; மாண்டுளோம்;
நின்னின் தோன்றினோம், நெறியின் தோன்றினாய்!" *(8812)*

இப்பாடலின் பொருளை மேலும் சிந்தித்தால் சில ஆழமான கருத்துக்களைக் கவிஞன் இதனுள் பொதிந்து வைத்திருப்பதைக் காணமுடியும். தசரத ராமன் பேசுவதாக வைத்துக்கொண்டால் "இலக்குவன் முடிந்திருந்தால் நானும் முடிந்துவிடுவேன்; அயோத்தியில் உள்ள என் தம்பியரும் முடிவர். அந்த நிலைக்குப் பிரம்மாத்திரம் காரணமாக நாங்கள் தள்ளப்பட்டபோதே எங்கள் வாழ்வு முடிந்தது என்றே வைத்துக்கொள்ளலாம். மருத்துமலையைக் கொணர்ந்து எங்கட்கு மறுபிறவி வழங்கினாய். நன்னெறியில் நிற்பவனாகிய நீ தந்தது இப்பிறவி. ஆதலால், 'நின்னின் தோன்றினோம்' என்கிறான் இராகவன். இனி மூல இராமன் பேசுவதாக வைத்துக்கொண்டாலும் பின்வரும் முறையில் பொருள் கொள்ளலாம்: 'இட்சுவாகு பரம்பரையில் வந்த தசரதன் யாகங்கள் செய்து எங்களைப் பெற்றான். மூத்தவனாகிய என்னால் விளைந்த துயரம் காரணமாக முடிவை அடைந்துவிட்டான். அவன் பிள்ளைகளாகிய நாங்கள் இன்று முடிந்துவிட்டோம். இப்பொழுது உன்னிடம் பிள்ளைகளாகப் பிறந்தோம்' என்பதன் பொருள் யாது? கிரியைகளைச் செய்வதன் மூலம் பரம்பொருளையே பிள்ளையாகப் பெறும் வாய்ப்பைப் பெற்றாலும் அந்தப் பிள்ளையை வைத்து வாழக்கூடிய தகுதிக்குறைவால் தசரதன் உயிர் இழந்தான். இப்பொழுது ஒரு தொண்டன், பக்தன், அகங்கார மமகாரங்களைச் சுட்டெரித்தவனாகிய ஒருவன் எதிரே நிற்கின்றான். அவனுள்ளே

இருக்கும் பரம்பொருள் இப்பொழுது வெளிப்பட்டு நிற்கின்றான். "இறைவனோ தொண்டர் உள்ளத்து ஒடுக்கம்" என்ற ஔவையின் பாடல், நின்னின் தோன்றினோம் என்பதற்குப் பொருளாக அமைந்தது.

இதன் பின் இலக்குவன்

அடுத்தபடியாக இராம - இலக்குவர் உரையாடலை மீட்சிப்படலத்தில் தான் காண்கிறோம். சுக்கிரீவன், அனுமன், ஏனைய வானர வீரர்களை உடன் அழைத்துச் சென்று நீதிமானாகிய வீடணனுக்கு முடிசூட்டி வருக! என்று வள்ளல் ஆணைஇட்டதும் அதனைச் செய்து முடித்து வருகிறான் இலக்குவன். அடுத்து, பிராட்டி தீப்புக முடிவு செய்தபொழுது இலக்குவன் அதிலொரு பணியைச் செய்ய நேரிடுகிறது. அதுபற்றிய விளக்கத்தை 'சீதையும் இராமனும்' என்று தலைப்பில் காணலாம்.

முடிவாக

உடன் பிறந்த தம்பியரிடம் இராமன் கொண்ட தொடர்பில் அன்பின் ஆழத்தைக் கம்பன் புலப்படுத்தியதைக் கண்டோம். வள்ளலாகிய இராமனையே அனைய பரதன் கானகத்துக்கு உடன் வரவே முனைந்தான். ஆனால், இராமன் கட்டளையால் நந்தயம்பதியில் தங்கிப் பாதுகையாட்சி நடத்தினான். இலக்குவன் உறங்காவில்லியாய் உடனுறைந்து 'தம்பியுடையான் படையஞ்சான்' என்னும் வாக்கிற்கு இலக்கியமானான். சுமித்திரை பெற்ற சத்துருக்கனன் தன் தாய் போலவே தன்னைக் கரைத்துக்கொண்டு நிழலாய் வாழ்ந்தான். தம்பியர் மூவருமே தியாக வடிவங்களாகத் திகழ்ந்தனர். அவர்களுக்கு ஏற்ற தமையனாகத் தன் துணைத் தம்பி தன்மேல் துணைவர்மேல் தாழ்ந்த அன்பனாக (8243) இராமன் அமைந்தான்.

மற்றொன்று விரித்தலாக அல்லாமல் தொடர்புடைய செய்திகள் சில இடைப்பிற வரலாகக் குறிக்கப்பட்டிருந்தாலும், இந்த இயல் உடன் பிறந்த தம்பியர் இராமன்பாலும், இராமன் அவர்கள்பாலும் கொண்ட பிணைப்பையும் பாசத்தையும் புலப்படுத்தி அமைந்துள்ளது.

~

உடன்பிறவாத் தம்பியரும் இராமனும்

குகனும் இராமனும்

நாவாய் வேட்டுவன்

சிற்றன்னையின் ஏவலால் மனைவி, தம்பி ஆகிய இருவருடன் கங்கைக்கரை அடைந்த இராகவன், வடகரையில் தங்கியிருக்கும் பொழுது வழக்கம்போல் இலக்குவன் காவற்பணியை மேற்கொண்டு நிற்கிறான். பனைமரம் போன்ற உடலமைப்பும், அன்பு முகமும் கொண்ட ஒருவன், கையில் ஒரு கலயத்துடன் இலக்குவன் எதிரே வந்து நிற்கவும் அவனை யாரென்று உசாவுகிறான் இலக்குவன். "நாவாய் வேட்டுவன் நாயடியேன்" என்று குகன் தன்னை அறிமுகம் செய்துகொண்டான். என்ன வியப்பு! இந்த ஒரு வாக்கிய அறிமுகத்தைக் கேட்டுக்கொண்டு உள்ளே சென்ற இலக்குவன் அண்ணனிடம் குகன் வந்திருப்பதை அறிவிக்கின்றான். எவ்வாறு? 'நின்னைக் காணக் குறுகினன், நிமிர்ந்த கூட்டச் சுற்றமும். .... தானும்; உள்ளம் தூயவன்; தாயின் நல்லான்; எற்றுநீர்க் கங்கை நாவாய்க்கு இறை; குகன் ஒருவன்' என்றான். *(1964)*

தூயவன், தாயினும் நல்லான்

குகன் பேசிய தன் அறிமுக வார்த்தைகள் சிலவற்றை மட்டும் கேட்ட இளையவன், அண்ணனிடம் பேசும் பொழுது 'தூயவன்' என்றும், 'தாயின் நல்லான்'

என்றும் குகனைப் பற்றிக் கூற என்ன ஆதாரம்? இலக்குவனுக்கும் இராமனுக்கும் வேறுபாடு தெரியாமல் 'நின் கழல் சேவிக்க வந்தனென், நாவாய் வேட்டுவன்; நாயடியேன்' (1963) என்று கூறியதால் 'உள்ளம் தூயவன்' என்ற முடிவுக்கு வந்தான். 'அரச குமாரர்க்குப் பசி எடுத்தால் என்ன செய்வார்கள்' என்ற கருத்தில் பால் நினைந்தூட்டும் தாயைப்போலக் கையில் உணவுக் கலயத்துடன் வந்தான். ஆதலின் 'தாயின் நல்லான்' என்ற முடிவுக்கு வந்தான்.

மீனும் தேனும்

உள்ளே வந்த குகனை ஒருமுறை கண்ணால் கண்டவுடன் இராகவன், ஒரு வினாடியில் எடையிட்டுவிடுகிறான். குகன் என்ற பெயருடைய அந்த வடிவம் சதையும் எலும்பும் கொண்ட வடிவம் அன்று; முழுதும் அன்பால் ஆகிய வடிவம் என்ற முடிவுக்கு வந்துவிட்டான். இந்த அன்பு வடிவினனாகிய குகன் எதிரே இராமன் மட்டும் தான் தெரிகின்றான். இராமனைச் சுற்றியுள்ள முனிவர்கள் யாரும் அவன் கண்ணில் படவில்லை. தேவை இல்லாத உரையாடல் எதுவுமில்லாமல், "தேனும், மீனும் பக்குவம் செய்து கொண்டுவந்துள்ளேன். உன் திருஉளம் யாதோ?"என்றான்.

கற்று முதிர்தோர்க்குப் பாடம்

'முனிவர் குழாத்திடை வைகும் இராகவன் மீன் உண்பானா' என்ற கவலை குகனுக்கு இல்லை. இராமனைச் சுற்றியுள்ள விருத்த மாதவர்கள் இராமன் எதிரே மீன் வைக்கப்பட்டதைக் கண்டு முகம் சுளித்தனர்போலும். அந்த மாதவர்கட்கும், பிராட்டிக்கும், இலக்குவனுக்கும் ஒரு பாடம் கற்பிக்க விரும்புகிறான் வள்ளல். எனவே, விருத்தமாதவரை நோக்கி ஒரு புன்சிரிப்புடன் இராகவன் பேசுகிறான். இராமனுடைய உரையாடல் குகனை நோக்கிப் பேசப்பட்டது என்றாலும், இந்த மாதவர்க்கும் அதில் ஒரு பாடம் கிடைக்கிறது.

"குகனே! நீ கொணர்ந்த உணவு மிக அரியதாகும். எல்லையற்ற உவப்போடும் அன்போடும் தந்திருக்கிறாய். தன்னலமற்ற காதலோடு கொண்டு வந்த உணவு அமிழ்தைவிட உயர்ந்ததாகும். அந்த உணவு மீன் வடிவத்தில் உள்ளதே தவிர உன்னுடைய பரிவுணர்ச்சியால் மூடப்பட்டிருத்தலின் மிக்க பவித்திரமானவையாகும். இந்த உணவு எம்மனோர்க்கு உரியனவாகும். இதை நாம் ஏற்றுக்கொண்டு உண்டதாகவே நீ வைத்துக் கொள்ளலாம்"என்ற கருத்துடன் அமைந்த,

"அரிய, தாம் உவப்ப, உள்ளத்து அன்பினால் அமைந்தகாதல்
தெரிதரக் கொணர்ந்த என்றால், அமிழ்தினும் சீர்த்த அன்றே?
பரிவினின் தழீஇய என்னின் பவித்திரம்; எம்மனோர்க்கும்
உரியன, இனிதின் நாமும் உண்டனெம் அன்றோ?" என்றான்.

- கம்ப 1967

என்ற பாடல் நம் சிந்தனைக்குரியது.

மூல இராமன் பார்வையில்

முனிவர்கள் பார்வையில், வந்தவன் கல்வியறிவில்லாத ஒருவன். அந்த அறிவில்லாத பொழுது ஞானத்தை அடைய முடியாது. அவன் கையில் இருப்பதோ முனிவர்களும், இராமனும் இருக்கும் இடத்தில் நினைக்கத்தகாததும், அனுசிதம் என்று கருதப்படுவதம் ஆன மீன். எனவே, அவன் முனிவர்களின் கேலிச்சிரிப்புக்கு இடமாகிவிடுகிறான். தசரத ராமனின் பார்வையில் இந்தக் குகனும், அவன் கையில் உள்ள மீன் கலயமும் ஒரு வினாடி பட்டு, மறு வினாடி இரண்டு பெரிய மாற்றங்கள் அங்கே நிகழ்கின்றன. தசரத ராமனிடத்தில் அங்குள்ளவர் யாருக்கும் தெரியாமல் மூல இராமன் தோன்றுகிறான். அந்த மூல இராமன் கண்ணில் ஆஜானுபாகுவான குகன் வடிவம் மறைந்து, தலை முதல் கால்வரை அன்பே வடிவான ஓர் உருவம் தோன்றுகிறது. அவன் கையில் உள்ள கலயமும், அதில் உள்ள மீனும் மறைகின்றன. பரம்பொருளுக்குச் செய்யப்படும் அவிர்ப்பாகம் போன்ற தூய்மை உடைய பொருளாக மாறிவிடுகிறது. அன்பினால் செய்யப்பட்ட கலயத்தில் மீன் வடிவில் உள்ள அந்த அன்பு, மூல இராமனுக்குச் சிறப்புடையதாகக் காட்சி அளிக்கிறது. அவன் தேவர்களுக்கு வழங்கிய அமிழ்தின் ஒருபாகம் இந்தக் கலயத்தில் இருப்பதாக நினைக்கின்றான். அவன் வழங்கிய அமிழ்தில் தேவரைக் காக்கும் கருணை இருந்தாலும் பாசத்தோடு பிணைந்த அன்பு கலந்திருக்கவில்லை. காத்தற் கடவுள் என்ற முறையில் கடமை வழிப்பட்ட கருணையே அமுதம் வழங்கிய திருமாலுக்கு இருந்தது. தேவர்க்குக் குகன் கொண்டு வந்த அமிழ்தில் பரிவும் அன்பும் கலந்திருந்தமையின் அது பவித்திரப் பொருளாக மாறிவிடுகிறது. பாற்கடலில் கிடைத்த அமிழ்தம் அன்பு கலவாமையின் அதனைப் பெருமான் தான் உண்ணவில்லை. இங்கே குகன் கொண்டு வந்த அமிழ்தம் பரிவும் அன்பும் கலந்ததாதலின் அந்த வெறும் அமிழ்தத்தை விடச் சீர்த்ததாகவும் பவித்திரமானதாகவும் ஆகிவிட்டது. எனவே, "ஏற்றுக்கொள்ளுதற்குரிய தகுதி இதற்கு ஏற்பட்டுவிட்டதாதலின் மிக்க மகிழ்ச்சியுடன் நான் இதை உண்டேன் என்றே வைத்துக்

கொள்ளலாம்'' என்ற மிக ஆழமான பல பொருளும் கிடைக்குமாறு இக்கவிதை அமைக்கப் பெற்றுள்ளது.

அன்பு வலையில்

மறுநாள் பெருமான் முதலிய மூவரையும் ஓடத்தில் ஏற்றிக்கொண்டு குகனே செலுத்துகிறான். ஓடத்தில் செல்லும் பொழுது இராகவன் குகனை நோக்கிச் "சித்திரகூடத்திற்கு வழி யாது'' என்று கேட்டுவிட்டான். "சித்திரகூடத்திற்குக்கூட வழி தெரியாத இவர்கள் ஒரு பெண்ணையும் உடன் வைத்துக் கொண்டு எப்படி வனத்தில் வாழப்போகிறார்கள்'' என்று நினைத்தவுடன் குகன் மனம் உருகிவிட்டது. குகன் இராமனை நோக்கி "ஐயனே! காட்டு வழிகள் அத்தனையும் அறிவேன் நான். காய், கிழங்கு முதலியவற்றை எளிதாகத் தேடிக் கொண்டுவருவேன். எனவே, உன்னுடன் வர அனுமதி தருவாயாக'' என்று சொன்னவுடன் இராமன் மனம் உருகிவிட்டது. கங்கையின் வடகரையில் இருக்கின்றவரை கூடியிருந்த முனிவர்களும், மாதவர்களும் இந்த வனத்தில் இராமன் எப்படி வாழப்போகிறான் என்று கேட்கவில்லையே! இராமனை வணங்கித் தங்கள் ஆன்ம முன்னேற்றத்திற்கு வழிதேடிக் கொண்ட அந்த முனிவர்கட்கு இராமனைப் பற்றிய கவலை ஒரு சிறிதும் இல்லை. அதனெதிராகப் பரம்பொருள் என்ற சொல்லையே அறியாதவனும், இராமன் அப்பரம்பொருளின் திரு அவதாரம் என்பதை ஒரு சிறிதும் அறியாதவனும் ஆகிய குகன் மனிதாபிமான அடிப்படையில், 'இராமன் எப்படி வாழப் போகிறானோ' என்ற கவலையில் தானும் 'உடன் வரப்போகிறேன்' என்று பிடிவாதம் செய்கையில், இராமன் மனம் பாகாய் உருகிவிட்டது. "அன்பெனும் பிடியுள் அகப்படும் மலை''யாகவும், அன்பெனும் குடில் புகும் அரசனாகவும் உள்ள இராகவன், குகனுடைய அன்புவலையில் சிக்கி உண்மையிலேயே திணறிவிடுகிறான். எப்படி அவனைத் தடுப்பது என்பது அறியாமல் இறுதியாக ஒன்றைக் கூறினான் இராகவன்:

"அன்னவன் உரைகேளா, அமலனும் உரைநேர்வான்;
என் உயிர் அனையாய் நீ; இளவல் உன் இளையான்; இந்
நன்னுதலவன் நின்கேள்; நளிர்கடல் நிலம் எல்லாம்
உன்னுடையது; நான் உன் தொழில் உரிமையின் உள்ளேன்"

- கம்ப 1994

"அங்கு உளகிளை காவற்கு அமைதியின் உளன், உம்பி;
இங்கு உளகிளை காவற்கு யார் உளர்? உரை செய்யாய்;

உன்கிளை எனது அன்றோ? உறுதுயர் உறல் ஆமோ?
என்கிளை இது கா, என் ஏவலின் இனிது' என்றான்." - கம்ப 1997

முதற்பாடலில் அமலன் என்ற சொல்லைக் கம்பன் பயன்படுத்துவது மிகச்சிறப்புடையதாகும். அமலன் என்ற சொல்லிற்குக் குற்றமற்றவன் என்பது பொருள். அறுவகைக் குற்றங்களிலும் நீங்கிய பரமாத்மாவை அன்பு ஒன்றுதான் கட்டுப்படுத்தும். எனவே, குகன் அன்பில் திளைப்பவனும், அமலனும் ஆகிய பெருமான், 'என் உயிர் அனையாய் நீ' என்று சொல்வதன் மூலம் 'குகனுக்குப் பரமபதத்திலேயே இடம் கொடுத்து விட்டேன்' என்ற கருத்தில் பேசுகிறான். "இதோ நிற்கும் இலக்குவன் உன் தம்பி ஆவான். இதோ நிற்கும் சீதை உன் கொழுந்தி ஆவாள். இக்கடல் சூழ்ந்த உலகம் என்னில் மூத்தவனாகிய உனக்குச் சொந்தமானது. உன் ஏவலின்படி நான் நிற்கின்றேன்" என்று இராமன் கூறியதில் மன அமைதி பெறாத குகனை நோக்கி, அன்புகனிந்த கட்டளை ஒன்றை இடுகின்றான்.

"சகோதரா! அயோத்தியில் இருக்கும் நம்முடைய சுற்றத்தாரைக் காக்க உன் தம்பியாகிய பரதன் அங்கே இருக்கின்றான். இங்கே உள்ள நம் சுற்றத்தைக் காக்க (உன்னைவிட்டால்) யார் இருக்கிறார்கள்? உன்னுடைய சுற்றம் எனக்கும் சுற்றம்தானே! நீ கவலைப்படத் தேவையில்லை. இங்கே உள்ள என் சுற்றத்தைக் காப்பதற்கு உனக்கு ஆணை இடுகின்றேன்" என்று கூறுவதாகப் பாடலை அமைக்கின்றான் கம்பன்.

மூலநூலில் காணப்படாத இந்த உறவு முறையைக் கம்பன் உண்டாக்கியதற்கு மூலகாரணம் திருமங்கை மன்னனின் 'ஏழை ஏதலன் கீழ்மகன்' (1418) என்று தொடங்கும் பாடலே ஆகும்.

குகன் மூத்தவன்

இப்பாடலில் 'நன்னுதல் நின்கேள்' என்று மட்டுமே சொல்லப்பட்டிருப்பினும் அசோக வனத்திலிருந்த சீதையின் நினைவு அலைகளைக் கூறும் பாடலில் (5091) 'மங்கை கொழுந்தி' என்ற சொற்கள் பயன்படுத்தப்பட்டிருப்பதைக் கொண்டு விளக்கம் காணவேண்டும். 'கேள்' என்ற சொல்லுக்குக் 'கொழுந்தி' எனப் பொருள் கொள்வதே முறை. அவ்வாறு கொண்டால், குகனைத் தன்னைவிட மூத்தவனாகவே பெருமான் கருதுகிறான் என்று கூறுவதில் தவறில்லை. இளையவன் மனைவியைத்தான் கொழுந்தி

என்று சொல்வது மரபாதலின் இங்கே குகனை அண்ணன் என்று கருதியே இராகவன் பேசுகிறான் என்று சொல்வதில் தவறில்லை.

வனத்திற்குப் புறப்பட்ட இராகவன் மூன்று சகோதரரைச் சேர்த்துக் கொள்வதாகக் கம்பன் பாடுகிறான். இம்மூவரும், அதாவது குகன், சுக்கிரீவன், வீடணன் என்ற மூவரும் மூன்று வகையைச் சேர்ந்தவர்கள். ஒன்றுக்கொன்று மாறுபட்ட இயல்புகளைக் கொண்டவர்கள். கல்வி, கேள்வி, அறிவு, ஞானம் என்பவற்றின் ஓரெழுத்தைக்கூட அறியாதவன், நாகரிக வாழ்க்கை என்றால் என்ன என்று தெரியாதவன் குகன். இந்நான்கிலும் இணையற்று இருப்பவன் வீடணன். இடைநின்ற சுக்கிரீவன் இந்த இரண்டு வகையிலும் சேராதவன். நம்மைப் போன்ற சராசரி மனிதனின் பிரதிநிதி ஆவான் அவன். தசரதராமனும் மூலராமனும் ஆகிய இராகவனை முழுமையாக ஏற்றுக்கொண்டு தன்னையே அவன்பால் தந்த பெருமை குகன் ஒருவனுக்கே உரியது. பிறர், குகனை வேடனாக - முரட்டு உடம்பை உடையவனாக சினம் கொப்பளிக்கும் முகத்தை உடையவனாகக் கண்டார்கள். ஆனால், தசரதராமன் இவற்றையெல்லாம் கடந்து குகனுடைய மனத்தினுள்ளே புகுந்து பார்க்கிறான். இராமன் கண்ட காட்சியைச் சேக்கிழார் கண்ணப்பரை வருணித்ததற்கு இணையாகக் கூறலாம். "தன் பரிசு, வினை இரண்டு சாரும் மலம் மூன்றும் அற அன்பு பிழம்பாய்த் திரிவார்." *(கண்ண புராயம். 154)* எனக் கண்ணப்பரை வருணிக்கிறார் சேக்கிழார். அன்புப் பிழம்பாய்த் திரியும் ஒருவனாகவே குகனை இராமன் கண்டான். கண்ணப்பன் படைத்த பன்றி இறைச்சியைக் காளத்திநாதன் ஏற்றுக்கொண்டது போல, குகன் கொடுத்த மீனை இராமன் ஏற்றுக் கொள்கிறான் என்பதையும் நினைய வேண்டும். கண்ணப்பன் திறத்தை அளந்தறிய இயலாது; அன்புப் பிழம்பாய்த் திரிவார். அவர் கருத்தின் அளவினரோ என்பது சேக்கிழார் வாக்கு காளத்தி வேடனை அறிவு கொண்டு கணிக்க முடியாது; கங்கை வேடனாகிய குகப் பெருமான் நிலையும் அதுவே.

இராமன் இரக்கம் வெளிவந்த தன்மை சுக்கிரீவனும் இராமனும்

கவந்தனும் சவரியும் சுக்கிரீவனிடம் போகுமாறும், அவன் துணையை நாடுமாறும் அறிவுரை கூறி, அவன் இருக்குமிடம் செல்லும் வழியையும் கூறி அனுப்பினர். அவர்கள் சொன்ன வழியில் இராகவன் சுக்கிரீவனிடம் வந்தான். சுக்கிரீவன் யார் என்றோ அவனுக்கும் அவன் அண்ணனுக்கும் உள்ள உறவு எத்தகையது என்றோ எதுவும் தெரியாத நிலையில் இராகவன் வருகிறான். முதலில்

அனுமனைச் சந்திக்கின்றான். மாபெரும் அறிவாளியாகிய அனுமன் இவர்கள் ஆற்றலைத் தன் நுண்ணறிவால் அறிந்து கொண்டமையின், சுக்கிரீவனை இவர்களுடைய நண்பனாகச் செய்யப் பெருமுயற்சி எடுத்துக் கொண்டு அதில் வெற்றியும் பெற்றுவிட்டான். இராமனைப் பொறுத்தவரை சுக்கிரீவனுடைய முதல் சந்திப்பு அவனிடம் மிகப்பெரிய இரக்கத்தை உண்டாக்கிவிட்டது. விருந்தினனாக வந்த இராகவனின் துயரம் என்ன என்று கூடக் கேட்காமல், அண்ணனிடம் தான் பட்ட கொடுமைகளை விவரிக்கத் தொடங்கிவிட்டான். அது கேட்ட இராகவன் அவனுடைய பரிதாபமான நிலையைச் சிந்தித்தவுடன்,

....

"உன் தனக்கு உரிய இன்பதுன்பங்கள் உள்ள, முன்நாள்
சென்றன போக, மேல்வந்து உறுவன தீர்ப்பல்; அன்ன
நின்றன, எனக்கும் நிற்கும் நேர்"என மொழியும் நேரா.

- கம்ப 381

"மற்று, இனி உரைப்பது என்னே? வானிடை, மண்ணில், நின்னைச்
செற்றவர் என்னைச் செற்றார்; தீயரே எனினும், உன்னோடு
உற்றவர் எனக்கும் உற்றார், உன்கிளை எனது; என்காதல்
சுற்றம், உன் சுற்றம்; நீ என் இன் உயிர்த்துணைவன்" என்றான்.

- கம்ப 3812

இந்த இரண்டு பாடல்களும் சுக்கிரீவன் நிலையைக் கண்டு இரங்கிய இராமன் பேசியவை ஆகும். நடுவு நிலையில் நின்று இந்த நிகழ்ச்சியைப் பார்க்கும் பொழுது எல்லையற்ற வியப்புத் தோன்றுகிறது. சுக்கிரீவனுடன் பழகிய அரைநாழிகைப் பொழுதில் அவன் யார், அவன் அண்ணன் யார், என்ன காரணத்தால் இவர்களுள் பகைமை மூண்டது என்ற விபரம் ஒரு சிறிதும் தெரியாத நேரத்தில் சுக்கிரீவனுடைய வார்த்தைகளை மட்டும் நம்பிக்கொண்டு இந்த அளவுக்கு வாக்களித்தல் எப்படி நியாயமாகும்?

எல்லாவற்றையும் விடத் "தீயரே எனினும் உன்னோடு உற்றவர் எனக்கும் உற்றார். நின்னைச் செற்றவர் என்னைச் செற்றார்" என்று இராகவன் சிந்தியாமல் பேசினானா என்ற வியப்பு அடங்குமாறு இல்லை. தன்னை இன்னார் என்று அறிமுகம் செய்து கொள்வதற்கு முன்னரே "ஆருயிர் துறக்கலாற்றேன்; சரண் உனைப் புகுந்தேன்" என்று சொல்லிய சொற்கள் சரணாகதியை உயிரினும் மேலாக மதிக்கும் இராமனுடைய உள்ளத்தில் மிகப் பெரிய பாரத்தை ஏற்றிவிட்டது. 'சரணம் என்று அடைந்தவன் நல்லவனா, தீயவனா,

இன்று வந்தானா, நேற்று வந்தானா, என்னுடைய தாய் தந்தையரைக் கொன்று வந்தவனல்லவோ இவன் என்றெல்லாம் வினாக்களை எழுப்பாமல் சரணாகதி அளிக்க வேண்டும்' என்று வீடணன் அடைக்கலம் பற்றிய நிகழ்ச்சியில் இராமனே பேசுகிறான். ஆதலால், சுக்கிரீவன் சரணம் என்று கூறியவுடன் அவனைப் பற்றி எதுவுமே தெரியாமலே கூட 'என் கிளை உன் கிளை, உன் சுற்றம் என் சுற்றம், நீ என் இன்னுயிர்த் துணைவன்' என்று முடிவாகக் கூறிவிட்டான். இராமனுடைய ஈடு இணையற்ற இரக்கத்தால் தகுதி அற்றவனுக்கும் வாக்குத் தந்த கதை ஆகும் இது. அவசரப்பட்டுச் சுக்கிரீவனை ஏற்றுக்கொண்டதால் வாலியைக் கொல்லும் நிலை ஏற்பட்டது. வாலியின் உரையாடலுக்குப்பின் தான் செய்தது சரியோ என்ற வினா இராகவன் மனத்தில் தோன்றியது உண்மைதான். இது பற்றிப் பின்னர்க் காணலாம்.

சுக்கிரீவன் நம்பிக்கையும் ஐயமும்

சுக்கிரீவன் சலனபுத்தி உடையவன் என்பதைக் கதைப் போக்கில் அறிந்துகொள்ள முடியும். இராமனை முதன்முதலில் சந்தித்தபோது தூரத்தே நின்ற சுக்கிரீவன் மனத்தில் தோன்றிய முதலாவது எண்ணம், இராமன் தெய்வத்தன்மையுடையவன் என்பதே. சிவன், பிரமன் முதலானோரை மானுடம் வென்றது என்று கொள்ளுதற்கேற்ற நிலையினன் இராமன் என நம்பியவனாகக் கருத்துரைக்கிறான், சுக்கிரீவன்:

> **"தேறினன் - அமரர்க்கு எல்லாம் தேவர் ஆம்தேவர் அன்றே,**
> **மாறி, இப்பிறப்பில் வந்தார் மானிடர் ஆகிமன்னோ;**
> **ஆறு கொள் சடிலத்தானும், அயனும், என்று இவர்கள் ஆதி**
> **வேறுஉள குழுவை எல்லாம், மானுடம் வென்றது' அன்றே!"**
>
> - *கம்ப 3804*

இத்துணை உறுதியாகப் பேசிய இதே சுக்கிரீவன் இராமனுடைய ஆற்றலை சந்தேகிக்கும் இடமும் உண்டு. உன் தமையனைக் கொன்று 'தாரமொடு தலைமையும் தருகுவென்' (3855) என்று இராமன் கூறிய பிறகு சுக்கிரீவனுக்கு சந்தேகம் வந்துவிட்டது. என்ன இருந்தாலும், இவர்கள் மனிதர்கள்தாமே இராவணனையே வாலில் கட்டும் வாலியை இந்த மனிதர்களா வெல்ல முடியும்? என்ற சந்தேகம் வந்துவிட்டது. அமைச்சரவையைக் கூட்டினான். தன் சந்தேகத்தை வெளிப்படுத்தினான். அவன் மனம் உடையும் பொழுதெல்லாம் அவனுக்குத் தைரியமூட்டும் கடமையை விடாது செய்த அனுமன் இப்பொழுதும் உதவிக்கு வருகிறான். உன்னினேன்,

உன் தன் உள்ளத்தின் உள்ளத்தை, உரவோய்! அன்ன வாலியைக் காலனுக்கு அளிப்பது ஓர் ஆற்றல், இன்ன வீரர்பால் இல்லை, என்று அயிர்த்தனை - *(3858)* என்று தொடங்கிய அனுமன், இராமனுக்கு ஒரு சோதனை வைக்குமாறு தந்திரம் சொல்லித் தருகிறான்.

"அரசே! இராமன் என்பவனின் கையிலும், தாளிலும் சங்கு சக்கரக் குறி உள. இத்தகைய இலக்கணம் பொருந்தியவர் இந்த உலகத்தில் எங்கும் இல்லை. அத்திரு நெடுமாலே செங்கையில் வில்லை ஏந்திய இராமனாக இங்கு உதித்துள்ளான்." *(3859)*

"திரிபுரம் எரித்த விரிசடைக் கடவுளின் வில்லாகிய சிவதனுசை முறிக்கும் ஆற்றல் பெற்றவன் இவன் என்றால், அச்செயல் மாயவனைத் தவிர வேறு யாரால் செய்ய முடியும்?" *(3860)*

இத்தனை கூறியும் இன்னும் தன் அரசனாகிய சுக்கிரீவன் இராமனது ஆற்றலை அறிந்து கொள்ளவில்லையென்றால் அதை அறிவதற்கு ஓர் உபாயம் உண்டென்று அனுமன் சொல்கிறான். பிரசித்தி பெற்றனவாகிய மராமரங்கள் ஏழினுள் ஒன்றைத் துளைக்குமாறு இராமனை வேண்டிக்கொள்வாயாக என்று அனுமன் கூற, இந்தச் சுக்கிரீவன் அதனைச் செய்யுமாறு இராமனை வேண்டுகிறான்.

மராமரங்களின் பக்கத்தில் இராமனை அழைத்துச் சென்று "இந்த ஏழு மரங்களில் ஏதாவது ஒன்றில் உன் கணையைப் போக்கி அதனைத் துளையிடுவாயானால், என் மனத்தில் உள்ள ஐயமும் துன்பமும் போகும்"என்று கேட்டுக் கொள்கிறான்.

'தானம் கொடுத்த மாட்டுக்கு பல் எத்தனை என்று பார்த்தான்' என்று ஒரு பழமொழி உண்டு. இவனை ஒன்றும் கேளாமலே இருக்கும் பொழுதே 'வாலியைக் கொல்வேன், தாரமொரு தலைமையும் தருவேன்' என்று தானே முன்வந்து இராமன் கூறினான். அப்படி இருக்கையில் அவனைச் சந்தேகப்பட்டு 'மராமரத்தில் அம்பு எய்க' என்று கூறுவது சுக்கிரீவனுடைய தரம் தாழ்ந்த மனநிலையைக் குறிக்கின்றது. அப்படி இருந்தும் அந்தக் கருணை வள்ளல் இந்த வேண்டுகோளையும் ஏற்று, மராமரத்தில் அம்பு ஓட்டினான் என்றால், அது தசரதராமனின் மாமனிதப் பண்பாட்டிற்கு ஓர் எடுத்துக்காட்டாகும்.

சுக்கிரீவனுக்கு அரச நீதி: இராமனே விளக்கும் இராம ராச்சியம்

வாலியைக் கொன்ற பிறகு, இலக்குவனைக் கொண்டு சுக்கிரீவனுக்கு முடிசூடச் செய்கிறான் இராகவன். அது முடிந்தவுடன்

இரலைக்குன்றத்திலிருந்து தலைநகரான கிட்கிந்தைக்குப் புறப்படும் சுக்கிரீவன் இராமனையும் உடன் வருமாறு அழைக்கின்றான். அந்த வேண்டுகோளை மறுத்த இராமன், தான் எடுத்துக்கொண்ட பணி முடிகின்றவரையில் துறவியாக வாழ்வதே முடிவு என்று கூறிவிட்டான். இந்த நிலையில் சுக்கிரீவனை எதிரே வைத்துக்கொண்டு ஒரு நல்ல அரசன் எப்படி ஆட்சி செய்யவேண்டும் என்பதை எடுத்துக் கூறுகிறான். இந்தப் பகுதியில் இராமனின் நுண்மாண் நுழைபுலத்தை நன்கு அறிய முடிகிறது. இதுவரை சுக்கிரீவனிடமும், அனுமனிடமும் பழகிய அண்ணல், இருவரையும் மிகத்துல்லியமாக எடையிட்டிருந்தான். ஒன்பது பாடல்களில் *(423 - 413)* சுக்கிரீவனுக்கு அரசநீதி புகட்டுகிறான்.

அதே நேரத்தில் தன்னுடைய உபதேசம் செவிடன் காதில் ஊதிய சங்கநாதமே என்பதை நன்கறிந்து கொண்டான் வள்ளலாகிய இராமன். என்றாலும், ஒரு கற்றறிந்த அரசனுக்குச் சொல்வது போல் அல்லாமல், சாதாரண மனிதனுக்குச் சொல்வது போல் இராமன் புகட்டுகிறான். இராமராஜ்ஜியம் என்று பின்னர் மக்களால் போற்றப்பட்ட ஒரு நல்லரசு எப்படி இருக்க வேண்டும் என்பதை இராமன் கருத்தாகவே கவிஞன் கூறுவதில் ஒன்றிரண்டு பகுதிகளை காணுவது நலம்.

சார்ந்தோர்பால் பழகும் முறை

“அறிவும், வாய்மையும் பெற்ற நன்மாந்தர்களை அமைச்சர்களாகக் கொள்க; தீய எண்ணம் மனத்தில் இல்லாமல் நல்லொழுக்கம் உடைய மறவர்களைப் படைவீரர்களாகக் கொள்க; நீயும் மனந்தூயவனாக இருந்து அத்தகையவர்களோடு நட்புப் பூண்டு வாழ்க. மேலே கூறப்பெற்ற இத்துணைப் பேருடனும் நீ பழகும் பொழுது மிகவும் நெருங்கிப் பழகிவிடாமலும் அதிக தூரத்தில் அவர்களை வைத்துவிடாமலும் (சேய்மையோடு அணிமை இன்றி) பழகுவாயாக. மிகவும் நெருங்கினால் பொருந்தாத உரிமைகளை அவர்கள் பெற்றுக் கொள்ள முயல்வார்கள். தூரத்தே அவர்களை வைத்துவிட்டால் அவர்களால் கிடைக்கும் நற்பயனை நீ அடைய முடியாமல் போய்விடும்” என்ற கருத்தையே இராகவன் இங்குக் கூறுகிறான். வள்ளுவப் பெருந்தகையின் ‘அகலாது, அணுகாது தீக்காய்வார் போல்க இகல் வேந்தர்ச் சேர்ந்தொழுகுவார்’ என்ற அருங்குறளை (குறள் 691) மனத்தில் கொண்டு அதற்கொரு புதிய விளக்கத்தைத் தருகிறான் கவிஞன்.

வாய்மை சால் அறிவின் வாய்த்த மந்திர மாந்தரோடும்
தீமை தீர் ஒழுக்கின் வந்த திறத்தொழில் மறவரோடும்
தூய்மைசால் புணர்ச்சி பேணி, துகள் அறு தொழிலை ஆசி,
சேய்மையோடு அணிமை இன்றி, தேவரின் தெரிய நிற்று.

- கம்ப 4122

என்ற பாடல் அரசியல் நுட்பம் மிக்கது. திருவள்ளுவர் குறள், அரசரைச் சார்ந்தவர்கள் அரசரிடமிருந்து மிக விலகிவிடாமலும் மிக நெருங்கிவிடாமலும் பழக வேண்டும் என்கிறது. இராமபிரான் அறிவுரை அரசரைச் சார்ந்தோருக்குச் சொல்லாமல், அரசனுக்கே சொல்லப்படும் அறிவுரையாகிறது. அமைச்சர், வீரர் ஆகியவர்களோடு பழகும் போது தொலைவில் விலகியதாகவோ நெருக்கமானதாகவோ தொடர்பு இருந்துவிடக்கூடாது என்கிறார். அரசியலின் பாங்கு வியப்புத் தருவதாக மட்டுமன்றி, எச்சரிக்கையோடு உலவவேண்டிய நிலைமை உடையது என்பது திருக்குறளாலும் கம்பன் காவியத்தாலும் புலப்படுகின்றது. ஆட்சியாளரைச் சார்ந்தோரும் ஆட்சியாளரும் புலியோடு விளையாடும் சர்க்கஸ் சதுரப்பாட்டுக்கு உரியவர் போலும்!

பகைவர்பால் பழகும் முறை

இனி, மற்றொரு ஆட்சி நுட்பம் இராமனால் கூறப்படுகிறது

"...

....

பகையுடைச் சிந்தையார்க்கும், பயன் உறுபண்பின் தீரா
நகையுடை முகத்தை ஆகி, இன்உரை நல்கு, நாவால்."

- கம்ப 4123)

என்ற பாடலில் மிகச் சிறந்த அறவுரை ஒன்றை வழங்குகின்றான். ஒருவன் அரசன் என்று ஆகிவிட்டால், நண்பர், பகைவர், நொதுமலர் என்ற மூவகைப்பட்ட மக்களோடும் பழகித் தீரவேண்டும். இம்மூவரில் அகப்பகை உடையாரை இனந்தெரிந்து பழகுதல் மிக அவசியமாகும். அவருடைய பகைமையை அறிந்து கொண்டதைக் கடுகளவும் வெளிக்காட்டாமல் இன்முகத்தோடும், இன்சொல்லோடும் பழகுக என்று கூறுவது அறிதற்குரியது. இவ்வாறு பழகுவதால் அவர்கள் பகைமை தீர்ந்து நண்பர்களாதலும் கூடும். இன்றேல் தங்கள் பகைமையை அரசன் அறியவில்லை, ஏமாந்த நிலையில் தங்களுடன் பழகுகின்றான் என்ற எண்ணத்தில், சூழ்ச்சிகளில் ஈடுபடவும் கூடும். அரசனை ஏமாந்தவன் என்று நினைப்பதால் இவர்கள் சூழ்ச்சி வெளிப்படையாகவும் நடைபெறலாம். எனவே,

இந்த இரண்டு வகையிலும் பகைவர்களுடன் பழகுவது தேவை என ஆழ்ந்த அரசியல் ஞானியான இராகவன் கூறுகிறான்.

மேலும் சில நெறிகள்

"செய்ய வேண்டியவற்றைச் தவறாது செய்தல், எக்காலத்தும் எக்காரணம் கொண்டும் தீயனவற்றிற்கு மனத்தில் கூட இடம் தராது இருத்தல்; பிறரை ஏசவேண்டிய நேரத்தில் கூட ஏசாது இனியவற்றையே கூறுதல், உண்மையானவற்றையே பேசுதல், பிறர் பொருளை விரும்பாதிருத்தல் ஆகிய இப்பண்புகள், கடைப்பிடிப்பாரை இவை உய்யச் செய்யும். இவர்களோடு சேர்ந்தவர்களையும் கடைத்தேற்றும். *(4125)*

எளியவர் என்று எண்ணி, எவரையும் புண்படுத்தாதே

"ஒருவரைப் பொருட்படுத்த வேண்டாத அற்பர்கள் என்று நினைத்து அவர்கள் நோவடையும்படி செய்யாதிருக்க வேண்டும். இந்த நீதியைக் கடைப்பிடிக்காமல், உடம்பு குறுகிய கூனி ஒருத்தி மேல் மண் உருண்டையை யான் வீசியதால் அவள் வெறுப்புக்கு ஆளாகி அரசைத் துறந்ததோடு, மனைவியையும் இழந்து துயரக்கடலில் சிக்கியுள்ளதைக் காண்பாயாக" என்ற பொருள்பட இராமன் கூறுகிறான்:

> "..
>
> ....
>
> **குறியது ஆம்மேனி ஆய கூனியால், குவவுத் தோளாய்!**
> **வெறியன எய்தி, நொய்தின் வெந்துயர்க் கடலின் வீழ்ந்தேன்"**
>
> *- கம்ப 4124*

நல்லோரைக் பேணுக; அல்லோரை ஒறுத்திடுக

"சிறியர் என்று இகழ்ந்து விடாதே" என்று கூறிய இராகவன், "அரசுப் பொறுப்பை ஏற்றுக் கொண்டிருக்கும் ஒருவன் நல்லோர்க்கு நனி வழங்க வேண்டும். அல்லோரைத் தண்டித்தே ஆக வேண்டும்" என்றும் கூறினான். *(4128)*

குறிக்கோள் வேண்டும்

இவ்வாறு பல நீதிகளையும் எடுத்துக்கூறிய இராகவன் புதிதாக அரசு ஏற்கப் போகும் சுக்ரீவனுக்கு வாழ்வில் ஒரு குறிக்கோள் வேண்டும் என அறிவுறுத்துகிறான். அக் குறிக்கோள் எதுவாக

இருத்தல் வேண்டும் என்ற வினாவிற்கு விடை அளிப்பவன் போல அறவுரையின் இறுதிக்கண் ஓர் ஈடு இணையற்ற கருத்தைப் பேசுகிறான்:

“இறத்தலும் பிறத்தல் தானும் என்பன இரண்டும், யாண்டும்,
திறத்துளி நோக்கின், செய்தவினை தரத் தெரிந்த அன்றே?
புறத்து இனி உரைப்பது என்னே? பூவின்மேல் புனிதற்கேனும்,
அறத்தினது இறுதி, வாழ்நாட்டு இறுதி; அஃது உறுதி, அன்ப!”

- கம்ப 4129

இறுதியில் சொன்னது ஏன்?

ஒருவன் வாழ்க்கையில் அறம்தான் குறிக்கோளாக இருக்க வேண்டும் என்ற இக்கருத்தை இறுதியாகச் சொல்வதன் நோக்கம் ஒன்றுண்டு. எல்லாச் செல்வத்தையும் இழந்து, அதிகாரத்தையும் இழந்து, மனைவியையும் இழந்து இரலைக்குன்றில் ஒளிந்து வாய்ந்த சுக்கிரீவனுக்குத் திடீர் என்று இழந்த அனைத்தும் ஒரே வினாடியில் கிடைத்துவிட்டன. இத்தகைய ‘பெறலரும் திரு’வை ஒரே வினாடியில் பெற்றவர்கள், ‘அறம் நிரம்பிய, அருளுடைய அருந்தவர்களாக இருப்பினும், சிந்தனை பிறிதாகிவிடும். ஆதலால், பெருஞ்செல்வத்தைப் பெற்ற சுக்கிரீவன் என்ன ஆவான் என்பதைத் தன்னுடைய நுண்ணறிவின் மூலம் கண்டுணர்ந்த அருளின் ஆழியானாகிய இராகவன், இந்த உபதேசத்தை இறுதியில் பேசுகிறான்.

சுக்கிரீவனுக்கு அனுமன் துணை தேவை

ஒன்பது பாடல்களில் உபதேசம் செய்த பிறகு சுக்கிரீவனைக் கிட்கிந்தைக்கு அனுப்பிவிட்டு, அனுமன் பக்கம் திரும்புகிறான் இராகவன். தன்னுடனேயே தங்கித் தனக்குத் தொண்டு செய்ய வேண்டும் என்று முனைந்து நிற்கும் சொல்லின் செல்வனாகிய அனுமனைப் பார்த்து ‘இப்பொழுதைக்கு நீ சுக்கிரீவனுடன் இருந்தே தீர வேண்டும்’ என்று ஆணையிடும் அரசியல் ஞானியாகிய இராகவன் அதற்குரிய காரணத்தை மிக விளக்கமாக, அற்புதமாகப் பேசுகிறான்.

“நிரம்பினான் ஒருவன் காத்த நிறை அரசு இறுதி நின்ற
வரம்பு இலாததனை, மற்று ஓர் தலைமகன் வலிதின் கொண்டால்,
அரும்புவ, நலனும் தீங்கும்; ஆகலின், ஐய! நின்போல்
பெரும்பொறை அறிவினோரால், நிலையினைப் பெறுவது அம்மா!”

- கம்ப 4143

இப்பாடலின் முதல் இரண்டு அடிகளுக்குப் பொதுவான ஒரு கருத்தை இராகவன் பேசுகிறான் என்றே இதுவரை அனைவரும் பொருள் எழுதியுள்ளனர். ஒரு பாடலுக்குப் பொருள் செய்யும் பொழுது பேசுபவன், பேசும் இடம், பேசக் கேட்பவன், பேசப்படும் சூழ்நிலை, சந்தர்ப்பம் ஆகியவற்றை நன்கு புரிந்து கொள்வது நலம். இங்குப் பேசுபவன் இராகவன், பேசக் கேட்பவன் சுக்கிரீவனின் உறுதுணையான அனுமன். பேசும் இடம் சுக்கிரீவனுக்கு அதிகாரம் கிடைத்த இடம். சூழ்நிலையும் சந்தர்ப்பமும் வாலி இறந்த ஓரிரு நாட்களிலாகும்.

நிரம்பினான் ஒருவன் என்று இராமன் குறிப்பது வாலியையே ஆகும். நிறை அரசு என்பது எவ்விதக் குறையுமில்லாமல் அந்த வினாடி வரை வாலியால் காக்கப்பட்ட கிட்கிந்தை அரசாகும். வலிதின் பற்றி என்ற தொடர், தனக்கொரு துணை கிடைத்தது என்ற ஒரே காரணத்தினால் வேறு எவ்வித முகாந்திரமும் இன்றி வலியச் சென்று போரிட்டுச் சுக்கிரீவன் கைப்பற்றிய அரசு என்பதைக் குறிக்கும். அனைத்துப் பண்புகளும் நிரம்பிய ஒருவன் குடிகளுக்கு எவ்விதக் குறையும் இல்லாமல் காத்த அரசை வலிந்து பற்றி மற்றொருவன் ஆளத்தொடங்கினால், அந்த குடிமக்கள் சென்ற அரசையும், நடைபெறுகின்ற அரசையும் ஒப்பிட்டுப் பாராமல் இருக்கமாட்டார்கள். அவ்வாறு ஒப்பிட்டுப் பார்த்தால் நலம், தீங்கு இவற்றில் சிலசமயம் தீங்கும், சிலசமயம் நலமும் தலைதூக்கி நிற்கும். அப்பொழுது குழப்பம் ஏற்படுவது உறுதி. அப்படிப்பட்ட சந்தர்ப்பத்தில் அதிகாரத்தை வலுவில் பற்றியவன் தன் பலத்தினால் அதனை அடக்கப்பார்ப்பான். அது இறுதியில் தீமையையே விளைவிக்கும். இத்தகைய சந்தர்ப்பங்களில் கல்வி, ஞானம், அறிவு, பொறுமை ஆகியவற்றை நிரம்பப் பெற்ற அனுமன் போன்ற அமைச்சர்கள் அரசனின் பக்கலில் இருந்து அறவுரை வழங்கவேண்டும் என்ற கருத்துத்தான் இப்பாடலில் பேசப்படுகிறது. நட்புக் கொண்டு சகோதரனாக ஏற்றுக் கொண்ட பின் சுக்கிரீவனின் நலத்திலே இராமன் அக்கறை காட்டுவதை இதன் மூலம் அறிகிறோம்.

இராமன் பற்றிய ஒரு புதிய பரிமாணம்

வாலியை நடுவுநிலைக் கண்ணோட்டத்தோடு பாராதவர்கள் வாலி வதைப்படலம் என்று பெயரிட்டார்கள். துரதிர்ஷ்டவசமாக அதுவே நிலைத்துவிட்டது. பிறன்மனை நயந்தான் என்ற ஒரு குற்றத்தை மட்டும் வைத்துக்கொண்டு வாலியோடு போர் செய்த

இராகவன், அவன் உரையாடலிலிருந்து அவன் எத்தகையவன் என்பதைக் கண்டுகொண்டான். மனித குலத்துக்குள்ள 'ஒருவனுக்கு ஒருத்தி' என்ற அறம், வனத்திடை வாழும் குரங்குகட்கு இல்லை என்று வாலி கூறிய அமைதி இராகவன் மனத்தில் படிந்திருக்க வேண்டும். ஏனைய பண்புகளில் வாலி எவ்வளவு உயர்ந்தவன் என்பதை உணர்ந்து கொண்ட இராகவனுக்கு இறுதியாக வாலி கூறிய இரண்டு செய்திகள் ஏறத்தாழ அதிர்ச்சியையே தந்துவிட்டன. தன்னைக் கொல்வித்தான் தம்பி என்பதை மறந்து, "குடிவெறியில் அவன் நன்றி மறந்தாலும், என்மேல் ஏவிய அம்பை அவன் மேல் ஏவிவிடாதே!" என்று வரங்கேட்டது, ஒன்று. அடுத்து, "என் தம்பியாகிய சுக்கிரீவன் இந்த வெற்றரசை ஏற்றுக்கொண்டு, இராமா! உன் மூலம் வீட்டரசை எனக்கு நல்கினான்" என்று கூறிய செய்தி. இராமனைக் கொணர்வித்ததும், தன்னைக் கொல்வித்ததும் அறிவில் குறைந்த தன் தம்பி சுக்கிரீவனால் ஆகக் கூடிய ஒன்றன்று; இது நடைபெற்றது பேரறிவாளனாகிய அனுமன் சூழ்ச்சியே என்பதை வாலி நன்கு அறிந்திருந்தான் என்றே கருதவேண்டும். [வாலி வதையை நிகழ்வித்தவன் அனுமனே என்பதை, 'அறிந்து, திறந்து ஆறு எண்ணி, அறத்து ஆறு அழியாமை மறிந்து உருள, போர் வாலியை வெல்லும் மதிவல்லீர்' என்ற தொடரால் அறியலாம். அனுமனின் இச்செயல்பாட்டைச் சாம்பவான் குறித்துக் கூறினான். (கம்ப. 4723)] ஆயினும், அனுமனைத் தன்னைக் கொல்வித்த பகைவன் என்று நினையாமல், "இராமா! அனுமனைச் சாதாரணமானவன் என்று நினைத்துவிடாதே, நின் செங்கைத் தனுஎன நினைதி" என்றும் கூறுகின்ற வாலி மிக மிக உயர்ந்தவன் என்பதை நன்கு அறிந்து கொண்டான் இராமன். ஆகவேதான் அவனை 'நிரம்பினான் ஒருவன்' என்று கூறினான். இன்று வரை எவ்விதப் பிரச்சனையும் இல்லாமல் இருந்த கிட்கிந்தையை நிறையரசு என்று கூறினான். 'இறுதி நின்ற வரம்பு இலாதது' என்றால் வாலியின் ஆட்சியால் செல்வத்தின் எல்லை காண முடியாததாய் உள்ளது என்று இராகவனே கூறுவதால், வாலியின் ஆட்சி, அற அடிப்படையில் அமைந்திருந்ததால் தான் வரம்பிலாச் செல்வம் அங்கு இருந்தது என்று கூறுகிறான். 'மற்று ஓர் தலைமகன் வலிதின் கொண்டால்' என்பது சுக்கிரீவனைக் குறிக்கும். எவ்வித அடைமொழியும் தராமல் 'மற்று ஓர் தலைமகன்' என்று கூறியதால், நிரம்பினானுக்குள்ள தகுதி இவன்பால் இல்லை என்பதையும் கூறியதாயிற்று. 'வலிதின் கொண்டால்' என்றதால் வேறு காரணமின்றியும் ஒப்பற்ற ஒரு துணை எதிர்பாராமல் கிடைத்ததால் அத்துணையைப் பயன்படுத்திக்

கொண்டு வலிதிற் சென்று பயன்படுத்தினான் என்பதனையும் கூறியதாயிற்று. முன்னைய ஆட்சியைப் போலவே, பின்னைய ஆட்சியும் இருந்துவிட்டால் 'நிரம்புவநலனும்' என்று மட்டும் கூறியிருப்பான். ஒத்த பண்புடையவர்கள் ஆட்சி மாற்றத்தில் வேறுபாடு ஒன்றும் தெரியக் காரணம் இல்லை. இந்த இடத்தைப் பொறுத்தமட்டில் நிரம்பினான் ஆட்சியை, நிரம்பாதவன் வலிதிற் கொண்டான். எனவேதான், நலனும் தீங்கும் நிரம்புவர் என்றான் இராகவன். வறுமையில் வாடியவன் திடீர் என்று செல்வத்தைப் பெற்றதால் அறிவிழந்து செயற்படும் சூழ்நிலை உருவாகக் கூடும். ஆதலால், அறிவுடை அமைச்சனாகிய அனுமன் உடன் இருக்க வேண்டும் என்று சுக்கிரீவன் இல்லாதபொழுது அனுமனைத் தனியே அழைத்து இந்த நுண்மையான கருத்துகளைக் கூறினான் என்றால், இராமனுடைய அரசியல் அறிவை - எதிரது நோக்கும் நுண்மாண் நுழைபுலத்தை, - எதிரே உள்ளவர்களை - நண்பர், பகைவர் என்ற வேறுபாடின்றி எடை போட்டு அறியும் பேராற்றலை - அறிவிக்கக் கவிஞன் இப்பகுதியைப் பயன்படுத்திக் கொள்கிறான்.

தன் காப்பிய நாயகனின் இத்தகு பண்புகளை வெளியிடக் காப்பியத்தில் ஓர் இடமின்மையால் இந்த இடத்தைப் பயன்படுத்திக் கொண்டு, அரசியற்படலம் என்ற தலைப்பையும் தந்த இராமனிடம் இதுவரை வெளிப்படாத ஒரு பரிமாணத்தைக் காட்ட கவிஞன் கையாண்ட வழியாகும் இது. [இராமன் முடிசூடும் சூழல் ஏற்பட்டபோது தயாதன் வேண்டுகோளை ஏற்று, வசிட்டன் இராமனுக்கு ஆட்சியியல் பற்றி அறிவுரை கூறுகிறான். (1412 - 27). அந்த அறிவுரைப்படி ஆட்சி நடத்தும் வாய்ப்பு இராமனுக்கு ஏற்படவில்லை. ஆயினும், ஆட்சிக் கலை இராமனுக்கு இயல்பாக வாய்த்தது தானே நீந்தத் தெரிந்த மீன் குஞ்சு வசிட்டனாகிய முனிவரன் கூறிய அரசியல் நெறிகளும் அரசர் குடியினனாகிய இராமன் கூறிய அரசியல் நெறிகளும் ஒப்பிட்டு உணரத்தக்கன.]

வாலிவதம் முடிந்து சுக்கிரீவனுக்குப் பட்டமும் கட்டி விட்டான் இராகவன். கார்காலம் முடிந்தவுடன் படைகளுடன் வருகிறேன் என்று கூறிச் சென்ற சுக்கிரீவன் பெருங்குடியனாக மாறி, அனைத்தையும் மறந்து இன்ப விளையாட்டில் இறங்கிவிட்டான். இப்பேருதவி செய்த இராமனையோ அவன் படும் துயரத்தையோ ஒரு சிறிதும் எண்ணாமல் கிட்கிந்தையில் நன்றி மறந்தவனாகக் கிடக்கிறான். அவனிடமிருந்து செய்தி எதிர்பார்த்து ஏமாற்றம் அடைந்த இராகவன் கடுஞ்சினம் கொள்கிறான். இலக்குவனை

அழைத்து இராகவன் பேசிய சொற்கள் இலக்குவனையே அதிர்ச்சி அடையச் செய்துவிட்டன என்பதில் ஐயமில்லை. இராகவன் பேசிய சொற்கள் ஆழ்ந்த சிந்தனைக்குப் பிறகு வெளிவந்தவை என்பது, அச்சொற்களை ஒருமுறை படித்தாலே அறிந்துகொள்ள முடியும்.

"பெறல் அருந்திருப்பெற்று, உதவிப்பெருந்
திறம் நினைந்திலன்,
சீர்மையின் தீர்ந்தனன்;
அறம் மறந்தனன்." - *கம்ப 4270*

"நன்றி கொன்று, அரு நட்பினை நார் அறுத்து,
ஒன்றும் மெய்ம்மை சிதைத்து
உரை பொய்த் துளார்க்
கொன்று நீக்குதல் குற்றத்தில் தங்குமோ?" - *கம்ப 4271*

"நஞ்சம் அன்னவரை நலிந்தால், அது
வஞ்சம் அன்று." - *கம்ப 4273*

"வாரலிர் ஆம் எனின், வானரப்
பேரும் மாளும்" - *கம்ப 4274*

"வெம்பு கண்டகர் விண்புக் வேர் அறுத்து,
இம்பர் நல் அறம் செய்ய எடுத்த விற்
கொம்பும் உண்டு; அருங்கூற்றமும் உண்டு; உங்கள்
அம்பும் உண்டு" என்று சொல்லு, நம் ஆணையே." - *கம்ப 4272*

மேலே கூறிய சொற்களை வரிசையாகப் பார்க்கும் பொழுது, இராகவனின் சினம் உச்சகட்டத்தை அடைந்துள்ளதைக் காணலாம். நன்றி என்ற சொல்லுக்கே வடிவாக அமைந்துள்ள இராமன் நன்றி கொன்றவர்களை நினைக்கும் பொழுது இவ்வளவு சினம் கொள்வதில் தவறு ஒன்றுமில்லை. சினத்தின் எல்லையில் நின்று, "விற்கொம்பும் உண்டு, அருங்கூற்றமும் உண்டு, உங்கள் அம்பும் உண்டு என்று சொல்லு, நம் ஆணையே" என்று கூறிக்கொண்டு வரும்பொழுதே இராகவன் மனக்கண் முன் திடீர் என்று ஒரு காட்சி தோன்றுகிறது. சாகும் தருவாயில் இருந்த வாலி கேட்டுக்கொண்ட வரமாகும் அது. "பெருமானே! பெருங்குடியனாகிய என் தம்பி புத்தி கெட்ட நிலையில் உனக்குத் தவறிழைப்பானாயின் தயை கூர்ந்து என்மேல் ஏவிய அம்பை அவன் மேல் ஏவிவிடாதே" என்ற பொருளில்

"..
பூ இயல் நறவம் மாந்தி, புந்தி வேறு உற்ற போழ்தில்,

தீவினை இயற்றுமேனும், எம்பிமேல் சீறி, என்மேல்
ஏவியபகழி என்னும் கூற்றினை ஏவல்' என்றான்." *- கம்ப 4068*

வாலியின் வேண்டுகோளை நினைவுகூர்கிறான். தான் இதுவரை சினத்துடன் பேசிய சொற்களை ஏற்றுக்கொண்டு சுக்கிரீவன்பால் சென்றால், இலக்குவன் சுக்கிரீவனை அழித்துவிடுவான் என்ற எண்ணம் இராகவன் மனத்தை உறுத்திற்று. எனவே, இந்தக் கடுஞ்சொற்களைக் கூறி முடித்த பிறகு தம்பிக்கு மற்றுமோர் ஆணை இடுகிறான்.

"நீதி ஆதி நிகழ்த்தினை, நின்று, அது,
வேதியாத பொழுது, வெகுண்டு, அவண்
சாதியாது, அவர் சொல்தரத் தக்கனை;
போதி ஆதி' என்றான் - புகழ்ப் பூணினான்." *- கம்ப 4276*

சிறந்த சிந்தனையாளனும் அருளாளனும், பிறர் குற்றத்தை மன்னிக்கும் இயல்புடையவனுமான இராகவன் இந்தக் கடைசி ஆணையை இலக்குவனுக்கு இடாதிருந்திருந்தால் இராமாயணக் கதையே வேறுவிதமாக முடிந்திருக்கும். இராகவன் கோபம், நன்றி கொன்ற சுக்கிரீவன்மேல் எவ்வளவு விரைவாக உச்சகட்டத்தை அடைந்ததோ, அதே விரைவுடன் ஒரே வினாடியில் கீழ் இறங்கிவிட்டது. "விற்பிடித்து நீர்கிழிய எய்த வடுப்போல மாறுமே, சீரொழுகு சான்றோர் சினம்" (மூதுரை 23) என்ற மூதுரைப் பாடலுக்கு முழு இலக்கணமாக விளங்குகிறான் இராகவன்.

இராகவன் ஆணையுடன் சென்ற இலக்குவன் கிஷ்கிந்தையை ஒரு கலக்குக் கலக்கி, குடி மயக்கத்தில் இருந்த சுக்கிரீவனை இராகவனிடம் வருமாறு செய்து விடுகிறான். வந்த சுக்கிரீவன் இராமன் திருவடிகளில் வீழ்ந்து வணங்கித் தன் பிழை பொறுக்குமாறு வேண்டுகிறான். சரணம் என்று தன் திருவடிகளில் வீழ்ந்த சுக்கிரீவனைப் பார்த்தவுடன், இராமனுடைய கோபத்தீ முற்றிலுமாக அவிந்து விட்டது. சுக்கிரீவனைப் பார்த்து, "என் தம்பி பரதன் போன்றவனாகிய நீ இப்படிப் பேசலாமா?" என்ற பொருளில் "பரதன் நீ! இனையன பகரற்பாலையோ?" *(4401)* என்று பேசுகிறான். தக்க காரணம் இருந்தமையால் இராகவன் சினம் உச்சகட்டத்திற்குச் சென்றது என்றாலும், இயல்பிலேயே அருளாளனாகிய அவன் சுக்கிரீவன் மன்னிப்புக் கேட்டவுடன் அனைத்தையும் மறந்து பரதன் போன்றவன் நீ என்று பேசுகிறான் என்றால், அது அவனுடைய மானுடத் தன்மையின் மேம்பட்ட இறைத் தன்மையை நினைவூட்டுகின்றது. இந்த இடத்தில்,

குன்றே அனைய குற்றங்கள் குணமாம் என்றே நீ கொண்டால்
என்தான் கெட்டது இரங்கிடாய் *(8 - 33 - 3)*

என்ற மணிவாசகரின் திருவாசகப் பாடலை நினையாமல் இருக்க முடியவில்லை. இந்த நான்கு, ஐந்து பாடல்களில் தசரத ராமனாகிய மனிதனின் சினத்தின் ஏற்றமும் அடுத்த வினாடியே எல்லாக் குற்றங்களையும் மறந்து மன்னிக்கவும் மூல இராமனின் இயல்பையும் ஒருசேர வைத்துக் காட்டுகின்றான் கவிஞன்.

எப்போதும் உடனிருந்த இணைபிரியாத இலக்குவன் உள்ளத்துக்கும் எட்டாத சில இயல்புகள் இராமன்பால் உண்டு என்பதை இந்நிகழ்ச்சி காட்டுகிறது. எவர்க்கும் எட்டாத - எவராலும் அளவிட்டு அறியமுடியாத பரம்பொருளே இராமன் என்பதைத் தம்பி இலக்குவன் அனுபவமூலமாக நமக்குக் கவிச்சக்கரவர்த்தி உணர்த்தும் இடம் இது.

வீடணன் அடைக்கலப் படலத்தில் இராமனுடைய புதிய பரிமாணத்தைக் காணமுடிகிறது. சுக்கிரீவன், நீலன், சாம்பன் முதலிய ஆதரவாளர்கள் சுற்றி இருக்கையில், 'இராகவா சரணம்' என்று வந்த 'வீடணனைச் சேர்த்துக் கொள்ளலாமா, வேண்டாவா' என்ற பிரச்சனை எழுகிறது. இக்கூட்டத்தில் இராகவனை ஒத்தவர்களோ, ஏற்கத்தக்க அளவில் குறைந்த தலைவர்கள் யாருமில்லை. இராகவனை நோக்கப் பிறர் யாவரும் மிகத் தாழ்ந்தவர்களே. உடனிருந்தவர்கள் அனைவரும் மாபெரும் காரியங்களைச் சாதிக்கப் போகிறவர்களும் அல்லர். அப்படி இருக்க, இராகவன், 'வீடணனை உள்ளே அழைத்து வருக' என்று உத்தரவிட்டிருந்தால் அதனை மறுத்துப் பேசுவார் யாருமில்லை. என்றாலும், மாபெரும் அருளாளன் ஆகிய இராமன் உடன் இருக்கின்றவர்களையும் சமமாகப் பாவித்து, இதில் அவர்கள் கருத்து என்ன என்று ஒவ்வொருவரையும் கேட்பது ஈடு இணையற்ற அவன் மனிதாபிமானத்திற்கு ஒரு சிறந்த எடுத்துக்காட்டு. அரசியல் அறிவும், மனித உறவுகள் பற்றிய அறிவும் இல்லாதவர்கள் சுக்கிரீவன் முதலானவர்கள். அப்படிப்பட்டவர்களை அவர்கள் கருத்தைக் கூறுமாறு கேட்பது ஆபத்தான விஷயம்தான் என்றாலும், தங்களையும் ஒரு பொருட்டாக மதித்துக் கருத்தைக் கேட்கிறான் இராகவன் என்கிற திருப்தி அவர்களுக்கு ஏற்படுமன்றோ?

ஆலோசனை சபையில் முதலில் கருத்தைக் கூறியவன் அரச மரியாதைக்குரியவனான சுக்கிரீவன் ஆவான். அண்ணனைக் கொல்ல நட்பைத் தேடி, அந்த நட்பின் மூலம் தன் காரியத்தைச் சாதித்துக்கொண்ட சுக்கிரீவன் தன் வரலாற்றை அடியோடு

மறந்துவிட்டு, அண்ணனுக்கு விரோதமாக வந்த இந்தத் தம்பியைச் சேர்த்துக்கொள்ளக் கூடாது. அண்ணனுக்குத் துரோகம் செய்தவன் நாளை நமக்குச் செய்யமாட்டான் என்பது என்ன உறுதி என்று பேசினான் சுக்கிரீவன். நீலன், சாம்பன் முதலியவர்களும் இதே பல்லவியை ஸ்வரங்களை மாற்றிப் பாடினர். இராமன் இக்கட்டான நிலையில் அகப்பட்டுக்கொண்டான்.

வீடணனை ஏற்றுக் கொள்ள வேண்டும் என்பது இராமனின் தீர்ந்த முடிபாகும். ஆனால், ஒருவர்கூட அம்முடிவை ஏற்றுக்கொள்ளவில்லை. இராகவன் மாருதியின் அறிவுத் திறனை மலைபோல் நம்பியிருந்தான். என்றாலும், மகாராஜாவும் அவனுடைய அமைச்சர்களும் பேசுகின்ற சபையில் அவர்களுடன் சமமாகப் பேச மாருதிக்கு இடமில்லை. இந்த இக்கட்டைப் போக்க இராமன் ஓர் அருமையான வழியைக் கையாள்கிறான். “இங்கே உள்ளவர்கள் அனைவரும் ஒரே வகையான முடிவைக் கூறிவிட்டனர். மாபெருங் கேள்வி ஞானம் உடைய நீ என்ன சொல்லுகிறாய்” என்று கேட்கிறான் இராகவன். மாருதி ஒருவனே இலங்கைக்குச் சென்று வந்தவன், உறங்கும் போது வீடணனைப் பார்த்தவன்; பிறர் வீடணன் பற்றிப் பேசுவதைக் கேள்வியுற்றவன். அவனாகச் சொல்வதற்கு அவனுக்குப் ‘பதவி’ ஒன்றுமில்லை. ஆதலால், இதுவரை வாய்மூடி இருந்தான். அப்படிப் பேசுவதாக இருந்தாலும், தன் தலைவனாகிய சுக்கிரீவனுக்கு எதிராகப் பேச உரிமையில்லை இந்தச் சிக்கல்களையெல்லாம் மனத்தில் கொண்ட தேர்ந்த அரசியல் ஞானியாகிய இராகவன், தானே அவனைக் கேட்பது போல ஒரு வாய்ப்பை உண்டாக்கிக் கொடுத்தான். ‘உன் கருத்து என்ன?’ என்று கேட்டதால், சுக்கிரீவன் முதலானோர்க்கு மாறுபட்டு இருப்பினும், தன் கருத்தைச் சொல்ல மாருதிக்கு வாய்ப்பளித்து விட்டான் இராகவன்.

பல்வேறு காரணங்களைக் காட்டி, வீடணன் ஏற்றுக் கொள்ளத் தக்கவனே என்று மிக்க அடக்கத்துடன் கூறினான், அனுமன். இதற்குமேல் இந்த ஆலோசனையை நீட்டிக்க விரும்பாத தசரதகுமாரன்,

“மாருதி அமுதவார்த்தை செவிமடுத்து, இனிதுமாந்தி,
பேர் அறிவாள்! நன்று நன்று எனப் பிறரை நோக்கி,
‘சிரிது: மேல் இம்மாற்றம் தெளிவுறத் தேர்மின்’ என்னா,
ஆரியன் உரைப்பதானான்; அனைவரும் அதனைக் கேட்டார்.”

- கம்ப 6467

‘மாருதி ஆராய்ந்து சொன்ன முடிவே சிறந்த முடிவாகும். அறிவு தெளிந்து ஆராய்ந்தால் இந்த முடிவே சிறந்தது என்ற முடிவுக்கு வருவீர்கள்’ என்று சொல்லிச்செல்லும் சொல் வல்லானாகிய இராகவன் சுக்கிரீவன் முதலானோர் இடைமறித்துப் பேசவிடாமல் மிக அற்புதமாகப் பின்வரும் பாடல் மூலம் ஆலோசனை சபைக்கு ஒரு முற்றுப்புள்ளி வைக்கின்றான்.

“ஆதலான், “அபயம்!” என்ற பொழ்தத்தே, அபயதானம்
ஈதலே கடப்பாடு என்பது, இயம்பினீர், என்பால்வைத்த
காதலான்; இனிவேறு எண்ணக்கடவது என்? கதிரோன் மைந்த!
கோது இலாதவனை நீயே என்வயின் கொணர்தி என்றான்.”

- *கம்ப 6481*

தன் விருப்பத்துக்கு மாறாக அனைவரும் கூறிய முடிவை மாற்றி, தன் கருத்துக்கு இசையுமாறு செய்ய இராகவன் கையாண்ட வழி மிக அற்புதமானது. “என்மேல் வைத்த எல்லையில்லாத அன்பு காரணமாக அபயம் என்று கூறினவுடனேயே அபயம் கொடுப்பது தான் நம்முடைய கடமை ஆகும் என்று நீங்கள் கூறினமை குறித்து மிக்க மகிழ்ச்சி அடைகிறேன். எனவே, கதிரோன் மைந்தனாகிய சுக்கிரீவா! நீயே சென்று அவனை என்வயின் அழைத்துவா” என்று கூறிவிட்டான்.

‘ஈதலே கடப்பாடு என்பது இயம்பினீர்’ என்ற முன்னிலைப் பன்மை மூலம், அங்கிருந்தோர் அனைவரும் அபயதானம் கொடுப்பதே சிறந்தது என்று கூறியதாக இராமன் முத்தாய்ப்பு வைத்து விட்டான். ‘நாங்கள் அப்படிச் சொல்லவில்லை’ என்று யாரேனும் துணிந்து எழுந்து கூறிவிட்டால் என்ன செய்வது? அப்படி நேராதிருக்க, அணைபோடு முறையில் “நீங்கள் அபயதானம் கொடுக்க வேண்டும் என்று கூறியதே என்பால் வைத்த காதலால் தானே” என்ற ஒன்றையும் இணைத்துக் கூறி விட்டான். அவன் கூற்றை மறுத்தால் அவன்மேல் அன்பில்லை என்று ஆகிவிடும். ஆகவே, அனைவரும் வாய்மூடி இருந்தனர். ‘வீடணனை விடவே கூடாது’ என்று வாதத்தை முதன் முதலில் தொடங்கிய சுக்கிரீவனைப் பார்த்து, “கதிரோன் மைந்த! நீயே குற்றமற்ற வீடணனை என்வயின் கொணர்தி” என்று ஆணை இடுவதன் மூலம் ஒரு மாபெரும் பிரச்சனைக்குத் தன் சொற்களாலேயே பிறர்மனம் நோகாமல் ஒரு முடிவைக் கண்டுவிட்டான் இராகவன். வள்ளுவப் பேராசானின்,

சொல்லுக சொல்லைப் பிறிதோர்சொல் அச்சொல்லை
வெல்லுஞ்சொல் இன்மை அறிந்து. - *குறள் 645*

என்ற குறளுக்கும்,

விரைந்த தொழில் கேட்கும் ஞாலம் நிரந்தினிது
சொல்லுதல் வல்லார்ப் பெறின். - *குறள் 648*

என்ற குறளுக்கும் இராகவன் இலக்கணமாகத் திகழ்வதைக் காணலாம்.

இரலைக் குன்றில் பயந்து, நடுங்கி, ஒளிந்து வாழ்ந்த ஒருவனுக்கு இழந்த தாரமொடு எதிர்பாராத தலைமையும் தருகிறான் ஒருவன். முடிசூட்டிவிட்டு அரசியலை எப்படி நடத்த வேண்டும் என்றும் மிக நீண்ட பாடம் கற்பிக்கின்றான். என்றாலும் என்ன? கார்காலம் முடிந்தவுடன் படையொடு உதவ வருகிறேன் என்று சொல்லிச் சென்றவன் இத்தனையும் தனக்குத் தந்தவனை அடியோடு மறந்துவிட்டான். குடி வெறியுடன், காமக்களி ஆட்டத்தில் மிதந்து கொண்டிருக்கும் ஒருவன் எவ்வாறு நன்றி பாராட்ட முடியும். சுக்கிரீவனைப் பொறுத்தமட்டும் உயிரச்சம் ஒன்றுதான் தலையாய பண்பாகும். இராமனைச் சந்தித்தவுடன் முதன் முதலில் அவன் பேசிய வாசகம், 'ஆருயிர் துறக்கல் ஆற்றேன்' என்பதாகும். உயிரின் மேல் அவனுக்கிருந்த ஆசையைக் கண்டு கொண்ட இராகவன் பரிதாபத்திற்கும், இரக்கத்திற்கும் உரிய பொருளாகவே அவனைக் கண்டான். அதனால் தான் கார்காலம் முடிந்தவுடன் அவன் வராமைக் கண்ட இராகவன் மிகுந்த கோபத்துடன் இலக்குவனை அனுப்பும் பொழுது வாலியையே கொன்ற அம்பும் கொம்பும் தன்பால் இன்னமும் உள்ளன என்ற சொல்லி அனுப்பினான்.

அனுமனையும் படையையும் தந்த உதவியது தவிர பெரிய உதவி எதையும் சுக்கிரீவன் செய்ததாகத் தெரியவில்லை. தன் அவசர புத்தியாலும், உணர்ச்சிகளைக் கட்டுப்படுத்த முடியாமையாலும் சுக்கிரீவன் செய்த செயலால் இராமனைப் பெருவருத்தத்திற்கும், துன்பத்திற்கும் ஆளாக்கி விடுகிறான்.

இராவணன் தன் அரண்மனையின் கோபுரங்கள் மேல் ஏறி நின்று, நெடுந்தூரத்தில் உள்ள இராமனையும், அவன் உடன் இருந்தோரையும் உன்னிப்பாக கவனிக்கலானான். அதுகண்ட இராகவன் பக்கத்தில் நின்ற வீடணனை நோக்கி, "அங்கு நின்றவர்கள் யார் யார் என நான் அறிந்து கொள்ளுமாறு கூறுக" என்று கட்டளையிட்டான். இராவணனை முதன் முதலில் அடையாளம் காட்டியவன் வீடணன். அவன்தான் இராவணன் என்று வீடணன் காட்டியதும், பக்கத்தில் நின்று கொண்டிருந்த சுக்கிரீவன் ஒரு வினாடியில் விண்ணில் பாய்ந்து சென்று இராவணன் எதிரே குதித்தான். இருவருக்கும் மற்போர் தொடங்கியது. நீண்ட நேரம் போர் நடைபெற்றது. தன் அடைக்கலப் பொருளான சுக்கிரீவன் இராவணனிடம் போய்

அகப்பட்டுக் கொண்டானே, மீண்டு வருவது என்பது முடியாத காரியம் ஆயிற்றே என்று நினைந்த இராமன் நெஞ்சமுழுங்கிப் புலம்பத் தொடங்கினான். இறுதியாக இராவணன் முடி ஒன்றைப் பறித்துக் கொண்டு கதிரோன் மைந்தனாகிய சுக்ரீவன் இராமனிடம் வந்து அவன் திருவடியில் கிரீடத்தை வைத்து வணங்கி நின்றான். இராவணன் முடியைப் பறிப்பது என்பது இயலாத காரியம் தான். அந்த மாபெரும் செயலை நிகழ்த்தியவர் இருவர். ஒருவன் கழுகின் வேந்தன், மற்றொருவன் கதிரோன் மைந்தன். தன்வலி, மாற்றான் வலி என்ற இரண்டையும் சீர்தூக்கிப் பாராமல் அவசரப்பட்டு சுக்கிரீவன் செய்த செயல் போற்றத் தக்கதாயினும் இராகவனுக்குச் சில நாழிகை நேரம் மாபெரும் துயரத்தைத் தந்தது என்பது உண்மைதான். என்றாலும், இராகவன் பால் அவன் கொண்டிருந்த அன்பை நினைத்துத்தான் தன் தம்பியருள் ஒருவனாக அவனை ஏற்றுக் கொள்கிறான்.

பிழை பொறுத்து ஆள்வான்

மகுடபங்கப் படலத்தில், சுக்கிரீவன் தன் அவசர புத்தியால் பெரிய சிக்கலை உண்டாக்கிவிட்டான். திடீரென்று இராவணன் மேல் பாய்ந்த அவன், இராவணனுடன் போர் செய்யத் தொடங்கிவிட்டான். நெடுநேரம் சுக்கிரீவன் வராமையாலும், அவன் என்ன ஆனான் என்று தெரியாமையாலும் பெருந்துன்பத்திற்கு ஆளாகிறான் இராமன். நடைபெற்ற செயலுக்கு இராகவன் எவ்விதத்திலும் பொறுப்பில்லை. மூன்று உலகங்களையும் கட்டி ஆளும் இராவணன் வன்மை என்ன என்று தெரிந்திருந்தும் வானரர்களுக்கே உரிய அவசர புத்தியால் இப்பெருந்தொல்லையை ஏற்படுத்திக்கொண்டான் சுக்கிரீவன்.

இப்பொழுது தவறு யாருடையது என்பதல்ல பிரச்சினை. இராமனைப் பொறுத்தவரையில் தன் அடைக்கலப் பொருளாகிய சுக்கிரீவனை இழந்தால், தான் இராவணனை வெற்றி கொண்டாலும், சீதையை மீட்டாலும் பயனில்லை என்று கருதுகிறான் இராமன். மனமழிந்து சுக்கிரீவனை நினைத்து அவன் புலம்புதலைக் கவிஞன் இதோ தெரிவிக்கிறான்:

"ஒன்றிய உணர்வே ஆய ஓர் உயிர்த் துணைவ! உன்னை
இன்றி யான் உளனாய் நின்று, ஒன்று இயற்றுவது
இயைவது அன்றால்;
அன்றியும், துயரத்து இட்டாய், அமரரை, அரக்கர்க்கு எல்லாம்
வென்றியும் கொடுத்தாய்; என்னைக் கெடுத்தது உன் வெகுளி"
என்றான். - *கம்ப 6921*

"...
....
வையம் ஓர் ஏழும் பெற்றால், வாழ்வெனே? வாராய் ஆகில்
உய்வெனே? - தமியனேனுக்கு உயிர்தந்த உதவியோனே!"

- கம்ப 6922

"...
....
.......................**நெடுஞ் செருக் களத்தின் என்னைக்**
கொன்றாய் நீ அன்றோ? நின்னைக் கொல்லுமேல், குணங்கள்
தீயோன்." *- கம்ப 6923*

எந்தச் சுக்கிரீவன் நன்றி மறந்தான் என்பதற்காக அவன் தவற்றைக் கண்டிக்கப் போகிறேன் என்று இலக்குவனிடம் பேசினானோ அதே சுக்கிரீவன் திருவடிகளில் வீழ்ந்து மன்னிப்பு வேண்டிய பின்னர், அவன் பிழைகள் அனைத்தையும் மன்னித்ததோடன்றி 'நீ பரதனை ஒப்பாய்' என்ற பட்டமும் தந்தான் இராகவன். உலகம் தோன்றிய நாளில் இருந்து ஒரு சிலரை நாடி அடைக்கலம் என்று கூறிக்கொண்டு வருபவர்களை இயன்ற அளவு முயன்று அவர்கட்குப் பாதுகாப்புத் தருவதை நாம் கேட்டதுண்டு. இராமகாதையில் தான் சரணாகதி தத்துவம் இவ்வளவு விரிவாகவும், ஆழமாகவும் பேசப்படுகிறது.

வீடணன் அடைக்கலம் என்று வந்த பொழுது அவனுக்கு, அடைக்கலம் தந்தே தீர வேண்டும் என்று சொல்லவந்த இராகவன்,

"இன்று வந்தான் என்று உண்டோ? எந்தையை யாயை முன்னைக்
கொன்று வந்தான் என்று உண்டோ? அடைக்கலம் கூறுகின்றான்;
துன்றி வந்து அன்பு செய்யும் துணைவனும்அவனே; பின்னைப்
பின்றும் என்றாலும், நம்பால்புகழ் அன்றிப் பிறிது உண்டாமோ?"

- கம்ப 6470

என்று கூறத் தொடங்கி அடைக்கலம் கேட்பவன் தன் தந்தை தாயைக் கொன்றவனாக இருப்பினும் அடைக்கலம் என்று கேட்டால் கொடுத்தே தீர வேண்டும். அவ்வாறு கொடுப்பதன் மூலம் கொடுத்தவனுக்கு அழிவு நேரும் என்றால், அந்த அழிவையும் நாம் வரவேற்று ஏற்றுக் கொள்வதே புகழ் தருவதாகும். தந்தை தாய்க் கொலை செய்தவர்கள் கூட அடைக்கலம் என்று வந்து கேட்டால் அவர்களுக்குக் கொடுக்க வேண்டும் என்று கூறுவது மனிதப் பண்புக்கு அப்பால் மேம்பட்டதாகும். இறைவன் ஒருவன் தான் நாம் செய்யும் அத்தனைப் பிழைகளையும் பொறுத்து நமக்கு வாழ்வளிக்கிறான். அடைக்கலம் காப்பது பற்றி இராமன் கூறும் சொற்களைத் தொகுத்துப் பார்த்தால் அவை தசரதராமன் பேசிய

பேச்சுக்கள் என்று நினைப்பதைவிட மூல இராமன் பேசிய பேச்சுக்கள் என்று கொள்வதே பொருத்தமாகும். அடைக்கலம் காப்பதற்காகச் சடாயு உயிர் விட்டதை நினைந்து பெருமைப்படும் இராகவன், மனித சாதிக்கே ஒரு வழிகாட்டியாக விளங்குகிறான்.

வீடணனும் இராமனும்

எப்போது வெளியேறினான்

இராவணன் மந்திராலோசனை சபையில் வீடணன் பெரும்பணி புரிக்கின்றான். அவன் உறங்கிக்கொண்டிருக்கும் நிலையில் அவனுடைய அரண்மனையிலேயே மறைந்து நின்று அவனைக் கண்ட மாருதி, 'ஒளித்து வாழ்கின்ற தருமம் அன்னான்' (4970) என்றும், அவனுடைய வீடு அந்தணர் மனை எனப் பொலிந்தது (6461) என்றும் கூறியுள்ளான். இராமனைப் பற்றி முன்னரே கேள்வியுற்றிருந்த வீடணன் தன் ஞானத்தால் இராகவன் வெறும் மனிதனல்லன்; தசரதன் மகனாய்ப் பிறந்தவன் ஒரு குறிப்பிட்ட காரியத்திற்காக உலகிடைப் பிறந்த மூலப் பரம்பொருளே என்பதை நன்கு அறிந்திருந்தான். இராமன் யார் என்பதைக் குறிப்பாகவும், வெளிப்படையாகவும் மந்திராலோசனை சபையில் கூறியவன் வீடணனே ஆவான். இராவணனின் பெருமன்றத்தில் கும்பகர்ணனைத் தவிர அவன் கூற்றை செவிமடுப்பார் யாருமில்லை. இறுதியாக, 'விழி எதிர் நிற்றியேல் விளிதி' (6372) என்று அண்ணன் கூறிவிட்டபின் இராவணனை விடுத்து வெளியேறினான். வெளியேறி, விண்ணிடை வந்து நின்ற அவனுக்கு நான்கு நண்பர்கள் உடன் வந்து சேர்ந்தார்கள். அவர்கள் சொன்ன அறவுரையின் பேரில்தான் இராமனிடம் செல்ல முடிவு செய்தான்.

சரணடையத் தானாக முடிவெடுக்கவில்லை - ஏன்?

இராமன் இன்னான் என்று தெரிந்திருந்தும் இவனாகவே ஏன் அந்த முடிவை எடுக்கவில்லை என்ற வினா தோன்றினால், அது நியாயமானதே ஆகும். தேவர்களுக்கு இடுக்கண் செய்து, இறுதியாகப் பிராட்டியையும் கவர்ந்து கொண்டு வந்த ஒருவனின் தம்பியை இராகவன் எப்படி ஏற்றுக் கொள்வான் என்ற ஐயம் அவன் மனத்திடை இருந்தது. அப்படியானால், நண்பர்கள் கூறியதும் தன் ஐயத்தை உதறிவிட்டு உடனே இராமனிடம் வர என்ன நிகழ்ந்தது? இலங்கைக்கு மீண்டு போகும் நிலையில்லை. அடுத்து

உள்ளது ஒரே வழிதான். இராமன் ஏற்றுக் கொண்டாலும் ஏற்றுக் கொள்ளாவிட்டாலும் அவனிடம் சரணம் என்று செல்வதுதான் ஒரே வழி. மீண்டுசென்று இராவணன் கையால் மடிவதைத் தவிர்த்து, இராமன் கையால் மடியும் நிலை ஏற்பட்டால் அதுவே தனக்கு உய்கதி என்ற முடிவுக்கு வந்தான்.

அவன் வருகை இராமனுக்கு அறிவிக்கப்பட்டபோது நீண்ட ஆலோசனைக்குப் பிறகு, சுக்கிரீவனை விட்டே அவனை அழைத்து வரச் சொல்கிறான். சுக்கிரீவன் 'வருக' என்று அழைத்ததும், வீடணன் பேசிய வார்த்தைகள் அவனையும் அவன் மனத்தில் ஓடிய எண்ணங்களையும் காட்டுவனவாகும்.

"பஞ்சு" எனச்சிவக்கும் மென்கால் தேவியைப் பிரித்தபாவி
வஞ்சனுக்கு இளைய என்னை, "வருக!" என்று அருள் செய்தானோ?
தஞ்சு எனக் கருதினானோ? தாழ் சடைக் கடவுள் உண்ட
நஞ்சு எனச் சிறந்தேன் அன்றோ, நாயகன் அருளின் நாயேன்?

- *கம்ப 6487*

'பஞ்சு என்று சொல்லும் போதே சிவக்கும்படியான பாதத்தை உடைய பிராட்டியை வஞ்சகமாகக் கவர்ந்து வந்தவனின் தம்பி நான் என்பதை அறிந்தும், 'வருக' என்று அருள் பாலித்தானா? என்னையும் அடைக்கலத்துக்குரியவன் என்று கருதிவிட்டானா? அவனுடைய அருளின் எதிரே, சிவபெருமானுண்ட நஞ்சைவிடக் கொடியவன் அல்லவா நான்?'. இவ்வாறு வியப்போடு கூடிய தன் மகிழ்ச்சியை வீடணன் புலப்படுத்தினான்.

மூன்றாம், நான்காம் அடிகள் அவன் மன ஓட்டத்தைத் தெரிவிக்கின்றன. "தன் குலப் பகைவனின் தம்பி என்று அறிந்திருந்தும் வருக" என்று அருளிச் செய்தானோ? தஞ்சம் தரக்கூடிய பொருள் நான் என்று அவன் கருதினானா? என்று அவன் பேசும் பேச்சுக்கள் இராகவன் தன்னை ஏற்றுக் கொள்ளமாட்டான், அடைக்கலம் தரமாட்டான் என்று அவன் மனத்திலிருந்த எண்ணத்தை வெளிப்படுத்துவன ஆகும்.

நஞ்சு: உவமை விளக்கம்

"சாதாரண காலத்தில் எல்லோராலும் வெறுத்து ஒதுக்கப் படக்கூடிய நஞ்சு, சிவபெருமான் உண்டதும் எல்லோராலும் போற்றி வணங்கக்கூடிய சிறப்பைப் பெற்றுவிட்டது. அதே போன்று இராவணன் தம்பி என்று அனைவராலும் ஒதுக்கப் பட்ட

நான், இப்பெருமானுடைய அருளால் அனைவரும் விரும்பி ஏற்கத் தக்கவன் ஆகிவிட்டேன்.”

சார்ந்தோரைக் கொல்லும் நஞ்சு, சிவபிரான் அருளால் வணங்கப்படும் நிலையைப் பெற்றது. தேவியைப் பிரித்த பாவியின் சூழலுக்கு உரியவன் வீடணன்; இராமபிரானால் ஏற்கப்பட்ட போது வீடணன் நிலை உயர்ந்துவிட்டது. வீடணனின் வெற்றித் திறத்தை மட்டுமன்றி அடைக்கலத் தத்துவத்தின் சிறப்பையும் இந்த உவமை புலப்படுத்துகிறது.

அரக்கர் அழிவு உறுதி: அறிவு கண்ட முடிவு

இதனை அடுத்து வரும் பாடலில் அரக்கர் வாழ்வு அழியப் போகிறது என்று சொல்கிறான். இது, அவனுடைய ஆழ்ந்த சிந்தனையை அறிவிக்கின்றது. வீடணனின் அறிவு கண்ட இந்த முடிவு இராமனைக் காண்பதற்கு முன்பே சொல்லப்படுகிறது என்பதைக் கவனிக்க வேண்டும். இராவணன் தம்பியாகிய என்னை இன்னான் என்று அறிந்திருந்தும் ஏற்றுக் கொள்ளுகிறான் என்றால் அவனுடைய ஆற்றல் எத்தகையதாக இருக்கும். இராவணனை வெல்வது உறுதி என்ற எண்ணம் இருப்பவன் தானே அவன் தம்பியை சேர்த்துக் கொள்ள முடியும். தருக்கரீதியாக இதனைச் சிந்தித்த அறிவாளியான வீடணன்,

> ....
> ....
> **தெருளுறு சிந்தை வந்த தேற்றம் ஈது ஆகின், செய்யும்**
> **அருள் இது ஆயின், கெட்டேன்! பிழைப்பரோ அரக்கர் ஆனோர்?**
> *(6488)*

‘இராமனுடைய தெருளுறு சிந்தை வந்த தேற்றம் ஈது’ என்று வீடணன் எதனைக் குறிப்பிடுகின்றான்? பகைவன் தம்பியை ஏற்றுக்கொள்வதால் தன்னுடைய வெற்றிக்கு எவ்வித இடையூறும் நேராது என்று இராமன் முடிவுக்கு வந்ததைத்தான் ‘தேற்றம் ஈது’ என்று சொல்கின்றான். இந்த முடிவுக்கு வந்தவர்கள் கூட இரண்டு வகையில் செயலாற்றலாம். சேர்த்துக் கொள்வதில் தவறில்லை என்று நினைத்தால் கூட ‘இது அவசியம் இல்லை. அவனைப் போகச் சொல்’ என்ற முடிவுக்கு வரலாம்; இன்றேல், ‘ஏற்றுக் கொள்ளுகிறேன். அவனை வரச் சொல்’ என்ற முடிவுக்கும் வரலாம். இரண்டாவது முடிவின்படி செயலாற்ற வேண்டுமேயானால் அது அருளுடையவர்களால் மட்டுமே முடியும். அதை நினைந்து தான்

'செய்யும் அருள் இதுவாகில்' என்று பேசுகிறான் வீடணன். ஆற்றலும், அருளும் ஒருசேர உடையவன் பரம்பொருள் ஒருவனாகத்தான் இருக்க வேண்டும். அப்படியானால் அரக்கர் வாழ்வு அஸ்தமிக்கும் என்பது தேற்றம்.

இந்த இரண்டு பாடல்களில் *(6489 - 90)* அவற்றில் தருக்கரீதியாக அவன் பெறும் முடிவுகளும் வீடணன் மாபெரும் அறிவாளி என்பதைக் காட்டி நிற்கும், இராமனுடன் சேர்ந்த தம்பிகளில் மூன்றாமவனாக உள்ள வீடணன் 'கவிஞனின் அறிவுமிக்க'வனாகவும், 'உம்பரின் ஒரு முழம் உயர்ந்த ஞானமுடையவனாக'வும் இருக்கின்றான் என்பதில் ஐயமில்லை.

கும்பகர்ணன் அறிமுகம்

அடுத்து, இராவணன் புலத்தில் இருக்கும் வீரர்கள் ஒவ்வொருவரையும் பற்றிப் பாசறையிலும் போர்க்களத்திலும் வீடணன் பேசுவதைப் பார்த்தால், இராவணன் முதல் கும்பகர்ணன் வரை அனைவருடைய ஆற்றல், வரபலம், தகுதி, அவர்களிடம் உள்ள குறைபாடுகள் ஆகிய அனைத்தையும் மிக நன்றாக அறிந்திருக்கிறான் என்பதை அறிய முடியும்.

போர்க்களத்தில் கும்பகர்ணன் வந்து நிற்கின்றான். மாவீரனான இராகவன், "எதிரே நிற்கும் இவனுடைய ஒரு தோளில் இருந்து மறுதோளைப் பார்த்துக்கொண்டே செல்ல வேண்டுமானால் பல நாட்கள் கழியும் போல் இருக்கிறதே! இரண்டு கால்களை உடைய ஒரு மலை வந்து நிற்கிறதா? போர் செய்ய வந்த ஓர் ஆள் என்று நினைக்க முடியவில்லை." *(7382)*

"இவன் வெளிப்பட்டதால் கதிரவன் ஒளியே மங்கிவிட்டது. நம் குரங்குப் படை தலைகால் தெரியாமல் தப்பி ஓடுகின்றது." *(7383)*

"நம்முடைய சேனையை அழிப்பதற்காகவே இராவணன் இவ் வேடத்தில் வந்திருக்கிறானா, வீடணனே! இவன் யார் என்று விரைவில் கூறுவாயாக" *(7384)* என்று மூன்று பாடல்களில் இவ்வளவு விரிவாக இத்தனை கேள்விகளை இராமனே கேட்குமாறு செய்த பெருமை கும்பனுக்குரியதாகும். கும்பனுடைய ஆற்றலிலும் உடல் அமைப்பிலும் மாவீரனாகிய இராமனுக்கு எப்படி இவ்வளவு மதிப்புத் தோன்றியது? இராவணனைப் பற்றி இவ்வாறு வருணிக்காத இராகவன், கும்பனைப்பற்றி மட்டும் இவ்வாறு கூறக் காரணம் என்ன என்று ஆய்ந்தால், ஓர் உண்மை விளங்கும். கும்பனுடைய

முகத்தை வைத்துக் கொண்டே இந்த மாவீரன் அறுவகைக் குற்றங்களினின்றும் நீங்கியவன் என்பதை இராமன் உணர்ந்து விடுகிறான். எனவேதான் எவ்வித குற்றமும் இல்லாத இந்த மாவீரனை யார் என்று அறிந்து கொள்வதில் அவ்வளவு ஆர்வம் காட்டுகிறான் மற்றொரு மாவீரனாகிய இராகவன்.

இராமன் வினாக்களுக்கு விடை கூறவந்த வீடணன், பதின்மூன்று பாடல்களில் கும்பனைப்பற்றி அறிமுகம் செய்கிறான். கும்பனின் ஆற்றலைப் பல பாடல்களில் விரிவாக எடுத்தோதி, இறுதியில் இரண்டு பாடல்களில் இராவணனுக்குப் பல்வகையானும் அறவுரை கூறியவன் என்றும் இராமனிடம் கூறினான் வீடணன். வீடணன் இவ்வாறு சொல்லி முடிக்கையில், சுக்கிரீவன் 'இத்தகைய நல்லவனைக் கொன்று ஒரு பயனும் இல்லை. நம்முடன் சேர்த்துக் கொள்ளலாம்' என்று சொல்ல, இராமனும் அக் கருத்தை ஏற்றுக்கொண்டான். வீடணன் முயற்சி பலிக்காமல் போகவே, போர் தொடங்கிற்று.

வர மறுத்த கும்பன்

கை, கால் முதலியன துணிக்கப்பட்ட நிலையிலும் மலை ஒன்றைக் கவ்வி கும்பகர்ணன் எறிய, இராமனின் விற்பிடித்த கை நடுங்கிற்று என்று பாடுகிறான் கவிஞன். மூங்கில் நிறைந்த மலை ஒன்றை நாவினால் பறித்து வாய்க்குள் செலுத்தி, துப்புவது போல எறியவும், பிலம் திறந்தது போன்று, அவ்வாயிலிருந்து புறப்பட்ட மலையை இராமன் மேல் வீச, இராகவனின் வில் பிடித்த கை நடுங்கிற்று என்ற பொருளில்,

> "................................
> **வேயினால் திணி வெற்பு ஒன்று நாவினால்**
> **விசும்புற வளைத்து ஏந்தி,**
> **பேயின் ஆர்ப்புடைப் பெருங்களம் எரிந்து எழ,**
> **பிலம் திறந்தது போலும்**
> **வாயினால் செல், வீசினன்; வள்ளலும்**
> **மலர்க் கரம் விதிர்ப்புற்றான்."**
>
> *- கம்ப. 7621*

இராகவன் இலங்கையிற் செய்த போரில் அப்பெருமானுடைய கை நடுங்கிய ஒரே ஒரு இடம் வில், வாள் முதலிய எந்தப் படையும் இல்லாமல் கும்பன் வாயினால் செய்த போரிலேயே ஆகும். இதனை அடுத்துத் தூய மாவீரனாகிய கும்பன் எதிரியை நன்கு அறிந்து கொண்டான் ஆதலின்,

"அய்யன் வில் தொழிற்கு ஆயிரம் இராவணர்
அமைவிலார்;............................." - கம்ப 7622

என்ற முடிவுக்கு வந்து, தன் தமையனின் முடிவை எண்ணி வருந்தினான்.

இறுதியாக, இறக்கும் தறுவாயில் இரண்டு வரங்களை இராமனிடம் வேண்டினான். முதலாவது வரம், "ஐயனே! உடன்பிறந்த தம்பி என்றும் பாராமல் தகவிலானாகிய என் அண்ணன் வீடணனைக் கண்டால் கொன்றுவிடுவான். எக்காரணத்தைக் கொண்டும் உன் தம்பி, நீ, அனுமன் என்ற மூவரில் யாருடனாவது பிரியாமல் என் தம்பி வீடணன் இருக்குமாறு நீ வரம் அருளவேண்டும்.

"தம்பி என நினைந்து, இரங்கித் தவிரான், அத் தகவு இல்லான்;
நம்பி! இவன்தனைக் காணின் கொல்லும்; இறை நல்கானால்;
உம்பியைத்தான், உன்னைத்தான், அனுமனைத்தான், ஒரு பொழுதும்
எம்பி பிரியானாக அருளுதி; யான் வேண்டினென்." - கம்ப. 7627

இரண்டாவது வரம், "இன்றுவரை என்னை வெல்வார் யாருமில்லை ஆதலால் மானத்தோடு வாழ்ந்துவிட்டேன். இப்பொழுது சுக்ரீவன் எம்மூக்கைக் கடித்துவிட்டதால் நான் இறந்த பிறகு என் பகைவர்களாகிய தேவர்களும், முனிவர்களும் 'மூக்கிலா முகம்' என்று எள்ளி நகையாடுவார்கள். ஆகையால் நுன் கணையால் என் கழுத்தை நீக்கி, என் முகத்தைக் கருங்கடலுள் போக்குவாய்" என்று வேண்டுவதாகும். அருளுடை ஆழியான் அவனுடைய வேண்டுதலை இரண்டு வரங்களையும் தந்து நிறைவேற்றினான்.

வந்து சேர்ந்த தம்பியரில் ஒருவனாகிய வீடணனைப் பற்றிப் பேசும் இடத்தில், வந்து சேர மறுத்தவனாகிய கும்பகருணனைப் பற்றி இத்துணை விரிவாக விவரம் தந்தது ஏன்? இப்படி ஓர் ஐயம் எழுவது இயல்பே. இந்த ஐயத்தையே ஆழ்ந்து நோக்கினால் ஓர் உண்மை விளங்கும்.

மிகப் பேராற்றலும் நல்லற நாட்டமும் கொண்ட கும்பகருணனும் இராமன் பக்கத்தில் இருந்தால் நல்லது என்ற எண்ணத்தைக் கவிச்சக்கரவர்த்தி எழுப்புகிறான். பாத்திரங்கள் வாயிலாக எழுந்த கருத்துத்தான்; என்றாலும், கவிஞன் எழுப்புவதுதானே?

இராமன் பக்கம் தன் தமையன் இருந்தால் நல்லது என்ற எண்ணம் வீடணனும் ஏற்றுக்கொண்ட ஒன்றுதான். கும்பகருணனிடம் சென்று இந்த முயற்சியை மேற்கொள்வது யார் என்ற கேள்வி

வந்தபோது, 'அடியனே சென்று, அவனை உள்ளம் சேகு அறத் தெருட்டி, ஈண்டுச் சேருமேல் சேர்ப்பென்' (7399) என்று வீடணன் தானே முன்வந்து செல்கிறான். 'சேர்ப்பேன்' என்று சொன்னான்; ஆனால், கும்பகருணன் இராமன் பக்கத்தில் சேர்வான் என்ற நம்பிக்கையோடு அவன் செல்லவில்லை. 'சேருமேல் சேர்ப்பென்' என்றுதான் சொல்லிச் செல்லுகிறான்.

நம்பிக்கை இல்லாத போது ஏன் செல்லுகிறான் என்பது ஒரு நல்ல கேள்விதான். ஆனால், அப்படிச் சென்றதில் தான் வீடணனின் சத்திய நாட்டமும் இராம பக்தியும் துலங்குகின்றன.

எப்படிப்பட்டவனை இராமன் பால் சேர்க்க முனைந்தான் என்ற சிந்தனை எழவேண்டும் என்பதற்காகவே கும்பகருணன் பற்றி இங்கே சற்று விரிவாகப் பார்க்க நேர்ந்தது.

இன்னொரு தம்பியைச் சேர்க்க விரும்பி முயன்றான் ஏழாவது தம்பி. நோக்கத்தில் தோற்றிருக்கலாம். ஆனால், அந்தத் தோல்வியில் கூட ஒரு தம்பியின் உள்ளப் பொலிவு தெளிவாகிறதன்றோ?

அடுத்து வந்த அதிகாயன்

கும்பனை அடுத்துப் போருக்கு வந்தவன் மற்றொரு தம்பியாகிய அதிகாயன். இவன் கும்பனைப் போல மேனி படைத்தவன் அல்லன். எனவே, இராமன் எங்கே அவனைக் குறைத்து மதித்துச் சிக்கலில் அகப்பட்டுக் கொள்வானோ என்று அஞ்சிய வீடணன், பெரிய பெருமாளுக்கு அதிகாயன் சிறப்பையும், வன்மையையும் விரிவாக எடுத்துச் சொல்கிறான். அவன் கூறியவற்றுள் முக்கியமான சில கருத்துக்களைக் காணலாம்.

"இவன் நான்முகனிடம் தவஞ் செய்து பெற்ற வலியால் தேவாசுர யுத்தத்தில் மடியாமல் நின்றவன்" *(7782)*

"தேவர்களும், அசுரர்களும் வேண்ட மந்திர மலையையும், வாசுகியையும் கொண்டு தன் காலினாலேயே பாற்கடலைக் கலக்கியவன் ஆவான இவன்" *(7784)*

"திக்கயங்களையும் தன் கையினால் தள்ளும் பேராற்றல் படைத்தவன் இவன்" *(7785)*

"இந்திரனோடு போர் செய்யும்பொழுது அவனுடைய பிரசித்தி பெற்ற வச்ராயுதத்தைப் பொடிப்பொடியாகச் செய்தவன் இவன்" *(7788)*

"அறன் அல்லாதவற்றை நல்லது என்று நினையாதவன்; ஏற்ற வலிமையுடையவர்களை அல்லாது அப்பாவிகளாகிய சாதாரணமானவர்களோடு போர் தொடுக்க விரும்பாதவன்." *(7790)*

"உடம்பிலிருந்து உயிர் பிரியும் நிலை வந்தாலும், மாயப் போர் செய்யும் வல்லமை உடையவர்கள் பலர் எதிர்த்தாலும், வீரத்திற்கு முரணான மாயப்போர் செய்தலை எக்காலத்தும் விரும்பாதவன் இவன்" *(7791)* என்ற அளவில் இராமனுக்கு அறிமுகஞ் செய்ததோடு, ஆதியில் திருமாலோடு நேரிடையாகப் போர் செய்த மது, கைடவர் என்ற இருவரில், கைடவனே இப்பொழுது அதிகாயனாகப் பிறந்துள்ளான் என்று அதிகாயனின் பழைய வரலாற்றையும் கூறி முடித்தான் வீடணன்.

கும்பனை வருணித்தது போல அதிகாயனைப் பற்றி இவ்வளவு விரிவாக அவன் வீரத்தைப் புகழ்ந்து பேசி, இறுதியாக அறத்தை மீறாதவன் அதிகாயன் என்பதையும் கூறினான். இதற்கொரு தக்க காரணமும் உண்டு. கும்பகர்ணனுடன் இராமன் தானே நேர் நின்று போர் செய்தான் என்பதால் அவனை ஒத்த அதிகாயனுடனும் அவனே போர் செய்யவேண்டும் என்பதை நேரிடையாகச் சொல்லாமல் இவ்வாறு குறிப்பாகக் கூறினான் வீடணன். மேலும் மது, கைடவர்களை ஸ்ரீமந் நாராயணனே நேர் நின்று கொன்றான் என்பதையும் நினைவூட்டியதற்குக் காரணம் எளிதில் விளங்கும். 'இறந்த கைடவன் அதிகாயனாக வந்திருக்கிறான் ஆதலால், இராமனாக வந்த நாராயணனே அவனைக் கொல்லவேண்டும்' என்பதும், வீடணன் சொல்வதற்குக் காரணம் ஆகும்.

'இலக்குவன் திறத்தை வீடணன் அறியவேண்டும்'

இதுவரை இலக்குவன் தனிநின்று போர் செய்யும் வாய்ப்பு கிட்டவில்லை ஆதலால்; அவனைப்பற்றி வீடணன் அறிந்திருக்க வாய்ப்பில்லை. எனவே, இராகவன் வீடணன் சொன்னதையெல்லாம் ஏற்றுக்கொண்டு இலக்குவன் யார் என்பதை வீடணனுக்கு 5 பாடல்களில் *(7802 - 7807)* அறிவிக்கின்றான்.

மிகுந்த புன்சிரிப்புடன் இராமன் கூறியதாவது: "எண்ணாயிரம் இராவணர்களும், தேவர்களும், வேறு உலகில் உள்ள எவராய் இருப்பினும் அவர்களும், யாரும் அடைய முடியாத மும்மூர்த்திகளும், ஒரு சேர வந்தாலும் இவன் அவர்களோடு எப்படிப் போர் செய்கிறான் என்பதை நீ சென்று உன் கண்ணாலேயே காண்பாயாக." *(7803)*

“என் தம்பி போர்புரிய முடிவு செய்துவிட்டால் ஆகாயம், பூமி, விற்பிடித்தவர்கள் என்னுள்பட யாராக இருப்பினும், ஈசன், இந்திரன் ஆகிய யாராக இருப்பினும் தம்பியின் முன் நில்லார்.” *(7804)*

“என் தேவியைப் பிரிக்கவந்த இராவணன் பிழைத்த காரணம் என்னவென்றால், தேவியின் கட்டளையை மீற முடியாமல் இவன் அவ்விடத்தை விட்டு வந்ததுதான். இன்றேல் இராவணன் கதை அன்றே முடிந்திருக்கும்.” *(7806)*

இராமனுடைய வீரத்தை, போர்த்திறத்தை முதற்போரிலும், கும்பன் போரிலும் நேரில் கண்ட வீடணன், இலக்குவனை அறிந்து கொள்ள இந்த வாய்ப்பை ஏற்படுத்தித் தருகிறான் இராகவன். பின்னர் நிகழப்போகும் இந்திரசித்தன் போர் முதலியவற்றில் உடன் இருக்கப் போகின்றவன் வீடணன்; ஆதலால் இலக்குவன் செய்யும் முதற் போரை வீடணன் நேரே காண வேண்டும் என்ற இராகவனின் திட்டம் ஆழ்ந்த சிந்தனைக்குப் பிறகு செய்யப்பட்டதாகும்.

எண்ணாயிரம் இராவணர்களும், திரிமூர்த்திகளும், இந்திரனும் கூட இலக்குவன் எதிரே நிற்க முடியாது என்று இராகவன் கூறிய வார்த்தைகள் வீடணன் மனத்தில் ஓரளவு பதிந்திருந்தது. அதிகாயனுடன் இலக்குவன் செய்த போரைக் கண்டவுடன் இராகவன் கூறியது சரியே என்ற எண்ணம் வீடணன் மனத்தில் ஆழமாகப் பதிந்து விட்டது. இதனால் தான் இந்திரசித்தனுடன் இலக்குவன் போர்செய்யும் பொழுது அதனை இராமனிடம் சென்று சொல்லவேண்டிய தேவையில்லை என்ற முடிவுடன் வீடணன் இருந்துவிட்டான்.

அதிகாயன், மாயப்போரில் ஈடுபடாதவன் ஆதலால் இலக்குவன் அவனுடன் மோதுவதும், வெல்வதும் இயல்பாக முடிந்துவிட்டது.

இதனெதிராக, இந்திரசித்தன் மாயப்போர் வல்லவன் என்பதை இலக்குவன் அறியாத காரணத்தால் தான் அவன் மறைந்து நின்று நாகபாசத்தை எய்தவுடன் இலக்குவன் கட்டுண்ணும்படி ஆயிற்று. இராமன் கூற்றுப்படி இலக்குவன் யாராலும் வெல்லப்படாதவன் என்ற நம்பிக்கையோடு இருந்த வீடணனுக்கும் நாகபாசம் எதிர்பாராத அதிர்ச்சியைத் தந்துவிட்டது. இந்த நிலையில் அங்கு வந்த இராகவன், எடுத்த போர், இலங்கை வேந்தன் மைந்தனோடு இளையகோவுக்கு அடுத்தது என்று, என்னை வல்லை அழைத்திலை, அரவின் பாசம் தொடுத்த கைதலையினோடும் துணித்து, உயிர் குடிக்க என்னைக் கெடுத்தனை; வீடணா! நீ என்றனன் - கேடு

இலாதான் என்னை வல்லை அழைத்திலை; என்னைக் கெடுத்தனை வீடணா! என்று இராகவன் பேசுவது பொருத்த மற்ற கூற்றாகும். இலக்குவன்பால் மலை போன்ற நம்பிக்கையை வீடணனுக்கு ஏற்படுத்திவிட்டு இப்போது நீ என்னை அழைக்க வில்லை என்று கூறுவது பொருந்தாக் கூற்றே ஆகும். பெரிதும் உணர்ச்சிவசப்பட்ட நிலையில் இராகவன் ஓரளவு தடுமாறும் இடங்களில் இதுவும் ஒன்றாகும். உடன்பிறந்த தம்பியிடம் கொண்ட பாசம் உடன் பிறவாத் தம்பியிடம் கடுமையாகப் பேசவைத்துவிட்டது.

இவ்வாறு அவன் கூறியதும் வீடணன் மனநிலையைக் கற்பனை செய்து பார்க்க வேண்டும். அந்த மனநிலையை அவனுடைய முகம் பிரதிபலித்திருக்க வேண்டும். ஒரு வினாடியில் இராமன் அவசரத்தில் தான் செய்த பிழையை உணர்ந்து கொண்டான். ஆனாலும், தவறு நடந்துவிட்டது. எனவே, இதற்குக் கழுவாய் தேடுமுகமாக இந்திரசித்து வதைக்குப் பிறகு இராகவன் அவனுக்கு ஒரு புகழ்மாலை சூட்டுகிறான். இந்திரசித்தன் தலையுடன் இலக்குவன், அனுமன், வீடணன் ஆகிய மூவரும் இராமனிடம் வந்து நின்றதும், இலக்குவனைத் தழுவிக்கொண்டான் இராமன். அவன் உடம்பில் வழியும் குருதியை தன் உடம்பாலேயே துடைத்தான் என்றாலும், வாய்திறந்து இலக்குவனைப் புகழ்ந்து ஒரு வார்த்தையும் சொல்லவில்லை. அதற்கு பதிலாக,

"ஆடவர்திலக ! நின்னால் அன்று இகல் அனுமன் என்னும்
சேடனால் அன்று வேறு ஓர் தெய்வத்தின் சிறப்பும் அன்று;
வீடணன் தந்த வென்றி, ஈது' என விளம்பி மெய்ம்மை,
ஒரு அவிழ் அலங்கள் மார்பன் இருந்தனன், இனிதின்,
இப்பால்" - *கம்ப. 9185*

"வீடணன் தந்த வெற்றியே ஈது" என்று அவன் மனம் குளிர பாராட்டுரை வழங்கினான்.

ஆழ்ந்து சிந்தித்தால் 'நீ என்னைக் கெடுத்தனை வீடணா' என்று சொல்லியபொழுது வீடணன் எந்தக் குற்றங்களும் செய்யவில்லை. இலக்குவன் போர்த்திறத்தை உடனிருந்து கண்டு கொண்டே இருந்தான் ஆதலின் இந்திரசித்தனையும் அவன் வெல்லக்கூடும் என்று நினைத்தான். ஆதலின் இராமனிடம் ஒன்றும் கூறவில்லை. எனவே, அவன் எக்குற்றமும் இழைக்காத போது உணர்ச்சிவசப்பட்ட இராகவன் அவன் மேல் ஒரு குற்றத்தைச் சுமத்தினான். நிகும்பலைக்குப் பின் நடந்த போரில் தன் ஆற்றலை மட்டும் கொண்டு அவனை வெல்ல முடியாது என்று

கண்டுகொண்ட இலக்குவன் இராமன் பரம்பொருள் என்பதைக் கூறி அதனால் இந்திரசித்தன் தலையை அறுத்துவிட்டான். எனவே, இந்த வெற்றியில் வீடணனுக்கு எந்தப் பங்கும் இல்லை. குற்றம் செய்யாதபோது வீடணன் மேல் குற்றம் சுமத்திய இராகவன் இலக்குவன் வெற்றியில் ஒரு சிறு பங்குகூட உதவி செய்யாத வீடணனுக்குப் புகழாரம் சூட்டினான். ஆழ்ந்து நோக்கினால் அவசரப்பட்டுக் குற்றம் சுமத்தியதற்கு வருந்தி அதற்குக் கழுவாயாக இப்பொழுது அந்தப் புகழுரையைத் தந்தான் என்று நினைப்பதில் தவறில்லை.

செய்யாமற் செய்த உதவி

கதைத் தொடர்ச்சி இருப்பதால், நாகபாசம் நீங்க உதவிய கருடன் செய்தியையும் - மற்றொன்று விரித்தலாக அல்லாமல் இடைப் பிறவரலாக - ஓரளவு காண்போம்.

தசரத குமாரன் இராமானுஜனாகிய தம்பிமேல் கொண்ட காதல் எத்தகையது என்பதை அறிவிக்க இப்பகுதி மிகவும் பயன்படும். நாகபாசத்தில் கட்டுண்டவர்கள் இடர் தீர்க்க மேலுலகத்தில் இருந்து கருடன் வருகின்றான். அவன் நிழல் பட்டதும் நாகபாச பந்தங்கள் இற்று விழுகின்றன. அதில் கட்டுண்ட அனைவரும் எழுந்து ஆரவாரம் செய்தனர். மகிழ்ந்த இராகவன் கருடன் யார் என்று தெரியாமல் அருகில் அழைத்து அவனுக்கு நன்றி பாராட்டுகின்றான்.

"ஐயனே! நீ யார் என்று எங்களுக்குத் தெரியவில்லை. நாங்கள் முன்னர்ச் செய்த தவத்தின் பயனாக எங்கள் அனைவரையும் உயிர்ப்பித்தாய். எங்கள் நன்றிக்கு அடையாளமாக உனக்கு ஏதாவது கையுறை தரவேண்டும் என்று விரும்பினாலும் அதனை ஏற்பவனாக நீ காணப்படவில்லை." *(8268)*

"நீ முன்னர் எங்களைக் கண்டதும் இல்லை; கேட்டதும் இல்லை. நாங்களும் அவ்வாறே அப்படி இருக்க ஒரு பேருபகாரம் செய்து எங்களைக் கடனாளியாக்கிவிட்டாய். உடலுள் இருக்கின்றதோ இல்லையோ என்று ஐயப்படும் அளவிற்கு வந்துவிட்ட எங்கள் உயிரை நீ இப்பொழுது தந்தாய். ஐயா! ஒருவேளை முன்னரே நாம் நண்பர்களாக இருந்திருப்பின் இவ்வுதவி முறையானதாகும். அதுவும் இல்லாதபோது நாங்கள் என்ன செய்ய வேண்டும் என்பதைக் தயவு செய்து சொல்" என்கிறான் இராகவன். *(8270)*

தன்னை இன்னார் என்று அடையாளம் கண்டுகொள்ளாத தன் தலைவனாகிய பரம்பொருள், இப்பொழுது எப்படி நன்றி சொல்வது என்று கேட்கிறான். மனம் நெகிழ்ந்து விட்டான், கருடன். உண்மையைச் சொல்வதிலும் பயனில்லை. எனவே, மிக அழகாகவும் சாதுர்யமாகவும் பேசிவிட்டு விடை கூறுகிறான்.

ஒரு தடுமாற்றமும் கழுவாயும்

இனி, பிரம்மாத்திரப் படலத்தில் இலக்குவன், அனுமன் முதலானோர் வீழ்ந்து கிடக்கையில் அது எவ்வாறு நிகழ்ந்தது என்பதை அறிந்து கொண்ட காரணத்தால் இராகவன் யார் மேலும் குற்றம் சுமத்தவில்லை.

வீடணன் செய்த பேருதவி மற்றொன்று

அடுத்து வீடணன் இராமனுக்குப் பேருதவி செய்த இடம் 'மாயா சீதைப் படலத்தில்' வருகிறது. ஓர் அரக்கியைச் சீதை வடிவம் கொள்ளச் செய்து, அனுமன் எவ்வளவு வேண்டியும் அவளை வெட்டிச் சாய்த்துவிட்டு, "இந்த வினாடியே அயோத்தி சென்று பரதனையும், தாய்மார்களையும் ஒரு நொடியில் ஒழித்துக் கட்டுகிறேன் பார்"என்று புட்பக விமானத்தில் ஏறி இந்திரசித்தன் சென்றுவிட்டான். அதை உண்மை என்று நம்பிய அறிவாளியாகிய அனுமன் கூட இராகவனிடம் வந்து சொல்ல, இராம இலக்குவர்கள் துயர்க் கடலுள் மூழ்கினர். பிராட்டி வெட்டுண்டாள் என்பதை இராகவனே நம்பிவிட்டான் என்பது இராமனை அறிந்தவர்கள் ஏற்றுக்கொள்ள முடியாத கருத்தாகும். அதனைப் பற்றி இராகவன் நினைப்பதற்கு முன்னர் அதைவிடப் பெரிய துயரச்செய்தி அவன் செவிகளில் புகுந்தது. தன் பகைமை காரணமாக ஒரு பாவமும் அறியாத தாயரும் தம்பியரும் இந்திரசித்தனால் கொல்லப்படுவது இராமனால் ஏற்றுக்கொள்ளப்பட முடியாத ஒன்றாகும். 'தீரும் இச் சீதையொடும் என்கிலது அன்று, என் தீமை; வேரொடு முடிப்பது ஆக விளைந்தது *(8915)* என்ற முறையில் இராகவன் புலம்புவது பிராட்டி கொல்லப்பட்டாள் என்பதை அவன் நம்பினான்' என்றே நினைக்கத் தோன்றுகிறது. இனிவரும் பாடலில்,

> **"..................................**
> **........... வினையேன் வந்த**
> **மனை பொடிப்பட்டது. அங்கு, மாண்டது, தாரம் ஈண்டும்:"**
> **...............................**
>
> \- கம்ப. *8916*

என்றும் வருந்துகிறான்.

தான் பிறந்த பாவத்தால், பெண் ஒருத்தி காரணமாகத் தான் பிறந்த நாடும் தம்பியரும் தாயரும் துயர் படப்போகிறார்கள் என்ற நினைவு வந்தவுடன் தன்னைத் தானே நொந்து கொள்கிறான். 'என்னுடைய பாவம் பெற்ற தாதைக்கும் காவல் செய்த சிறிய தாதை சடாயுவுக்கும் தமியள் ஆய சீதைக்கும் எமனைக் காட்டி அவனிடம் அனுப்பியது. இந்த இந்திரசித்தன் தன் பாசத்தையும் தெய்வப் படைகளையும் ஏவினால் என் தாயர், தம்பியரைக் காக்கக் கருடன் அங்கே வரப்போவதில்லை, மருத்துமலை கொண்டுவர அனுமன் அங்கு இல்லை. அவர்கள் உயிரை யார் மீட்டுத் தருவார்கள்' (8918) என்று துயரக் கடலின் கரைகாணாது புலம்பும் இராகவனை நோக்கி, அனுமன் பேசலானான்;

"ஐயன்மீர்! சோதரர் இருவரும் என் தோள்களில் ஏறிக் கொண்டால், இந்திரசித்தன் செல்லும் புட்பகத்தைவிட வேகமாகச் சென்று அவன் வருவதற்குள் உங்களை அயோத்தியில் இருக்குமாறு செய்வேன்" என்றவுடன் இராகவன், 'இது பொருத்தமானதும், செய்ய வேண்டியதும் ஆகும்' என்று கூறினான். அனுமன் தோள்மேல் இராமன் ஏற யத்தனிக்கையில் வீடணன் எதிரே வந்தான். இராமனை வணங்கி, "பெருமானே! நடைபெற்ற எதையும் அடியேன் நம்பத் தயாராக இல்லை. கற்பின் கொழுந்தாகவும் அனைத்தின் அன்னையாகவும் உள்ள ஒருத்தியை இந்திரசித்தன் என்ற கயவன் வெட்டினான் என்றால், அது நம்பமுடியாத ஒன்றாகும். அப்படி நடந்திருந்தால் உலகம் ஏழும் இதற்குள் தீக்கிரையாகி இருக்கும். எனவே, இது அனைத்தும் இந்திரசித்தனின் மாய விளையாட்டு என்றே நினைக்கிறேன். நான் வண்டுருக்கொண்டு அசோகவனம் சென்று பார்த்து வரும் வரை உங்கள் பயணத்தை நிறுத்தி வைக்க வேண்டும்" என்று வேண்டிக்கொண்டான். துயரத்தால் உணர்ச்சிவசப்பட்டு திடீரென்று ஒரு முடிவுக்கு வந்த தசரத இராமனுக்கு வீடணன் கூற்றில் உண்மை இருக்கக்கூடும் என்ற எண்ணம் தோன்றியதால், 'தக்கது, அமைவது' என்று கூறி, வீடணனுக்கு அனுமதி அளித்தான்.

வீடணன் உள்ளிட்ட இராமன் முதலிய அனைவரும் அறியாததும் நிகழ்ந்து முடிந்தால் பேராபத்தை விளைக்கக் கூடியதுமான ஒரு செயல் இலங்கையுள் தொடங்கிவிட்டது. சீதை உயிருடன் இருக்கிறாளா என்று கண்டு வரத்தான் வீடணன் வண்டுருக்கொண்டு அசோகவனம் புகுந்தான். அவள் உயிருடன் உள்ளாள் என்பதால் ஏற்பட்ட மகிழ்ச்சியை முற்றிலும் குலைக்கும் செயல் ஒன்று அங்கு நடைபெறுவதை வீடணன் கண்டும், கேட்டும் அறிந்தான். ஆம்!

இந்திரசித்தன் நிகும்பலை என்ற இடத்திற்குச் சென்று ஒரு வேள்வியை நடத்திட ஏற்பாடுகள் செய்துவிட்டான். வேள்விக்குரிய கலப்பை, நெய் முதலிய அனைத்துப் பொருள்களும் நிகும்பலை நோக்கிச் செல்வதையும், அங்கு நடக்கப் போகும் வேள்விபற்றி அரக்கர்கள் தம்முள் பேசிக்கொள்வதையும் கேட்ட வீடணன், துடித்துப்போய் ஒரு வினாடிக்குள் மீண்டு வந்து இராகவன் திருவடிகளில் வீழ்ந்தான். அன்னை எவ்வித ஆபத்தும் இல்லாமல் நலமாகத் திரிசடையுடன் பேசிக்கொண்டு இருக்கிறாள் என்ற செய்தியைச் சொல்லியதும், இராம - இலக்குவர்களும் குரங்குக் கூட்டத் தினரும் துயரக் கடலினின்று எழுந்து ஆனந்தக் கடலில் மூழ்கினர்.

மருத்துமலையைக் கொணர்ந்து தசரதன் பிள்ளைகள் நால்வர்க்கும் மறுபிறவி தந்தான் அனுமன். சீதை பட்டாள், இந்திரசித்தன் அயோத்தி போகிறான் என்ற செய்தியால் சாவை ஒத்த துன்பத்தில் ஆழ்ந்த தசரத ராமனும் இலக்குவனும் மீண்டும் உயிர் பெற்றனர். அதற்கு நன்றி செலுத்தும் வகையில் வீடணனை மார்புறத் தழுவிக்கொண்ட இராகவன், தழுதழுத்த குரலில் தன் நன்றியைத் தெரிவித்துக் கொள்கிறான்.

> **“வீரனும் ஐயம் தீர்ந்தான்; விடணன் தன்னை மெய்யோடு**
> **ஆர்வமும் உயிரும் ஒன்ற அழுந்துறத் தழுவி, ‘ஐய!**
> **தீர்வது பொருளோ, துன்பம்? நீ உளை; தெய்வம் உண்டு;**
> **மாருதி உளன்; நாம் செய்த தவம் உண்டு; மறையும் உண்டால்”**
>
> *- கம்ப. 8934*

என்ற முறையில் ‘தெய்வம், வீடணன், மாருதி, தான் செய்த தவம் என்பவை இன்றும் உள’ என்று மகிழ்ந்தான் இராகவன் வீடணனாகிய தம்பி இராம - இலக்குவர்க்குச் செய்த பேருதவிகளில் இது முக்கியமான ஒன்றாகும். இதற்கும் மேலான உதவி நிகும்பலை யாகம்பற்றி அவன் எச்சரித்ததாகும்.

நிகும்பலை வேள்வி: எச்சரிக்கையும் உதவியும்

பின்னர் வரப்போகும் ஆபத்தின் வன்மையை இந்த மகிழ்ச்சி குறைத்து மதிப்பிடும் தவறு நிகழ்ந்துவிடக் கூடாது என்ற கருத்தில் நிகும்பலை வேள்வியின் உட்பொருளை இராமனுக்கு விளக்குகிறான்.

> **“என்றலும், இறைஞ்சி, ‘யாகம் முற்றுமேல், யாரும் வெல்லார்;**
> **வென்றியும் அரக்கர் மேற்றே; விடை அருள்; இளவலோடும்**
> **சென்று, அவன் ஆவி உண்டு, வேள்வியும் சிதைப்பென்’ என்றான்,**
> **‘நன்று அது, புரிதிர்!’ என்னர், நாயகன் நவில்வதானான்.”**
>
> *- கம்ப. 8935*

இந்த யாகம் நடந்திருக்குமேல் தசரதகுமாரனின் இத்தனை முயற்சிகளும் வீணாகி இருக்கும். எனவேதான், அதன் உட்பொருளை அறிந்த வீடணன் வேள்வி முற்றுமேல் அரக்கர் வெல்வார் என்று கூறினான். இதற்கு என்ன செய்யலாம் என்று இராமன் சிந்திக்காதபடி செய்ய வேண்டியதை உடனே செய்ய வேண்டும் என்ற கருத்தில் "இளைய கோவை என்னுடன் அழைத்துச் சென்று வினை முடித்து மீளவேன்" என்று வீடணன் கூற, அவ்வாறே செய்க என்று இராமனும் அனுமதி அளித்துவிட்டான்.

மூல ராமன் செயற்பாடு

பிராட்டிக்கு ஒன்றம் இல்லை. இந்திரசித்தனும் அயோத்தி செல்லமாட்டான் என்று தசரதராமன் மனத்தில் உறுதிப்பாடு தோன்றாமல் செய்தது மூல இராமனின் பணியாகும். இந்த முடிவை இராமன் எடுத்திருந்தால், வீடணன் வண்டுருக்கொண்டு இலங்கையுள் நுழைந்திருக்கமாட்டான் அவ்வாறாயின் நிகும்பலை பற்றிய செய்தியை இராமன் அறிந்திருக்க முடியாது. வேள்வி முற்றியிருந்தால் இராமகாதையின் திசையே திரும்பியிருக்கும். இத்தகைய சந்தர்ப்பங்களில் முழுதுணர் மூல இராமன் மாயா சீதை கொலை, இந்திரசித்தன் அயோத்தி பயணம் என்று நடவாத இரண்டு செய்திகளைப் பரப்புமாறு செய்கிறான். தசரதராமன் கலக்கமே வீடணனை வண்டுருக் கொண்டு இலங்கையினுள் நுழைய காரணமாகின்றது. சில சமயங்களில் மாபெரும் காரியங்கள் நிகழ இராமன் போன்ற மகாபுருஷர்களின் மனத்தில் கூடக் குழப்பம் உண்டாகுமாறு செய்கிறான் இறைவன்.

இதனை அடுத்து இந்திரசித்தனைக் கொன்று அவன் தலையைக் கொணர்ந்து இராமன் திருவடிகளில் வைத்து இலக்குவன் வணங்கவும், அவனைத் தழுவி அன்பு காட்டிவிட்டு, 'ஆடவர் திலக? வீடணன் தந்த வென்றிஈது' என்று சொல்வது, வீடணன் புண்பட்ட மனத்தை ஆற்றுவதற்காக மட்டுமன்று. நிகும்பலைபற்றி வீடணன் சொல்லாதிருப்பின் என்ன ஆகியிருக்கும் என்று நினைத்த வள்ளல், அந்த வேள்வி முடிவதற்கு முன்னரே இந்திரசித்தனைக் கொல்லுமாறு வழி செய்தவன் வீடணன் என்ற கருத்தை மனத்துள் கொண்டுதான் வீடணன் தந்த வென்றிந்து என்று கூறுகிறான் என்பதை அறிய முடிகிறது. வீடணத் தம்பி செய்த மிகப் பேருதவி இது.

நாகபாசத்தால் இலக்குவன் ஆவி குலைந்தபோது இராமனே நிலைகுலைந்தான் என்பதும், 'கெடுத்தனை வீடணா' என்று உடன்

பிறவாத் தம்பியைக் கடிந்தான் என்பதும் முன்னரே கண்டோம். அங்கே இராமன் அவசரப்பட்டுச் செய்துவிட்ட பிழைக்குக் கழுவாய் போல நிகும்பலை வெற்றியை நினைந்து, வீடணன் தந்த வெற்றி என்ற கனிவுரை அமைகின்றது என்பதை மீண்டும் நினைவிற் கொள்வோமாக 'நாவினாற் சுட்ட வடு'வை நாயகனே மாற்றிவிடுகிறான்.

இராமன் மீண்டும் அவசரப்பட்டான்

அடுத்து இராம - இராவண போரில், இராவணன் இறந்து கிடக்கையில் அவன் முதுகில் பட்ட காயவடுக்களைக் கண்ட இராகவன் அவசரப்பட்டு ஒரு முடிவிற்கு வந்து பின்வருமாறு பேசலானான்: "இராவணனை வென்றேன் என்ற என்னுடைய புகழுக்குக் காரணமான செயல், 'போரில் புறமுதுகிட்ட ஒருவனை வென்றேன்' என்று நினைக்கும் பொழுது அப்புகழ் மாசு அடைந்துவிட்டது." *(9908)*

"சிவபெருமான் உறையும் கைலை மலையைத் தூக்கிய போது கைகள் நசுக்குண்டான் என்பதில் பழி ஒன்றுமில்லை. ஆனால், கார்த்தவீரியன் என்பவனால் கட்டுண்ணப்பெற்ற ஒருவனை வென்றதற்கு நாணமடையும் அதே நேரத்தில் 'புறமுதுகில் தழும்புண்டாகும்படி வென்றேன்' என்று நினைப்பதில் பெரிதும் நாணம் அடைகின்றேன்." *(9909)*

"வீடணா! நான் இறந்த பிறகும் நிலைத்து நிற்க வேண்டிய என் புகழ் மாசுபடும்படியும், 'கௌரவம் இல்லாத வெற்றியைப் பெற்று நாணமடையாமல் உண்கின்றான்' என்று பகைவர் எள்ளி நகையாடும்படி புறமுதுகிட்டு ஓடும் ஒருவனை வென்றதால் என் வருத்தம் அதிகமாகிறது." *(9910)*

இக்கருத்து அமைய இராமன் கூறியதும் மனம் நொந்துபோன வீடணன், எல்லையற்ற துயரத்துடனும் வருத்தத்துடனும் பேசலானான். தமையன் அறம் பிறழ்ந்தமையால் அவனைப் பிரிந்து வந்தவன் தருமத் தம்பியாகிய வீடணன். ஆயினும், பாசமென்ற பசையற்ற பிண்டமாக வீடணன் மாறிவிடவில்லை.

"செல்வனே! செவ்விய தொடர்ந்த அல்ல செப்ப வேண்டா" *(9911)* என்று கூறிய வீடணன், தொடர்ந்து பேசுகிறான்.

"ஆயிரம் தோளினானும், வாலியும், அரிதின், ஐய!
மேயின் வென்றி விண்ணோர் சாபத்தின் விளைந்த; மெய்ம்மை;

தாயினும் தொழத் தக்காள்மேல் தங்கிய காதல் - தன்மை
நோயும் நின்முனிவும் அல்லால், வெல்வரோ நுவலற்பாலார்?"

- கம்ப. 9912

என்ற பாடலின் கருத்து நினையத்தக்கது. வாலியிடமும் கார்த்தவீரியனிடமும் உற்ற தோல்வி இராவணன் வீரக்குறைவால் அன்று; தேவர்கள் சாபத்தாலேயே ஆகும். தாயைப் போல வணங்கத்தக்க பெருமாட்டியிடம் கொண்ட தவறான ஆசையும், உன் சினமும் அல்லால் வீரர் என்று சொல்லத்தக்கவர் யாவர் இவனை வெல்லக்கூடியவர்.

"உலகம் முழுதும் தேடிச் சென்று பகைவர் யாருமின்மை யால் திக்கஜங்களோடு போரிட்டு இவன் மார்பில் குத்தி ஒடிந்த தந்தங்கள் புறமுதுகில் பட்டதால் ஏற்பட்ட தழும்புகளே ஆகும்." *(9913)*

"இப்போரிடை அவன் மார்பில் தங்கிய திக்கஜங்களில் கொம்புகள் உன் அம்பின் விசையாலும், மார்பில் குத்திய விசையாலும் புறமுதுகு வழியே வெளிப்பட்டனவே தவிர, இவனைப் புறமுதுகிடச் செய்தவர் யாரும் இல்லை" *(9914)*

"உலகத்தைப் பன்றி வடிவெடுத்துத் தாங்கிய திருமால் உள்ளீட்ட தேவர்கள் அனைவரும் என்று இவன் அழியப் போகிறான் என்று காத்து நிற்கிறார்கள். உன் அம்புப்பட்டு இவன் மாய்ந்தான் என்ற செய்தியைக் கேட்டும் கூட அவர்கள் நம்பமாட்டார்கள்." *(9916)*

வீடணனின் இந்த வார்த்தைகள் வெற்றுப் பாசத்தால் மட்டுமே விளைந்தவை அல்ல என்பதை மேற்போக்காகப் படிப்பவரும் உணர்வர். இராவணன் வீரத்துக்கு மாசு கற்பிப்பவன் இராமனேயாயினும் வீடணனால் பொறுக்க முடியாது.

இவற்றைக் கேட்ட இராகவன், தான் அவசரப்பட்டுக் கூறியவற்றிற்கு வருந்தி, நாணமும் ஐயமும் நீங்கியவனாய் "வீடணா! இறந்தவன் மேல் சந்தேகப்படும் செயலை நான் செய்தேன். அது நிற்க. இவனுக்கு நீ ஆற்ற வேண்டிய கடமைகளை வேத விதிப்படி ஆற்றுவாயாக" என்று கட்டளை இட்டான்.

இராவணனுக்கு உரிய இறுதிச் சடங்குகளைச் செய்து முடித்த வீடணனுக்கு இலக்குவனைக் கொண்டு முடிசூட்டுவித்தான் இராகவன்.

உடன் பிறவாத் தம்பியர் மூவர் - ஓர் ஒப்பீடு

இராமன் வனம் புகுந்த பிறகு கிடைத்த மூன்று சகோதரர்களுள் இருவருக்கு முடிசூட்டப் பெற்றது. சராசரி மனிதனைப் போன்றிருந்த

சுக்கிரீவனுக்கும், மிக உயர்ந்த ஞானியாகிய வீடணனுக்கும் முடிசூட்டப்பெற்றது. குகனுக்கு அவ்வாறு செய்யப்படவில்லை. இவர்கள் இருவரும் அரசைப் பெரிதெனக் கருதினமையின் முடிசூட்டப்பெற்றது. வேடர் குலத் தலைவன் குகன் தலைமைப் பதவியை என்றும் இழக்கவில்லை. எனவே, அவனுக்கு முடிசூட்டும் தேவை ஏற்படவில்லை என்று சமாதானம் கூறலாம்.

சிந்தனையை ஓடவிட்டால், இதற்கு வேறு ஒரு காரணமும் இருக்கலாமோ என்று நினைக்கத் தோன்றுகிறது. சுக்கிரீவன், வீடணன் என்ற இருவரும் அறிவின் வழியே செயல்பட்டவர்கள். சராசரி அறிவுடையவன் ஆயினும், சுக்கிரீவன் இராமனைக்கொண்டு தன் பகையை முடித்துத் தன் ஆட்சியைப் பெறலாம் என்று திட்டமிட்டுச் செயல் புரிந்தவன். இந்தத் திட்டத்திற்கு மாபெரும் அறிவாளியாகிய அனுமனின் அறிவும் இணைந்து செயல்பட்டது. எனவே, அறிவின் தொழிற்பாட்டால் இராமனைக் கண்டு கொண்ட சுக்கிரீவனுக்கு அந்த அறிவு தொழிற்படும் தலைக்குக் கிரீடம் சூட்டப்பெற்றது.

வீடணனைப் பொறுத்தமட்டில் அவனும் திட்டமிட்டே செயல்புரிந்தான் என்றும், அறிவின் துணைகொண்டே அவனும் செயல்பட்டான் என்றும் இராகவனே கூறுகிறான்: "கருத்துஉற நோக்கிப் போந்த காலமும் நன்று; காதல் அருத்தியும் அரசின் மேற்றே; அறிவினுக்கு அவதி இல்லை; பெருத்து உயர் தவத்தினான்" *(6468)* என்ற சொற்கள் வீடணனைக் காணும் முன்பே இராமன் அவனைப்பற்றி கூறிய சொற்களாகும்.

வீடணனின் அணுகுமுறை அறிவுவயப்பட்டது என்பதற்கு ஒரு நிகழ்ச்சி உள்ளது. வீடணனை அழைத்து, "வீடணா! சென்று தா, நம தேவியைச் சீரொடும்". *(9988)* என்று கூறி நிறுத்தாமல், 'உன்னும் காலைக் கொணர்தி' *(9989)* என்றும் கூறினான். சீரொடும் கொணர்தி என்ற சொற்களே பிரச்சினைக்குக் காரணமாக அமைந்து விட்டன. 'சீரொடும்' என்றால் உரிய சிறப்போடும் என்பது பொருளாகும். இச்சொல்லுக்கு, 'அரசிபோல் அலங்கரித்து' என்று பொருள் செய்துவிட்டான் வீடணன். வீடணன் 'சீரொடும் கொணர்க' என்று வள்ளல் சொன்னார் ஆதலின் அரசிக்குரிய அலங்காரத்தோடு வரவேண்டும் என்று சொல்லியும், அந்தச் சொல்லின் உண்மைப் பொருளை அறிந்த பிராட்டி இதோ பேசுகிறாள்:

"யான் இவண் இருந்த தன்மை, இமையவர் குழுவும், எங்கள்
கோனும், அம்முனிவர் தங்கள் கூட்டமும், குலத்துக்கு ஏற்ற

வான் உயர் கற்பின் மாதர் ஈட்டமும், காண்டல், மாட்சி;
மேல்நிலை கோலம் கோடல் விழுமியது அன்று - வீர !"

- கம்ப 9991

இராமன் மனத்தை நன்கு அறிந்தவள் ஆதலின் பிராட்டி இங்குக் கூறியது முற்றிலும் பொருத்தமே ஆகும். ஆனால், புதிதாக முடிசூட்டிக் கொண்ட வீடணன் பிராட்டியை அரசகுமாரிபோல் அலங்கரித்து அழைத்துப் போவதுதான் தன் நாட்டிற்கு வந்தவர்களை உபசரிக்கும் முறையாகும் என்று கருதிவிட்டான். இலக்குவன் புத்திமதியை, பிராட்டி அவமதித்ததால்தான் இத்தனை அனர்த்தங்களும் விளைந்தன என்று அவள்பால் பெருஞ்சினங் காட்டிய இராகவன், இந்த அலங்காரங்களைக் கண்டதும் சீறலாம். அவன் சீற்றமடைதற்கு இவள் அலங்காரம் துணைக் காரணமே தவிர முதற்காரணம் அன்று. முதற்காரணம் என்ன என்பதைக் பின்னர்க் காணலாம்.

எனவே, சுக்கிரீவனைப் போல இவனுக்கும் தலையில் கிரீடம் வைக்கப்பட்டது. இவர்கள் இருவருக்கும் மாறுபட்டு, அறிவின் துணையை நாடாமல் உணர்வின் துணைகொண்டு இராமனை நாடுகின்றான் குகன். அறிவு, ஞானம் என்பவற்றின் துணைகொண்டு சுக்கிரீவன், வீடணன் போன்றவர்களும் பரம்பொருளை அறிந்து கொள்ளலாமேனும் அறிந்த பின்னரும், நான் அறிந்தேன் என்ற எண்ணம் இருக்கத்தான் செய்யும். அறிவு வழியில் உள்ள இந்த இடர்ப்பாட்டை போக்குதல் கடினம். இதனை நினைந்தே திருநாவுக்கரசு சுவாமிகள்,

"ஞானத்தால் தொழுவார் சில ஞானிகள்
ஞானத்தால் தொழுவேன் உனைநான் அலேன்" *(5-91-3)*

என்று பாடிச் செய்வது இக்கருத்துக்கு அரண் செய்வதாகும்.

இதனெதிராக அறிவு, ஞானம் என்பவற்றைப் பற்றிக் கவலைப்படாமல் அன்பின் வழிச்சென்று 'நான்' என்ற எண்ணத்தை முழுவதுமாக இராமன்மாட்டுக் கொண்ட பத்தியில் கரைத்துக்கொண்டு, அன்பே வடிவாய் இராமன் திருவடிகளில் சரணம் அடைந்து அதில் கலந்துவிட்டவன் குகன். அவனை நினைத்துக்கொண்டபோதே குகன் என்ற அன்பின் வடிவம் இராமனுள் புகுந்துவிடுகிறது. இப்பொழுது எஞ்சி இருக்கும் குகன், இராமன் அன்பை நிரப்பிக் கொண்ட வெறும் உடம்பு ஆகும். எனவே, இராமனின் பிரதிபிம்பமாக நிற்கும் குகனுக்கு முடிகவித்தால் அது அவனைப் பிரிப்பது போல் ஆக்கிவிடும். எனவே,

குகனைப் பொறுத்தவரை திருமுடிசூட்டலோ, திருவடி சூட்டலோ நடைபெறவே இல்லை. "என் ஆணையால் இங்கேயே தங்கி என் சுற்றத்தைக் காப்பாயாக" என்ற இராகவனின் கட்டளையைத் தலைமேற்கொண்டு கங்கைக் கரையிலேயே தங்கிவிட்டான். அவனைப் பொறுத்தவரை மணிவாசகர் கூறிய,

"அன்றே என்றன் ஆவியும் உடலும் உடைமை எல்லாமும்
குன்றே அனையாய் என்னை ஆட்கொண்டபோதே
கொண்டிலையோ?" *(8-33-7)*

என்ற பாடலுக்கு இலக்கியமாகிவிடுகின்றான் குகன்.

கோசலை, பரதன், இராமன் - இவர்களும் குகனும்

இராமனின் ஒரு பகுதியாகவே மாறிவிட்ட காரணத்தினால்தான் பிறர் யாரும் சிந்திக்கவோ கூறவோ முடியாத ஒரு கருத்தைக் குகனால் பேச முடிந்தது. பரதன் வந்த கோலத்தையும், அவன் வந்த காரணத்தையும் அறிந்து கொண்ட குகன் இதோ பேசுகிறான்:

"தாய் உரைகொண்டு தாதை உதவிய தரணிதன்னை,
"தீவினை" என்ன நீத்து, சிந்தனை முகத்தில் தேக்கி,
போயினை என்ற போழ்து, புகழினோய்! தன்மை கண்டால்,
ஆயிரம் இராமர் நின்கேழ் ஆவரோ, தெரியின் அம்மா!

- கம்ப 2337

'ஆயிரம் இராமரும் உனக்குச் சமானம் இல்லை' என்று வாய்விட்டுத் துணிவோடு கூற யாருக்கு உரிமை உண்டு? இராமகாதையில் மூவருக்கு அந்த உரிமை உண்டு என்பதை அறிலாம். தன்னையே அறிந்த இராமன் அதைக் கூறலாம்; இராமனின் இன்னொரு பகுதியாக மாறிவிட்ட குகன் அதனைக் கூறலாம். அன்பு காரணமாக அந்த இராமனையே தன் வயிற்றில் பத்து மாதங்கள் அடக்கி வைத்துக் கொண்டிருந்த தாயார் கோசலை கூறலாம்.

குகன் பரதனைப் பார்த்து ஒரு நாழிகைப் பொழுதிற்குள் அவனை எடையிட்டு, "பரதா! ஆயிரம் இராமரும் உனக்குச் சமமில்லை" என்று கூறிவிட்டான். இராமனைப் பெற்றவளும் பரதனை வளர்த்தவளும் நால்வர்க்கும் வேற்றுமை மாற்றியவளும், அன்பே வடிவானவளும் ஆகிய கோசலை இதோ பேசுகிறாள். "இராமா! நிறை குணத்தவன் நின்னினும் நல்லனால்" (1609) என்று தொடக்கத்தில் பேசிய அந்தப் பெருமாட்டி இறுதியில்

"எண்ணில் கோடி இராமர்கள் என்னினும்,
அண்ணல் நின் அருளுக்கு அருகாவரோ?

....

....................................." (10181)

இங்குக் கூறப்பெற்ற பரதன், குகன், கோசலை என்ற மூவருக்கும் உள்ள பொதுத் தன்மை ஒன்றுண்டு. அகங்கார, மமகாரங்களை அறவே நீக்கி அன்பே வடிவாகத் திகழ்ந்தவர்கள் இவர்கள் மூவரும். ஆதலால் தான் குகனை அணைத்துக் கொண்டதோடு நிறுத்திய இராமன், "குகனே! இந்த உலகம் உம்முடையது; உன் ஏவலில் நான் ஆட்சி செய்கிறேன்" (1994) என்று தொடங்கியவன், சிலபாடல்கள் கழிந்ததும் "உன் சுற்றம், உன் நாடு என்பவை என்னுடையவை. என் ஆணையால் இங்கேயே இருந்து ஆட்சி செய்வாயாக" (1997) என்று கூறுகிறான். இவ்வாறு கூறுவதன் அடிப்படையைச் சிந்தித்தால் ஒன்றை விளங்கிக் கொள்ள முடியும். குகன், இராமன் என்ற இரண்டு பாத்திரங்களும் ஒன்றாக ஆகிவிட்டமையின், 'உன்னுடைய நாடு' என்று தொடங்கியவன் 'என்னுடைய நாடு' என்று முடிக்கிறான். இந்த நுணுக்கத்தை அறிந்த நம் முன்னோர்கள் பெரிய பெருமாளுக்கு இணையாகக் குகனையும் பெருமாள் என்றே அழைத்து அவ்விருவருள் வேறுபாடின்மையை அறிவித்தனர். இளைய பெருமாளாகிய இலக்குவனுக்கு வாய்த்த அதே பெருமிதத் தகுதியை வைணவர்கள் குகனிடம் கண்டு போற்றுகிறார்கள்.

இராமனிடம் போதனை பெறாதவன் குகன் - பரதனைப் போல

முடிசூட்டிக் கொண்ட வீடணனை அழைத்து, பற்பல நீதிகளைக் கூறினான் இராகவன். இதேபோன்று சுக்கிரீவனுக்கும் பல நீதிகளைக் கூறினான். ஆனால், பதினாலு ஆண்டுகள் கோசலத்தை ஆளப்போகின்ற பரதனுக்கோ, சிருங்கிபேரத்தை ஆளுகின்ற குகனுக்கோ எவ்வித நீதியையும் புகட்டவில்லை இராமன். இதிலிருந்து ஒன்றைத் தெரிந்து கொள்ளலாம். அறிவின் துணைகொண்டு ஆட்சியைக் கைப்பற்றியவர்க்கு அறிவுரை தேவை. ஏனென்றால், அறிவு என்பது இருபுறமும் கூர்மையான வாள் போன்றதாகும். ஆதலால் தான் அறவுரை பகரவேண்டிய சூழ்நிலை உருவாயிற்று. அன்பின் துணைகொண்டு, அன்பு வழியில் ஆண்டு கொண்டிருக்கிற குகனுக்கும், ஆளப்போகிற பரதனுக்கும் எவ்வித உபதேசமும் தேவைப்படவில்லை என்ற நுண்மையான கருத்தை மறைமுகமாகக் கவிஞன் சொல்லிச்செல்கிறான்.

முடிவாக

உடன் பிறந்த தம்பியர் மூவர்; உடன் பிறவாத தம்பியர் மூவர். முன்னை மூவர்க்குப் பின்னை மூவர் இளைத்தவர் அல்லர். இராமன்மாட்டுக் கொண்ட ஈடுபாட்டில் உடன் பிறவாத தம்பியரும் சிறப்பு மிக்கவராகவே படைக்கப்பட்டுள்ளனர்.

இம்மூவர் நிலைகளை ஒப்பிட்டு நோக்குமிடத்து அறிவு கொண்டு இயங்கியவர் இருவர் என்பதையும் உணர்வு கொண்டு இயங்கியவன் குகன் என்பதையும் கண்டோம். இம்மூவரில் ஒருவனை 'மகாராஜா' எனவும், மற்றொருவனை 'ஆழ்வார்' எனவும், வேறொருவனைப் 'பெருமாள்' எனவும் வைணவ உலகம் போற்றுகிறது. ஆழ்ந்து சிந்தித்து நோக்கினால் கவிச்சக்கரவர்த்தியின் படைப்பு அவ்வைணவ மரபின் வழியிலேயே அமைந்திருப்பதை உணர முடிகிறது.

~

பிராட்டியும் இராமனும்

கண்வழியே இதயம் புகுந்த இருவர்

'மையறு மலரின் நீங்கிய செய்யவள்' மிதிலை நகரத்தில் சனகனுடைய வளர்ப்பு மகளாக வளர்ந்து வருகிறாள். ஒருநாள் அந்த மிதிலை நகரில் ஒரு வீதியில் மூன்று புதியவர்கள் நடந்து செல்கின்றனர். தவத்தில் மிக்க முனிவன் ஒருவன் முன்னே நடக்கின்றான். அவன் பின்னர் வில் ஏந்திய காளமேகம் என ஓர் இளைஞன், அவன் பின்னர் வில் ஏந்திய பொன்மலை என்ன மற்றோர் இளைஞன். மிதிலை நகரில் வீதிகளில் இரு மருங்கும் ஓங்கிய மாடமாளிகைகள் முனிவன் மனத்தைக் கவரவில்லை. அவன் மனமும், கண்ணும் எங்கோ சூனியத்தில் லயித்து இருக்கின்றன. மூன்றாவதாக வந்த பொன்மலை அடக்கத்தின் உறைவிடமாய் பூதலம் என்னும் நங்கை தன்னையே பார்த்துக்கொண்டு நடக்கின்றான். நடுவே வந்த காளமேகம் தெருவை நேரே பார்த்துக் கொண்டு சென்றவன், பால்வரை தெய்வம் கடைக்கூட்ட திடீரென்று அண்ணாந்து பார்க்கிறான். கன்னிமாடத்தின் மேல் மாடியில் அழகெலாம் திரண்டு ஒரு வடிவு பெற்ற பெண் மயிலாள் ஒருத்தி நடந்து வருபவர்களில் நடுவே வருபவனைக் கண்டாள். அவள் பார்வை கீழே சென்றபொழுது காளமேகத்தின் பார்வை அதே கோணத்தில் மேல் நோக்கிச் சென்றது. ஒரே வினாடியில் இருவர் பார்வையும் மாறி, இருவரும் ஒருவரை ஒருவர் நோக்கினர். அந்த ஒரு வினாடி நோக்கில் ஒரு யுகமே கடந்துவிட்டது. ஒருவன் தரையில் கால்நோவ

நடக்கின்றான். அவளோ, கன்னிமாடத்தின் உம்பரில் பூவின் மெல்லடிப் பாதம் நோவ நிற்கின்றாள்.

இந்த இருவருக்குமே கடினமான பொருள்களின் மேல் நின்று பழக்கமில்லை. சிலகாலத்திற்கு முன்னர்வரை, பாற்கடல் தன்மேல் சுருண்டு சுருண்டு படுத்துள்ள ஆதிசேடன் தாலாட்ட வழுவழுப்பும், மென்மையும் நிறைந்த அந்த ஆதிசேடனன் மேல் இந்த ஒருவனும், அந்த ஒருத்தியும் பல யுகங்களாக இருந்து பழக்கப்பட்டவர்கள். இந்தச் சில ஆண்டுகளாக அவன் எங்கோ பிறந்து வளர்கின்றான்; இவள் எங்கோ வளர்கின்றாள். இந்த வினாடி வரை இவர்களில் ஒருவர் எங்குள்ளார் என்று மற்றவருக்குத் தெரியாது. இந்த ஒரு வினாடி நோக்கில் முரடாக உள்ள தரையையும், மாடி முற்றத்தையும் விட்டு இவன் இதயத்தில் அவளும், அவள் இதயத்தில் இவனும் குடியேறிவிட்டார்கள். இந்த ஒரு வினாடி நிகழ்ச்சியைப் பல நாழிகை நடந்தது போலக் கவிஞன்,

> **“எண்ண அரு நலத்தினாள் இனையள் நின்றுழி,**
> **கண்ணொடு கண் இணை கவ்வி, ஒன்றை ஒன்று**
> **உண்ணவும், நிலைபெறாத உணர்வும் ஒன்றிட,**
> **அண்ணலும் நோக்கினான், அவளும் நோக்கினாள்.”** *- கம்ப 514*

என்றும்,

> “..
> ....
> **வரிசிலை அண்ணலும் வாள் - கண் நங்கையும்,**
> **இருவரும் மாறிப்புக்கு, இதயம் எய்தினார்”** *- கம்ப 516*

என்றும் கூறினான்.

வில்லும் காண்பார்

சனகன் நிகழ்த்திய வேள்வியைக் காணலாம் என்ற ஒரு காரணத்தைக் காட்டித்தான் முழுதுணர் முனிவனான விசுவாமித்திரன் இராம, இலக்குவரை மிதிலைக்கு அழைத்து வந்தான். தங்களை வரவேற்ற சனகனிடம், இவர்கள் யார் என்று அறிமுகம் செய்துவைக்கின்ற போது விசுவாமித்திரன் கூறிய சொற்கள் கருத்தாழம் நிறைந்தவை.

> **“இருந்த குலக்குமரர்தமை இருகண்ணின்**
> **முகந்து அழகு பருகநோக்கி,**
> **அருந் தவனை அடி வணங்கி, ‘யாரை இவர்?**
> **உரைத்திடுமின், அடிகள்!’ என்ன,**

'விருந்தினர்கள்; நின்னுடைய வேள்வி
காணியவந்தார், வில்லும் காண்பார்;
பெருந்தகைமைத் தயரதன் தன் புதல்வர்' என
அவர் தகைமை பேசலுற்றான்" - கம்ப 636

மகா ஞானியும், கர்ம யோகியும் ஆன சனகன், "இருந்த குலக்குமரர் இருவரையும் இரு கண்ணால் முகந்து அழகு பருக நோக்கின" பார்வையின் நுண்மையை, பலகாலம் அரசனாக இருந்து பிரம்மரிஷியாக மாறிய விசுவாமித்திரன் ஒரு வினாடியில் புரிந்த கொண்டான். எனவே, இவர்கள் யார் என்ற வினாவிற்குத் தசரதன் தன் புதல்வர் என்ற விடையை முதலிற் கூறாது 'நின் வேள்வி காணிய வந்தார்; வில்லும் காண்பார்' என்ற சொற்களைக் கூறுவதன் மூலம் சனகன் வயிற்றில் பாலை வார்க்கிறான் முனிவன். பெண்ணைப் பெற்றவர்கள் இளைஞர்களைக் கண்டால் தம் மகளுக்கு ஏற்றவனாய் இவன் இருப்பானா என்ற எண்ணம் மனத்தில் தோன்றுவது இயற்கை. அதே எண்ணத்தில் தான் சனகன் இவர்களை நோக்கினான். அழகை இரு கண்ணில் பருக நோக்கினான் என்றால், அந்த ஞானி இவர்கள் உடலழகில் மட்டும் ஈடுபட்டிருக்க முடியாது. இவர்கள் முகத்தின் மூலம் அகத்தழகையும் பார்த்ததால் தான் பருகினான் என்கிறான் கவிஞன், இராமனுடைய அக, புற அழகு பருகப் பருகத் தணியாத தாகத்தைத் தந்தது என்பது உண்மைதான். அப்படியானால் 'இரு கண்ணில் பருகப் பார்த்து' என்று சொல்லியிருக்கலாமே! அவ்வாறு சொல்லாமல் 'பருகநோக்கி' என்பதால் சனகன் பார்வையில் ஏதோ ஓர் உள்நோக்கம் இருந்தது என்பதை விசுவாமித்திரன் புரிந்து கொண்டான் என்பதோடு நாமும் புரிந்த கொள்ள வேண்டும் என்பதற்காகக் கவிஞன் நோக்கி என்ற சொல்லைப் பயன்படுத்துகிறான். இந்த 'நோக்கின்' உட்பொருள் யாது?

ஏனையோர் போலப் பெண்ணைப் பெற்றிருந்தால் இளைஞனின் அழகைப் பார்த்து மணம் செய்து கொடுத்துவிடலாம். சனகன் வளர்த்த பெண்ணுக்கு மணம் செய்ய வேண்டுமானால் ஒரு பெருஞ்சிக்கல் உள்ளது. சிவதனுசை வளைத்து, நாண் ஏற்றுபவனே சீதைக்கு மாலையிட முடியும். எனவே, இராமன் அழகில் ஈடுபட்டதைவிட அவன் கைகளையே பார்த்துக் கொண்டிருந்தான் சனகன். அந்தக் குறிப்பை அறிந்த விசுவாமித்திரன் வில்லும் காண்பார் என்று சொல்வதன் மூலம் சனகன் செவிகளில் தேனைப் பாய்ச்சினான்.

கம்பன் பாடலில் உள்ள இந்த நுணுக்கத்தை இராம நாடகக் கீர்த்தனை எழுதிய அருணாசலக் கவி இந்த இடத்தைப் பாடவரும்பொழுது, இக்கருத்தை மிக விளக்கமாகப் பாடிக் காட்டுகிறார். "யாரோ என்று எண்ணாமலே" என்ற பைரவி ராகக் கீர்த்தனையில், பருத்தவில் இவன் கைக்குப் போதுமோ போதாதோ என்று பார்க்க வேணும் என்று ஓர் ஆசை என்று வருவது அவருடைய கருத்தை விளக்குகிறது.

தசரதன் பிள்ளைகளா? அப்படியானால்.....

அடுத்தபடியாக விசுவாமித்திரன் 'தசரதன் தன் புதல்வர்' என்று கூறியவுடன், பெண்ணைப் பெற்றவன் மனத்தில் ஓர் ஐயம் நிகழ இடமுண்டு. அறுபதினாயிரம் மனைவியரை மணந்தவனுடைய மகனுக்கு என் பெண்ணைக் கொடுப்பதா? தந்தை அப்படி என்றால் மகன் எப்படி இருப்பானோ என்ற ஐயம் சனகன் மனத்தில் தோன்றத்தான் செய்யும் என்று நினைத்த விசுவாமித்திரன், அதற்கு நேரடியாக விடைகூறாமல் வேறு வகையில் சனகன் ஐயத்தைப் போக்குகிறான்.

> **"திறையோடும் அரசு இறைஞ்சும் செறிகழற்கால் தசரதன் ஆம்**
> **பொறையோடும் தொடர்மனத்தான் புதல்வர் எனும் பெயரே காண்!**
> **உறை ஓடும் நெடுவேலாய்! - உபநயன விதிமுடித்து,**
> **மறை ஓதுவித்து, இவரை வளர்த்தானும் வசிட்டன் காண்"**
>
> - கம்ப 660

என்ற பாடலில் 'தசரதன் தன் புதல்வர் எனும் பெயரேகாண் என்று கூறுவது சிந்திக்கத்தக்கது. பெயரளவில் 'அவன் புதல்வர்கள்' என்று முனிவன் கூறுவதன் நோக்கம் என்ன 'வேள்வியில் கிடைத்த பிரசாதத்தை உண்டதால் பெறப்பெற்ற பிள்ளைகள் இவர்கள். எனவே, தசரதன் பெற்ற பிள்ளைகளோ என்று நினைத்துத் தசரதன் பழக்கம் பிள்ளைகளுக்குப் வந்திடுமோ என்று நீ அஞ்ச வேண்டாம்' என்ற நுண்மையான கருத்தைப் 'புதல்வர் எனும் பெயரே காண்' என்ற சொற்களில் வெளிப்படுத்துகிறான் கவிஞன். அப்படி இருப்பினும் தசரதனால் வளர்க்கப்பட்டிருப்பின் தந்தையின் பழக்கம் மைந்தர்கட்கும் வருமே என்ற ஐயத்தையும் போக்க இவர்களுக்கு உபநயன விதிமுடித்து மறை ஓதுவித்து முழுவதுமாக வளர்த்தவன் வசிட்டனே காண்' என்று அழுத்தம் திருத்தமாக முனிவன் கூறி முடிக்கின்றான்.

தூய மனமும் வீரமும்

இனி, ஒருவரை ஒருவர் இன்னார் என்று அறியாமல் கண்டதும் காதல் கொண்ட இராமனும், பிராட்டியும் மறுபடியும் ஒருவரை ஒருவர் காணவேண்டம் என்ற அவாவினால் துயருறும் செய்தியைக் கம்பன் விரிவாகப் பாடிச் செல்கிறான். இதில் ஒரு கவிதை, இராகவன் மனம் பண்பாட்டின் சிகரம் என்பதை அறிவுறுத்த உதவுகிறது.

"ஆகும் நல்வழி; அல்வழி என் மனம்
ஆகுமோ? இதற்கு ஆகிய காரணம்,
பாகுபோல் மொழிப்பைந்தொடி, கன்னியே
ஆகும்; வேறு இதற்கு ஐயுறவு இல்லையே!" (626)

'முன்பின் தெரியாத இவள் கன்னியோ மணமானவளோ என்ற ஐயம் தோன்றியவுடன் அல்வழி என்மனம் செல்லாது; இவள் கன்னியே' என்ற முடிவுக்கு வந்ததால் இராமனை அறிந்துகொள்ள ஒரு வாய்ப்பைத் தருகிறான் கவிஞன்.

இத்தகைய பண்பாளன் ஆற்றலிலும், வீரத்திலும் யாவரினும் மேம்பட்டவன் என்பதனைக் கூற இராமன் வில்லை எடுத்து ஓடித்த பகுதியைப் பயன்படுத்திக் கொள்கிறான்.

"தடுத்து இமையாமல் இருந்தவர், தாளில்
மடுத்ததும், நாண்நுதி வைத்ததும் நோக்கார்,
கடுப்பினில் யாரும் அறிந்திலர், கையால்
எடுத்தது கண்டனர்; இற்றது கேட்டார்" - *கம்ப 699*

சீதையின் கலக்கம்

வில்லை ஓடித்த செய்தி காட்டுத் தீப்போல் பரவ, சீதையின் மனத்தில் கலக்கம் ஏற்படுகிறது. தான் காதலித்தவன் தான் வில்லை ஓடித்தான் என்பதைக் கண்ணால் கண்டறிய வாய்ப்பில்லாமல் அவள் வேறோர் இடத்தில் இருந்து விட்டாள்; 'ஓடித்தவனும் தன் காதலனும் வெவ்வேறானவராக இருந்துவிட்டால்' என்று நினைக்கும் பொழுதே நெஞ்சம் பதறுகிறது. பிராட்டியின் படபடப்பை அடக்க நீலமாலை என்பவள் ஓடி வந்து மகிழ்ச்சி மிகுதி காரணமாகத் தலைவியை வணங்காமல் ஆடிப்பாடி நிற்கின்றாள். ஒரு வகையாகத் தசரதன் பிள்ளைகள் என்று தொடங்கி இராமனை வருணிக்கும் வரை சீதையின் மனம் இருப்புக் கொள்ளவில்லை. தன்னால் காதலிக்கப்பட்டவன் தசரதன் மகன் என்பது அவளுக்கு எப்படித் தெரியும்? அது தெரிகின்ற வரையில் அவள் மன உளைச்சலை யார்

போக்க முடியும்? மூன்று பாடல்களில் வில்லை ஒடித்தவன்பற்றி கூறிக்கொண்டு வருகிறாள் நீலமாலை. பிராட்டியின் செவிகளில் அந்தப் புகழ்ச்சிப்படலம் ஏறவே இல்லை. இத்தனைக்கும் உரியவன் தான் பார்த்தவன்தானா என்பதை அறியத் துடிக்கும் அவளுக்கு நான்காவது பாடலின் நான்காவது அடியில் விடை கிடைக்கிறது.

"...............................

....

இராமன் என்பது பெயர்; இளைய கோவொடும்
பராவ அரு முனியொடும், பதிவந்து எய்தினான்" - *கம்ப 724*

என்று கூறியவுடன் தான் சீதையின் மனம் அமைதி பெற்றது. பின் இரண்டு பாடல்களில் வில்லை ஒடித்த முறையைப் பேசுகிறாள் நீலமாலை. 'பராவ அரு முனியொடும் பதிவந்து எய்தினான்' என்பதைக் கேட்டவுடன் தன் ஐயம் நீங்கி மகிழ்ச்சிக் கடலில் புகுந்தவள் மனத்தில் மற்றொரு ஐயம் தோன்றி மறைந்திருக்கும். முனியுடன் வந்த காதலன் வில்லை வளைத்தால் தானே தான் அவனை அடைய முடியும் என்ற சீதையின் ஐயத்தைப் போக்குபவள் போல நீலமாலை இரண்டு பாடல்களில் (725, 726) வில்லொடித்த கதையை விளக்கினாள். பிராட்டியின் ஐயம் தீர்ந்து விட்டது. என்றாலும், பெண்களுக்கே உரிய முறையில் ஒரு சிறு ஐயம் இருந்திருக்கும் போலும்! மணப்பந்தருக்கு வந்த பொழுது மனத்தில் உள்ள கடுகளவு சந்தேகத்தைப் போக்கிக்கொள்ளுவதற்காக 'கை வளை திருத்துபு, கடைக்கணின் உணர்ந்தாள்' என்கிறான் கவிஞன். அதாவது, கையிலுள்ள வளையல் வரிசையைச் சரிசெய்யத் தலைசாய்ப்பது போல் ஒரு வகையாகக் கடைக்கண்ணால் பார்த்துத் தெரிந்துகொண்டாள். அரசவீதியில் தான் கண்டு மனம் பறிகொடுத்த அவனேதான் தன் கைப்பிடிக்க வருகின்றான் என்று உணர்ந்தவுடன் அவள் மகிழ்ச்சிக் கடலில் திளைக்கலானாள்.

வசிட்டனும் விசுவாமித்திரனும்

வேதியர் புடைசூழ, வைதிகச் சடங்குகட்குத் தலைமை வகித்த வசிட்டன் வேத விதிப்படி திருமணம் செய்துவைத்தான் என்கிறான் கவிஞன். இங்குத் திருமணத்தை முடித்துவைத்த இதே வசிட்டன்தான் முடிசூட்டு விழாவிற்கும் நாள் குறித்துத் தந்தனன். என்ன விந்தை! முழுதுணர் முனிவனாகிய வசிட்டன் இராமனுக்கு என்று எது செய்தாலும் உலகியல் முறையில் அது துலங்காமலே போய்விட்டது. மணமக்கள் இருவரும் விரைவில் காடு செல்லவும், திருமுடி

சூட்டப்படாமலே செல்லவும் நேர்ந்துவிட்டன. வசிட்டன் சாதாரணப் புரோகிதன் அல்லவே! அப்படி இருக்க, அவன் நாள் வைத்துச் செய்த இரண்டு நிகழ்ச்சிகளும் மாறுபட்டுப் போனதற்குக் காரணம் என்ன என்று சிந்தித்தால் நன்றே விளங்கிக் கொள்ள முடியும். தசரத ராமனின் உள்ளே மூல இராமன் இருந்து தசரதராமனைச் செயல்படுத்துவது போல வசிட்டன் என்ற முனிவனின் உள்ளே பரம்பொருள் தங்கி இருந்து அவனை இவ்வாறு நாள் குறித்துக் கொடுக்கச் செய்தது போலும்! அன்றியும் சப்த ரிஷிகளில் ஒருவனாகிய அவன் அவதார நோக்கத்தை அறிந்தவனாதலால், பிறர் அறியா வண்ணம் அவதார நோக்கம் நிறைவேற என்னென்ன செய்ய வேண்டுமோ அவற்றைச் செய்தான் என்று கொள்ளுதலும் ஒன்று.

ஏழு முனிவர்களுள் ஒருவனாகிய வசிட்டன் இவற்றைச் செய்ய மற்றொரு பிரம்மரிஷியாகிய விசுவாமித்திரன் எங்கோ இருக்கின்ற சீதையை இராகவன் மணமுடிக்க ஏற்பாடு செய்கின்றான். சாதாரண மக்கள் புரிந்து கொள்ள முடியாததும் அறிந்துகொள்ள முடியாததுமான எதிர்காலத்தையும் அக்காலத்தில் நடைபெற வேண்டிய நிகழ்ச்சிகளையும் இம்மாமுனிவர்கள் மிக எளிதாக அறிவதால் எங்கே எங்கே எப்பொழுது எப்பொழுது என்னென்ன செய்ய வேண்டுமோ அவற்றை ஓசைப்படாமல் செய்துவிடுகின்றனர். தாடகை இன்று நேற்று வந்தவளல்லள். அவளைக் கொல்வதற்காகவா விசுவாமித்திரன் இராமனை அழைத்துச் சென்றான்? அவதார நோக்கத்தில் பிராட்டியை இராகவன் மணம் புரிய வேண்டியது இன்றியமையாத காரியம். தசரதனை விட்டுப் பிரிய முடியாதவன் வசிட்டன், அவன் இதனைச் செய்ய முடியாது. எனவே, விசுவாமித்திரன் அங்கே செல்லுகிறான். உருள்பெருந்தேர்க்குக் கண்ணுக்குத் தெரியாத கடையாணி செய்யும் மாபெரும் பணியைப் போன்று இராமனுடைய அவதாரத்தில் நிறைவேற்ற வேண்டிய பணிகளுக்கு ஏற்ப மிக இன்றியமையாத நடைமுறைகளை இந்த முனிபுங்கவர்கள் காதும் காதும் வைத்தாற்போல் செய்துவிட்டு அகன்றுவிடுகிறார்கள்.

வருந்தலை நீ

சுமித்திரையின் மாளிகையில் இராமன் இருக்கின்ற போதே சிற்றன்னை அனுப்பிய மரவுரி வந்ததாகலின் அதனைப் புனைந்து கொண்டபின் சுமித்திரையிடம் விடைபெற்றுக் கொண்டு சோதரர் இருவரும் சீதையின் மாளிகை செல்கின்றனர். நகர் முழுவதும் பெரிய பெருமாளும் இளைய பெருமாளும் வனஞ்செல்ல முடிவு

செய்துவிட்டனர் என்ற செய்தி பரவிவிட்டதால் பெருங்கூட்டம் அழுது கொண்டே இராமனைச் சுற்றி வருகிறது. இந்த நிலையில்தான் சீதையைச் சென்று பார்க்கிறான் இராமன். அரைகுறையாக செய்தி அறிந்தவளாதலால் கணவனும் இளைய கோவும் வழக்கமாகத் தரிக்கும் பீதாம்பர ஆடையைத் தவிர்த்து, மரவுரியுடன் வருவதைக் கண்டு துணுக்குற்றாள்.

நடந்ததை முழுதும் அறியாத சீதை மாமியார் இருவரும் தன்னைக் கட்டிக் கொண்டு அழுவதைப் பார்த்து ஒன்றும் புரியாதவளாய் இதற்கு விளக்கம் கேட்பவள்போல் இராமனை நோக்கினாள். *(1820)* மிக அழகாக நடைபெற்றவற்றை மும்மூன்று சொற்களில் விளக்குகிறான் இராகவன். "பொரு இல் எம்பி புவிபுரப்பான், புகழ் இருவர் ஆணையும் ஏந்தினென், இன்று போய், கல்கடங்கண்டு நான் வருவென் ஈண்டு; வருந்தலை நீ" என்று கூறி முடித்தான். *(1822)* காடு என்று சொல்லாமல், 'கருவி மாமழைக் கல்தடம்' என்றும் பதினாலு ஆண்டுகள் கானக வாழ்வு என்று சொல்லாமல் 'கல்தடம் கண்டு ஈண்டு வருவென்' என்றும் வருந்தலை நீ' என்றும் இராகவன் பேசியதன் நோக்கம், பிராட்டியின் மனத்தில் துயரம் தோன்றக் கூடாது என்பதுதான். அவன் கூறுவதைப் பார்த்தால், ஏதோ வேற்றூருக்கு இரண்டு மூன்று நாள் பயணம் செய்துவிட்டு வருகிறேன் என்பது போல அமைந்திருந்தலைக் காணலாம்.

உடனே பிராட்டி தேம்பத் தொடங்கினாள். நாயகன் வனம் செல்கிறான் என்பதற்கோ, நாட்டை இழந்தான் என்பதற்கோ அவள் துயரமடையவில்லை. 'நீங்குபவன் யான்' என்ற சொற்கள் தாம் அவளைச் சுட்டன. *(1823)*. "தாயும், தந்தையும் ஏவியதை மைந்தன் கடைப்பிடிப்பது நியாயமே என்று நினைத்தவள், 'என்னை ஏன் இங்கேயே இரு' என்று கூறுகிறான்" என்று நினைத்தவுடன் அவள் துயரம் பெரிதாகிறது. *(1825)*

'பிரிவினும் சுடுமோ'

அவள் துயரத்தைத் தணிக்கக் கருதிய இராகவன், 'அனலிடைப்பட்ட அரக்குப் போல் கொதிக்கின்ற கானகம் உன் மெல்லிய பாதங்களுக்கு ஏற்றவை அல்ல' என்கிறான். அதனைக் கேட்ட பிராட்டி, "உன் பிரிவினும் சுடுமோ, பெருங்காடு" *(1827)* என்று ஒரே வரியில் இராமன் வாயை அடைத்துவிடுகிறாள். இத்துடன் நில்லாமல் உள்ளே சென்ற பெருமாட்டி மரவுரி தரித்து,

அவன் பக்கத்தில் வந்து நின்று யானையின் துதிக்கை போன்று நீண்டு தொங்கும் அவன் கரங்களைப் பற்றிக் கொண்டான்.

சொன்னது நீதானா?

இந்த நிலையில் சீதையைப் பார்த்து அவள் கணவன் சொன்ன ஒரு சொற்றொடர் நினைக்கற்பாலதாகும். அச்சொற்கள் வருமாறு:

> **"........................**
> **........... விளைவு உன்னுவாய்**
> **அல்லை; போத மைந்தனை ஆதலின்,**
> **எல்லை அற்ற, 'இடர் தருவாய்' என்றான்."** - கம்ப 1832

இராமன் கூறிய இச்சொற்கள் பொருத்தமுடையனவா என்று சிந்திக்க வேண்டும். காட்டில் ஆண்கள் மட்டுமன்றிப் பெண்களும் வாழ்கின்றார்கள். மாமுனிவர்களின் மனைவிமார்கள் பலரும் காட்டிலேதான் வாழ்கின்றார்கள். அப்படி இருக்க, 'நீ வருவதால் ஏற்படப் போகும் விளைவைச் சிந்திக்க மறுக்கின்றாய்' என்றும், 'போத அமைந்தனை ஆதலால் எல்லை அற்ற இடர் (எனக்கு) தருவாய்' என்றும், இராமன் ஏன் கூற வேண்டும்? காட்டில் உள்ள முனிவர்களின் மனைவிமார்கள் அம்முனிவர்கட்கு இடரையா தருகின்றனர்? எனவே, இதனைக் கூறியவன் தசரதராமன் என்பதைக் காட்டிலும், முழுதுணர் மூல இராமன் என்று நினைப்பதே பொருத்தமாக உள்ளது. அவன் கூறியபடியே விளைவு பயங்கரமாக இருந்தது. அமைதியாகப் பதினான்கு ஆண்டுகளைக் கழித்துவிட்டு அயோத்தி திரும்ப முடியாமல் எல்லையற்ற இடரையும் அவனுக்குத் தந்தாள் என்று நினைக்கும் பொழுது இது மூல இராமனின் பேச்சு என்று நினைப்பதில் தவறில்லை.

அரங்கிலே சூர்ப்பணகை

இராமனும் பிராட்டியும் கழுகின் வேந்தன் காவலில் அமைதியாக வாழ்ந்த கொண்டிருக்கும் பொழுது விதி குறிக்கிடுகின்றது. பாற்கடல் துயின்றோன் அங்கேயே அமைதியாக இராமல், பிராட்டியை ஓரிடத்தில் பிறக்குமாறு செய்து, தானும் ஓரிடத்தில் பிறந்து, பிறகு அவளை மணஞ்செய்து கொண்டு வனத்திடை வந்தது பஞ்சவடியில் ஆசிரம வாழ்க்கையின் இன்பத்தைக் காணவா? இதுவரை மூல இராமன தொழிற்படாததால், சானகிராமன் ஓரளவு காட்டு வாழ்க்கையிலும் இன்பங்காணத் தொடங்கிவிட்டான்.

அவன் வந்த காரியத்தை நினைவூட்டுவதற்காக மூல இராமன் சூர்ப்பணகையை அனுப்பினான்.

அவளைப் பார்த்தவுடனேயே 'இவள் நல்லதிற்கு வரவில்லை' என்ற எண்ணம் தசரதராமனுக்குத் தோன்றவே, 'தீது இல் வரவு ஆக நின் வரவு' என்றான். அவனையுமறியாமல் 'நல்வரவு' என்று கூறுவதற்கு பதிலாகத் 'தீது இல்லாத வரவாக இருக்கட்டும்' என்று சொற்கள் வெளிப்பட்டதால், அவள் வரவு தீது உடைய வரவாகவே முடிந்துவிட்டது. அவளைப் பற்றிய விவரங்களை இராமன் கேட்டு அறியத் தொடங்குகையில் சாலையை விட்டுப் பிராட்டி வெளியே வருகிறாள்.

பிராட்டியின் அழகைக் கண்டு திகைத்து நின்றுவிட்டவளாகிய சூர்ப்பணகை சிந்திக்கத் தொடங்குகிறாள். "மானுடர் முதல் மூவர்வரை உள்ள கூட்டங்களில் இத்தகைய அழகிய பெண்ணைக் கண்டதில்லை. படைப்பவன் தன் படைப்பின் ஆற்றல் முழுவதையும், தன் திறத்தையும் காட்ட ஓர் ஆணையும் ஒரு பெண்ணையும் அழகின் எல்லையாகப் படைத்துவிட்டிருக்கின்றான். அவ்விருவரும் இவர்களே ஆவர். இத்தனை அழகுடைய இவள் இவன் மனைவியாக இருக்கலாமோ என்றால், அரசகுமாரர்கள் மனைவியரை அழைத்துக்கொண்டு வனத்திடை வருவதில்லை. எனவே, இந்த அழகியும் என்னைப் போலவே இவனைக் காமுற்று, என்னைப் போலவே இடையில் வந்தவள் என்று முடிவு செய்துவிட்டாள். (2793). உடனே இராமன் மேல் பெரும் பரிவு கொண்டவள் போல, "வீரனே! ஊன் நுகர்ந்து உண்ணும் அரக்கரைச் சேர்ந்தவள் இவள். உன்னை ஏமாற்றி உன் பின் வந்துவிட்டாள். உடனே அவளை விரட்டிவிடு" என்று கூறினாள். (2794) அதுகேட்டுக் கடகடவெனச் சிரித்த இராமன், "அறிவின் மிக்கவளே என்னுடன் நிற்கும் இவள் அரக்கி என்று கண்டுபிடித்துச் சொல்லிய உன் அறிவுத் திறத்தைப் புகழாமல் இருக்க முடியவில்லை" என்று கேலியாகக் கூற, அதை உண்மை என்று நம்பி விட்டாள், காமவெறியில் கட்டுண்ட சூர்ப்பணகை. அவள் பேச்சைக் கேட்ட பிராட்டி பயந்து நடுங்கி, இராகவன் தோள்களைப் பற்றிக்கொள்ள, சூர்ப்பணகை சீதையை நேரடியாகப் பார்த்து, "நானும் இராமனும் பேசிக் கொண்டிருக்கும் பொழுது அரக்கியே! நீ இடையே வந்த காரணமென்ன?" என்று பேசினாள். இந்த விளையாட்டு இன்னும் வளர்ந்தால் தீங்கு பயக்கும் என்று கருதிய இராகவன், "வெளியில் இருக்கும் என்

தம்பி உன்னைக் கண்டால் சும்மா இருக்க மாட்டான், ஓடிவிடு" என்று எச்சரிக்கை செய்தான்.

இலக்குவனால் அங்கங்கள் அரியப் பெற்ற சூர்ப்பணகை, "உங்களை அழிப்பதற்கு எமனை அனுப்புகிறேன்" என்று கூறிவிட்டு, கர தூடணர்களை அனுப்புகிறாள். கர தூடணர்கள் அழிந்த பிறகு சூர்ப்பணகை சூழ்ச்சி செய்து பிராட்டியைக் கவர வேண்டும் என்ற எண்ணத்தை இராவணன் மனத்தில் விதைத்தாள். இராவணன் சிந்தனை செய்யத் தொடங்குகிறான். கேவலம் இரண்டு மனிதர்கள், ஒரு மானுடப் பெண் என்ற எண்ணத்தில் "நீ ஏன் கர, தூடணர்களிடம் நிலைமையைக் கூறவில்லை?" என்று கேட்டான். அப்படிக் கேட்ட இராவணனுக்கு, "கர, தூடணர்கள் மாபெரும் படையுடன் வந்து போரிட்டனர்" என்றாள். அவன் கேட்காமலேயே போரின் முடிவு பற்றிச் சொல்ல வந்த அவள், "வில் ஒன்றில் கடிகை மூன்றில் ஏறினர் விண்ணில்" என்று அவள் பதிலிறுத்தவுடன், இலங்கேசுவரன் அதிர்ந்துவிட்டான். ஒரு மனிதன், வேறு துணையின்றிப் பெரும் படையையும், திரிசிராவையும் தூடணனையும் கரனையும் கூட விண்ணில் ஏற்றிவிட்டான் என்ற செய்தியைக் கேட்டவுடன் தான் நினைக்கும் அற்ப மனிதர்கள் அல்லர் இவர்கள் என்ற எண்ணம் இராவணனிடம் உறுதிப்பட்டுவிட்டது. அதனால் மிகுந்த எச்சரிக்கையுடன் மாரீசனை நாடினான்.

சூர்ப்பணகை இராம கதையில் அரங்கேறியதன் விளைவு பெருமானைப் பிராட்டி பிரிந்திட நேர்ந்ததாகும்.

சூர்ப்பணகை சூழ்ச்சியின் தொடர்ச்சி - மாய மான் அலறல்

இராமன் அம்புப்பட்டு இறக்கும் தறுவாயில் இருந்த மாரீசன் இராமன் குரலில் அலறி உயிர் விட்டான். இது அரக்கர் சூழ்ச்சி என்பதை அறிந்த இராகவன் பர்ணசாலை நோக்கி விரைவாக நடந்தான். இராமன் குரலில் ஓலம் கேட்டவுடன் போதைப் பெண்ணான சீதை, பெருந்துயரக் கடலில் மூழ்கிப் புலம்பத் தொடங்கினாள். தான் செய்த பைத்தியக்காரத்தனமான செயலால் பேராபத்து விளைந்துவிட்டது என்று மயங்கிய சீதை தன்மேல் வரும் கோபத்தை இலக்குவன் மேல் காட்டுகிறாள். "குற்றம் நீங்கிய குணத்தை உடையவனாகிய இராகவன் வீழவும், கொடிய அரக்கனின் மாயை காரணமாக இறந்துபடுகிறான் என்று அறிந்தும் கூட இன்னும் என் முன்னர் நின்று கொண்டிருக்கின்றாயோ இளையவனே!" என்று ஏசினாள்.

பிராட்டியின் உடைந்து போன மனத்தை அவள் சொற்களால் அறிந்த இலக்குவன் பேசத் தொடங்குகிறான்.

"இந்த உலகத்தில் இராமனுக்கு நிகர் என்று சொல்லக் கூடியவர் யாரேனும் உளரோ? தங்கள் பெண்மை காரணமாக இவ்வாறு பேசிவிட்டீர்கள்" என்று அவள் உணருமாறு சொல்லத் தொடங்கினான். *(3323)*

"தாயே! பதினான்கு உலகங்களிலும் வீரம் அனைத்தும் சேர்ந்தாலும் தனியே நிற்கும் இராமனை ஒன்றும் செய்ய முடியாது."*(3324)*

"பஞ்ச பூதங்களும் அவன் முனிந்தால் இடம் பெயர்ந்துவிடும். அக்கமலக்கண்ணனை யார் என்று அறியாமல் இந்த இடரில் தாங்கள் மூழ்குவது சரியோ?"*(3325)*

"கேவலம் இந்த அரக்கர்களால் துன்பமுற்று இராமன் அழைப்பானேயானால், முறையில் இயங்குகின்ற இந்த அண்டங்கள் அனைத்தும் தாறுமாறாகி உடைபட்டுவிடும் அல்லவோ?"*(3326)*

"அன்னையே! திரிபுரம் எரித்த சிவபிரானின் வில் உங்கள் தலைவன் கை பட்டவுடன் இற்று முறிந்ததைத் தாங்கள் அறிய வில்லையா? அவனுடைய ஆற்றலுக்கு இன்னும் விளக்கம் தேவையா?" *(3327)*

"தாங்கள் கருதியபடி காவலனுக்கு ஓர் ஆபத்து வருமேயானால் மூன்று உலகங்களும் தேவர்களும் முனிவர்களும் ஒருவரும் எஞ்சாது ஒழிவர்." *(3328)*

"அண்ணனின் அம்பால் அடிப்பட்ட அரக்கன் இறக்குந்தறுவாயில் அண்ணன் குரலில் அவறிய சப்தத்தை தான் நீங்கள் கேட்டீர்கள். இது பற்றிய கவலை விட்டொழியுங்கள்" *(3329)* என்று தருக்க வகையாலும், சுருதி, யுக்தி, அனுமானம் என்ற மூவகைப் பிரமாணங்களுடனும் இத்துணை நேரம் இலக்குவன் பேசிய அத்தனை வாதங்களும் பிராட்டியின் செவியில் ஏறவே இல்லை.

ஒரு தடை - அதற்கு விடை

தசரதராமனிடம், மூல இராமன் உள்ளே இருந்து தேவைப்பட்டபொழுது வழிகாட்டுவதுபோல், சனகன் மகளாகிய சானகியிடம் மூலத்திருமகள் உள்ளே இருந்து வழிகாட்ட வில்லையோ என்றும் நினைக்கலாம். அல்லாமலும், இப்பொழுது இலக்குவன்

பிரிந்தால் ஒழியப் பிராட்டி சிறை எடுக்கப்படமுடியாது. அவள் சிறைப்பட்டாலொழிய அவதார நோக்கம் நிறைவேறாது. இதைவிட நுணுக்கமான ஒரு கருத்தும் இதனுள் அடங்கி உள்ளது. விசுவாமித்திரன் முதல் அத்தனை முனிவர்களும் அரக்கர் கொடுமை பற்றி இராமனிடம் வேண்டிக்கொண்டார்கள். ஆனால், எந்தக் காரணத்தைக் கொண்டு இராவணன் மேல் இராகவன் படை எடுக்க முடியும். அற அடிப்படையில் வாழும் இராமன் எவ்விதக் காரணமும் இல்லாமல் எப்படி இராவணன் மேல் படை எடுப்பது. முனிவர்களுக்குக் கொடுத்த வாக்குறுதிக்கு இராவணன் கட்டுப்படவில்லை. காரணம், இராவணன் நேரிடையாக எந்த முனிவனுக்கும் தீங்கிழைக்கவில்லை. அவன்கீழ்ப் பணிபுரியும் கரன் முதலிய அரக்கர்கள் முனிவர்கள் வேள்வியை அழித்தால் தாடகையைக் கொன்றது போல் அவர்களையும் அழிப்பது திண்ணம். தேவர்களுக்கு இராவணன் இடுக்கண் செய்தான் என்பது உண்மையாக இருக்கலாம். எந்தத் தேவனும் இராமனிடம் வந்து உதவி கேட்கவில்லையே. இப்படியிருக்க, இராவணன் மேல் படையெடுப்பது ஒருவகையான வலுச்சண்டைதானே. அப்படியானால் இராமனுக்கு நேரிடையாக இராவணன் தீங்கு செய்யவேண்டும். அதற்கு அந்த ஒரே வழிதான் இருந்தது. ஆதலின் தேவர்கள் கடைப்பிடித்த ஒரு வகைத் தந்திரமே ஆகும் இது. இராவணனை அழிப்பதற்காகவே திரு அவதாரம் செய்தவன் இராமன் என்றாலும், உலகத்தில் மனிதனாகப் பிறந்து விட்ட பிறகு, உலகத்து நடைமுறையில் உள்ள அறவழிகளைக் கடைப்பிடிக்க வேண்டியது அவன் கடமை ஆகின்றது. தக்க காரணம் இன்றி ஒருவன் மேல் போர்தொடுத்தல் அறம் அன்று. ஆதலால், தேவர்கள் காரணத்தைக் கற்பிக்கின்றனர். திருமணமான சில நாட்களிலேயே தன் கணவன் எதிரே அகில உலகமும் கண்டு நடுங்கும் பரசுராமன் பட்ட பாட்டைப் பிராட்டி பார்த்துக்கொண்டு இருந்தவள் தானே! கரனுடன் வந்த பல்லாயிரக்கணக்கான வீரர்களையும் கடிகை மூன்றில் விண்ணில் ஏற்றியவன்தானே! அதையும் நேரில் கண்ட பிராட்டி இப்பொழுது ஒரு மானின் பின் சென்றவன் எப்படித் துன்பமடைய முடியும் என்று சிந்தித்திருக்க வேண்டும். எத்தனையோ காரணங்களைக் காட்டி இலக்குவன் எடுத்துக் கூறியும் அதைச் செவிமடுக்காதது ஏன் இதுபோன்ற சந்தர்ப்பம் ஒன்று முன்னர் ஏற்பட்டபோது கம்பன் கூறிய சமாதானத்தை நினைவுக்குக் கொண்டுவருவது நலம். தூமொழி மடமான் ஆகிய கைகேயி மனந்திரிந்ததற்குக் காரணம் கூறவந்த கவிஞன், 'அரக்கர் பாவமும், அல்லவர் இயற்றிய அறமும்

துரக்க, நல்லருள் துறந்தனள்' (1484) என்று கூறிய காரணத்தை இப்பொழுதும் திருப்பிக் கூற வேண்டும் அரக்கர் பாவமும், அல்லர் இயற்றிய அறமும் துரக்க இலக்குவன் சொல்லைச் செவிமடுக்க மறுத்தாள் என்று கூறுவதே பொருத்தமாகும்.

சீதை நிலைமை - மேல் விளக்கம்

கணவன் ஆற்றலை உண்மையாகவே அறியாதவளாக இருந்திருந்தால் துறவு வேடம் பூண்டு வந்த இராவணனிடம் பின்வருமாறு பேசி இருப்பாளா?

> **"மின்திரண்டனைய பங்கிவிராதனும், வெகுளி பொங்கக்**
> **கன்றிய மனத்து வென்றிக் கான் முதல் கணக்கிலோரும்,**
> **பொன்றிய பூசல் ஒன்றும் கேட்டிலிர் போலும்' என்றாள் -**
> **அன்று அவர்க்கு அடுத்தது உன்னி, மழைக்கண் நீர்**
> **அருவி சோர்வாள்".** *- கம்ப 3374*

> **"வாள் அரிவள்ளல்; சொன்ன மான் கணம் நிருதரானார்;**
> **கேளொடு மடியுமாறும், வானவர் கிளருமாறும்,**
> **நாளையே காண்டிர் அன்றே; நவை இலிர், உணர்கிலீரோ?"**
> **...** *- கம்ப 3375*

> **"..**
> **கவினும் வெஞ் சிலைக் கை வென்றிக் காகுத்தன் கற்பினேனை,**
> **புவியிடை ஒழுக்கம் நோக்காய்; பொங்கு எரி, புனிதர் ஈயும்**
> **அவியை நாய் வேட்டதென்ன, என் சொனாய்? அரக்க! என்னா"**
> *- கம்ப 3385*

> **"..**
> **..**
> **மின்உயிர்த்து உருமின் சீறும் வெங்கணை விரவாமுன்னம்,**
> **உன் உயிர்க்கு உறுதி நோக்கி, ஒளித்தியால் ஓடி என்றாள்"**
> *- கம்ப 3386*

> **"வாக்கினால் அன்னான் சொல்ல, மாயையால் வஞ்சமான் ஒன்று**
> **ஆக்கினாய்; ஆக்கி, உன்னை ஆர் உயிர் உண்ணும் கூற்றைப்**
> **போக்கினாய்; புகுந்து கொண்டு போகின்றாய்; பொருது நின்னைக்**
> **.."** *- கம்ப 3399*

பிராட்டி பேசியவற்றில் முதல் இரண்டு பாடல்களும் தன் எதிரில் வந்து நிற்கும் துறவி யார் என்று அறியாமல் அரக்கர் சிறப்பை ஏதோ ஒரு துறவி கூறினான் என்று மனத்துட்கொண்டு இராகவன் பெருமையை அவனறியுமாறு சொல்லியதாகும். பின்னர்க்

காட்டப்பெற்ற பாடல்கள் அனைத்தும் அவனை இன்னான் என்று இனம் கண்டு கொண்ட பிறகு பேசிய பேச்சுக்களாகும்.

இராகவனுக்குப் பேராபத்து நிகழ்ந்துவிட்டது என்று சீதை சொன்னவுடன், 'இராகவன் யார்' என்று விரிவாக எடுத்துக் கூறிய இலக்குவனை அனுப்பிய பிறகு அரை நாழிகைப் பொழுதில் இராவண சந்நியாசி வர அவனுடன் பிராட்டி பேசிய பேச்சுக்கள் மேலே தரப்பட்டுள்ளன. இவ்வளவு விவரம் தெரிந்தவள் அரை நாழிகைக்கு முன்னர் இந்த விவரங்களையெல்லாம் மறந்துவிட்டு, இலக்குவன் நோகும்படிப் பேசி அவனை அனுப்புவாளா? ஆனால், அனுப்பியதென்னவோ உண்மை. இந்த விவரங்களை எப்படி மறந்தாள்? மறக்கச் செய்தது அரக்கர் பாவமும், அல்லவர் இயற்றிய அறமும் ஆகும்.

பிராட்டி பிரிவால் பெருந்துயர் உழக்கும் பெருமாள் இலக்குவன் துணை

சடாயுவைச் சந்தித்ததிலிருந்து போர் தொடங்குகிறவரை தசரதராமன், மனைவியை இழந்த துயரக்கடலில் கிடந்து, அதன் எல்லைக்கே பலமுறை சென்றுவிடுவதைக் காண்கின்றோம். இத்தகைய சந்தர்ப்பங்களில் தேவர்களும், முனிவர்களும் அவன் துயரத்தின் எல்லையைக் கண்டு அஞ்சி ஒதுங்கி விடுகின்றனர்.

இலக்குவனிடம் இதுவரை காணாது இருந்த புதிய பரிமாணத்தை காண முடிகிறது. இம்மாதிரியான சந்தர்ப்பங்களில் சமதிருஷ்டி உடைய ஸ்திதப்பிரக்ஞனான இராமனே அவலக் கடலில் அழுந்தினால் யார் அவனைக் காப்பது? இத்தகைய நேரங்களில் இளையவன் புறப்படுகிறான். 'ஆம்! என் சொற்கடந்தால் உனக்கு ஆவது என்' என்று இராமன் கூறியவுடன் 'விதிக்கும் விதியாகும் என் வில் தொழில்' என்று சொல்லிக் கொண்டிருந்த இலக்குவன் பெட்டிப்பாம்பாக அடங்கிவிட்டதைக் கண்டோம். இடையில் பரதனைப் பற்றி இரண்டொரு தவறான வார்த்தைகளைச் சொல்ல, இராமனால் கண்டிக்கப்பட்டு மனம் மாறியவன் இலக்குவன். அயோத்தியில் இருந்து புறப்பட்டது முதல் பிராட்டி பிரியும் வரை எதிரொன்றும் பேசாமல் அடியனாய் நடந்து கொண்டிருந்த இலக்குவன் இப்பொழுது முன்னவன் துயரத்தால் குன்றி நிற்கும் நிலையில், அடியரின் ஏவல் செய்த இலக்குவன் மால் என வளர்ந்து ஓங்கிவிடுகின்றான். பரம்பொருளின் சொரூபம் என்று அறிந்துகொண்டு எந்த அண்ணனுக்குப் பணிபுரிந்தானோ அந்த

அண்ணனை இப்பொழுது குழந்தையாகக் காண்கிறான். கையில் உள்ள விளையாட்டுப் பொம்மை பறிபோனவுடன் குழந்தை வீறிட்டு அழுது ஓய்வது போல் இராகவன் நைந்து நைந்து உருகுகின்றான். அழும் குழந்தையை எடுத்து அணைக்கும் பெற்றோர் போல இளைய பெருமாள், பெரிய பெருமாளைப் பலபடியான சொற்களால் தேற்றுகின்ற காட்சி வியப்பைத் தருவதாகும். 'இறைவரோ தொண்டர் உள்ளத்து அடக்கம்' என்ற ஔவையின் பாட்டுப்படி பரம்பொருளாகிய இராகவன், பரம பாகவதனாகிய இலக்குவனின் சொற்களுக்குள் அடங்கிவிடுகிறான்.

தேவியைப் பிரிந்து தேவதேவன் தேம்பினால், அந்தக் கொடிய சூழலில் பகவானுக்கே பாகவதன் விழுதாக விளங்கித் தாங்குவான் போலும்!

பிராட்டியின் பிரிவுத் துன்பம்

அடுத்து நாம் பிராட்டியைச் சந்திப்பது அசோகவனத்திலாம். அரக்கியர் குழாத்திடை வைகும் வைதேகி மனம் முறிந்து உயிரை மாய்த்துக்கொள்ளாதிருக்கப் பேருதவி புரிந்தவள் திரிசடை என்னும் அறிவுமிக்க வீடணன் மகளாவாள். அரக்கியர் நெருக்கலும் இராவணன் எதிரே நின்று செய்யும் புலம்பலும் இல்லாத பொழுதெல்லாம் பிராட்டி இராமனைப் பிரிகின்ற வரை தன் வாழ்க்கையில் நடைபெற்ற நிகழ்ச்சிகளையெல்லாம் வரிசைப்படுத்தி நினைந்து பார்க்கிறாள். பொறுத்துப் பார்த்து, இராமன் வரவில்லை, வரமாட்டான் என்ற முடிவிற்குத் தள்ளப்படும் நிலையில் அவள் உள்ளத்தில் தோன்றும் நினைவுகளாகும் இவை:

முதலாவது எண்ணம், தான் இருக்கும் இடத்தை இராமன் அறிய முடியாது என்பதுதான்.

"சடாயுவோ இறந்து போய்விட்டான். இந்நிலையில் யார் என் நிலை எடுத்துச் சொல்வார்கள்? இப்பிறப்பில் இராமனைக் காணமுடியாது". "அவசரப்பட்டு நான் ஆராயாமல் இளையவனைக் கோபித்துக்கொண்டு சொல்லிய வார்த்தைகளைக் கேட்டு இவள் அறிவில்லாதவள் என்று என்னைத் துறந்து விட்டானோ? எனது பிராரத்துவ வினை இத்துடன் முடிந்துவிட்டது போலும்! நான் இல்லாத இப்பொழுது மென்மையான கீரைகளையும், கிழங்கு முதலியவற்றையும் யார் என் தலைவனுக்கு இடப்போகிறார்கள்? இந்நிலையில் யாரேனும் விருந்தினர் வந்துவிட்டால் நான் இல்லையே என்று நினைப்பான்" என்று நினைத்து விம்மத்

தொடங்கினாள். 'கொடிய அரக்கர்கள் இத்தனை காலம் என்னை விட்டு வைக்கமாட்டார்கள், கொன்று தின்றிருப்பர், இனிச் செய்யக் கூடியது என்ன இருக்கிறது' என்று நினைத்து வராமல் இருந்துவிட்டான் போலும்! இரகு குலத்திற்கே உரிய பொறுமை என்னும் சிறப்பியல்பு தனக்கும் உரியது என்று இருந்துவிட்டானோ?" "தாயரும் தம்பியும் ஒருவேளை காட்டிற்கு வந்து அழைத்துச் சென்று விட்டார்களோ? இல்லை, இல்லை. குறிப்பிட்ட பதினான்கு ஆண்டுகள் காட்டில் வாழ்ந்தாலன்றி மீட்டும் நகர் புகான்."*(5080 - 5085)*

இராமன் வருவான், வரமாட்டான் என்ற இரு துருவ நினைவுகளிடையே அல்லற்பட்ட போது கூட தன் விரதத்தை மீறிப் பதினான்கு ஆண்டுகள் கழியாமல் அயோத்தி திரும்பமாட்டான் என இராமன்பால் தான் கொண்ட நம்பிக்கையைச் சீதை விடவில்லை என்பது நம் கவனத்துக்கு உரியது.

இனிமை ஊட்டும் பழைய நினைவுகள்

மேலே கண்ட முறையில் வருவான், மாட்டான் என்ற இரண்டு எண்ணங்கட்கும் இடைப்பட்டுத் துடித்த பிராட்டி இப்பொழுது, ஆற அமர இருந்துகொண்டு, இராமனும் தானும் ஒன்றாக இருந்தபொழுது நடைபெற்ற நிகழ்ச்சிகளை மறுபடியும் நினைவுக்குக் கொண்டு வந்து அசைபோடத் துவங்குகிறாள்.

"கேகயர்கோன் மடந்தை, இராமா! இந்தக் கோசல நாடு உன் தம்பிக்கு உரியதாயிற்று என்று கூறியவுடன் வியப்போ, சினமோ, வெறுப்போ கொள்ளாமல் இந்த வாசகத்தைக் கேட்குமுன் இருந்த முக அழகைக் காட்டிலும் மூன்று மடங்கு பொலிந்ததை நினைக்கின்றாள்". *(5087)*

"இந்த அரசு உனக்குரியது என்று தந்தை சொன்ன போதிலும், இந்த அரச செல்வத்தைத் துறந்து நீ காடு செல்க என்று பணித்த போதும் முகத்தில் எவ்வித மாறுபாடும் காட்டாமல், சித்திரத்தில் எழுதப்பட்ட 'செந்தாமரை' மலர்வதும், கூம்புவதும் இல்லாமல் ஒருபடித்தாய் இருப்பது போன்ற அவன் முகத்தை நினைந்தாள்". *(5088)*

"சிவபெருமானுடைய வில்லை வளைக்கத் தொடங்கி, அது ஒடிந்து விழுந்தபோது பருத்துக் காணப்பட்ட அவன் தோள்களைக் கற்பனை செய்கிறாள்". *(5089)*

இந்த மூன்று பாடல்களும் அவள் கண்ணால் காணாத பொழுது நடைபெற்ற நிகழ்ச்சிகளேனும், அதைக் கற்பனையில் காண்கிறாள்.

“அழகான கங்கை நதியில் ஓடத்தைச் செலுத்திச் சென்ற ஏழை வேடனாகிய குகனைப் பார்த்து எல்லையற்ற கருணையோடு நான் உன் தோழன், இவள் உன் கொழுந்தி, இதோ இவன் உன் தம்பி என்று கூறிய எல்லையற்ற நண்பின் வெளிப்பாட்டை நினைந்து விம்மினாள்.”(5091)

“வனத்திடை வந்த பரதன் அவனுக்குரித்தான பொன் முடியை அணியாமல் சடையைத் தூக்கிக் கட்டிக்கொண்டு துறவியாக வந்து நின்றவனைக் கட்டிக்கொண்டு, கண்ணீர் சொரிந்ததை நினைக்கின்றாள்.”(5093)

*“இருபத்தொரு தலைமுறை அரசர்களைக் கொன்று அவர்கள் குருதியில் மூழ்கிய பரசுராமனின் மாபெரும் தவத்தையும், அவன் கொணர்ந்த வில்லையும் வளைத்துத் தவத்தைப் போக்கியதை நினைந்து வருந்தினாள்.” (5095)*இந்த வருத்தம் இனிய நினைவிலே விளைந்த துன்பம் என்பதை உணரவேண்டும். இளமை மிடுக்கை நினையும் இன்பத்திலே முதுமை ‘இனி நினைந்து இரக்கம் ஆகின்று’ என வருந்துவதைப் போன்றது அசோகவனத்துச் சீதையின் நினைவு

“சித்திர கூடத்தில் இருந்தபொழுது இந்திரன் மகனாகிய சயந்தன் காக வடிவில் வந்து தன்னைத் துன்புறுத்திய பொழுது சினம் கொண்ட இராமன் ஒரு புல்லையே அம்பாக எடுத்து வீச, காக வடிவில் இருந்த சயந்தனுக்கு மட்டும் அல்லாமல் காக்கை இனம் முழுவதற்கும் ஒரு கண்ணைப் போக்கி விட்ட இராகவன் வீரத்தை நினைத்தாள்.” (5096)

மூலநூல் வழியை மாற்றுதல்

இந்த ஒரு பாடலைப் பற்றி மட்டும் சிறிது சிந்திக்க வேண்டி உள்ளது. மூலநூலாகிய வான்மீகத்தில், சுந்தரகாண்டம் 38ஆவது சருக்கத்தில் 1 ஆம் பாடல் முதல் 33ஆம் பாடல் முடிய இந்தச் சயந்தன் கதை மிக விரிவாகப் பேசப்பட்டுள்ளது. பிராட்டியின் சிறப்பைக் குறைக்கும் வகையில் இந்தக் கதை அமைந்திருப்பதால், கம்பன் இதை முழுவதுமாக ஏற்றுக்கொள்ள விரும்பவில்லை. இன்னது என்று கூறாமல் ஓர் அம்பால் இந்திரன் மகனாகிய சயந்தன் கண்ணைப் போக்கிய இராமனது பேராற்றலை நினைந்தாள் என்று மட்டும் பாடிச் சென்றுவிட்டான்.

கம்பன் பாத்திரப் படைப்பிலும், நிகழ்ச்சிகளைக் கூறுவதிலும், பெரும்பாலும் மூலநூலைப் பின்பற்றியே சென்றுள்ளான் என்பதை அறிய முடிகிறது. முடிசூட்டு விழாவிற்கு முன்னர் நிகழ்ந்த கைகேயி - இராமன் உரையாடல்; வனம் புகுமுன் நிகழ்ந்த இராமன் - சீதை உரையாடல்; வனத்தில் மாரீசன் குரலைக் கேட்ட பின்னர்ச் சீதை - இலக்குவன் உரையாடல் என்பன போன்ற பகுதிகளில் அந்த உரையாடல்கள் பாத்திரங்களின் தரத்தை மிகவும் குறைத்துவிடும் நிலையில் மூலநூல் அமைந்திருத்தலின் கம்பன் முழுவதுமாக இவற்றை மாற்றிவிட்டான். அதே முறையைப் பின்பற்றி இந்தக் காக்கைக் கதைக்கும் மிக அற்புதமான வடிவைக் கொடுத்துவிட்டான்.

மேலே கண்ட பாடல்களில் கூறப்பெற்ற நிகழ்ச்சிகள் அனைத்தும் பிராட்டி நேரிடையாகத் தன் கண்ணால் கண்ட நிகழ்ச்சிகளாகும்.

வந்தான் தூதுவன்

இதுவரை அவள் மனத்திரையில் ஓடிய நிகழ்ச்சிகள் அவளுக்கு மனத்தெம்பைத் தருவதற்குப் பதிலாகத் துன்ப முடிவுக்கே சீதையை விரட்டின. 'இனிமேல் தனக்கு உய்கதியே இல்லை, தன்னைக் காக்க வருவார் யாரும் இல்லை. எனவே, துன்பத்தைச் சகித்துக் கொண்டு வாழ்வதைவிட ஒரேயடியாக இறத்தலே நல்லது' என்ற முடிவுக்கு வந்தாள். இந்நிலையில், அனுமன் வருவதும், தான் அரக்கன் அல்லன் - இராகவன் தூதனாகிய மாருதி என்ற எண்ணம் அவள் மனத்தில் தோன்றுமாறும் செய்தான். பிராட்டி பிரிந்ததில் இருந்து நடைபெற்றவற்றையெல்லாம் முறையாகக் கூறினான். இராகவன் தந்த அடையாளத்தைக் காட்டினான். இராகவன் உறுதியாக வந்து அவளை மீட்பான் என்பதையும் வலியுறுத்திக் கூறினான்.

மேலும் அனுமன் தான் இராகவன் தூதன் என்பதை அவள் நம்புவதற்காக இராமன் கூறி அனுப்பிய சில நிகழ்ச்சிகளைக் கூறினான்:

"நான் வனம் சென்ற காலத்தில் தாயருக்குப் பணி செய்து கொண்டு நீ இங்கிருக்கவும் என்று நான் சொன்னவுடன், கட்டிய துணியுடன், பெருமூச்சு விட்டுக்கொண்டு என்னுடன் வருவதற்குத் தயாராக என் பக்கலில் வந்து நின்றதைக் கூறுவாய்." *(5287)*

"அயோத்திமாநகர் வாயில் முதலியவற்றைக் கடந்த உடனேயே காடு எங்கே உள்ளது என்று கேட்டதையும் சொல்லுவாய்" *(5288)*

"வனத்தின் கொடுமையையும், பிரிவின் துயரையும் நினைந்து வருந்திக்கொண்டிருந்த சுமந்திரனிடம் என் கிளிகளையும், மைனாப் பறவைகளையும் நன்கு கவனித்துக்கொள்ளச் சொல் என்று கூறியதைக் கூறுவாய். *(5289)* - இவற்றைக் கூறி முடித்து இராமனின் கணையாழியையும் காட்ட, பிராட்டி மகிழ்ச்சி, துயரம் என்ற இரண்டும் கலந்த கடலுள் மூழ்கினாள்."

பெருமானுக்குப் பிராட்டியின் செய்தி

இறுதியாக அனுமன் புறப்படுவதற்கு முன் தலைவனுக்கு "என்ன செய்தி சொல்லுகிறீர்கள்" என்று கேட்டவுடன், தனக்கும் தன் கணவனுக்கும் மட்டும் தெரிந்த சில செய்திகளைப் பிராட்டி சொல்கிறாள்.

1. "நீதி வடிவானவனே! நான் சொல்லப் போவதை மனத்தில் நன்கு பதித்துக் கொள்வாயாக. இன்னும் சரியாக ஒரு மாதம் தான் இங்கிருப்பேன். மன்னன் (இராமன்) ஆணையாகச் சொல்கிறேன். அதன் பிறகு நான் வாழப் போவதில்லை." *(5373)*

2. "மாலை அணிந்த அப்பெருமானுக்கு நான் உகந்த மனைவி அல்லள் என்றாலும், தயை என்று அனைவரும் கூறும் அந்த ஈர உணர்வு அவன் நெஞ்சில் இல்லையென்றாலும் அவருடைய வீரத்தையாவது நிலைநாட்ட வேண்டும் என்று சொல்வாயாக" *(5374)*

3. "வெற்றி பொருந்திய இளையபெருமாளுக்கு நான் சொல்லப்போவதைக் கவனமாகச் சொல்வாயாக. மன்னனுடைய ஆணையால் எனைக் காத்து நின்ற இளைய பெருமாள் இப்பொழுதும் அக்காவலை நீட்டிக்கும் முறையில் தன் கையிலுள்ள அம்பைத் தொடுக்க வேண்டும் என்று சொல்." *(5375)*

4. "இன்னும் ஒரு மாதத்தில் நான் செய்கின்ற தவம் முடிந்துவிடும். ஆதலால் அதன்பிறகு கங்கை ஆற்றின் கரையில் அடியவளாகிய எனக்கு நீர்க்கடன் செய்துவிடுக என்று சொல்வாயாக." *(5376)*

5. "என்னுடைய மாமியார்கள் மூவருக்கும், நான் உயிர் விடும்போது என் வணக்கத்தைச் செலுத்தினேன் என்று அறத்தின் தலைவனான இராகவன் என்பால் அருள் இல்லாமையால் சொல்ல மறந்துவிட்டாலும் நீ சொல்ல மறந்துவிடாதே" *(5377)*

6. "எனை மணம் புரிந்து கொண்ட அன்று என் கையைப் பிடித்துக் கொண்டு 'இந்தப் பிறவியில் வேறு ஒருத்தியை

மனத்தினாலும் நினைக்க மாட்டேன்' என்று எனக்கு வரம் தந்ததைப் பிறர் யாரும் கேட்காமல் அவர் காதுகளின் அருகில் சென்று மெதுவாகக் கூறுவாயாக." *(5378)*

7. "இங்கே இருந்து நான் இறந்து விட்டாலும் மறுபடியும் பிறந்து அவருடைய அழகிய மேனியைத் தொடக்கூடிய வரத்தை எனக்குத் தரவேண்டும் என்று சொல்வாயாக." *(5379)*

8. "பட்டத்தரசியாக நின்று ஆளவும், பெரிய யானையின் மீது அமர்ந்து ஊர்வலம் வர இயலாத நான் இப்பொழுது அதுபற்றிப் பேசிப் பயனில்லை. ஊழ்வினையை நினைக்கின்றேன்." *(5380)*

9. "இராமன் காடு வந்ததால் வருந்தி நிற்கும் உலகிற்கும், தாய்மார்களின் மனவருத்தத்திற்கும், பரதன் அடைந்து கொண்டிருக்கின்ற துன்பத்திற்கும் ஒரு முடிவு கட்ட வேண்டிய கடமையிலுள்ள இராகவன் எனக்காக இங்கு வருவான் என்று நினைப்பதே தவறாகும்." *(5381)*

10. "என்னுடைய சுற்றத்தார் அனைவருக்கும் என் வணக்கத்தைச் சொல்வாயாக. குரக்கினின் மன்னனாம் சுக்கிரீவனை, இராமனை விடாமல் தொடர்ந்து சென்று அயோத்தி அடைந்து அவனுக்கு முடிசூட்டுவிக்குமாறு நான் கேட்டுக்கொண்டேன் என்று கூறுவாயாக." *(5382)*

சீதாபிராட்டி நிலை - ஒரு விளக்கம்

மீட்கப்படுவோம் என்ற நம்பிக்கையை அறவே இழந்து உயிரை உடம்பில் ஒட்டவைத்துக் கொண்டிருக்கும் பிராட்டி அனுமனைக் கண்டு அங்குள்ள செய்தியெல்லாம் அறிந்த பிறகு மீட்கப்படுவது உறுதி என்ற நம்பிக்கையின் உச்சத்திற்குச் செல்கிறாள். இருந்தாலும் என்ன? அவளை ஒத்த துன்பம் அடைந்தவர்கள் நம்பிக்கை பெறுவது என்பது இயலாத காரியம் ஆகும். இத்தனை மாதங்கள் இங்குத் தங்கியிருந்த நேரத்தில் அரக்கியர் பேச்சுக்கள் மூலமாகவும், திரிசடையின் உரையாடல் மூலமாகவும் இலங்கை வேந்தன் ஆற்றலையும் அவன் படைபலத்தையும், தவ வலிமையையும், இலங்கைக் கோட்டையின் அசைக்க முடியாத கட்டமைப்பையும் கேள்விப்பட்ட ஒரு பெண், திடீரென்று எப்படி நம்பிக்கை கொள்வது? தன் கணவனும், கொழுந்தனும் ஈடு இணையற்ற வீரர்கள் என்பதைப் பெருமாட்டி அறிவாள். ஆயினும், இலங்கைக் கோட்டையையும் அதன் காவலையும் எவ்வாறு அவர்கள் தகர்த்து

வரமுடியும். தான் அறிந்த இதனை இராவணன் தன்னை வந்து வணங்கும் பொழுது, இதோ கூறுகிறாள்:

“மேருவை உருவ வேண்டின், விண் பிளந்து ஏக வேண்டின்,
ஈர் - எழு புவனம் யாவும் முற்றுவித்திடுதல் வேண்டின்,
ஆரியன் பகழிவல்லது; அறிந்து இருந்து - அறிவு இலதாய்!
சீரிய அல்லசொல்லி, தலைபத்தும் சிந்துவாயோ?” *- கம்ப. 5185*

இத்தகைய எண்ணங்கள் அவளுடைய மனத்தில் தோன்றவும் நம்பிக்கை தளர்கிறது. பொதுவாக மென்மைத்தன்மை உடைய பெண்களுக்கு மன ஊசலாட்டம் இயல்பானதுதான் என்றாலும் தம் தலைவர்கள் வலிமையும் மாற்றான் வலிமையும், தம் தலைவர்களுக்கு வரும் துணை வலியும் சிந்திக்கச் சிந்திக்க அவளுடைய நம்பிக்கை வெகுவேகமாகக் குறைந்து வருகிறது. ஈடு இணையற்ற இராம - இலக்குவர்களைத் தவிர அவ்வணியில் சுக்கிரீவன், அங்கதன், அனலன், சாம்பன் முதலியவர்களை எந்தக் கணக்கில் வைத்து எண்ணுவது? இங்குள்ள கும்பகர்ணன், இந்திரசித்தன், அதிகாயன், மகரக் கண்ணன் போன்றவர்களை எதிர்க்க அந்த அணியில் யார் இருக்கிறார்கள்? இராவணன் படைகளை எண்ணும் போது சுக்கிரீவனின் குரங்குப் படைகள் எம்மாத்திரம்? பல்வேறு படைக்கலன்களுடன் இந்த அரக்க வீரர்கள் எதிரே கல்லும் பல்லும் கையுமே ஆயுதமாகக் கொண்ட குரங்குகள் என்ன செய்யமுடியும் என்றெல்லாம் நினைத்தவள் அனுமனைக் கண்டபொழுது புதிதாக முளைத்த நம்பிக்கை பொடியாகப்போவதை உணர்கிறாள். அந்த மன உளைச்சலின் பயனாக வெளிவந்தவைதான் மேலே காட்டப்பட்ட பாடல்கள். மேலே உள்ள பாடல்களில் அவள் மனஉளைச்சலையும் ஊசலாட்டத்தையும் நம்பிக்கை இழந்த நிலையையும் அறிவிக்கும் பாடல்கள் மேலே குறிப்பிடப்பட்டுள்ள வற்றில் இந்த எண்ணுள்ள 1, 2, 4 5, 7, 9 என்பவையாம். இவைபோக எஞ்சியுள்ளவற்றில் 3ஆம் பாடல் (5375) பற்றிச் சிந்திக்க வேண்டும்.

ஏத்தும் வென்றி இளையவற்கு, ஈதுஒரு
வார்த்தை கூறுதி; “மன் அருளால் எனைக்
காத்து இருந்த தனக்கே கடன், இடை
கோத்த வெஞ்சிறை வீடு” என்று கூறுவாய். *- கம்ப 5375*

என்பதே அந்தப் பாடல்.

என்னைக் காத்திருந்த இளையபெருமாள் இப்பொழுது என்னை மீட்க வேண்டுமெனச் சொல்வது விந்தையானது தான். காவலாய் இருந்ததுடன், தான் அண்ணனிடம் போகாமைக்குரிய காரணத்தை

எடுத்துச் சொல்லியும் கேளாமல் இலக்குவனை நோவப் பேசி விரட்டியவள் இதே பெருமாட்டிதான். அப்படியிருக்க, காவல் காத்தவன் காவற் பொருளை இழந்துவிட்டால் அதை மீட்க வேண்டியது அவன் பொறுப்பு என்று சொல்வது ஒடிந்தபோன அவளுடைய மனநிலையைக் குறிக்கிறதே அன்றி அவளது தருக்கம் சரியானதன்று. எனினும், இராகவனை அடைவதற்கு ஏங்கும் ஏக்கம் புலப்படுகின்றது என்பதில் ஐயமில்லை.

மற்றொரு பாடலும் நம் சிந்தனைக்கு உரியதாகிறது. அது வருமாறு:

> **“திங்கள் ஒன்றின் என் செய் தவம் தீர்ந்ததால்;**
> **இங்கு வந்திலனே எனின்; யாணர் நீர்க்**
> **கங்கை யாற்றங்கரை, அடியேற்கும், தன்**
> **செங்கையால் கடன் செய்க” என்று செப்புவாய்.** - கம்ப 5376

ஒருமாத காலத்தில் நான் மேற்கொண்டுள்ள தவம் முடிந்துவிடும் என்று சொல்லாமல் ‘முடிந்தது’ என்று இறந்த காலத்தால் சொல்வதும் வெறும் கால் வழுவமைதி என ஒதுக்கிவிடமுடியாது. பிராட்டி பெருமானிடத்துக் கொண்டுள்ள உறுதியை அது புலப்படுத்துகிறது. அப்படி ஒரு மாத காலத்துள் வராவிடின் தான் உயிர் விட்டு விடுவாள் என்பதைக் குறிப்பிடும் உத்தியும் வலிமையாகத் துலங்குகிறது. ‘என்னை இறக்க விட்டுவிட்டு அயோத்திக்குப் போகும் வழியில் கங்கையாறு வருமல்லவா? அந்த ஆற்றங்கரையில் தான் அவர் தம் தந்தைக்கு நீர்க்கடன் செய்தார். அதே இடத்தில் எனக்கும் அதே சடங்கைச் செய்துவிடச் சொல்’ நம்பிக்கை தளர்ந்துபோய்விட்ட நிலையில் புலம்பும் பெண்மையின் அவலத்தை நிறைத்து வைத்துக் கொண்டிருக்கிறது இந்தப் பாடல்.

இதனோடு இணைத்துப் பார்க்க வேண்டிய பாடலும் பிராட்டி கூற்றாகக் கவிச்சக்கரவர்த்தியின் முத்திரையோடு விளங்குகிறது.

> **“ஈண்டு நான் இருந்து இன் உயிர் மாயினும்**
> **மீண்டு வந்து பிறந்து, தன் மேனியைத்**
> **தீண்டலாவது ஓர் தீவினை தீர் வரம்**
> **வேண்டினாள் தொழுது” என்று விளம்புவாய்.** - கம்ப 5379

இத்துணை வருத்தத்தின் இடையேயும் அவள் கணவன் மேல் கொண்டிருந்த அன்பையும் நம்பிக்கையையும் வெளியிடும் பாடல் இதுவாகும். அவனுடைய ஏகபத்தினி விரதத்தை அவள் தன்னுள் பொன்னேபோல் போற்றி வாழ்ந்து வருகிறாள் என்பதை அறிவிக்க

இப்பாடல் பயன்படுகிறது. கணவன் மனைவியரிடையே மட்டும் தெரிந்த இதனைச் சொல்வது என்பது, இதனைச் சொல்பவள் உண்மையான சீதைதான் என்று இராகவன் நம்புவதற்காக அல்ல. இராமனுடைய இந்தப் பண்பாட்டில் தன்னை இழந்தவள் ஆதலால் இலங்கையிலேயே இறந்துவிட்டாலும் 'மறுபடியும் பெண்ணாகப் பிறந்து அவனையே அடைய விரும்புகிறேன்' என்று கூறுவதைக் காணலாம். இதற்கு முன்னும் பின்னும் என்பால் அருள் இல்லையாயினும், நெஞ்சில் ஈரம் இல்லையாயினும் என்று கூறியவள் தாயர், பரதன் ஆகியோர் துயரத்தைத் தீர்க்க அயோத்தி போய்விடுவான் கணவன் என்றெல்லாம் கூறுவது தன்னை இன்னும் மீட்க வரவில்லையே என்ற ஆதங்கத்தால் எழுந்த வார்த்தைகளே தவிர உண்மையில் அவள் நம்பிக்கை தளரவில்லை. பரதன் வந்து அழைத்தாலும், குறித்த நாள் வராமல் போகமாட்டான் என்று நம்பிக்கை கொள்கிறாள். *(5085)*

பெரியாழ்வார் பாசுரங்கள்

மூலநூலாகிய வான்மீகியில் சயந்தன் கதையை இந்த இடத்தில் சொல்வதாக அமைந்துள்ளது. அது பொருந்தாமை பற்றிக் கம்பம் அதை விட்டுவிடுகிறான். இந்தச் சந்தர்ப்பத்தில், பெரியாழ்வார் பாடி அருளிய பெரிய திருமொழி 3ஆம் பத்தில் அனுமன் சீதைக்குக் கூறிய அடையாளம் என்று வரும் பத்துப் பாடல்களையும் சிந்திப்பது பயனுடையதாகும். அனுமன் தான் யார் என்பதை நிரூபிப்பதற்காக இப்பாடல்களைச் சொன்னான் என்று பத்துப் பாசுரங்களில் பாடிச் செல்கிறார். இதே இடத்தைக் கம்பன் மூன்று பாடல்களில் *(5287 - 5289)* பாடுகிறான். வான்மீகியில் பிராட்டி கூறும் அடையாளங்களில் சில பெரியாழ்வார் பாடலில் அனுமன் கூறும் அடையாளங்களாக இடம் பெற்றுள்ளன. இவை இரண்டிலும் காக்கை கதை வருவது சற்று வினோதமானதே. இந்த இரண்டு இடங்களும் பாத்திரப் படைப்புக்குச் சிறப்பு செய்யாமையால் கம்பன் இக்கதையைப் பிராட்டி தானே நினைந்து வருந்துவதாகப் பாடிவிட்டான். பெரியாழ்வார் பாடலில் உள்ள பல அடையாளங்களையும் ஏனோ கம்பன் பாடாது விட்டுவிட்டான். வான்மீகத்திலும் காணப்படாத ஓர் அடையாளம் பெரியாழ்வார் பாடலில் இடம் பெற்றுள்ளது. இராமனும் சீதையும் விளையாடிக் கொண்டிருக்கும் பொழுது இராமன் தோற்றுப்போகவே அவனை மலர் மாலையால் சேர்த்துக் கட்டிவிட்டாள் என்று வரும் பெரியாழ்வார் பாடல் நிகழ்ச்சி வேறு எங்கும் காணப்படவில்லை. வான்மீகத்தில் காணப்படாத இராமன்

பற்றிய பல கதைகள் தமிழகத்தில் நெடுங்காலமாக வழங்கி வந்தன என்பதற்குப் பெரியாழ்வார் பாடல்கள் ஆதாரமாகும்.

நெருப்புச் சொல்

இனி, போர் முடிந்து, வீடணன் இராவணனுக்குச் செய்ய வேண்டிய நீர்க்கடன் முதலியவற்றை நிகழ்த்திய பிறகு அவனுக்குப் பட்டாபிஷேகம் நடைபெறுகிறது. அது முடிந்தபின் இராகவன் வீடணனை அழைத்து, 'நம் தேவியைச் சீரொடும் தருக' என்று கூறவும் அவன் சீதையை அலங்கரித்து அழைத்து வருகிறான். வந்து வணங்கி நின்ற பிராட்டியைக் கண்டு சீறி எழுகிறான் இராகவன். அவன் பேசிய பேச்சுக்கள் படிப்பவர் மனத்திலேயே பெருவருத்தத்தையும், குழப்பத்தையும் உண்டாக்குகின்றது என்றால், அதனை நேரிடையாகப் பெற்ற பிராட்டியின் மனநிலையைச் சொல்லவும் வேண்டுமோ?

இங்கே இராமன் பேசும் பேச்சுக்கள் சாதாரண மனிதனுக்குக்கூட அழகு சேர்க்கமாட்டா என்றால், மாமனிதனாகிய இராமனுக்கு இது எவ்வாறு பொருந்தும்? அப்படி இருக்கவும், இராமன் இவ்வாறு பேசினான் என்றால், அதற்கு ஏதேனும் உட்பொருள் இருத்தல் வேண்டும். வணங்கி நின்றவளைப் பாம்பெனச் சீறும் இவ்வள்ளல் இதோ பேசுகிறான்:

"ஒழுக்கம் பாழ்படும்படியான நிலைவந்திடினும் உயிரை விடாமல் உணவை விரும்பி உண்டாய். அரக்கனுடைய நகரில் இதுகாறும் வாழ்ந்தாய். இப்பொழுது எது கருதி என்பால் வந்தாய்? நான் உன்னை விரும்புவேன் என்று நினைத்தாயோ?" *(10013)*

"கடலைத் தூர்த்து, அணை கட்டி மின்னலையும் மழுங்கச் செய்யும் ஒளியுடைய பல்வேறு படைகளை உடைய அரக்கரை வேரறுத்து, இந்தப் பெரிய பகையினை நான் கடந்தது உன்னை மீட்பதற்கு என்று நினைத்து விடாதே. மனைவியைக் கவர்ந்தவனைக் கொல்லாமல் விட்டுவிட்டான் என்ற பழியினின்று என்னை மீட்டுக்கொள்ளவே இப்போரைச் செய்தேன்." *(0014)*

"உயிர் வருக்கங்களைக் கொன்று அவற்றின் புலாலை அமிழ்தினும் இனிதாக உண்டாய். நறவு(கள்) மாந்தினாய், நீ என் போன்றவர்களுக்கும் வைக்கக்கூடிய விருந்து ஏதேனும் உண்டோ?" *(10015)*

"அழகிய நற்பண்புகள் நின்னை விட்டுப் பிரிந்தன. நல்ல குலத்தில் நீ பிறக்கவில்லை. எவ்விதக் கொள்கையும் இல்லாத புழுப் போன்று நீ மண்ணில் பிறந்தாய் என்பது சரிதான்." *(10016)*

"நீ ஒருத்தி பிறந்ததால் பெண்மை, பெருமை, நற்குடிப்பிறப்பு, கற்பு எனும் திண்மை, ஒழுக்கம், தெளிவு, சிறப்பு, உண்மை ஆகியவை பாழ்பட்டு ஒழிந்தன. எப்படிக் கொடைக்குணம் இல்லாத ஒரு மன்னன் புகழ் மாயுமோ, அதுபோல் மேலே சொன்னவே நீ பிறந்ததால் மாய்ந்தன."*(10017)*

"உயர்குலத்தில் தோன்றிய மகளிர் கணவனைப் பிரிந்த காலத்துத் தம் பொறிபுலன்களை அடக்கித் துறவுக் கோலம் பூண்டு தம் கூந்தலைச் சடையாக வளர்த்துக் கற்பு நெறி காப்பர். அதற்கு ஓர் இழுக்கம் நேர்ந்தால் உயிரை விடுவர்." *(10018)*

"நான் என்ன சொல்ல வேண்டியிருக்கிறது! உன் ஒழுக்கச் செய்தி என் உணர்வையே வெட்டிச் சாய்த்தது. ஒன்று இறந்துபோ, அல்லது உனக்குப் பிடித்தமான வழியை மேற்கொள்." *(10019)*

சிறை இருந்து மீண்ட செல்வியைப் பார்த்து தசரதராமன் பேசியதாக இப்பாடல்கள் அமைந்துள்ளன. இத்தனை பாடல்களிலும் அவள் அந்நிய நாட்டில் சிறையிருந்தாள் என்று சொல்லப்பட்ட ஒன்றைத் தவிர எஞ்சிய அனைத்துக் குற்றச்சாட்டுகளும் வேண்டுமென்றே சொல்லப்பட்டவை ஆகும். அதிலும் ஒரு வேடிக்கை என்னவென்றால், அவள் சிறையிருந்த காலத்தில் அவளைச் சென்று கண்டார் யாருமில்லை, அனுமனைத் தவிர. அந்த அனுமனும் சாதாரணமானவன் அல்லன். மாபெரும் அறிஞனும், கல்விக் கடலைக் கரை கண்டவனும், மாதர் நலம் பேணாதவனும், உலகிற்கெல்லாம் ஆணி என்று போற்றப்பட்டவனும் ஆவான். அவன் ஒருவன் மட்டும் தான் பிராட்டி அசோக வனத்தில் இருக்கும்பொழுது பிறர் அறியாமல் தன்னை மறைத்துக்கொண்டு ஒரு மரத்தின் மேல் இருந்து கொண்டு கீழே நடைபெறும் எல்லா நிகழ்ச்சிகளையும் கண்ணில் கண்டு காதால் கேட்டவன். தம்பி தொடுத்த பர்ணசாலையில் அன்று உடுத்த அதே உடையுடன் மென் மருங்குல் போல் வேறுள அங்கமும் வாடி, வறட்சிக் காலத்தில் பாறைகள் நடுவே முளைத்த மருந்துச் செடிபோல் உடல், உள்ளம், உயிர் என்றனைத்தும் வாடி இருந்தவளை நேரே கண்டவன் அவனேதான். அவன் மரத்தின் மேலே இருக்கும் பொழுதுதான் இராவணன் அவளை நாடி வந்து கீழே விழுந்து வணங்கி, "மதிக்கு மேனி தோற்பித்தீர்"என்று என்பால் இரங்குவீர்

என்று அவன் கேட்டதையும் பிராட்டி அவன் அழிவை அவனே வரவேற்றுக் கொள்ளுகிறான் என்று துச்சமாகப் பேசியதையும் நேரில் கண்டவன் அனுமன் ஒருவன் தான். அதே அனுமன்தான் இராகவனிடம் மீண்டு சென்று, தவம் செய்த தவமாம் தையல் தன் பிறந்த குடியையும், புகுந்த குடியையும், பெண் குலத்தையும் உயர்த்தும் வகையில் வாழ்ந்து வருகிறாள் என்றும், "கற்புக் கடம்" போன்ற இத்தெய்வம் அல்லது பொற்புடைத் தெய்வம்" யான் கண்டிலேன் என்றும் கூறியவன் அனுமனே.

அந்த அனுமன் வந்து சொல்கின்ற வரை பிராட்டி எந்தத் திசையில், எந்த நாட்டில் சிறைவைக்கப்பட்டிருக்கிறாள் என்பதை அறிந்து கொள்ள முடியாமல் தவித்தவன் இராகவன். அதே இராகவன் தான் இப்பொழுது குற்றம் சாட்டுகிறான். நாக்கூசாமல் ஊண்திறம் உவந்தன்; ஒழுக்கம் பாழ்பட நறவம் மாந்தினை என்று பேசுகிறான். அதுவும் அனுமனையும், வீடணனையும் எதிரே வைத்து கொண்டு இவ்வாறு பேசினான் என்றால், அது எப்படிப் பொருந்தும்?

ஏன் இது?

சாதாரணமான ஒரு சராசரி மனிதன் கூடக் கூற அஞ்சும் இத்தனை பொய்க் குற்றச்சாட்டுகளை தசரதராமன் அடுக்கி அள்ளி வீசினான் என்றால் அது பொருத்தமாகப்படவில்லை. ஆனால், அவ்வாறு பேசியது உண்மை என்று கம்பனே பாடுகிறான். அப்படியானால், ஒரே ஒரு முடிவுக்குத்தான் நாம் வரமுடியும். தான் சாட்டும் அத்தனை குற்றங்களும் பொய் என்று தெரிந்திருந்தும் இராகவன் இவ்வாறு பேசுகிறான் என்றால், வேறு ஏதோ ஒரு காரணத்தை மனத்தில் வைத்துக் கொண்டு இப்படிப் பேசியுள்ளான் என்று நினைப்பதில் தவறில்லை. அது என்ன காரணமாக இருக்கும் என்று நினைப்பதிலும் தவறில்லை.

மறுபடியும் மாரீசன் மானாக வந்த நிகழ்ச்சியையும், அங்கே நடந்தவற்றையும் நினைவிற் கொண்டு வருதல் நலம். வந்தது மாயமான் என்றும், அது இயற்கைக்கு விரோதமானது என்றும், அது அரக்கர் சூழ்ச்சி என்றும் அடித்துக் கூறியவன் இளையபெருமாள் ஆவான். அவன் கூறிய எதனையும் காதில் போட்டுக்கொள்ளாமல் மிக்க வருத்தத்துடனும், ஓரளவு சினத்துடனும் மான் தனக்கு வேண்டும் என்று பிடிவாதம் பிடித்தாள் பிராட்டி. அது முதல் குற்றம். மான் வேண்டும் என்பதுதான் அவள் விருப்பம் என்றால், இலக்குவன் தான் பிடித்துத் தருகிறேன் என்ற பொழுது, 'நாயக!

நீயே பற்றித் தருகலை' என்று பிடிவாதம் பிடித்தது இரண்டாவது குற்றம். இராமன் குரலில் மாரீசனின் அலறல் கேட்டவுடன் தன் கணவனுக்கு ஏதோ ஆபத்து வந்து விட்டது என்று அழுது புலம்பியது ஒரு பெண்ணிற்குரிய இயல்பான உணர்வுதான். உணர்வு மேம்பட்ட பொழுது அறிவு தொழிற்படவில்லை. ஆனால், இளையவன் அவள் தலைவன் யார் என்பதைத் தருக்க ரீதியாகவும், உணர்வு பூர்வமாகவும் எடுத்து விளக்கினபொழுது அறிவு தொழிற்பட்டிருக்க வேண்டும். தாடகையைக் கொன்று, சிவதனுசை முறித்து, பரசுராமனை வென்று, கர தூடணர்களை ஒழித்த ஒருவனுக்குக் கேவலம் ஒரு மானால் இடையூறு நேரும் என்று நினைத்ததே பெருந்தவறாகும். இளையவன் எடுத்துக்காட்டியபோதும் அதை அறிய மறுத்தது, அதைவிடப் பெரிய தவறாகும். இளையவன் மனம் புண்படும்படியாகப் பேசியது முன்னிரண்டு தவறுகளையும் விட மிகப்பெரிய தவறாகும். மேலே காட்டப்பட்ட குற்றங்கட்கும் இலக்குவனை இடித்துக் கூறிய குற்றங்கட்கும் தண்டனை பெறவேண்டியவள் பிராட்டி ஆவாள். மேலே சொன்ன எல்லாக் குற்றங்களையும் விட இலக்குவனை இழித்துப் பேசியதே மாபெரும் குற்றமாகும். இராமனுஜனும், பரமபாகவதனும் தங்கள் இருவரையும் ஊண் உறக்கமற்றுக் காக்கும் தெய்வமானவனுமான ஒருவனுக்குத் தவறிழைத்தது பெருமாளுக்குச் செய்த அபராதத்தைவிடப் பெரிய அபராதம் ஆகும். எனவே, அக்னிப் பிரவேசம் அதற்குரிய தண்டனை ஆயிற்று. அதாவது பகவத் அபசாரத்தைவிட, பாகவத அபசாரம் மன்னிக்க முடியாதது. எனவே தான், அக்னிப் பிரவேசம் என்று டாக்டர் ம.ரா.போ. குருசாமி அவர்கள் தம்முடைய இராமாயணச் சிந்தனை என்ற நூலில் எழுதியுள்ளார்.

நம்முடைய கருத்தின்படி அக்கினிப் பிரவேசத்திற்கு வேறு ஒரு காரணம் இருக்கலாம் என்று நினைக்கத் தோன்றுகிறது. இராமன் உடனிருந்த வரையில் மகிழ்ச்சியுடன் வாழ்ந்த பெருமாட்டிக்கு இளைய பெருமாள் தொண்டையும், சிறப்பையும், தன்னலமற்ற தியாகத்தையும் முழுவதுமாக அறிந்து கொள்ளும் வாய்ப்போ, சந்தர்ப்பமோ, மனநிலையோ இல்லை. கணவனுக்கு ஆபத்து என்றால் எந்த ஒரு மனைவிக்கும் உண்டாகும் மனநிலையில் தான் பிராட்டி இருந்தாள். அந்த உணர்ச்சி வேகத்தில் அவனைக் குறை கூறிவிட்டாள். தான் சொல்வதை அவன் ஏற்க மறுத்த பொழுது காட்டுத் தீயில் புகுந்து உயிர் விடப்போகிறேன் என்றும் கூறி நடக்கத் தொடங்கிவிட்டாள். தன் செயலைப் பற்றி ஆற அமர யோசிக்கும் சந்தர்ப்பம் அந்நிலையில் இல்லை. ஆனால்,

அசோகவனத்தில் ஒற்றையாக இருக்கும் பொழுது அமைதியான மனநிலையுடன் நடந்தவற்றையெல்லாம் மீட்டும் நினைந்து பார்க்கும் பொழுதுதான், தான் செய்த குற்றத்தின் பரிமாணம் அவளுக்குத் தெரியவருகிறது. 'எண்ணலா வினையேன் ஆகிய நான் சொன்ன வாசகங்கேட்டு அறிவிலார் எனத் துறந்தானோ?' என்று சிந்திக்கத் தொடங்கி விட்டாள். தான் செய்த குற்றத்தை இராகவன் மன்னிக்க மாட்டான் என்ற எண்ணமும் வலுப்பெற்றுவிட்டது. இந்த எண்ணம் வளர வளரக் குற்ற உணர்வு அவளை ஆட்கொண்டுவிட்டது. குற்றவுணர்வுடையவர்கள் யாருக்கு அக்குற்றத்தைச் செய்தார்களோ அவர்களால் தண்டனை பெற வேண்டும் என்று நினைப்பதும் அந்தத் தண்டனை கிடைத்தால் தான், தான் அக்குற்றத்தில் இருந்து விடுதலை பெறமுடியும் என்றும் நினைப்பதும், முறையானதே என்று மனவியலார் கூறுகிறார்கள்.

எப்படியாவது இளையபெருமாளிடம் மன்னிப்புக் கோரவேண்டும், இல்லாவிட்டால் அவன் முகத்தில் விழித்துக்கொண்டு அமைதியான வாழ்க்கை வாழமுடியாது என்ற முடிவில் இருந்தவள் பிராட்டி. அதனால்தான் அனுமனிடம் செய்தி சொல்லும் பொழுது 'ஏத்தும் வென்றி இளையவற்கு ஈது ஒரு வார்த்தை கூறுதி' என்று தொடங்கி 'என்னைக் காத்து நின்றவர் இப்பொழுது என் விடுதலைக்கு உதவ வேண்டும்' என்று கூறி அனுப்பினாள்.

பேரறிவாளனாகிய இராமபிரான் பிராட்டியின் மனத்தில் ஓடிய எண்ணங்களையும், குற்ற உணர்வினால் அவள் பாதிக்கப்பட்டு இருப்பதையும் அனுமன் மூலம் அவள் சொல்லி அனுப்பிய சொற்களில் இருந்தே புரிந்துகொண்டான் பிராட்டி ஓர் இக்கட்டான சூழ்நிலையில் மாட்டிக்கொண்டுள்ளாள். இலக்குவன்பால் பெரும் தவறிழைத்து விட்டோம் என்ற எண்ணம் அவள் மனத்தில் வலுவாகக் குடிகொண்டுவிட்டது. ஒருவேளை இலக்குவனே பார்த்து, 'என் அருமை அண்ணியே! உங்களை நான் மன்னித்து விட்டேன்' என்று சொல்லக்கூடுமானால் அவள் மனம் அமைதி அடையலாம். எந்த நிலையிலும் எக்காலத்திலும் இலக்குவன் அவ்வாறு சொல்லமாட்டான். அவனை அவ்வாறு சொல்ல வைப்பது என்பதும் இயலாத காரியம். அண்ணியின் மனநிலை அறிந்தால் உயிரை விட்டாலும் விடுவானே தவிர, தான் வணங்கும் தெய்வமாகிய அண்ணியை மன்னித்தேன் என்று சொல்ல அவன் ஒருப்படப் போவதில்லை. இந்த நிலையில் இராகவனுக்கு உள்ள ஒரே வழி, பிராட்டி இலக்குவன் மூலம் தண்டனை அடைந்ததாக நினைத்துத் திருப்தி அடையவேண்டும்.

அற்புதமான நாடகம்

இத்தனை சிக்கல்களையும் அறிந்த இராமபிரான், அற்புதமான ஒரு நாடகத்தை நடிக்கத் தொடங்கிவிட்டான். அவன் ஏற்றுக்கொண்ட வேடமும், அவன் கூறிய சொற்களின் பொருளும் அவனையன்றி அருமை மனைவிக்கோ, உயிரனைய தம்பிக்கோ பூரண பாகவதனாக வளர்ந்துவிட்ட அனுமனுக்கோ தெரியாது; தெரியக் காரணமுமில்லை. இது நாடகம் என்று இம்மூவரில் யாரேனும் ஒருவருக்குத் தெரிந்தால் கூட இராகவன் திட்டம் முழு வெற்றி அடையாது.

இந்த விவரங்களை மனத்துட் கொண்டு மேல் நடப்பனவற்றைக் கவனித்தால் உண்மை விளங்கும். 'என் முன் நில்லாமல் சாதியால் அன்றிப் போதியால்!' என்றுக் கூறிவிட்டான் இராகவன்.

இந்நிலையில் இரத்தம் சிந்தும் கண்ணீருடன் துடித்துப் போன பிராட்டி, "மும்மூர்த்திகளும் கூடப் பெண்களின் மனநிலையை அறிய மாட்டாதவர்கள். அப்படி இருக்க உன்னைக் கூறிப் பயன் இல்லை. ஐயனே! உன் தூதன் என்று சொல்லிக் கொண்டு மாருதி வந்தான், என் நிலையை நன்கு அறிந்தான். நீ வரப்போகிறாய் என்று உறுதி கூறினான். அவனால் உயிர் தாங்கினேன். என் நிலை பற்றி உன் தூதுவன் உன்னிடம் சொல்லவில்லையா?" என்று ஒரு வினாவை எழுப்பினாள்.(10024) இந்த வினாவிற்கு இராமன் விடை கூறத் தொடங்கினால் அவன் மேற்கொண்ட நாடகம் வெட்ட வெளிச்சமாகிவிடும். ஒரு நாடகப் பாத்திரம் சிக்கலான சூழ்நிலையில் வாய் திறவாமல் இருப்பது போலவே இராகவனும் இருந்து விட்டான். எனவே, தீப் புக முடிவு செய்துவிட்டாள் பிராட்டி.

இம் முடிவுக்கு வந்த வைதேகி அடுத்துச் செய்த காரியம் அவள் மனநிலையை நன்கு வெளிப்படுத்தியது. தன் முடிவைக் கூறிக் கொண்ட அவள், இளையவனை அழைத்து 'இடுதி, தீ' என வாய் திறந்து கூறினாள். இது மிகவும் வியப்பான காரியம். இராம, இலக்குவர்கள் இப்பொழுது இருப்பது இலங்கையில். மூவருக்குமே இப்பகுதி முன்பின் பாராத புதிய பிரதேசம். தீ அமைக்க வேண்டுமானால் அதற்குத் தேவையான விறகு, எண்ணெய், தீப்பந்தம் ஆகியவை வேண்டும். இவையெல்லாம் கிடைக்கும் இடம் அறிந்த ஒரே ஒருவன் அக்கூட்டத்தில் இருக்கிறான். உள்ளூர்க்காரனும் இப்போது அரசனாக முடிசூட்டிக் கொண்டவனுமான வீடணன் தான் அவன். விறகு முதலியவை கிடைக்குமிடத்தை அறிந்தவன் அவன் ஒருவன்தானே! 'தீமூட்டித் தருக' என்று வேண்டுகிறவள் அவனைப் பார்த்தல்லவா கேட்டிருக்க

வேண்டும்? இலங்கையைச் சுற்றிப்பாராமல் அசோக வனத்திலேயே தங்கிவிட்டாலும் சிலமாதங்கள் இலங்கையில் இருந்த வாய்ப்பு அவள் ஒருத்திக்குத்தான் உண்டு. வீடணனிடம் அவள் பேச விரும்பவில்லை என்றால், இத்தனை மாதங்களும் அவள் உயிர்க்கு உறுதுணையாக இருந்த வீடணன் மகள் திரிசடையை அல்லவா கேட்டிருக்க வேண்டும்? இவற்றையெல்லாம் விட்டு, சில நாட்களுக்கு முன்னே இலங்கை வந்தவனும், வந்ததிலிருந்த இந்த வினாடி வரை போரில் ஈடுபட்டிருப்பவனும், ஊருக்குப் புதியவனுமான இளையவனை அழைத்து 'தீ மூட்டித்தருக' என்றால் அதன் உட்கிடக்கை யாது? இலக்குவனுக்கு இழைத்த தீமைக்குக் கழுவாயாக அவன் கையால் தண்டனை பெற்றால் ஒழியத் தன் குற்ற உணர்விலிருந்து விடுபட முடியாது; ஆகையால் பிராட்டி இப்பொழுது கிடைத்த சந்தர்ப்பத்தைப் பயன்படுத்திக் கொண்டாள். இலக்குவன் கையால் தீ மூட்ட அதில் விழுந்து தன் குற்றத்தைப் போக்கிக் கொள்ள அவள் விரும்பினாள் என்பதே அவள் வேண்டுதலின் நுணுக்கமான பொருளாகும்.

இந்த நாடகத்தில் இராமன், சீதை இருவர் தவிர யாரும் பங்கேற்க முடியாத நிலை. இராமன் கூறியவை அனைத்தும் உண்மைக்கு மாறானவை என்பதை முழுவதுமாக அறிந்தவன் அனுமன். பிராட்டி இலங்கையில் இருக்கும் பொழுது ஊனோ நறவமோ தொட்டது கூட இல்லை. பலமுறை இராவணன் வந்து அவளிடம் பேசியும் தோற்றுத் திரும்பியதையும், பிராட்டி யாருடைய மாளிகையிலும் தங்காமல் அசோக வனத்தில் இளையவன் தொடுத்த சாலையிலேயே இதுவரை தங்கியிருந்தாள் என்பதையும் அறிந்தவன் வீடணன். அண்ணிக்கு ஏதேனும் ஊறு நேர்ந்தால் உலகம் அழியும் என்பதைத் திடமாக அறிந்தவன் இலக்குவன். இருந்தும் என்ன பயன்? நாடகத் தலைவனே முன்பின் யோசியாதவன் போல் வாய்க்கு வந்ததையெல்லாம் பேசும் பொழுது, அவன் எதிரே அவனை மறுத்துப் பேச இம்மூவருக்கும் தைரியம் இல்லை. இராவணன் செய்கை தவறு என்று அறிந்திருந்தும் அதனைச் சகித்துக்கொண்டு அதனோடு இத்துணைக் காலம் வீடணன் வாழவில்லையா? இராமனுக்குரிய நன்றிக் கடனை மறந்து, குடிபோதையில் மயங்கிக் கிடந்த சுக்கிரீவன் செய்வது தவறு என்று அறிந்திருந்தும் அதைப் பொறுத்துக்கொண்டு அனுமன் அவனுடன் வாழவில்லையா? அப்படிப்பட்ட இவர்கட்கு இராமனைப் பார்த்து, 'நீ தவறு பேசுகிறாய்' என்று எதிர்த்துச் சொல்ல வாய்யில்லாமல் போனதில் வியப்பு ஒன்றுமில்லை. ஆனால் இலக்குவன் நிலைமை சற்று

மாறுபட்டது. நடக்கும் கொடுமையைத் தட்டிக் கேட்க மனத் திடம் இல்லாமல் வாயை மூடிக்கொண்டிருப்பது வேறு, அந்தக் கொடுமைக்குத் தானும் ஒரு கையாளாக இருந்து தீமூட்டிக் கொடுப்பது வேறு.

இந்த இடத்தில் ஓர் ஐயம் எழுவது இயல்பே. இராமனுக்கு முடியில்லை என்றவுடன், முடி இல்லாமல் செய்தவர்களை விண்ணுலகம் அனுப்புகிறேன் என்று இராமனிடமே மாறுபட்டுப் பேசிய இலக்குவன், பொன்மான் விஷயத்தில் இராகவன் தவறான முடிவுகளை எடுக்கிறான் என்ற ஐயம் ஏற்பட்டவுடன் அவனை எதிர்த்து நீண்ட வாதம் புரிந்த இலக்குவன், இப்பொழுது இவ்வளவு கொடுமையான ஒரு நிகழ்ச்சி நடைபெறும் பொழுது ஏன் அண்ணனை எதிர்த்துப் பேசவில்லை என்ற வினாத் தோன்றுதல் நியாயமானதே ஆகும். இதற்கு இரண்டு காரணங்கள் உள. தான் தெய்வமாக மதித்துப்போற்றி, வணங்கி வழிபடும் இவ்விருவரும் கணவன், மனைவி ஆதலால் அவர்களிடை ஏற்பட்டுள்ள பிரச்சனையில் தான் தலையிடுவது சரியில்லை என்று இலக்குவன் நினைத்து விட்டான் என்பது ஒன்று. மேலும் யாவரும் எளிதில் அறிந்து கொள்ளக்கூடிய பொய்க் குற்றச்சாட்டுகளைக் கூறி அவள் தீயில் மூழ்க உடன்படுகிறான் இராமன் என்றால் இதில் ஏதோ ஓர் அடிப்படை இருக்கிறது என்பதை இலக்குவன் அறிந்துகொண்டான். அதனாலும் அவன் இந்தப் பிரச்சனையில் குறுக்கிட்டு அண்ணனோடு வாதாடத் தயாராயில்லை என்பது இரண்டாவது காரணம்.

என்றாலும், தான் வணங்கும் தெய்வமாகிய பிராட்டி, ‘இளையவனே தீ அமைத்து தருக’ என்று கூறியவுடன் இலக்குவன் நடுங்கிவிட்டான். இந்தக் கொடுமைக்கு உடந்தையாக இருக்க அவன் விரும்பவில்லை. ஆனால், இந்த வினாடி வரை அண்ணன் அண்ணி ஏவலை மறுக்கத் துணிந்ததும் இல்லை. அதனால் அவன் என்ன செய்தான் என்பதைக் கவிஞன் தனக்கே உரிய முறையில் கூறுகிறான்.

> **“இளையவன் தனை அழைத்து, ‘இடுதி, தீ’ என,**
> **வளை ஒலி முன் கையாள் வாயின் கூறினாள்;**
> **உளைவுறு மனத்தவன் உலகம் யாவுக்கும்**
> **களைகணைத்தொழ, அவன் கண்ணின் கூறினான்”** - *கம்ப. 10029*

பிராட்டியின் ஆணையைக் கேட்ட இலக்குவன் துடித்துப் போய் இந்த இக்கட்டிலிருந்து தன்னைக் காக்கக் கூடியவன் அண்ணனே ஆதலால் தனக்கும், நம்பினவர்கள் அனைவருக்கும் களைகண்ணாய்

இருக்கின்ற இராகவனை வணங்கினானாம். வணக்கத்தின் பொருள் யாது? 'என் மனத்தால் தாங்கக்கூடிய அளவையும் மீறி நடைபெறும் இந்தக் கொடுமையிலிருந்து என்னைக் காப்பாற்ற உன் ஒருவனால் தான் முடியும். ஏதாவது வழி அருள்க' என்ற வேண்டுதலுடன் அண்ணனைத் தொழுது பார்த்தான். தொழுது பார்த்தானே தவிர, வாய் திறந்து ஒரு வார்த்தையும் சொல்லவில்லை. அப்படி இருக்கையில் இவனுக்குக் களைகண்ணாய் இருக்கும் இராகவன் என்ன செய்தான் தெரியுமா? 'அவன் கண்ணின் கூறினான்' என்று முடிக்கிறான் கவிஞன். கண்ணில் என்ன சொன்னான் என்று கூறவில்லை.

ஏதோ ஒன்றைத் தன் அருமைத் தம்பிக்குப் பெரிய பெருமாள் கண்ணின் மூலமாக அறிவித்தான். உடனே இளைய பெருமாள் மறுப்பொன்றும் சொல்லாது தீயை அமைத்துக் கொடுத்துவிட்டான் என்றால், இராகவன் கண்ணிற் கூறியதை எளிதில் புரிந்து கொள்ள முடியும். இன்றுகூட வாயால் கூறமுடியாத சிலவற்றைக் கண்சாடை மூலம் நம்மில் பலரும் பரிமாறிக் கொள்கின்றனர். 'இளையவனே! இங்கு நடைபெறுவது நாடகம். இதனை உண்மை என்று நம்பி நீ பதைப்படைய வேண்டாம். சொல்லியபடி செய், அஞ்சவேண்டாம்' என்ற கருத்தைக் கண் சாடை மூலம் இராமன் காட்டியதால்தான் இலக்குவன் அமைதியாக நெருப்பை அமைத்துத் தந்தான்.

நெருப்பைச் சுட்ட நெருப்பு

இதன் பிறகு, பிராட்டி தீப்புகுந்ததும் அவள் கற்பின் வெம்மையை தாங்க முடியாமல் தீக்கடவுள் அவளை ஏந்தி இராமன் முன் வைத்ததும் அனைவரும் அறிந்த ஒன்றாகும்.

மீண்டும் அயோத்தி

இலங்கையிலிருந்து மீண்ட இராகவன் முடிசூடிக் கொண்ட சில நாட்களிலேயே பரதனுக்கு இளவரசுப் பட்டம் கட்டி விட்டுப், பிராட்டியோடு அமைதியாக வாழத் தொடங்கினான் என்று பேசுகிறான் கம்பன்.

முடிவாக

'பிரிந்தவர் கூடினால் பேசலும் வேண்டுமோ' என்று தொடங்கிய பிணைப்பு, கைகேயி சூழ்ச்சியாலும் நீங்கவில்லை. சூர்ப்பணகை என்னும் அரக்கியர் குலக் கோடரி - மாரீச மான் - பொய்த் துறவுக் கோலம் கொண்ட திருவிலி இராவணன் இவர்கள் அந்தப்

பிணைப்பைத் தகர்த்தனர். பத்து மாதம் அசோகவனச் சிறை பிராட்டிக்கு. 'இந்த இப்பிறவிக்கு இரு மாதரைச் சிந்தையாலும் தொடேன்' என்று வரம் தந்தவன் இராமபிரான். தேவியைப் பிரிந்தபின் வில்லறம் துறந்தாலும் தன் இல்லற நாயகியை மறக்க முடியவில்லை, முடியாது. வரம் தந்தவன் மாறாக நடவான் என்பதில் ஐயம் தோன்ற இடம் இல்லை. அறத்தின் மூர்த்தியாகிய அவன் மறந்திருப்பானோ துறந்திருப்பானோ என்று அவலப்பட்ட பெண்மை புலம்புகிறது. 'உற்ற நோய் நோன்றல்' என்ற தவ இலக்கணம் பேணினானாயினும், பிரிவெனும் அவலத்தால் நம்பிக்கை தளர்ந்த நிலையில், மீண்டு ஒரு பிறவி எடுத்துப் பெருமானின் திருமேனி தீண்டும் வரம் கேட்பதாக, அனுமன் வாயிலாகச் சொல்லியனுப்பினாள். அரக்கர் குலம் வேரறுத்துப் பிராட்டியை மீட்ட பெருமான் அற்புதம் செறிந்த மாய நாடகம் ஆடுவானாகிப் பிராட்டியை நெருப்புச் சோதனைக்கு ஆளாக்கினான். நெருப்பு இறைவனையே சீதையின் கற்புத் தீச்சுட்டது. ஆயினும் சீதையின் மனத்திலிருந்த குற்ற மனப்பான்மையை ஒழிப்பதற்கு ஆடிய மாய நாடகத்தால் மாசறு பொன்னாக அவளை மற்றி இராமன் அயோத்தி வருகிறான். அங்கு வந்தபின் 'பிரிந்தவர் கூடினால் பேசலும் வேண்டுமோ' என்றபடி நாளும் கரை தெரிவிலாத போகக் கடலினுள் நிலைத்தான். (இது வேறு போகம்)

பிணைத்தாலும் பிரியாதவர்கள்; பிரிந்தாலும் பிரியாதவர்கள் - பிராட்டியும் இராமனும்.

~

அனுமனும் இராமனும்

ஈடு இணை இல்லாத பாத்திரம்

இராம காதையில் முதல் மூன்று காண்டங்களில் இடம் பெறாமல் - கிஷ்கிந்தை, சுந்தரம், யுத்தம் ஆகிய பின் மூன்று காண்டங்களில் மட்டும் இடம்பெறும் அனுமன், கம்பன் படைப்புமுறையில் உலகக் காப்பியங்களில் வேறு யாரையும் ஈடு சொல்ல முடியாத சிறப்பைப் பெற்றுத் தனி ஒருவனாக நிற்கின்றான்.

பாத்திரப் படைப்பின் நோக்கம்

வேதம் முதல் பல கலைகளையும் பயின்ற அறிஞர்கள் பலருண்டு. அறிவின் எல்லை கண்ட இவர்கள் எந்த நிலையிலும் தம்மை இழக்கமாட்டார்கள். இவர்களிடம் தலை தூக்கி நிற்கும் இவ்வறிவே இவர்களிடம் தன்முனைப்பை அதிகப்படுத்தி விடுகிறது. பல சமயங்களில் இதே அறிவு, பக்தி உணர்வில் ஈடுபட முடியாமல் இவர்களைத் தடை செய்து விடுகிறது. பக்தி உணர்வின் முதற்படி கொஞ்சம் கொஞ்சமாகத் தன்னை இழத்தலாகும். அந்த உணர்வு வளர வளரத், தான் என்பது அறவே அழிந்துபோய்விடும். இதனையே நாவரசர் பெருமான், 'தன்னை மறந்தாள், தன் நாமம் கெட்டாள்; தலைப்பட்டாள் நங்கை தலைவன் தாளே' என்று கூறுகிறார். பல சமயங்களில் அறிவின் துணைகொண்டு வளரும் கல்வி, இந்த உணர்விற்குத் தடையாகி விடுவதும் உண்டு. இங்குக் கூறப்பட்ட பொதுவான நியதிக்குச்

சுந்தரர், நாவரசர் போன்ற கல்விக் கடலின் கரை கண்டு உணர்ந்த பெரியவர்கள் புறனடையானவர்கள்.

பெருங்கல்வி, கலைஞானம் என்பவற்றோடு கூடிய ஒருவன் மாபெரும் பக்தனாகவும் ஆகமுடியும் என்று நினைக்கிறான் கம்பன். அறிவு, உணர்வு என்ற இரண்டையும் ஒருவனிடம் படைத்து அவன் இறைத்தொண்டு புரிவதில் ஈடு இணையற்று விளங்க முடியும் என்பதைக் காட்டவே கம்பன் தான் படைத்த ‘அனுமன்’ என்ற பாத்திரத்தைப் பயன்படுத்துகிறான்.

அவன் கண்டு கணித்த காட்சி

இரலைக் குன்றத்தில் சவரியின் அறிவுரைப்படி சோதரர் இருவரும் சுக்கிரீவனைத் தேடி வருகின்றனர். புதியவர் இருவர் வருகின்றனர் என்று அறிந்த சுக்கிரீவன் ‘மலைமுழைஞ்சில் அஞ்சிப் பதுங்கிக்கொள்கிறான். மாபெரும் அறிவாளியாகிய அனுமன் இப்படி ஒரு முடிவுக்கு வருவதை விரும்பாமல், உயரமான பாறை ஒன்றின் மேல் ஏறி, புதிதாக வருபவர்களை மறைவாக நின்று கூர்மையாகக் கவனிக்கிறான். ஒருவனுடைய அறிவு என்பது அவனுடைய கண், காது என்பவை சேகரிக்கும் செய்கைகளை ஒன்றாக இணைத்து ஒரு கோவைப்படுத்தி, அதற்கொரு வடிவு கொடுத்து ‘இது இன்னது’ என்ற முடிவுக்கு வர உதவுவதாகும். இதனைத்தான் வள்ளுவப் பேராசான், ‘எப்பொருள் எத்தன்மைத்தாயினும் அதன் உள்ளே புகுந்து அதன் உண்மைத் தன்மையைக் காண்பதே அறிவு’ என்று கூறுகிறான். இந்த அறிவின் வடிவாகிய அனுமன், உயரத்தில் இருந்து கொண்டு தன் கண், செவி என்ற இரண்டு பொறிகளையும் பயன்படுத்தி அவை சேகரிக்கும் தகவல்களை ஒருங்கிணைத்து, காட்சிப் பிரமாணம், அனுமானப் பிரமாணம் என்பவற்றைப் பயன்படுத்தி, வருகிறவர்கள் யார் என்பதை எளிதில் கண்டு விடுகிறான்.

அவன் கண்ட காட்சி

அஞ்சனை சிறுவன் தன் கூர்மையான பார்வையால் முதலில் கண்ட காட்சி என்ன? “வெஞ்சமத்தொழிலர், தவமெய்யர், கைச் சிலையர் என்பதைக் கண்டு நெஞ்சு அயிர்த்தான். ஒன்றுக்கொன்று பொருந்தாத இரண்டு பகுதிகள் வருகின்றவர்களிடம் காணப்படுகின்றன. தவமெய்யர் என்பதால் துறவுக்கோலம் பூண்டுள்ளனர். கைச்சிலையர்

ஆகவும், வெஞ்சமத் தொழிலராகவும் இருப்பது தவக்கோலத்துடன் பொருந்தவில்லை." *(3754)*

"மும்மூர்த்திகள் என்று நினைத்தால் இவர்கள் இருவராக உள்ளனர். இவர்களுக்கு ஒப்புமை சொல்லக்கூடியவர் உலகில் யாரும் இல்லை. மிக மிக உயர்ந்ததாகிய (கேவலத்து) இவர்களுடைய நிலைமையை எது கொண்டு தெளிவது?" *(3755)* மூவர் அல்லர் முடிவு வந்த உடனேயே இவர்கட்கு ஒப்புமை கூற யாரும் இல்லை என்ற முடிவுக்கு வந்துவிட்டான். இவர்கள் முயன்று அடைய வேண்டிய பொருள் எதுவுமில்லை என்ற முடிவுக்கும் வந்துவிட்டான். எனவே, 'கேவலத்து இவர் நிலைமை' என்று கூறினான். இங்குக் கேவலம் என்பது வடசொல் என்பதையும் அதன் பொருள் மிக உயர்ந்தது என்பதையும் அறிதல் வேண்டும்.

"இவர்களது சிந்தையில் ஏதோ ஒரு சிறு துயரம் நேர்ந்துள்ளது. துன்பங் காரணமாக மனம் நொந்தவர் போல் உள்ளனர்; எதற்கெடுத்தாலும் மனத்தில் நோவடையும் சாதாரண மனிதர்களல்லர் இவர்கள். வானுலகத் தேவர்களும் அல்லர்; மானுட வடிவில் உள்ளவர்கள். ஏதோ ஒரு பொருளைக் கை நழுவவிட்டுத் தேடும் இயல்பினராய் உள்ளனர்." *(3756)*

"தருமமும், பண்பாடும் இவர்களுடைய உரிமைப் பொருளாகும். இவர்கள் தேடி வரும் பொருளும் அற்பமானதாகத் தெரியவில்லை. அருமருந்தாகிய அமிழ்தம் போன்ற அந்தப் பொருளை இடைவழியில் இழந்தனர் என்று தெரிகிறது. அதனால், வரும் வழியில் இருபக்கமும் தங்கள் பார்வையை ஓடவிட்டுக்கொண்டே நடக்கின்றனர்." *(3757)*

"கோபம் என்னும் பொருளே இவர்கள் பால் இல்லை. கருணையின் கடல் போன்றவர்கள் இவர்கள். நன்மை என்னும் பொருளையன்றி வேறு ஒன்றையும் நாடாதவர்கள். இந்திரனை விஞ்சிய தோற்றமும், தருமதேவதையையும் விஞ்சிய நல்லொழுக்கமும், மன்மதனை விஞ்சிய அழகும், எமனை விஞ்சிய ஆற்றலும் கொண்டவர்கள்" *(3758)*

மேலே கூறப்பெற்ற கருத்துக்களை வரிசையாக எண்ணிப் பார்த்தால், ஒன்றை அறியலாம். குன்றின் முகட்டிலிருந்து அனுமன் பார்த்துக் கொண்டிருக்கும்போதே தூரத்திலிருக்கும் இவர்கள் அவனை நோக்கி வந்துகொண்டிருக்கின்றனர். ஆகவே, மூவரோ தேவரோ என்ற காட்சி, முழுவதுமாக இவர்களை அறிந்து கொள்ள முடியாமல் தூரத்தில் இவர்களை வைத்துக்கொண்டு

செய்த முடிவாகும். இந்தத் தூரத்துப் பார்வையிலேயே அவர்கள் துறவுக் கோலமும், அதனோடு பொருந்தாத கைவில் கோலமும் தெரிகின்றன. முகத்தைக் கூர்ந்து பார்க்க முடியாத நிலையில் அவன் நினைத்தவைதான் இதுவரை சொல்லப்பட்டவை. நெருங்கி வந்து கொண்டிருக்கும் அவர்கள் முகங்களைக் கூர்ந்து பார்க்கும் வாய்ப்பு ஏற்பட்டவுடன் அவர்கள் முகவசீகரமும், தெய்விகக் களை என்பவற்றோடு சற்றும் பொருந்தாத கவலைக் குறிகளும் தென்படுகின்றன. இவ்வாறு அவன் சிந்திக்கையிலேயே அவர்கள் இன்னும் அண்மையில் வந்துவிட்டனர். இப்பொழுது அவர்கள் முகம் தருமதேவதையை நினைவூட்டுகிறது. தரும தேவதைக்கு என்ன குறை ஏற்படும்? 'கிடைக்காத ஒரு பொருளைப் பெற்று இழந்துவிட்டவர்கள் போலும்' என்ற முடிவுக்கு வருகிறான். இன்னும் அண்மையில் வந்தவுடன் இந்திரன் போன்ற பொலிவும், மன்மதன் போன்ற அழகும், எமன் போன்ற விறலும் உடையவர்கள் என்ற முடிவிற்கு வந்துவிடுகிறான்.

காட்சியில் முரண்பாட்டைக் கண்ட அனுமன், அடுத்துத் தன் அனுமானத்தைப் பயன்படுத்துகிறான். தரும தேவதை போன்ற இவர்கள் எதையோ இழந்தவர் போல் காணப்படுகின்றனர். தரும தேவதை என்றால், அதற்கு இழப்பு ஒன்றும் இருக்க முடியாது. எனவே, அனுமன் தன் அனுமானத்தைப் பயன்படுத்தி இவர்கள் இழந்த பொருள் அற்பமானதன்று என்று ஊகிக்கிறான். இனி வருகின்றவர்கள் இரண்டு பக்கமும் திரும்பித் திரும்பிப் பார்த்துக்கொண்டு வருகிறார்கள் என்பது இவன் கண்ட காட்சி. அதிலிருந்து அமிழ்தம் போன்ற அந்தப் பொருள் இவர்கள் கையிலிருந்து இடைவெளியில் தொலைந்திருக்க வேண்டும் என்பது அவன் அனுமானம். எனவே, சில வினாடிகள் நடந்து வரும் இருவரைக் கண்ணால் கண்டு, அதன் பயனாக இத்தனை அனுமானங்களையும் ஒருவன் செய்து முடிக்கிறான் என்றால், இவன் கல்லாத கலையே இல்லை என்பதைக் கவிஞன் நமக்கு அறிவுறுத்துகிறான். கவிஞனின் இந்தக் கருத்தைப் பின்னர் இராகவன் கூற்றிலே (3768) குறிப்பதைக் காணலாம்.

தனது ஒப்பற்ற குணத்தால் தனக்குவமை இல்லாதவனாகிய அனுமன், அவர்கள் இருவரையும் அண்மையில் பார்த்தவுடன் அவனையும் அறியாமல் முன்பின் பாராத அவர்களிடம் அவன் மனத்தில் அன்பு நிறைந்தது; நெஞ்சு நெக்குருகிற்று. பல காலம் பழகிய அன்புடையோரை இடையில் பிரிந்திருந்து மீண்டும்

எதிர்பாராமல் சந்திப்பவர்களைப்போல் அவர்களை நினைத்து நின்றான். கொடிய வனவிலங்குகளாகிய புலி முதலியனவும் இவர்களைக் கண்ட மாத்திரத்து தம் கொடுமை நீங்கப் பெற்றுத் தம் கன்றுகளைக் கண்டது போல இவர்கள் பின்னே நின்று, 'போய்விட்டார்களே' என்று வருந்துவது போல நிற்பதைக் கண்ட பிறகும் இவர்களை, சுக்கிரீவன் நினைப்பது போலப் பகைவர்கள் என்று எவ்வாறு கொள்ள முடியும்? இவர்கள் நடந்து வரும் பாதையில் பறவைகள் கவரி வீசுகின்றன; மேகங்கள் மழைத் துளிகள் பொழிந்து பாதைக்குக் குளிர்ச்சி ஊட்டுகின்றன; சூடு பொருந்திய பரற்கற்கள் கூட இவர்கள் பாதம் பட்டவுடன் மலர் போன்ற மென்மை அடைகின்றன. செடிகளும், கொடிகளும் இவர்களைக் கண்டவுடன் வணங்குவதுபோல் தலை சாய்க்கின்றன. இவற்றையெல்லாம் பார்த்தால் தருமம் என்று சொல்லத் தக்கவர்கள் இவர்களாகத்தான் இருத்தல் வேண்டும் என்ற முடிவுக்கு வந்தான் அனுமன்.

முதலிற் கண்ட பாடல்களில் காட்சி, அனுமானம் என்ற இரண்டு பிரமாணங்களைப் பயன்படுத்தி அனுமன் ஒரு முடிவுக்கு வந்ததைக் கண்டோம். இங்குச் சொல்லப்பட்ட பகுதியில் சுருதி பிரமாணத்தைப் பயன்படுத்துகிறான். தரும் தேவதையை இவன் என்றும் கண்ணால் கண்டதும் இல்லை; அனுமானத்தால் உணர்ந்ததும் இல்லை. ஆனால், தரும் தேவதையைக் கண்டால் நிலை இயற்பொருள்களும், இயங்கியல் பொருள்களும் எவ்வாறு நடந்துகொள்ளும் என்பதை சுருதிகளில் கற்றவன்; ஆதலால், அவற்றைப் பயன்படுத்தி 'இவர்களே தருமம் ஆவார்' என்ற முடிவுக்கு வந்துவிட்டான். மாபெரும் அறிஞனான அவன் காட்சி, சுருதி, அனுமானம் என்ற அளவைகளின் துணை கொண்டு 'இவர்களே தருமம் ஆவார்' என்ற முடிவுக்கு வந்தது சரியானதே ஆகும்.

அறிவும் உணர்வும்

இதற்கு மேல் அந்த அறிவுக்கு வேலை கொடுத்தல் சரியன்று. அறிவு கண்ட இந்த முடிவை இப்பொழுது உணர்வு ஏற்றுக்கொள்கிறது. எந்த வினாடியில் ஒன்றை உணர்வு ஏற்றுக்கொள்கிறதோ அந்த வினாடியிலிருந்து அங்கு அறிவு தொழிற்படுவதில்லை. யார் இவர், எனக்கும் இவருக்கும் உள்ள தொடர்பு என்ன? யான் என்ன செய்யவேண்டும்? என்பன போன்ற அறிவை அடிப்படையாகக் கொண்ட வினாக்களுக்கு இங்கு வேலை இல்லை. ஒப்பற்ற பொருள் என்று கண்டவுடன் அப்பொருளிடத்து

அன்பு சுரக்கின்றது, ஆர்வம் மிகுகின்றது, என்பு உருகுகின்றது. அதனிடம் இணைந்துவிடவேண்டும் என்ற உந்துதல் ஏற்படுகின்றது. இதுதான் உணர்வின் வேலையாகும்.

இவர்களே தருமம் ஆவார் என்ற முடிவிற்கு அனுமன் வந்தவுடன் அவன் உணர்வு தொழிற்படுவதை இதோ கவிஞன் பேசுகிறான்:

"துன்பினைத் துடைத்து, மாயத் தொல் வினை தன்னை நீக்கி,
தென் புலத்து அன்றி, மீளா நெறி உய்க்கும் தேவரோதாம்?
என்பு எனக்கு உருகுகின்றது; இவர்கின்றது அளவு இல்காதல்;
.." - *கம்ப 3769*

என்று அனுமன் செயலை விவரிக்கிறான் கவிஞன்.

இராமனை அருகில் சென்று சந்திப்பதற்கு முன்பே அனுமனுடைய அறிவு தொழிற்பட்டு அதன் பயனாக உணர்வு தொழிற்பட்டு, 'இவர்கள் இருவரும் அறக்கடவுளின் வடிவம் ஆவர்' என்ற முடிவுக்கு வந்த நிலையில் தான் அவர்களைச் சந்திக்கின்றான். முன்பின் தெரியாத இடத்தில் ஒரு பிரமச்சாரி வந்து வணங்கி நிற்பதைக் கண்ட இராகவன் அவனை நன்கு கவனியாமல் கூட, 'நீ யார்? எங்கிருந்து வருகிறாய்?' என்று வினவினான்.

இராமன் உற்ற அதிசயமும் கணிப்பும்

மிகச் சாதாரணமான இந்த இரண்டு வினாக்கட்கும் விடைகூறத் தொடங்கிய அனுமனைச் சற்றும் எதிர்பாராத அதிசயத்துடன் இராமன் கவனிக்கத் தொடங்கினான். ஏனென்றால், இராமனை இன்னான் என்று தெரியாமலேயே அவனை விளிக்கும் முறையில் அனுமன் கூறிய இரண்டு வரிகள் இராமனுக்கு ஓர் இனிமையான அதிர்ச்சியைத் தந்திருக்கின்றன. அனுமன் என்ன கூறினான் என்பதை இரண்டு பாடல்களில் கூறுகிறான் கவிஞன். முதுற்பாடலின் முதலிரண்டு அடிகள் தவிர ஏனையவை இராமன் வினாக்களுக்கு தந்த விடையாகும்.

"யான் வாயுதேவனுக்கு அஞ்சனை வயிற்றில் பிறந்தவன். என் பெயர் அனுமன் என்பதாகும். பக்கத்தில் உள்ள மலையில் வாழ்ந்து கொண்டிருக்கும் கதிரவன் மகனாகிய சுக்கிரீவனுக்குப் பணிபுரிகின்றேன். தேவனே! உங்கள் வருகையைக் கண்ட எங்கள் மன்னன் பெருமகிழ்ச்சி அடைந்து உங்களை யார் என்று அறிந்து வருமாறு என்னை அனுப்பினான்" என்று கூறி முடித்தான்.

இராமன், வினாவை யாரிடம் கேட்டிருந்தாலும் இதுபோன்ற விடை வந்திருக்கும் என்பதில் ஐயமில்லை.

வியப்பில் ஆழ்ந்த இராமன் எதுகண்டு இவனைப் பற்றி விரிவாகத் தம்பியிடம் பேசினான்? அந்த முதலிரண்டு அடிகள் பின்வருமாறு:

“மஞ்சு எனத் திரண்ட கோல மேனிய! மகளிர்க்கு எல்லாம்
நஞ்சு எனத் தகைய ஆகி, நளிர் இரும் பனிக்குத் தேம்பாக்
கஞ்சம் ஒத்து. அலர்ந்த. செய்ய கண...........
..”

- கம்ப. 3765

“மேகம் போன்று இருண்ட மேனியை உடையவனே! மகளிர்க்கெல்லாம் நஞ்சாக இருப்பினும் பனி முதலியவற்றிற்குத் தேம்பாத தாமரை போன்ற கண்ணை உடையவனே” என்பதே இதன் பொருளாகும். இராமனை மேகம் போன்றவன் என்றும் தாமரைக் கண்ணன் என்றும் நூற்றுக்கணக்கானவர் பல இடங்களில் கூறியுள்ளனர். அப்படியிருக்க, அதே கருத்தை அனுமன் கூறியவுடன் இராமனுக்கு ஏன் வியப்பு ஏற்பட்டது? இந்த விளிச்சொற்களைப் பார்த்தபொழுது இதில் ஒன்றும் புதுமை இல்லை என்று தெரிகிறது. அனுமன் கூறிய விடையிலும் புதுமை இல்லை. அப்படியிருக்க எதைவைத்துக் கொண்டு இராமன் அனுமனைப் பின் வருமாறு புகழ்கின்றான்?

“இல்லாத உலகத்து எங்கும், இங்கு இவன் இசைகள் கூரக்
கல்லாத கலையும், வேதக்கடலுமே” என்னும் காட்சி
சொல்லாலே தோன்றிற்று அன்றே? யார்கொல் இச்
சொல்லின் செல்வன்?
வில் ஆர் தோள் இளையவீர! - விரிஞ்சனோ? விடைவலானோ?”

- கம்ப. 3768

“மாணி ஆம் படிவம் அன்று மற்று இவன் வடிவம் மைந்த!
ஆணி இவ் உலகுக்கு எல்லாம் என்னலாம் ஆற்றற்கு ஏற்ற
சேண் உயர் பெருமை தன்னைச் சிக்கு அறத்
தெளிந்தேன்; பின்னர்க்
காணுதி மெய்ம்மை என்று, தம்பிக்குக் கழறி, கண்ணன்.”

- கம்ப. 3769

இந்த இரண்டு பாடல்களையும் படித்தவுடன் எதிரே நிற்பவனை, அதிலும் சுக்கிரீவனுக்குப் பணிபுரிகின்றேன் என்று சொல்பவனை நண்பனாக ஆக்கிக் கொண்டால், தான் வந்த காரியத்திற்குச் சிறந்த துணையாக இருக்கும் என்று கருதியே இராமன் இவ்வாறு

புகழ்ந்தான் என்று நினைக்கவும் இடமுண்டல்லவா? அக்கருத்தை அடியோடு மறுப்பதற்காகவே இராமன், அனுமனைப் புகழ்ந்து கூறும் இந்த இரண்டு பாடலையும் சொல்வதற்கு முன்னரே எந்த அடிப்படையில் இராமன் இதனைச் சொன்னான் என்று தெரிவிக்கின்றான் கவிஞன்.

> **“மாற்றம் அஃது உரைத்தலோடும், வரிசிலைக் குரிசில் மைந்தன்**
> **தேற்றம் உற்று, இவனின் ஊங்குங் செவ்வியோர் இன்மை தேறி,**
> **‘ஆற்றலும், நிறைவும், கல்வி அமைதியும், அறிவும், என்னும்**
> **வேற்றுமை இவனொடு இல்லையாம்’ என, விளம்பலுற்றான்.”**
>
> *- கம்ப. 3767*

அதாவது, இராகவன் அனுமன் விடையைக் கேட்டுவிட்டு, இவனைவிடச் சிறந்தவர்கள் இருக்க முடியாது என்ற முடிவுக்கு வந்து, ஆற்றல், நிறைவு, கல்வி அமைதி, அறிவு என்பவை அனைத்தும் ஒன்றுக்கொன்று குறையாமல் இவன்மாட்டுச் சமமாக வளர்ந்துள்ளன என்ற முடிவுடன்தான் இராமன் பேசினான் என்று பாடுகிறான் கம்பன்.

அனுமன் தூரத்தே நின்று இராமனைக் கண்டது முதல் இதுவரை உள்ள பதினேழு பாடல்களையும் மீட்டும் ஒருமுறை படித்தால் குழப்பம்தான் மிஞ்சும். இராமனிடத்தில் அனுமன் கூறிய விடையாக உள்ள இரண்டு பாடல்களிலும் எந்தப் புதுமையும் இல்லை. அதனால் இராமன் பக்கத்தே நிற்கும் இலக்குவன், இந்தச் சாதாரண விடையைக் கூறிய அந்தண பிரமச்சாரியைக் கவனிக்கவும் இல்லை. அவன் முகத்தைப் பார்க்கவும் இல்லை. அவனைச் சட்டை செய்யவுமில்லை. அப்படியிருக்க, இராமன் மட்டும் உப்பு சப்பில்லாத இந்த இரண்டு பாடல்களைக் கேட்டுவிட்டு அறிவு, கல்வி முதலிய எதிலும் இவனுக்கு நிகர் யாருமில்லை என்ற முடிவிற்கு வந்துதான் அவனைப் புகழ்ந்து பேசுகிறான் என்று கம்பன் சொல்வது இன்னும் குழப்பமாகத்தான் இருக்கிறது. எதை வைத்துக்கொண்டு இராமன் இந்த முடிவுக்கு வந்தான்?

ஆழ்ந்து சிந்தித்தால், இந்தப் பாடல்களில் அதற்கு விடை கிடைக்காது. ஆஜானுபாகுவான இராமனுடைய எந்த உறுப்பிலும் ஈடுபடாமல் அவன் கண்ணை நேரிடையாகப் பார்க்கும் வல்லமை பெற்றிருந்தான் ‘அனுமன் கஞ்சம் ஒத்து அலர்ந்த செய்ய கண்ண’ என்று கூறும் பொழுதே அதனைக் கூறினவனாகிய அனுமன் கண்களை இராமன் முழுவதுமாகப் பார்த்தான். எனவே, ஒருவரை ஒருவர் கண்களில் மூலமே எடைபோட்டுக் கொண்டனர். பேசப்பட்ட

வார்த்தைகள் உபசார வழக்காக நின்றனவே தவிர உண்மை நிலையை உணர்த்தவில்லை.

இராமன் நெருங்கி வருவதற்கு முன்னரே, தான் கொண்ட முடிவுகள் சரியானவையே என்பதை அவன் கண்களைப் பார்த்துத் தெரிந்து கொண்டான் அனுமன். அனுமனின் கண்களைப் பார்த்தவுடனேயே 'இவன் உண்மையில் பிராமண பிரமச்சாரி அல்லன், இவ்வுலகம் முழுமைக்கும் அச்சாணி போன்றவன். இவன் கல்லாத கலையும், வேதக் கடலும் உலகிடை இல்லை' என்பவற்றையெல்லாம் ஒரு வினாடிப்பொழுதில் அறிந்து கொண்டதால்தான், இராகவன் அனுமனை இரண்டு பாடல்களில் புகழ்ந்து பேசுகிறான். கண்ணொடு கண்ணிணை நோக்கிய பின் ஒருவரை ஒருவர் முழுவதுமாகப் புரிந்து கொண்டனர். இதன் விளைவாக இந்த வினாடி முதல் மீட்டும் அயோத்திக்கு வரும்வரை அனுமனை ஓர் ஒப்பற்ற தனி இடத்தில் வைத்தே பழகுகிறான் இராகவன்.

இராமனுக்கு வாலிபற்றி விளக்கியவன் அனுமன்

மிக இன்றியமையாத சில இடங்களில் அனுமனுடைய சொல்லுக்குப் பெருமதிப்பு வைத்துள்ளான் இராகவன் என்பதைப் பின்னரும் காணலாம். சுக்கிரீவனுடன் பேசிக்கொண்டிருக்கையில் அவன் துயரத்திற்குக் காரணமானவன் அவன் தமையன் வாலி என்ற பேச்சு வருகிறது. இராகவன் பேராற்றல் உடையவன் என்பது அறியப்பட்ட உண்மை. ஆயினும், இப்பொழுது எதிரியாகப் போகிற வாலியைப் பற்றி அவன் முழுவதுமாக அறிய வேண்டும். மாற்றான் வலி தெரியாமல் களத்தில் இறங்குவது சரியன்று. ஒருவேளை சுக்கிரீவனே வாலி பற்றிச் சொல்லியிருப்பின் குழப்பத்திற்குப் பெயர் போன அவன் இராமனையும் குழப்பி யிருப்பான். அந்தச் சூழ்நிலை ஏற்படாத வகையில் அறிவின் மிக்கவனாகிய ஆஞ்சநேயன் அற்புதமாகப் பதின்மூன்று பாடல்களில் *(3822 - 3834)* வாலியின் சிறப்புகளைக் கூறுகிறான். சொல்லின் செல்வனாகிய அனுமன் வாலியைப் பற்றி நிரந்து இனிது கூறும் முறையில் கூறிவிட்டதால் இராமன் மறுவினாத் தொடுக்காமல் தான் செய்ய வேண்டியது என்ன என்று முடிவு செய்துகொண்டான்.

வாலிபற்றி அனுமன் கூறிய தகவல்களில் மிக இன்றியமை யாத சிலவற்றை ஈண்டுக் காணலாம்.

"நான்கு வேதங்களையும் கற்றவன், சூலபாணியாகிய சிவபெருமானின் பக்தன், வரம்புஇல் ஆற்றல் உடையவன்" *(3822)* "பாற்கடலைத் தான் ஒருவனாகவே நின்று கடைந்தவன்" *(3823)* "பஞ்ச பூதங்களின் ஆற்றலைப் பெற்றவன்" *(3824)* "போருக்கென்றே அவன் எதிரே யார் சென்றாலும், எதிரில் நிற்பவர்களின் வலிமையில் பாதிப்பங்கு அவனிடத்துச் சேர்ந்துவிடும். நாள்தோறும் எட்டுத்திக்குகளிலும் சென்று அட்டமூர்த்தியாக விளங்கும் சிவபரம்பொருளை வணங்கும் ஆற்றலும் பழக்கமும் உடையவன்." *(3825)* "கந்தவேள் வேல் செலாது அவன் மார்பில்" *(3826)* "மேருமலை போன்றவற்றையும் தன் தோளின் ஆற்றலால் அசைக்கக்கூடியவன்" *(3827)* "திருமால் பண்டெடுத்த அவதாரங்களில் வராக அவதாரமும், கூர்ம அவதாரமும் இவனுக்கு நேரில்லை. இரணியனைப் பிளந்த நரசிம்மமும் இவன் தோளைக் கிழிக்க வல்லதன்று" *(3828)* "கடல் சலிப்பதும், காற்று வீசுவதும், சூரியன் இயங்குவதும் அவன் ஆணைக்கு உட்பட்டேயாம்". *(3830)*

இராமனுக்கு இருந்தது ஒரே வழி: அனுமனின் சொல்லாற்றல்

வாலியைப் பற்றி அனுமன் கூறிய குறிப்புகளில் சில மிக மிக இன்றியமையாதவை. இராமன் வாலியை எவ்விதத் தவறும் இல்லாமல் உண்மையாக எடையிட்டுத் தெரிந்து கொள்ள வேண்டும் என்ற கருத்தில் கூறியவை இவை. வாலி வேதத்தின் கரை கண்டவன். சிவபெருமானின் சிறந்த பக்தன்; பாற்கடலை ஒற்றையாகக் கடைந்தவன்; பஞ்ச பூதங்களின் ஆற்றலைப் பெற்றவன்; கந்த வேள் வேல் செலாது, அவன் மார்பில் வராகம், கூர்மம், நரசிம்மம் என்ற அவதாரங்கள் அவனை ஒன்றும் செய்யா; நாள்தோறும் எட்டுத்திக்கிலும் சென்று சிவனை வழிபடுபவன்; போரிட எதிரே வருபவர்கள் ஆற்றலில் பாதியைப் பெற்று விடுபவன் - இந்த வருணனைகளில் வாலி தீயவன், கொடுமைக்காரன் என்று சொல்லத்தக்கது எதுவுமில்லை. அன்றியும் சிவபக்தன் எட்டுத் திக்கிலும் சென்று சிவவழிபாடு செய்பவன். வராகம், கூர்மம் முதலியவைகளால் அவனை ஒன்றும் செய்ய முடியாது என்றால், இராமனைப் பொறுத்தவரை குற்றங்குறைகள் இல்லாதவனும், சிவ பக்தனும் முந்தைய அவதாரங்களால் வெல்லப்பட முடியாதவனும் ஆகிய ஒருவன் தனக்குப் பகைவன் என்பது தெளிவாயிற்று. இந்த விளக்கங்களின் இடையே எதிர் வருபவர்களின் பலத்தில் பாதியைப் பெற்றுவிடுவான் என்று கூறியதே இராமனைச் சிந்திக்க

வைத்துவிட்டது. வாலியால் தவறு கண்டாலொழியச் சிவனிடம் அவன் பெற்ற இந்த வரத்தை மீற முடியாது.

குரக்கினத்தில் ஒருவன் மனைவி ஒருவனுக்கே உரியவள் என்ற கட்டுப்பாடு இல்லை. ஆகவே, சுக்கிரீவனிடம் கொடுத்த வாக்கை நிறைவேற்ற வேண்டுமானால் இராமனுக்கு ஒரே வழிதான் உண்டு. வாலியின் எதிரே வராமல் அவன் மேல் அம்பிட்டுக் கொல்ல வேண்டும் என்ற முடிவுக்கு இராமன் உடனே வந்து விட்டான்.

வாலியின் இருப்பிடம் சென்ற பொழுது இராமனே சுக்கிரீவனிடம், ''நீங்கள் இருவரும் போரிடும் பொழுது வேறொரு இடத்தில் மறைவாக நின்று அம்பு தொடுக்க முடிவு செய்துவிட்டேன்'' என்ற கருத்தில்,

"அவ் இடத்து, இராமன், நீ அழைத்து, வாலி ஆனது ஓர்
வெவ் விடத்தின் வந்து போர் விளைக்கும் எல்லை, வேறுநின்று
எவ்விடத் துணிந்து அமைந்தது என் கருத்து இது"என்றனன்;
...

- கம்ப 3944

என்று இராமன் பேசுகிறான்.

இதனை ஆழ்ந்து சிந்தித்தால், இராமன் பண்பிற்கு ஒத்துவராத இந்தச் செயலை அவன் செய்யுமாறு தன் சொல் திறமையால் விளக்கியவன் அனுமனே ஆவான் என்பது புலப்படுகிறது. அவ்வளவு விரிவாக வாலியின் ஆற்றல், சிவபூசை என்பவற்றை விளக்கமாகக் கூறிவிட்டு எதிரில் வந்தவர்கள் வன்மையில் பாதி எடுத்துக் கொள்வான் என்று சொல்லியதாலேயே இராமன் 'வேறுநின்று ஏவிடத் துணிந்தது' என்ற முடிவுக்கு வந்தான்.

வாலியை மறைந்து நின்றுதான் கொல்லுதல் வேண்டும் என்று அனுமன் கூறவில்லை. அதுதவிர வேறு வழி இல்லை என்றும் வெளிப்படையாகக் கூறவில்லை. இராமனே அந்த முடிவுக்கு வருகிறான்; அறிவிக்கவும் செய்கிறான். சொல்லாமல் சொல்லிச் செய்விக்க வல்லது அனுமனின் சொல்வன்மை.

சொல்லின் செல்வனின் இந்தப் பெருவெற்றியைக் கம்பன் இந்த இடத்தில் சொல்லவில்லை. சொல்லாற்றல் மட்டுமன்றி அனுமனிடம் செறிந்து கிடந்த பல்வேறு ஆற்றல்களையும் அவனுக்கே புலப்படுத்திக் கடலைத் தாவிடத் தூண்டும் இடத்தில் சாம்பன் கூற்றாகப் பின்னே கூறுகிறான், கவிச்சக்கரவர்த்தி:

அறிந்து, திறத்து ஆறு எண்ணி,
அறத்து ஆறு அழியாமை
மறித்து உருள, போர் வாலியை
வெல்லும் மதி வல்லீர்..... - கம்ப 4723

வாலிவதை இராமனின் வெற்றி என்றால், அந்த வெற்றி வாய்க்கச் செய்தவன் அனுமனே என்பது கவிச்சக்கரவர்த்தியின் முடிவு.

(அதனை வாலிவதை சூழலில் சொல்லாமல் மிகவும் பின்னே தள்ளிக் கம்பன் கூறியது ஏன் என்பது தனி ஆய்வுக்கு உரியது. இங்கே அதனை விரிப்பது மற்றொன்று விரித்தலாகிவிடும்.)

சுக்கிரீவன் உதவியை நாட நேர்ந்தது அனுமனைப் பெறுவதற்கே

சுக்கிரீவனுக்கு அமைச்சனாக உள்ள அனுமன் தன் அறிவாற்றலால் தன் அரசனுக்கு நலஞ் சேர்க்குமுறையில் இச்சூழ்ச்சியைச் செய்தது தவறு என்று கூறுவதற்கில்லை. ஆனால், இராமன் இதனை எவ்வாறு ஒப்புக்கொண்டான் என்று சிந்திப்பது பயனுடையதாகும். கவந்தனும், சவரியும் சுக்கிரீவனைத் துணைகொள்ள வேண்டும் என்று கூறினர். அன்றியும், சவரியே இரலைக்குன்றம் செய்வதற்கான வழியையும் காண்பித்தாள். இவ்வளவு தூரம் சுக்கிரீவனைப் பற்றி அறிந்திருக்கும் கவந்தனும் சவரியும் வாலியைப் பற்றியும், சகோதரரிடையே உள்ள பூசல் பற்றியும் நிச்சயமாக அறிந்திருப்பர். வாலியின் ஆற்றலையும் நன்கு அறிந்திருப்பர். வாலியோடு ஒப்பிட்டால் சுக்கிரீவன் வன்மையில் பூஜ்யமாகிவிடுவான். குரங்குப்படை முழுவதும் வாலியிடம் தான் உள்ளது. இவ்வளவையும் அறிந்திருந்தும் கவந்தனும் சவரியும் வாலியைப்பற்றி ஒரு வார்த்தை கூடக் கூறாமல் சுக்கிரீவனைப்பற்றி மட்டும் கூறி, அவன் இருக்கும் இரலைக் குன்றத்திற்கு வழிகாட்டினர் என்றால், இது நம் அறிவுக்கு எட்டாத ஏதோ ஒன்று இதனைச் செய்கின்றது என்பதை எளிதில் அறியமுடியும்.

இந்நிகழ்ச்சிகளையெல்லாம் மனத்துட் கொண்ட கவிஞன், இதனை நாம் நன்கு புரிந்துகொள்வதற்காகத் தொடக்கத்திலேயே சில குறிப்புகளைத் தருகிறான். விதி முதலானவற்றை உண்டாக்கி அவற்றைப் பணிபுரியுமாறு ஏவுகின்ற பரம்பொருள்தான் இராமனாக வந்துள்ளான் என்பதைப் பல இடங்களிலும் சுட்டிக் காட்டும் கவிஞன், ஒரு குறிப்பிட்ட இடத்தில் இதனை மாற்றி அமைக்கின்றான். கைகேயியின் ஏவலால் முடியைத் துறந்து, கோசலை அரண்மனை

நோக்கி வரும் வரவைக் கம்பன் கூறும் பாடலை நினைவுக்குக் கொண்டு வரவேண்டும்.

> **"குழைக்கின்ற கவரிஇன்றி, கொற்றவெண்குடையும் இன்றி,**
> **இழைக்கின்ற விதிமுன்செல்ல, தருமம் பின் இரங்கிஏக,**
> **..**
> **.."**
>
> *- கம்ப 1606*

இராமன் வருகிறான் என்றால், சிந்தனையைத் தூண்டுகிறான் கவிஞன். இராகவன் பின் பிறந்தோனாகிய இலக்குவன் கூட விதிக்கும் விதியாகும் என் வில் தொழில் என்று கூறுகிறானே, அப்படி இருக்க அனைத்து உயிர்களின் விதியை நிர்ணயிக்கும் மூலப் பரம்பொருள் ஒரு குறிப்பிட்ட காரியத்திற்காக அவதாரம் செய்து இதோ நடந்து வருகிறான். அப்படி இருக்க அவனுக்கு முன்னே விதி ஏதோ ஒன்றை இழைத்துக் கொண்டே செல்கிறது. அதன் பின்னே அதை மீறமுடியாமல் அறத்தின் மூர்த்தி வருகிறான். அது மட்டுமா? தருமத்தின் வடிவான அவன் நடக்க, தரும தேவதை அவன் பின்னே இரங்கி, ஏங்கி மெல்ல நடந்து வருகின்றது என்று கம்பன் கூறும் வரைபடத்தை மனத்துட் கொண்டால், பின்னர் இராமன் செய்யப்போகும் செயல்களையெல்லாம் ஓரளவு விளங்கிக் கொள்ள முடியும். அதனை நன்குணர்ந்திருக்கிறான் வள்ளல் என்பதனை அவன் சொற்களாலேயே கூறுகிறான் கம்பநாடன். "மைந்த! விதியின் பிழை நீ இதற்கு என்னை வெகுண்டது?" என்றான்.

நடையில் நின்று உயர் நாயகன், அறத்தின் மூர்த்தி மானிடனாகப் பிறந்துவிட்டதால் ஓரளவு விதியின் பிடியில் அகப்பட்டுத் தொழிற்படவேண்டும் என்பதை உணர்ந்தே உள்ளான். முடி துறந்து அவன் வரும்பொழுது அவன் முன்னே ஒரு வரைபடத்தை இழைத்துக் கொண்டே வரும் விதி, இராவணப் போர் முடிகின்ற வரை தசரதராமனை விட்டு நீங்கவே இல்லை. அதே விதிதான், கவந்தன், சவரி என்ற இருவர் மூலமாகத் தொழிற்பட்டு சுக்கிரீவனிடம் செல்லுமாறு இராமனைப் பணிக்கிறது. வாலி இத்தகையவன் என்று அனுமான் கூறிய பொழுது அவனை விண்ணுலகு அனுப்ப வேண்டியது தன்னுடைய கடமை என்று விதி முன்னரே இழைத்துவிட்டதை உணர்கிறான் இராகவன். வாய்விட்டுச் சொல்லாவிட்டாலும் கவந்தனும் சவரியும் கூறிய அறிவுரையில் இரண்டு நிகழ்ச்சிகள் முக்கியத்துவம் பெற்றுள்ளன என்பதை இராகவன் அறிகிறான். ஒன்று, வாலியை விண்ணுலகு அனுப்புவது, இரண்டாவது அனுமனைத் தன் தொண்டனாகப்

பெறுவது. இவ்விரண்டும் நடைபெறவேண்டுமானால் சுக்கிரீவனைச் சேர்த்துக் கொண்டே ஆகவேண்டும். அனுமனைச் சந்தித்த பொழுதே இருவரும் கண்களில் பேசிக்கொண்ட முறையில் தான் வந்த காரியத்தை நிறைவேற்றுவதற்கு அனுமன் துணை தேவை என்பதை மூல இராமன் புரிந்து கொள்கிறான். அவன் நினைத்தது சரிதான் என்பதை இறக்கும் தறுவாயிலுள்ள வாலி, அனுமனைச் சாதாரணமாக எண்ணிவிட வேண்டாம், 'நின் செய்ய செங்கைத் தனு என நினைதி' என்று கூறும் வகையில் வலியுறுத்துகிறான்.

அனுமன் ஒருவனே........

மகாராஜா என்று பின்னர் அழைக்கப்படும் சுக்கிரீவனோ, சாடாயுவோ, வாலியோ செய்ய முடியாத ஒன்றை அனுமன் ஒருவன் மட்டுமே செய்து முடிக்கக்கூடும் என்பதை இராமன் முன்னே, வரைபடம் இழைக்கும் விதி நிறுவிவிட்டது. அனுமன் இல்லையானால் சுக்கிரீவன் துணை இருந்தும் கூடப் பிராட்டி இருக்கும் இடத்தை இராமன் அறிய முடியாமல் போயிருக்கும்.

தன் இன்னுயிரை நீக்கிக் கொள்ள முடிவு செய்து, அந்த முயற்சியில் ஈடுபட்டுவிட்ட பிராட்டியைக் காத்ததும் மருத்து மலையைக் கொணர்ந்து இலக்குவன் முதலிய அனைவரையும் உயிர்ப்பித்ததும் அனுமனுடைய செயல்களே ஆகும். அனுமன் செய்த இந்த அரும்பெரும் உதவியை நினைந்து நன்றியுணர்வோடு பிராட்டி, அசோகவனத்தில் பேசுவதைக் காணலாம்:

"மும்மை ஆம் உலகம் தந்த முதல்வற்கும் முதல்வன் தூது ஆய்,
செம்மையால் உயிர் தந்தாய்க்குச் செயல் என்னால் எளியது உண்டே?
அம்மை ஆய், அப்பன் ஆய அத்தனே! அருளின் வாழ்வே!
இம்மையே மறுமைதானும் நல்கினை, இசையோடு என்றாள்"

- கம்ப 5298

"பாழிய பணைத்தோள் வீர! துணை இலேன் பரிவு தீர்த்த
வாழிய வள்ளலே! யான் மறுஇலா மனத்தேன் என்னின்,
ஊழி ஓர் பகலாய் ஒதும் யாண்டு எலாம், உலகம் ஏழும்
ஏழும் வீவுற்ற ஞான்றும், இன்று என இருத்தி! என்றாள்"

- கம்ப 5299

சுக்கிரீவன் ஆட்சியில் ஏவல், கூவல் பணி செய்வேன் என்று தன்னடக்கத்தோடு கூறிக்கொள்ளும் இந்த அனுமன், பிராட்டி உயிர்தப்பக் காரணமாயிருந்தான். பிரம்மாத்திர படலத்தில்

அனைவரும் தீர்ந்தனர், யானும் தீர வேண்டும் என்ற முடிவுடன் இராமன் இருக்கும் பொழுது, மருத்து மலையைக் கொணர்ந்து அனைவரும் உயிர் பெறச் செய்தவன் இந்த அனுமனே ஆவான். அந்தப் பேருதவிக்கு நன்றி பாராட்டும் முறையில் தான் பெரிய பெருமாள் பின்வருமாறு பேசுகிறான்:

"..
.... ஈறுசேர்
மன்னின் தோன்றினோம் முன்னம்; மாண்டுளோம்;
நின்னின் தோன்றினோம், நெறியின் தோன்றினாய்!" - கம்ப 8812

காப்பியத் தலைவன், அவன் தம்பியர், தாயார், காப்பியத் தலைவி ஆகிய அனைவரும் உயிர்தப்ப உதவி செய்தவன் மாருதி ஒருவனே ஆவான். எனவே, இந்த மாருதியைக் கண்டு சேர்த்துக் கொள்வதற்காகவே கவந்தனும், சவரியும் சுக்கிரீவனிடம் போகுமாறு இராமனைப் பணித்தனர்.

சுக்கிரீவன் இல்லாமல் மாருதியைப் பெறமுடியாது. ஆதலால், இழைக்கின்ற விதி சவரி வடிவமாக வந்து இராமனை வழிநடத்திற்று. மேலும் இராவண வதம் நடைபெற வேண்டுமானால் அவனுக்கு முன்னர் வாலி இறக்க வேண்டும். இன்றேல் அவர்கள் இருவர் இடையேயும் இருந்த நட்புக் காரணமாக வாலி இராவணனுக்குத் துணையாக வந்தே சேருவான். போர்க்களத்தில் அவனுடன் நேர் நின்று போர் செய்தல் இயலாத காரியம். எனவே, வாலியை முன்கூட்டியே கொல்ல வேண்டிய நிலை ஏற்பட்டது. இவை அனைத்தையும் முன்கூட்டியே திட்டமிட்டவிதி, இராமனைக் கவந்தனிடமும், சவரியிடமும் செல்லுமாறு செய்து அதன் பயனாக இராமனுக்கு அனுமன் கிடைக்குமாறு செய்ததுடன் வாலியையும் ஒழியுமாறு செய்தது.

வீடணனை ஏற்றுக் கொண்டது அனுமன் அமுத வார்த்தையால்

சீதை, இராமன் இருவருக்கும் மாபெரும் உதவி செய்த அனுமன் மற்றொன்றையும் செய்திருக்கிறான். ஆழ்ந்து நோக்கினாலொழிய அவன் செய்த இந்த உதவிபற்றி யாரும் பெரிதுபடுத்திப் பார்ப்பதில்லை. வீடணனைச் சேர்த்து கொள்ளலாமா வேண்டாமா என்ற பிரச்சனை வந்தபொழுது சுக்கிரீவன் உள்ளிட்ட அனைவரும் அவனைச் சேர்ப்பது கூடாது என்றே கூறிவிட்டனர். இக்கட்டான நிலையில் உள்ள இராகவன் மாருதியின் கருத்தை நாடினான். அங்குக் கூடியிருந்தோர் அனைவரிலும் அறிவாலும்,

கல்வியாலும், அனுபவத்தாலும் நுண்மாண் நுழைபுலத்தாலும் பலமடங்கு மேம்பட்டவன் அனுமன் என்பதை இராகவன் அறிவான். 'பகைவர் கூட்டத்திலிருந்து வந்தான், எனவே அவனை ஏற்றுக் கொள்ளக்கூடாது' என்பது உணர்ச்சி வசப்பட்ட முடிவாகும்.

இப்பொழுது அவதார நோக்கம் நிறைவேற வேண்டுமானால் இரண்டு நிகழ்ச்சிகள் நடைபெற வேண்டும். முதலாவது மாயாசீதை நிகழ்ச்சியில் வெட்டுண்டவள் சீதை என்றே அறிஞனான அனுமன் உள்பட இராமன் வரை அனைவரும் நம்பிவிட்டனர். இதன் முடிவாக இராம இலக்குவர்கள் அயோத்தி செல்லும் எண்ணத்துடன் அனுமன் முதுகில் ஏறிப் புறப்படத் தயாராகிவிட்டனர். இது நடைபெற்றிருந்தால் கதை வேறுவிதமாக முடிந்திருக்கும். இதன் உண்மைத் தன்மை அறிந்து அதை நிறுத்தியவன் வீடணன். அதேபோல நிகும்பலைப் பற்றி அறிவித்தவனும் வீடணனே ஆவான். கதைப் போக்கை மாற்றி அமைக்கக் கூடிய இந்த இரு நிகழ்ச்சிகளிலும் வீடணனைத் தவிர வேறு யாரும் உதவியிருக்க முடியாது. அத்தகைய வீடணனைச் சேர்த்துக்கொள்ள வேண்டுமென்று அத்தனை பேருக்கும் எதிராக வாதாடியவன் அனுமனே ஆவான்.

அயோத்தியில் முடிதுறந்த இராகவனுக்கு முன்னர்ப் புறப்பட்டு யாருக்கும் தெரியாமல் ஒரு வடிவில் வரைந்து கொண்டே வந்த விதி, வீடணனால் இத்தனை காரியங்கள் நிகழ வேண்டும் என்பதற்காக அனுமன் மூலமாக ஒரு வடிவை வரைந்துவிட்டது. பல்வேறு காரணங்களைக் காட்டி, அனுமன் கூறிய முடிவை ஏற்றுக்கொண்ட இராகவன் என்ன செய்தான் என்பதை மிக அற்புதமாகக் கவிஞன் ஒரு பாடலில் தருகின்றான்.

"மாருதி அமுத வார்த்தை செவிமடுத்து, இனிது மாந்தி,
'பேர் அறிவாள்! நன்று நன்று' எனப் பிறரை நோக்கி,
'சீரிது, மேல் இம்மாற்றம் தெளிவுறத் தேர்மின்' என்னா,
ஆரியன் உரைப்பதானான்; அனைவரும் அதனைக் கேட்டார்"

- கம்ப 6467

மாருதி கூறிய சொற்களை 'அமுத வார்த்தை' என்கிறான் கவிஞன். அமுதம் என்பது சாவாமை தருவது. இங்கு இராமன் புகழ் சாயாமல் இருக்க உதவியது மாருதியின் வார்த்தைகள். அந்த வார்த்தைகளை முழுவதுமாக மகிழ்ச்சியுடன் ஏற்றுக்கொண்டான் இராகவன் என்பதை, 'செவிமடுத்து', 'இனிதுமாந்தி' என்ற சொற்களால் குறிக்கின்றான் கவிஞன். இராமனே அனுமனைப் பேரறிவாள் என்று அழைக்கின்றான் என்றால், அனுமனின் ஆற்றலை

என்னென்று கூறுவது! சேர்க்க வேண்டாம் என்று கூறியவர்களைப் பார்த்து, 'சீரிது இம்மாற்றம்' என்று சொல்வதோடு தெளிவு 'தேர்மின்' என்றுக் கூறுகிறான். அத்துடன் நிறுத்தவில்லை. உணர்ச்சிவசப்பட்டுக் குழப்பம் அடையாமல் தெளிந்த சிந்தையோடு ஆராய்ந்து பார்த்தால், மாருதி சொன்னது சரி என்ற கருத்தில் 'தெளிவுறத் தேர்மின்' என்றான். இதற்கு மேலும் ஒருபடி சென்று அவர்களைப் பார்த்து, 'இனிமேலும் இதுபற்றிப் பேச வேண்டிய தேவையில்லை. மாருதி ஆராய்ந்து சொன்ன முடிவே சிறந்ததாகும்' என்ற கருத்தில், 'மற்றினி உரைப்பது என்னோ? மாருதி வடித்துச் சொன்ன பெற்றியே பெற்றி' என்று கூறினான்.

மாருதி வடித்துச் சொன்ன என்று இராமன் கூறுவதற்குக் காரணம் பதினெட்டு பாடல்களில் அறிவின் துணைகொண்டு ஆய்ந்து பல்வேறு வாதப் பிரதிவாதங்களையும் நிகழ்த்தி, வீடணன் வந்த நேரமும், சந்தர்ப்பமும் மிகச்சரியானவையே என்பதையும் நிறுவினான் அனுமன். அவனுடைய வாதங்களுக்குமேல் மறுத்துச் சொல்லக்கூடிய வாதம் எதுவும் இல்லாத முறையில் ஆணித்தரமாகவும், தருக்கரீதியாகவும் வீடணனை ஏற்றுக் கொள்வதே சிறந்தது என்று நிறுவிய அவன் மேலும் ஒருபடி சென்று ஒன்றைக் கூறலானான்.

அவ்வாறு கூறியதில் ஒரு வியப்பு என்னவென்றால், அடைக்கலம் தருவதையே தன் பணியாகக் கொண்ட இராகவனிடமே 'இவனுக்கு அடைக்கலம் தருவது சிறந்தது; நீ அவ்வாறு தராவிட்டால் பிறர் நகைப்பிற்கு இடமாகும்' என்றும் சொல்லும் நெஞ்சுரம் அனுமன் ஒருவனுக்கே உண்டு.

"தேவர்க்கும், தானவர்க்கும் திசைமுகனே
முதலாய தேவ தேவர்
மூவர்க்கும், முடிப்ப அரிய காரியத்தை
முற்றுவிப்பான் மூண்டு நின்றாய்!
ஆவத்தின் வந்து, "அபயம்!" என்றானை,
அயிர்த்து அகலவிடுதி ஆயின்
கூவத்தின் சிறுபுனலைக் கடல் அயிர்த்தது
ஒவ்வாதோ? கொற்ற வேந்தே!" - *கம்ப 6464*

"பகைப் புலத்தோர் துணை அல்லர்" என்று இவனைப்
பற்றோமேல், அறிஞர் பார்க்கின்,
நகைப் புலத்ததாம் அன்றே,...................................
.. - *கம்ப 6458*

எதுவும் நாடாத கைங்கரியத் தொண்டன்

இதுகாறும் கூறியவற்றிலிருந்து இராமன் தம்பியர் என்று சேர்த்துக் கொண்டவர்களைக் காட்டிலும் 'தொண்டன்' என்று சேர்த்துக் கொள்ளப்பெற்ற அனுமன் செய்த உதவி கணிப்பிற்கு அப்பாற்பட்டதாகும் என்பது விளக்கப் பெற்றுள்ளது. இந்த நிலையில் உதவியைப் பெற்ற பிராட்டி அவனுக்குக் கைம்மாறு செய்ய விரும்பினாள். அதன்மூலம் தன் நன்றிக் கடனையும் நிறைவேற்றலாம் என நினைக்கிறாள். ஆனால், அனுமனைப் பார்த்து அவன் பேசியதைக் கேட்ட பிறகு மகா ஞானியாகிய அவன் எந்த ஒரு பரிசிலையும் ஏற்றுக் கொள்ளமாட்டான். "வேண்டாமை என்ற விழுச்செல்வம்" பெற்ற அவன் எந்த வரத்தையும் கேட்கப் போவதும் இல்லை. அதை அறிந்து கொண்ட பிராட்டி 'கதியற்றவளாகிய என்னுடைய துயரத்தைப் போக்கிய வீரனே, கைம்மாறு கருதாமல் வள்ளன்மையோடு இப்பணியினை நிறைவேற்றிய உனக்கு நான் என்ன கைமாறு செய்ய முடியும். ஊழிகள் தோறும் மறைந்து தோன்றும் இவ்வுலகங்கள் வீயினும் நீ இன்று போல் என்றும் இருப்பாயாக' என்ற மாபெரும் ஆசியை வழங்கினாள் உலகமாதா. இதனைக் கம்பன்,

"பாழிய பணைத்தோள்வீர! துணை இலேன் பரிவு தீர்த்த
வாழிய வள்ளலே! யான் மறுஇலா மனத்தேன் என்னின்
ஊழி ஓர் பகலாய் ஓதம் யாண்டு எலாம், உலகம் ஏழும்
ஏழும் வீவுற்ற ஞான்றும், 'இன்று என் இருத்தி' என்றாள்"

- *கம்ப 5299*

என்ற பாடலில் நன்கு விளக்குகிறான்.

ஓர் உதவி செய்யப் பெற்ற பிராட்டியே தன்னை வாழ்த்தினாள் என்றால், பல உதவிகளைப் பெற்ற பெருமாள் தன் பக்தனுக்கு எப்படி நன்றி பாராட்ட முடியும்? வீடு பேற்றைக்கூடக் கருதாமல், 'வீடும் வேண்டா விறலினனாக' தொண்டிற்காகவே தொண்டைச் செய்யும் இந்த அனுமனுக்கு என்ன செய்வது என்று இராகவனே பலமுறை சிந்தித்தான். ஒருமுறை தசரதன் பிள்ளைகளாகிய நாங்கள் நால்வரும் இறந்துப்பட்டு, 'நெறியில் தோன்றிய நின்னில் தோன்றினோம்' என்று போர்க்களத்தில் செய்த உதவிக்கு நன்றி செலுத்திவிட்டான். இந்த நன்றியுரை உபசார வழக்கன்று, உண்மையே என்பதை அறிய வேண்டும். பகவான் பாகவதர் உள்ளத்தில் ஒருங்கிவிடுகிறான். ஆதலின், 'நின்னில் தோன்றினோம்' என்று கூறியது முற்றிலும் உண்மையே ஆகும்.

விடை கொடுத்த படலத்தில் முடிசூட்டிக் கொண்ட பெரிய பெருமாள் - வீடணன், குகன், சுக்கிரீவன், அங்கதன் ஆகிய அனைவருக்கும் பெரும் பரிசுகளை வாரி வழங்கி விடைகொடுத்தான். கை கட்டி வாய் பொத்தி, அகங்கார, மமகாரமற்ற தொண்டின் வடிவமாக நிற்கும் பரம பாகவதனாகிய அனுமனை நீண்ட நேரம் பார்க்கிறான் பரம்பொருள். படைப்புக் காலத்திலிருந்து எத்தனையோ பக்தர்களையும், தொண்டர்களையும் அவன் கண்டதுண்டு. அவர்களுள் பலரும் சிறிய பரிசில் முதல், பெறலரும் பரிசிலாகிய வீடு பேறு வரை பெற்று மகிழ்ந்ததைப் பரம்பொருள் கண்டுள்ளான். இப்பொழுது இந்த இராமாவதாரத்தில் தன் எதிரே நிற்கும் ஒரு தொண்டன் ஏனைய பக்தர்களிலும் முற்றிலும் மாறுபட்டவனாக காட்சி அளிக்கிறான். இராகவன் மட்டுமல்ல, பிராட்டியும் கூட வீடுபேற்றையே விரும்பாத இந்தத் தொண்டனைப் பார்க்கிறாள். நீண்ட நேரம் இவனைப் பார்த்துக்கொண்டிருந்த இராகவன் ஏனையோருக்கும் பல்வேறு பரிசுகளைத் தந்தான். ஆனால், அவர்களிலும் இவன் மாறுபட்டவன் என்பதை தான் அறிந்திருக்கிறான் என்பதை எவ்வாறு வெளிப்படுத்த முடியும்? ஒரு வழியினைக் கண்டு கொண்டான், இராகவன். சாதாரணமாக இராகவன் தான் குகன், பரதன் போன்றவர்களை தழுவிக் கொள்வது வழக்கம். அவர்கள் அனைவருக்கும் தராத ஒரு சிறப்பை அனுமனுக்குத் தர விரும்புகிறான்.

> **“மாருதிதன் ஐயன் மகிழ்ந்த, இனிது அருளின் நோக்கி,**
> **ஆர், உதவிடுதற்கு ஒத்தார், நீ அலால்? அன்று செய்த**
> **பேர் உதவிக்கு யான் செய் செயல் பிறிது இல்லை; பைம் பூண் -**
> **போர் உதவிய திண்தோளாய்! பொருந்துறப் புல்லுக!’ என்றான்.”**
>
> *- கம்ப 10351*

வீடும் வேண்டா விறலினான் பெற்ற வீறு

இப்பாடலை மேலாகப் பார்க்கும்பொழுது அனுமனைத் தழுவிக் கொள்ளச் சொன்னான் என்ற அளவில் பொருள் விளங்கிவிடும். இராம காதையில் வரும் எவரும் இராமனை விட உயர்ந்தவர்கள் இல்லை. தந்தை என்ற காரணத்தால் தசரதன் இராகவனைத் தழுவிக் கொண்டான் என்று வரும் ஓர் இடம் தவிர ஏனைய இடங்களிலெல்லாம் இலக்குவன், பரதன் உள்பட யாராக இருப்பினும், இராகவன் அவர்களைத் தழுவிக் கொண்டதாக வருமே தவிர, இராகவனாகப் பார்த்து நீ என்னைத் தழுவிக் கொள் என்று சொல்லிய இடம் இது ஒன்றுதான். அருளின் நோக்கி, ‘நீ என்னைத்

தழுவிக் கொள்' என்று சொல்வது சற்றுப் புதுமையானது தான். இறைவனுடைய அருள் நோக்கம் பெற்றவர்கள் அவன் திருவடிகளில் சென்று சேர்வர் என்றுதான் இதுவரை கேட்டுள்ளோம். இங்கு அருளின் நோக்கியவன் தொண்டனிடம் வந்து உன்னுள் நான்புக விரும்புகிறேன் என்று கூறுவது போல, 'நீ என்னைப் புல்லுக' என்று கூறுவது இராமகாதை முழுவதிலும் யாருக்கும் கிடைக்காத சிறப்பாகும். பக்தர்கள் இறைவனின் திருவடி நீழலில் சென்று தங்குவதற்கு பதிலாக, இறைவன் திருவடி தானே தேடி வந்து ஒரு தொண்டனுடைய இதயத்துக்குள் புக விரும்புகிறது என்றால் அத் தொண்டனின் பெருமையை அந்த இறைவன் தான் அறியமுடியுமே தவிர, நம் போன்றவர்களின் கற்பனைக்கும் அடங்காததாகும்.

முடிவாக...

மூலநூல் உள்பட எந்த இராமாயணத்திலும் காணப்படாத முறையில் தமிழ் இலக்கியங்களில் கூட கம்பனுக்கு முன்னும், பின்னும் இப்படி ஒரு பாத்திரம் படைக்கப்படவில்லை என்பது அறிந்து மகிழ்வதற்குரியதாகும். மாபெரும் கல்வியும், அதன் பயனாக வாலறிவனை அறிந்து கொண்டு அவனுக்குத் தொண்டனாகும் பண்பும், ஐம்புலன்களையும் அடக்கி ஆளும் திறனும் அகங்கார மமகாரங்கள் அறவே இல்லாத ஓர் இயல்பும், தனக்கென வாழா பிறர்க்குரியாளனாகத் தொண்டு செய்யும் பண்பும் ஆகிய இவை அனைத்தும் சேர்ந்த ஒரு வடிவம் அனுமன் என்ற பெயருடன் கம்பனால் படைக்கப்பட்டிருப்பது மனித சமுதாயத்திற்கு ஓர் எடுத்துக்காட்டாக விளங்குவதாகும்.

~

முனிவர்களும் இராமனும்

முனிவர்கள் இருவர்

கம்பராமனுடன் தொடர்பு கொண்டிருந்த முனிவர்கள் மிகப் பலர் ஆவர். இவர்களுள் நேரிடையாக இராமனோடு அதிகத் தொடர்பு கொண்டவர்கள் விசுவாமித்திரன், வசிட்டன், அகத்தியன், பரத்துவாகன் ஆகியோர் ஆவர். இவர்களுள் இராமன் மிக இளையவனாக இருக்கும் பொழுதே விசுவாமித்திரன் பார்வையின் கீழ் ஏற்கப்பட்டு, அவன் திருமணம் முடியும் வரை அந்த முனிபுங்கவனின் அணைப்பின் கீழ் இருந்துவந்தான். வசிட்டனைப் பொறுத்தமட்டில் இரகு வம்சத்திற்கே குலகுரு ஆதலால், இராமனுடைய கல்வி, கேள்வி, ஏனைய பயிற்சிகள் ஆகியவற்றைத் தந்தவன் வசிட்டனே ஆவான். கதைப் போக்கையும், வசிட்டன், விசுவாமித்திரன் ஆகியோர் செய்த பணிகளையும் சிந்தித்தால், இராமனாகப் பிறந்தவன் யார், அவன் எதற்காகப் பிறந்தான், அவன் பிறந்த குறிக்கோளை நிறைவேற்ற என்ன செய்ய வேண்டும் என்பவற்றையெல்லாம் மிக நன்றாக அறிந்து திட்டமிட்டுப் பணி செய்ததாகவே தெரிகின்றது.

விசுவாமித்திரன், வசிட்டன் இணைந்து செய்தது

வசிட்டன் கற்பித்த கல்வி முறையில் பழமையின் வாசனை அதிகமாக இருந்தது. பெரிதாக உலகம் வளர்ந்துவிட்ட நிலையில் சில சட்டதிட்டங்களை மாற்றி அமைக்கவும், பழைய சட்டங்கட்குப் புது

முறையில் பொருள் செய்யும் தேவை மிகுதியாகி விட்டது. மனித சமுதாயத்தோடு அதிக நெருக்கம் இல்லாமல் தவ வாழ்க்கை மேற்கொண்டு தேவையான பொழுது தசரதனுக்கு வேண்டிய அறிவுரைகளைத் தந்து, குலகுருவாக விளங்கியவன் வசிட்டன். பல காலம், அரசனாக இருந்து ஆட்சி செய்து, ஆட்சியிலும், மக்கள் சமுதாயத்திலும் புதிது புதிதாகத் தோன்றும் பிரச்சினைகளைச் சந்தித்து, தேவையான பொழுது புதிய மாற்றங்களை அஞ்சாமல் கொண்டு வந்து சமுதாயத்திற்கு அறிவித்து ஆட்சி செய்தவன் விசுவாமித்திரன். இந்த நீண்ட நெடுங்கால அனுபவத்தோடு கடுந்தவம் இயற்றி, பிரும்மரிஷி என்ற பட்டத்தையும் பெற்றவன் இந்த விசுவாமித்திரன்.

நான்கு ஆண் மக்களைப் பெற்று எல்லையற்ற மகிழ்ச்சியோடும் திருப்தியோடும் கொலு மண்டபத்தில் வீற்றிருக்கிறான் தசரதன். திரிசங்கு மன்னனுக்காக வேறு உலகங்களையே படைத்தவன், ‘மற்றோர் தேவ உலகையும் இந்திரனையும் படைக்கின்றேன்’ என்று மாபெரும் புரட்சியைச் செய்த விசுவாமித்திரன் கொலுமண்டபத்தில் நுழைந்ததும், மன்னன் தசரதன் அப்பெருமான் திருவடிகளில் விழுந்து எழுந்தான். அந்த முனிபுங்கவனை ஒரு பொன்னாசனத்தில் இருத்தி, அவனுக்குரிய வழிபாடுகளை முறையாக இயற்றிய பின்னர், அந்த மாமுனிவன் தன்னையும் ஒரு பொருட்டாக மதித்துத் தன்பால் வந்தது, தான் செய்த பெருந்தவம் என்று கூறிய தசரதன், முனிவன் இட்ட பணியை நிறைவேற்றத் தான் தயாராக இருப்பதாகக் கூறினான்.

தசரதன் வினாவிற்கு விடை கூறப் புகுந்த விசுவாமித்திரன், ‘அரசே! என்போன்ற முனிவர்கட்கு இடையூறு வந்தால் நாங்கள் அடைக்கலம் புகுதத் தகுதியான இடங்கள் முறையே இமயமலை, பாற்கடல், பிரம்மலோகம், இந்திரனுடைய நகரம், அயோத்தி நகரம் என்ற இந்த ஐந்தும்தானே? இன்று இந்திரன் அமைதியாகத் தேவர் உலகை ஆட்சி செய்கிறான் என்றால், அவனுடைய பகைவனாகிய சம்பராசுரனை நீ தொலைத்து, ஆட்சியை இந்திரனுக்குத் தந்ததால் தானே?’ இவ்வாறு முனிவன் தயரதன் வினாவிற்கு விடைகூறத் தொடங்கினான். இவ்வாறு புகழ்ந்தவுடன் எல்லையில்லாத உவகைக் கடலில் மூழ்கி எழுந்த தசரதன், முனிவன் எதிரே நின்று கை கூப்பி வணங்கி, தங்கள் ஆணையை எதிர்பார்த்து நிற்கின்றேன் என்றான். உடனே முனிவன் பின்வருமாறு பேசலானான்:

"தருவனத்துள் யான் இயற்றும் தகை வேள்விக்கு
இடையூறா, தவம் செய்வோர்கள்
வெருவரச் சென்று அடை காமவெகுளி என,
நிருதர் இடை விலக்கா வண்ணம்,
"செருமுகத்துக் காத்தி" என, நின் சிறுவர்
நால்வரினும் கரிய செம்மல்
ஒருவனைத் தந்திடுதி என, உயிர் இரக்கும்
கொடுங்கூற்றின், உளையச் சொன்னான்."

- *கம்ப 324*

"அரசே! தவம் செய்வோருக்குக் காமம், வெகுளி, மயக்கம் என்னும் மூன்றும் அகப்பகைகள் இருந்துகொண்டு அவருக்குத் துன்பம் இழைப்பது போல் வனத்துள் நான் இயற்றும் தவ வேள்விக்கு இடையூறாகப் புறப் பகைவர்களாகிய நிருதர்கள் தவத்தைத் தொடர விடுகின்றிலர். அவர்களை ஒழித்து இடையூறு வராதபடி காக்க உன்னுடைய பிள்ளைகள் நால்வரில் கரிய செம்மல் ஒருவனைத் தந்திடுக"என்று கூறினானாம். அது எவ்வாறு இருந்ததென்பதை அற்புதமான ஓர் உவமை மூலம் கவிச்சக்கரவர்த்தி விளக்குகிறான். ஒருவன் உத்தரவில்லாமல் நினைத்த நேரத்தில் உயிரைக் கொண்டுபோகும் எமன், திடீரென்று வந்து 'உன்னுடைய உயிரை எனக்குத் தர வேண்டும்' என்று பிச்சை எடுப்பது போல் கேட்டால், அது எவ்வாறு இருக்குமோ, அதுபோல விசுவாமித்திரர் இப்போது கேட்டுக்கொண்டார். 'வேலொடு நின்றான் இடு என்றது போலாம் கோலொடு நின்றான் இரவு' என்ற குறளின் (552) உவமையை இது நினைவூட்டுகிறது.

விசுவாமித்திரன் வேண்டுதலைக் கேட்ட தசரதன் நடுங்கி ஒடுங்கி விட்டான். ஏற்கெனவே, உடம்பில் உள்ள புண்ணில் கனல் நிறைந்தது போல விசுவாமித்திரன் சொற்கள் தசரதன் செவியில் புகுந்தனவாம். நீண்ட காலம் கண்ணில்லாத ஒருவன், திடீரென்று கண்ணைப் பெற்று, அந்த இன்பத்தை அனுபவித்துக்கொண்டிருக்கும் வேளையில் அவனையும் அறியாமல் கண் மறுபடியும் போய்விட்டால் என்ன கவலை அடைவானோ, அதே கவலை தசரதன் பெற்றான். அதாவது, கனகாலம் பிள்ளைப்பேறு இல்லாமல் இருந்த தசரதனுக்குப் பிள்ளைகள் பிறக்கவே மகிழ்ச்சிக் கடலில் துளையமாடிக் கொண்டிருந்தான். அந்தப் பிள்ளையை இப்பொழுது விசுவாமித்திரன் கேட்கிறான்!

பிள்ளையைக் கொடுக்க மனமில்லாத தசரதன் தானே வந்து அப்பணியைச் செய்வதாகக் கூறினான். இந்த வார்த்தையைக் கேட்டதும் விசுவாமித்திரன் எல்லையற்ற கோபம் உடையவனாய்,

புருவங்களை நெரித்து, கனல் கக்கும் கண்களோடு ஒரு சிரிப்புச் சிரித்தான். விசுவாமித்திரன் கோபம் தன் சொல்லை தசரதன் தட்டிப் பேசினான் என்பதற்காக வந்தது அன்று. வெளியில் சொல்ல முடியாத ஒரு மாபெரும் காரியத்தைச் செய்ய முனைந்து வந்துள்ளான். பிராட்டி திருமணம் நடக்க வேண்டும்; தெய்வப் படைகள் பல இராமனிடம் வந்து சேர வேண்டும்; அவதார நோக்கம் நிறைவேற இவை நடைபெற வேண்டும். தேவ ரகசியமான அதை வெளிப்படையாகத் தசரதனிடம் கூறவும் முடியாது. எனவேதான், விசுவாமித்திரன் கோபம் எல்லை கடந்ததாயிற்று. கோப சாபங்களுக்குப் புராண அரங்கில் பெயர் பெற்ற விசுவாமித்திரன் இப்போது கொண்ட கோபம் சற்று வேறுபட்ட ஒன்றாகும்; தேவரகசியத்தை வெளியே சொல்ல முடியாமல் மறைத்ததால் விளைந்தது; சற்றே நாடகமாடுவதாகவும் கொள்ளலாம்.

என்ன திட்டத்தோடு விசுவாமித்திரன் இங்கு வந்துள்ளான் என்பதைத் தசரதன் உள்பட யாரும் அறியவில்லை. ஆயினும், இந்த முனிவனின் அகமனத்தின் ஆழத்தில் ஓடிய எண்ணங்களை, இவனை ஒத்த மற்றொரு முனிவனாகிய வசிட்டன் நன்கு அறிந்திருந்தான். இவர்கள் இருவரும் இராமன் யார், எதற்கு வந்துள்ளான், அப்பணி நிறைவேற என்ன செய்ய வேண்டும் என்பவற்றை நன்கு அறிந்திருந்தனர். ஆனாலும் என்ன? கையில் ஊமன் கண்ணில் காத்த வெண்ணெய் உணங்கல் போல (குறுந்தொகை 58) இவ்விருவருமே தங்கள் மனத்தில் உள்ளதை வெளியிட முடியாத இக்கட்டான நிலையில் உள்ளனர். எது எப்படி இருந்தாலும், விசுவாமித்திரன் நினைத்து வந்த திட்டம் நிறைவேற வேண்டும் என்பதை அறிந்த குலகுரு, விசுவாமித்திரனைக் குறிப்பாகப் பார்த்து 'பொறுத்தி நீ' எனக் கூறினான். அவ்வாறு சொல்லும்போதே, 'உன் திட்டத்தை நான் அறிவேன், அது நிறைவேற நான் உதவுகிறேன். இடையில் உள்ள தடைகளைப் பொறுத்தருள்க' என்ற கருத்தில் விசுவாமித்திரனை அமைதி பெறச் செய்து, தசரதனிடம் திரும்பினான் குலகுரு. "அரசே உன் மகனுக்குக் கிடைத்தற்கரிய உறுதிப் பொருட்கள் வந்து சேர வேண்டிய காலம் இதுவாகும். அவை வரவேண்டாம் என்று மறுத்தியோ நீ"என்று சொல்ல, வேறு வழியின்றித் தசரதன் 'திருவின் கேள்வனைக் கொணர்மின்' (330) என்று கட்டளை இடுகிறான்.

திருவின் கேள்வன், கரிய செம்மல் - விளக்கம்

இதில் வியப்பென்னவென்றால், இராமன் என்று குறிப்பிட்டு விசுவாமித்திரன் கேட்கவுமில்லை. நின் மகற்கு உறுதி எய்தும் நாள்

என்று கூறிய வசிட்டனும் உன் மகனுக்கு என்று கூறினானே தவிர, எந்த மகனுக்கு என்று கூறவில்லை. அப்படியிருந்தும் தசரதன் தொடக்கத்திலிருந்தே இராமனையே நினைத்துக் கொண்டிருந்தான். ஆதலின், 'திருவின் கேள்வனைக் கொணர்மின்' என்று ஆணை இட்டான். இங்குத் 'திருவின் கேள்வன்' என்று தசரதன் எந்த கருத்தில் பேசுகிறான்? இராமனுக்கு இன்னும் திருமணமாகவில்லை. திருவின் கேள்வன் என்றால், 'இலக்குமியின் தலைவனான திருமால்' என்ற பொருளும் அத்தொடருக்கு உண்டு. ஆனால், இராமன் திருமாலின் அவதாரம் என்று கற்பனையில் கூடத் தசரதன் நினைத்துப் பார்த்ததில்லை. 'திருவின் கேள்வன்' என்று அவன் சொல்லியது, 'மூத்த மகனாகிய அவன் நாளை இந்த அரசாத் திருவை ஏற்றுக் கொள்ளப் போகிறவன்' என்ற கருத்தில் தான் ஆகும்.

உடன் பயணத்தில் பெற்றவை, கண்டவை

விசுவாமித்திர முனிவனைப் பின் தொடர்ந்து சென்ற இராம - இலக்குவருக்குப் புதிய புதிய காட்சிகளும், அனுபவங்களும் கிடைத்தன. கொடிய பாலையைக் கடக்கும் பொழுது எப்படி ஊறுநேராமல் கடப்பது என்பதற்கு முதன்முதலாக விசுவாமித்திரன் சோதரர் இருவருக்கும் இரு மந்திரங்களை உபதேசித்தான். இயற்கையை எந்த நிலையிலும் ஒரு மனிதன் தனக்குச் சாதகமாகப் பயன்படுத்திக் கொள்ள மந்திரங்களைப் பயன்படுத்தலாம் என்பதே அரண்மனையில் வாழ்ந்த இராகவனுக்குப் புதிய அனுபவம் ஆகும். இதன் பிறகு இயற்கையின் பேரழகை ஒருவரே அழிக்க முடியும் என்ற உண்மையைத் தாடகையின் வரலாற்றைக் கூறும் விசுவாமித்திரன் மூலம் இராகவன் அறிந்து கொண்டான்.

பொழிலும் பாலையும்

முனிவர்கள் என்பவர்கள் எங்கே தங்கினாலும் நந்தவனங்கள், சோலைகள் என்பவற்றை அமைத்து இயற்கைச் சூழலை வளர்த்தார்கள். இயற்கையோடு ஒன்றிய வாழ்வுடைய இவர்களுக்கு இயற்கை துணை புரிந்தது; இயற்கைக்கு இவர்கள் துணைபுரிந்தார்கள். இயற்கையும், மனிதர்களும் ஒருவரை ஒருவர் சார்ந்து வளர்ந்ததால் இவர்கள் தங்கிய இடங்களிலெல்லாம் அமைதி குடிகொண்டது. இந்தப் பேரமைதி காரணமாகப் புலியும் மான்களும் பகைமை மறந்து இவர்களிடையே வாழத் தொடங்கின.

அரக்கர்கள் என்பவர்கள் மேலே சொன்ன அனைத்துக்கும் மாறுபட்டவர்கள். இவர்கள் தங்கிய இடங்கள், போகும் இடங்கள் எல்லாம் பாலையாகவே மாறிவிட்டன. தாடகையின் வரலாற்றைக் கூறும் விசுவாமித்திரன், இந்த நுணுக்கத்தையும் கூறிவிடுகிறான். இயற்கையை அழிக்கின்ற காரணத்தால் அவர்கள் அழிக்கப்பட வேண்டியவர்கள் என்ற தருக்கரீதியான உண்மையை இராமனுக்குக் குறிப்பாகப் போதித்தான் விசுவாமித்திரன்.

வந்தாள் தாடகை

இவ்வாறு முனிவன் பேசிக்கொண்டிருக்கும் பொழுதே தாடகை தென்பட்டாள். தான் இதுவரை யாருடைய கொடுமையை வருணித்தானோ அந்த மூலகாரணமே இப்பொழுது எதிரே தோன்றிவிட்டது. விசுவாமித்திரன் ஏவலின் படி அவளைக் கொல்ல வில்லில் கை வைத்த இராகவன், அப்படியே நின்றுவிட்டான். ஏன் நின்று விடான் என்பதைக் கவிஞன் இதோ பேசுகிறான். "பெண் என மனத்திடை பெருந்தகை நினைந்தான்" *(374)*

'ஆறிநின்றது அறன் அன்று....... கொல்க'

தசரதகுமாரன் மனத்தில் ஓடிய எண்ணங்களைத் தன் நுண்ணுணர்வால் அறிந்த விசுவாமித்திரன், அரண்மனையிலேயே பிறந்து வளர்ந்து உலகத்தின் கொடிய பகுதியைக் காணும் அனுபவத்தை இதுவரை பெறாத இராமனுக்கு கூறத் தொடங்கினான். இதுவரை இராகவன் அறிந்த உலகத்தில் மக்கள் என்ற பொதுப் பெயரில் ஆண், பெண், பெரியார், சிறியர், அரசர், பொதுமக்கள், முனிவர்கள், துறவிகள் என்ற வேறுபாட்டை மட்டும் அறிந்திருந்தான். அரக்கர் என்ற பிரிவு அவன் இதுவரை காணாத ஒன்றாகும். அரக்கரிலும் ஆண், பெண் என்ற இரு பிரிவுகள் உண்டு. அவர்களுடைய இனப்பெருக்கத்திற்காக இயற்கை அவர்களை ஆண், பெண் என்று படைத்ததே தவிர, தன்மையில், பண்பாட்டில் இந்த வேறுபாடு அவர்களிடம் இல்லை. சமுதாய நீதி வகுத்த அறநூல்கள் மக்களை ஆண், பெண் என்று பிரிவினை செய்ததோடு நில்லாமல் எக்காரணத்தைக் கொண்டும் ஓர் ஆண், ஒரு பெண்ணைக் கொல்லலாகாது என்ற சட்டம் வகுத்துவிட்டது. ஓர் ஆண் இறந்தால் அந்த அளவே நஷ்டமாகும். ஆனால், ஒரு பெண் இறந்தால் அவள் மூலம் உற்பத்தியாகக் கூடிய பல உயிர்கள் அழிந்துபோகும். சமுதாய வளர்ச்சியைக் கருத்தில் கொண்டவர்கள் 'பெண் கொலை தவிர்க'

என்று கூறிவிட்டனர். இந்த நியாயங்களை விசுவாமித்திரன் இதோ கூறுகிறான்:

"மனிதர்களை உண்ணும் இவள் என் போன்றவர்கள் உடலில் சதை இன்றி இருத்தலால் எம்மைச் சக்கை என்று விட்டு விட்டாள். இவளை எப்படிப் பெண் என்று கூறமுடியும்." *(376)*

"நாணம் உடைய பெண்களுக்கு ஊறு செய்தால் பிறர் நகைப்பர். போர்க்கருவிகளை ஏந்துகின்ற வீரர்களே ஆயினும் இவள் பெயர் சொன்னால், அவர்கள் ஆண்மை இருந்த இடம் தெரியாமல் மறையும் என்றால் ஆண்மை என்பது அவ்வீரர்களிடை உள்ளதா, அல்லது இவளிடம் உள்ளதா என்பதைச் சிந்தித்துப் பார்" *(377)*

"இவளைக் கண்டு வானவரும் தானவரும் ஓடினார்கள். இந்திரனும் இவளிடம் தோற்றான் என்றால் இவளை என்னென்பது?" *(378)*

"உலகில் உள்ள உயிர்களையெல்லாம் மாய்த்து, அறத்தை வேரொடும் அழிக்கும் இவள் ஆண் வடிவம் பெற்றிருந்தால் நான் கொல்ல வேண்டும் என்று நினைப்பது சரியோ?" *(379)*

"எமன் கூட ஒருவனுடைய வாழ்நாள் முடிந்ததா என்று எண்ணி, தரும வழிக்கு மாறுபடாமல் அவர்களைக் கொல்வானே தவிர, இவளைப் போல் மனிதர்களின் வாசனைபட்டவுடன் கொன்று தின்பான் அல்லன்." *(380)*

"மனிதர்களை வாரி வாயில் போட்டு உண்ணும் இவளை, வடிவத்தை மட்டும் வைத்துக் கொண்டு, பெண் என்று சொல்வது அறிவுடையோர்க்கு அழகன்று." *(381)*

- இவ்வளவு விரிவாகக் காரண, காரியங்களுடன் தருக்கரீதியாகப் பேசி தாடகையைக் கொல்வது நியாயமானதே என்று விசுவாமித்திரன் கூறியும் இராகவன் அதனை ஏற்றுக்கொண்டதாகவோ செயல்படத் தொடங்குவதாகவோ தெரியவில்லை. இந்த நிலையில் விசுவாமித்திரன் செய்யத்தக்கது ஒன்றுதான். இறுதியாக இராமன் மனங்கொள்ளுமாறு ஒன்றைச் சொல்ல வேண்டும். தான் இந்த முடிவுக்கு வந்ததில் தன்னலமோ, தனிப்பட்டு அவள்மேல் வெறுப்போ காழ்ப்புணர்ச்சியோ சினமோ இல்லை என்பதையும், இரண்டு பக்கத்தையும் சீர்தூக்கிப் பார்த்து ஆற அமர, நடுவுநிலைமையோடு யோசித்துப் பிறகுதான் இம்முடிவு எடுக்கப்பட்டது என்பதையும் மிக ஆணித்தரமாக விசுவாமித்திரன் கூறுகிறான்.

"ஈறுஇல் நல் அறம் பார்த்து இசைத்தேன்; இவட்
சீறி நின்று இது செப்புகின்றேன் அலேன்;
ஆறி நின்றது அற்ற அன்று, அரக்கியைக்
கோறி" என்று எதிர் அந்தணன் கூறினான்" - கம்ப 382

ஏற்கவில்லை; ஆனாலும்.....

விசுவாமித்திரன் இத்துணை கூறிய பின்பும் இராமன் அதை ஏற்றுக் கொண்டதாகத் தெரியவில்லை. அதற்குப் பதிலாக வேறு ஒரு முறையை மேற்கொண்டு விசுவாமித்திரன் செய்யச் சொன்னதைச் செய்வதாகக் கூறுகிறான். இராமனுடைய சொற்களில் ஒரு புதுமை வெளிப்படுகிறது. அவன் பேசியனவாவது:

"ஐயன் அங்கு அது கேட்டு அறன் அல்லவும்
எய்தினாய், "அது செய்க!" என்று ஏவினால்,
மெய்ய! நின் உரை வேதம் எனக் கொடு
செய்கை அன்றோ! 'அறம் செயும் ஆறு' என்றான்" - கம்ப 383

அயோத்தியை விட்டுப் புறப்படும் பொழுது தசரதன் கூறிய வார்த்தைகள் இராமன் மனத்தில் நிழலாடுகின்றன. 'இந்த வினாடியிலிருந்து இராமனுக்குத் தாய், தந்தை, குரு, தெய்வம் ஆகிய அனைத்தும் விசுவாமித்திரன் ஒருவனே' என்று கூறி அனுப்பினான் தசரதன். அறவுரை கூறி ஒருவனை வழி நடத்த வேண்டிய இந்த நால்வரும், விசுவாமித்திரன் ஒருவனே என்று ஆகிவிட்ட நிலையில், அவன் ஆணையை எதிர்க்கவோ, எதிர்த்துப் பேசவோ, மறுக்கவோ தனக்கு உரிமை இல்லை என்கிறான் இராகவன். நால்வர் பொறுப்பையும் ஏற்றுக்கொண்ட ஒருவன், அறன் அல்லாத ஒன்றை, 'இதுவே அறம்' என்று கூறிவிட்டு, 'அதை நீ செய்க' என்றும் கட்டளை இட்டால் என்ன செய்வது? 'அறனல்லவும் எய்தினால்', 'அது செய்க என்று நீ ஏவினால்' என்ற இரண்டிடத்தும் காணப்படும் 'ஆல்', வராது என்ற குறிப்பையே தெரிவிக்கின்றது.

வசிட்டன் கற்பித்ததும் விசுவாமித்திரன் கட்டளையும்

இப்படிப்பட்ட ஒரு நிலையில் இராமனுக்கும், நால்வரும் ஒருவனாகிய விசுவாமித்திரனுக்கும் கருத்து வேறுபாடு தோன்றுகிறது. வசிட்டனிடம் இதுவரை பயின்ற இராகவன் இன்றுவரை அறநூல் சொல்லும் ஒரு பொதுச் சட்டத்தை வசிட்டனிடம் கற்றுக் கடைபிடித்து வந்தான். ஒரு சுத்த வீரன் எக்காரணத்தைக் கொண்டும் ஒரு பெண்ணின் மேல் அம்பு தொடுக்கக்கூடாது என்பதே அந்தச் சட்டம்.

இந்தச் சட்டத்தில் உள்ள ஒவ்வொரு சொல்லின் உட்பொருளையும் ஆயாது, பொதுவாகத் தருமநூல் சொல்லிவிட்டது என்ற ஒரே காரணத்திற்காக அனைவரும் இதனைக் கடைபிடித்து வந்தனர். சாதாரண நீதிமன்றத்தில் இது வலியுறுத்தப்பட்டது உண்மைதான். இதைத்தான் வசிட்டன் சொல்லித்தந்தான். உலகத்தில் தான் பெற்ற அனுபவம் காரணமாக விசுவாமித்திரன் உச்சநீதிமன்றமாக இப்பொழுது தொழிற்படுகின்றான். வீரன் பெண்ணைக் கொல்லக்கூடாது என்ற சட்டத்தை எடுத்துக்காட்டி இராகவன் தான் சும்மா இருப்பதற்கு இச்சட்டமே காரணம் என்று சொல்லாமல் சொன்னான். உச்சநீதிமன்றமாகத் தொழிற்படும் விசுவாமித்திரர் இச்சட்டத்தைக் கண்மூடித்தனமாக ஏற்றுக் கொள்வதைவிட இதில் சொல்லப்பட்ட பெண் என்பவள் யார் என்பதைப் புரிந்து கொள்ள வேண்டும் என்று கூறுகிறான். 'சட்டத்தில் வரும் பெண்' என்ற சொல் பெண் உறுப்புக்களைப் பெற்று, பெண் வடிவு கொண்டிருக்கும் ஒருவரையா அல்லது அன்பு, இரக்கம், தாய்மை முதலிய பெண்மைக் குணங்களைப் பெற்றிருக்கும் ஒருவரையா? இதில் யாரைக் குறிக்கிறது? இப்பொழுது உச்ச நீதிமன்றமாகிய விசுவாமித்திரன் ஆய்வுக்கு எடுத்துக் கொண்ட ஒரு விஷயமாகும் இது. இந்த ஆய்வில் ஆண்மை என்று சொல்லப்படும் குணம் ஒரு பெண்ணிடமிருந்தால் அவளைப் பெண் என்று கூறக்கூடாது என்ற முடிவுக்கு வருகிறான் விசுவாமித்திரன். பெண் என்ற சொல்லைத் தாங்கி நிற்கும் அப்பழைய சட்டத்திற்கு விசுவாமித்திரன் என்ற உச்சநீதிமன்றம் தந்த புதிய விளக்கமாகும் இது.

விசுவாமித்திரன் புதிய விளக்கம் பிற்பயன் உடையது

ஒரு சட்டத்திற்குப் புதிய விளக்கம் தரமுற்படுபவர்கள் விருப்பு, வெறுப்பு, சினம், பொறாமை, தன்னலம் ஆகியவற்றில் இருந்து முற்றிலுமாக விடுபட்டுப் புதிய விளக்கம் காணவேண்டும். அவ்வாறு செய்ததைத்தான் சீறி நின்று இது செப்புகின்றேன் 'அலேன், ஆறி நின்ற அறம் அன்று' என்று மிக அற்புதமான ஒரு புதிய விளக்கத்தை விசுவாமித்திரன் கூறுவது இராமனுடைய வாழ்க்கையில் பின்னர்ப் பல வழிகளிலும் பயன்பட்டுள்ளது.

தாடகையும் அயோமுகியும்

இந்த நேரத்தில் இராமன் முழுவதுமாக இதனை ஏற்றுக் கொள்ளாமல், 'ஐயனே! நால்வரும் ஒருவராக நின்று நீ இடும்

கட்டளையை வேதம் என்றே கொண்டு பணி செய்கின்றேன்' என்று கூறித் தாடகைமேல் அம்பு தொடுக்கிறான்.

விசுவாமித்திரனுடைய புதிய விளக்கம் எப்படி இராமனால் முழுவதும் ஏற்றுக் கொள்ளப்படவில்லையோ அதைவிட உடனிருந்த இலக்குவன் இதை ஒரு சிறிதும் ஏற்றுக் கொள்ளத் தயாராயில்லை. எனவேதான் அயோமுகியைக் கொல்லாமல் விட்டு வந்தபோது, 'இராமன் அவளைக் கொன்றாயோ' என்று கேட்டபொழுது, 'நான் அவள் உறுப்புகளை வெட்டின பொழுது அவள் ஓ என்று கத்தி விட்டாள்' என்று கூறிவிட்டு வணங்கி நின்றான். உடனே இராமன் இளையோய்! 'நீ தான் மனுகுல தர்மத்தைக் காப்பாற்றியவன்' என்று கூறி மகிழ்கிறான். இவ்வாறு சொல்வதால் இராகவனுடைய மனத்தில் தாடகையைக் கொன்ற செயல் ஒரு நெருடலாகவே இருந்து விட்டது என்று தோன்றுகிறது. இலக்குவன் கொள்கை இது என்பதற்கு, மற்றோர் அடையாளம் அவன் சூர்ப்பணகையைக் கொல்லாமல் அவள் மூக்கரிந்து அனுப்பியதே ஆகும்.

தெய்வப் படைக்கலங்கள் - கவிஞன் குறிப்பு

தாடகை வதம் முடிந்த பிறகு விசுவாமித்திரன் பல தெய்வப் படைக்கலங்களை இராமனுக்குத் தருகின்றான். இராகவனும் மகிழ்ச்சியோடு அவற்றை ஏற்றுக் கொண்டான். இராவனிடம் வந்த அந்தப் படைக்கலங்கள், அவன் தங்களைத் தவறான காரியங்களுக்கு ஒரு நாளும் ஏவமாட்டான் என்ற உறுதிப்பாடு காரணமாக அவனை வணங்கி, 'ஐயனே! உன்னை இணைபிரியாது நிற்கும் இளையவன் போல நின்னிடம் தங்கியிருந்து நின் ஏவலைச் செய்வோம்' *(396)* என்று அவனிடம் அடைக்கலம் புகுந்தன.

இந்தக் கருத்தைக் கவிஞன் கூறுவதற்கு மிக முக்கியமான ஒரு காரணம் உண்டு. இராமன் வாழ்க்கையில் மட்டுமன்றி, இன்று வாழும் நம்முடைய வாழ்க்கையிலும் அறிந்துகொள்ள வேண்டிய ஒரு செய்தியைக் கவிஞன் இங்கே கூறுகிறான். இக்காலத்தில் தெய்வப் படைக்கலங்கள் என்று சொல்லத்தக்கவை பணமும், அதிகாரமும் ஆகும். இவை ஒருவனிடத்தில் இருந்தால் அவற்றை எவ்வாறு பயன்படுத்த வேண்டும் என்பதைத்தான் குறிப்பால் உணர்த்துகிறான் கவிஞன். இதே தெய்வப் படைக்கலங்கள் இராவணன், இந்திரசித்தன் போன்றவர்களிடமும் நிரம்ப உண்டு. அவற்றின் அருமைப்பாட்டை அறிந்திருந்தும் அவற்றைத் தங்கள் அதிகார வெறிகட்கு உட்படுத்தித் தவறான காரியங்கட்கே பயன்படுத்தினர்.

படைக்கலங்கள் பிறருக்குத் தீங்கு செய்கின்றன என்று கூறிப் பயனில்லை. அவற்றைப் பயன்படுத்துபவர்களின் மனநிலையையும் பண்பாட்டையும் பொறுத்தே அவை நலமோ தீங்கோ செய்கின்றன. ஒரே சக்தி வாய்ந்த நான்முகன் படையை இலக்குவன், இந்திரசித்தன் என்ற இருவரும் வைத்திருக்கின்றனர். தேவை ஏற்பட்ட பொழுதுகூட இலக்குவன் அதனைப் பயன்படத்தவில்லை. காரணம், அதனால் எதிரி மட்டும் அழிவதில்லை. பிற உயிர்களும் அழிய நேரிடுகின்றன. ஆதலால் நான்முகன் படையை இலக்குவன் ‘விட்டிலன் உலகை அஞ்சி’ என்று கவிஞன் பேசுகிறான். ஆனால், அதே படையை இந்திரசித்தன் எவ்வித மனக்கவலையுமில்லாமல் இலக்குவன் மேல் வீசுகிறான். இவற்றைக் கூறுவதன் மூலம் செல்வம், அதிகாரம் என்ற இரண்டையும் படைத்தவர்கள் எப்படி நடந்து கொள்ள வேண்டும்; எப்படி நடந்து கொள்ளக் கூடாது என்பதை நமக்கு அறிவுறுத்தவே கவிஞன் இதனை விரிவாகப்பாடுகிறான்.

இப்பொழுது தேவையில்லை என்றாலும் இராம - இலக்குவர்க்குப் பின்னர்த் தேவைப்படும் என்ற கருத்தில் தான் விசுவாமித்திரன் பல படைக்கலங்களைத் தந்தான்.

அரங்கிலிருந்து மறைகிறான் விசுவாமித்திரன்

நெடுங்காலமாகக் கல்லாக் கிடக்கிறாள், அகலிகை அவள் செய்த குற்றத்திற்கு மிக மிக அதிகப்படியாகவே தண்டனை அனுபவித்துவிட்டாள். அவளுக்குச் சாப விமோசனம் எப்படி ஏற்படுமெனக் கூறிய கௌதம முனிவன், ‘இராமன் காலடிப்பட்ட பொழுது சாபம் நீங்கும்’ என்று கூறிவிட்டான். ஆனால், அவள் கல்லாய்க் கிடக்கும் திசையில் இராமன் வருவதற்கு அந்த முனிவன் எந்த ஏற்பாடும் செய்யவில்லை. இந்தப் பழைய வரலாற்றை அறிந்த விசுவாமித்திரன் இராமனை அந்த வழியாக அழைத்து வந்து, அகலிகை சாப விமோசனம் அடைய உதவினான். இந்த முனிவன் மிதிலையில் சனகனிடம் பேசியது பற்றி முன்னரே (பிராட்டியும் இராமனும் கட்டுரை) குறிப்பிட்டுள்ளோம். எந்த ஒரு காரியத்திற்காக விசுவாமித்திரன் தசரதன் அவையில் புகுந்தானோ அதை வெற்றிகரமாக முடித்துக் கொடுத்துவிட்டு விசுவாமித்திரன் இராமன் வாழ்க்கையிலிருந்து மறைந்து விடுகிறான்.

வசிட்டன்

தசரதனின் குலகுருவாகிய வசிட்டன் அரசனுக்குத் தேவையான பொழுது அமைச்சர்களோடு உடனிருந்து வேண்டுமானவற்றைச்

செய்பவன். முக்காலமும் முழுதுணர் மகா ஞானியாகிய இந்த வசிட்டன் இராமாவதாரம் நடைபெறப் போவதை அறிந்து மகப்பேற்று வேள்வி முதலியவற்றை செய்திட உபகரித்தவன்.

'நல்ல' நாள் குறித்தவன்

உண்மையில் தசரதனிடம் குலகுருவாக இருந்த அவன் பரிதாபத்துக்குரியவனாகிறான். இராமனுக்கு முடிசூட்டப்படவேண்டிய முடிவு எடுக்கப்பட்டாலொழிய அவன் வனம் செல்வது இயலாத காரியம். முடிசூட்டி விழா நடைபெறாது என்று அறிந்திருந்தும், அது நிகழ்வதற்குத் தசரதனுக்கு யோசனை கூறினான். நாள் வைத்துக் கொடுக்க வேண்டும் என்று தசரதன் கேட்ட பொழுது 'நாளையே நல்ல நாள்' என்று கூறி முடித்தான். அவன் நல்லநாள் என்று குறிப்பிட்டதில் தவறு ஒன்றுமில்லை. முடிசூட நல்லநாள் வேண்டுமென்று தசரதன் கேட்க, தேவர்கட்கும் முனிவர்கட்கும் நன்மை தரக்கூடிய நல்ல நாளாகப் பார்த்துக் கொடுத்துவிட்டான். ஒரு மா முனிவன் - திரிகால ஞானி - எப்படி இந்த நாளைக் குறித்துக் கொடுத்தான் என்ற ஐயம் சோதிடம் அறிந்தவர்கள் மனத்தில் எழுதல் இயற்கை. அனந்தசயனத்தைவிட்டு பிராட்டியையும் பிரிந்து இம்மண்ணிடை வந்த பெருமான், தசரதனின் பிள்ளை இல்லாக் குறையைப் போக்க வரவில்லை. தசரதனுக்கு வாரிசாக மணிமுடி கவித்துக் கொண்டு நாடாளவும் வரவில்லை. எனவே, முழுதுணர் முனிவனாகிய அவன், வெளியில் யாரும் அறியாத முறையில் அவதார நோக்கத்தை நிறைவேற்ற வேண்டும். அதில் ஒரு பகுதியைத்தான் விசுவாமித்திரன் செய்து முடித்தான். எஞ்சிய பகுதியை வசிட்டன் செய்து முடிக்க வேண்டும். அந்த முறையில் தான் மறுநாளே நல்ல நாள் என்று கூறினான்.

அதற்கு மற்றொரு காரணம் உண்டு. அவன் நல்ல நாள் என்று சொல்லிக்கொண்டிருக்கும் பொழுதே கைகேயி மனம் திசை திருப்பப் பெற்றுவிட்டது. இராகவனை வனத்திற்கு அனுப்ப வேண்டும் என்ற எண்ணத்தில் அவள் மனம் முழுதும் ஈடுபட்டிருந்த நேரத்தைப் பயன்படுத்தி கொண்டே காரியம் நடைபெற வேண்டும். அதற்கு ஒரே வழி மறுநாளே முடிசூட்டு விழா என்று சொல்லி, அதற்குரிய சடங்குகள் அனைத்தையும் உடனே தொடங்கிச் செய்துவிட்டான் வசிட்டன், அந்த மகிழ்ச்சியோடு தசரதன் கைகேயி கோயிலை அடைய வேண்டும் என்றும் வசிட்டன் விரும்பிக் காரியங்களைச் செய்தான். எனவே, கைகேயி, சூர்ப்பணகை, மாரீசன் என்பவர்கள்

அவதார நோக்கம் நிறைவேற நேரிடையாகப் செயல்பட்டது போல, வசிட்டன் மறைமுகமாகச் செயல்பட்டான்.

இந்த விளக்கம் காப்பியப் போக்கையும் அமைப்பையும் வைத்துக் கொண்டு தந்த விளக்கம் ஆகாது. காப்பியப் போக்கில் ஏதோ ஒரு பெரிய காரியம் நிறைவேற ஒவ்வொருவரும் தம்மையும் அறியாமல் எப்படிச் செயல்படுகின்றனர் என்பதைக் காட்டவே இந்த விளக்கம் தரப்பெற்றது.

வசிட்டன் புகட்டிய அரச நீதி

முடிசூடல் உறுதி செய்யப் பெற்றவுடன் இராமன் அழைத்து, வசிட்டன் சில நீதிகள் புகட்டுவதாக பதினாறு பாடல்கள் *(1412 - 1427)* அமைந்துள்ளன. இவற்றுள் ஒரு நான்கைந்து பாடல்கள் மட்டுமே மறுநாள் முடிசூட்டப்படப் போகின்றவனுக்குத் தேவையான, பொருத்தமான அறவுரைகளாகும். பிற பாடல்கள் இந்த இடத்தில் பொருத்தமாகப் படவில்லை. எல்லா ஏடுகளிலும் காணப்பெற்றாலும் இப்பாடல்கள் இடைச்செருகல்களாக இருக்கலாம் என்று நினைக்க இடமுண்டு. அவற்றுள் காணப்படும் ஒருசில பாடல்களின் பொருள் வருமாறு:

"ஒரு தனி மனிதனாகட்டும் அரசனாகட்டும், யாரொடும் மனத்தால் பகைகொள்ளாதிருப்பின், அந்தப் பகை காரணமாகப் போரிட வேண்டிய சூழ்நிலை ஏற்படாது. போர் இல்லை என்றாலும் மன்னனின் புகழ் குறையாது. எனவே, அவனுடைய படை அழிவின்றி இருத்தலின் அவனை எதிர்த்து வருபவர் அழிவர் என்பது உறுதி. (வலுச் சண்டைக்குப் போக வேண்டாம் என்பது குறிப்பு)"*(1419)*

"பொறிபுலன்களை அடக்குவதால் வீண் செலவுகள் ஏற்படாது. ஆதலால், அரச வருவாயைப் பெருக்கி அச்செல்வம் செறுநர் செருக்கறுக்கும் எஃகு ஆதலால், சிறந்த ஆட்சியை மேற்கொள்ள முடியும். இதனைவிடச் சிறந்த தவம் வேறில்லை."*(1420)*

"மும்மூர்த்திகளே ஆயினும் அமைச்சர் சொல்வழி நடப்பதே சிறப்புடையதாகும்."*(1421)*

"முனிவர்கள், தேவர்கள் ஆகிய அனைவருக்கும் அவர்கள் வாழ்வு உயர ஆதாரமாக இருப்பது அன்பு ஒன்றேயாகும். இதைவிடச் சிறந்த ஆக்கம் மூன்று உலகத்திலும் இல்லை." *(1422)*

“உலகத்தில் உள்ள உயிர்களெல்லாம் தன் உயிராகவும், தான் அவ்வுயிர்களைத் தாங்கி நிற்கும் உடம்பாகவும் இருந்து ஆட்சி செய்யும் மன்னன் வேறு எந்த வேள்வியும் செய்ய வேண்டுவதில்லை.” *(1423)*

“இன்சொல், கொடைத்திறம், சிந்திக்கும் ஆற்றல், முயற்சி, தூய்மை, சிறப்பு, வெற்றி, நீதிநெறி கடவாமை என்ற இவற்றைத் தன்னுடைமையாகப் பெற்ற அரசனுக்கு அழிவே இல்லை.” *(1424)*

“நற்பண்புகள் அல்லாதனவற்றை நீக்கி, துலாக்கோலின் நாவைப்போன்று நடுவுநிலைமை நீங்காத மன்னர்க்கு அமைச்சர்களே கண்போன்றவர் ஆவார்.” *(1425)*

- மேலே கூறப்பெற்ற கருத்துக்கள் நாட்டை ஆள்பவனுக்கும் நாடு துறந்து காட்டில் சென்று வாழ்பவனுக்கும் பொருத்தமான அறவுரைகள் ஆகும். இராமனுடைய உடனடி வாழ்க்கை காட்டில் தான் என்பதை வசிட்டன் அறிந்தாலும், அந்தக் காட்டு வாழ்க்கை சாதாரண மனிதர்களுடைய கானக வாழ்க்கை போல் அமையாது. நாட்டு மக்களுக்குப் பதிலாகக் காட்டில் முனிவர்கள் முதலியவர்களைக் காக்கும் பொறுப்பு இராமனுக்கு ஏற்படப்போகிறது. முனிவர்கள் பால் கொண்ட அன்பு காரணமாக அவர்களுக்குப் பகைவர்களாக உள்ள அனைவரும் தனக்கும் பகைவர்கள் என்று அவன் எண்ணிவிடக்கூடாது. காட்டு வாழ்க்கைதானே என்ற எண்ணத்தில் இராமன் அன்பைத் துறந்துவிடக் கூடாது. மனைவியோடு காட்டில் வாழப்போகிறவன் என்றாலும், பொறிபுலன்கட்கு இடம் தந்துவிடாமல் அவற்றை அடக்கி ஆளவேண்டும் என்ற கருத்துகள் குறிப்பாக மேலே உள்ள உபதேசங்களில் அடங்கியிருப்பதைக் காணலாம்.

ஆறுதல் கூறினான்

இதற்கடுத்தபடியாக வசிட்டன், இராமனைச் சந்திக்கின்ற இடம் சித்திரகூடத்திலாம். தாயர் முதலிய அனைவரையும் அழைத்துக் கொண்டு காட்டிற்கு வரும் பரதனுடன் வசிட்டனும் வருகிறான். அங்கு இராமனைச் சந்தித்து, தந்தையை இழந்து வருந்தும் அவனுக்கு அமைதி கூறுகிறான்.

மௌலி சூட்டினான்

இதையடுத்து, வசிட்டன் இராமகாதையில் தோன்றுமிடம், இராமனின் முடிசூட்டு விழாவில் தான். குலகுரு என்ற முறையில்

வசிட்டனே புனைந்தான் மௌலி என்று முடிக்கிறான் கவிஞன். இந்தப் பாடலிலும் யாருக்கு முடிசூட்டினான் வசிட்டன் என்று கவிஞன் கூறவில்லை.

"அரியணை அனுமன் தாங்க, அங்கதன் உடைவாள் ஏந்த,
பரதன் வெண்குடை கவிக்க, இருவரும் கவரிபற்ற,
விரைசெறி குழலி ஓங்க, வெண்ணெயூர்ச் சடையன் தங்கள்
மரபுளோர் கொடுக்க வாங்கி, வசிட்டனே புனைந்தான், மௌலி"

- கம்ப 10327

முடி யாருக்கு?

இராமனாக அவதரித்த பரம்பொருள் முடிசூட்டிக் கொண்டு ஆள்வதற்காக வரவில்லை என்பதை மனத்தில் எண்ணி, அந்த முடி இராகவன் தலையில் ஏறாமல் இருக்கத் தொடக்கத்தில் நாள் வைத்துக் கொடுத்தான் என்று முன்னரே குறிப்பிட்டுள்ளோம். இப்பொழுதும், இராமன் என்ற மனிதனுக்கு முடிசூட்டப் பெறவில்லை. தான் இந்த உலகிடை எதற்காக வந்தானோ, அக்காரியத்தை முடித்த பிறகு தசரதராமன் என்ற தனி மனிதனும் மூல இராமனும் ஒன்றாகிவிடுகிறார்கள். தர்மசொரூபி என்று வடமொழியில் கூறப்படும் அறத்தின் வடிவான ஒருவனுக்கு முடிசூட்டப் பெற்றதென்றால், உலகம் முழுவதற்கும் அது பொதுவாகிவிடுகிறது. அடுத்த பாடலின் இறுதி அடி சிந்திக்கத் தக்கதாகும்.

"............... மோலி சூடினான் - கடலின் வந்த
தெள்ளியதிருவும், தெய்வப்பூமியும், சேரும்கோளான்."

- கம்ப 10328

இதன்படி சீதேவியும் பூதேவியும் சேரும் தோள்களை உடையவன் என்று கவிஞன் கூறும்பொழுது மூல ராமனையே குறிக்கின்றான் என்பது அங்கு விளங்கும். வசிட்டன் எவ்வளவு உயர்ந்தவனாயினும் இம்மூலப் பரம்பொருளுக்குச் சூட்டினான் என்று கூறுவது பொருத்தமுடையதாகப் படவில்லை. எனவே, வசிட்டன் மௌலி புனைந்தான் என்ற பாடலில் யாருக்குப் புனைந்தான் என்பதை வெளிப்படையாகக் கூறாத கவிஞன், இந்தப் பாடலில் அவன் யார் என்பதை விளக்கமாகக் கூறியவுடன் வசிட்டன் பேரை விட்டு விட்டு, தோளான் 'மோலிசூடினான்' என்று தன் வினை வாய்பாட்டால் கூறிய நுட்பம் அறிந்து போற்றுதற்குரியதாகும்.

முனிவர்களின் பொதுநிலை

குகனை விடுத்து நீங்கியபின் இராமபிரான் சந்தித்த முனிவர்கள் பெரும்பாலும் அவன் உதவியை நாடியவர்களாகவே அமைந்தனர். அரக்கர்களால் பல துன்பங்களை அடைந்தனர் என்பது சாதாரணத் துன்பம். முனிவர்களாக வாழ்கின்றவர்கள் பிறர் பொருட்டுச் செய்யும் தவத்தை மேற்கொள்ள வேண்டியவர்கள். அந்த உயர் நோக்குடைய தவத்திற்கு ஊறு செய்ததே அரக்கர்கள் இழைத்த பெருந்துன்பமாகும். இந்தத் துன்பத்திலிருந்து தங்களை விடுவிக்க வேண்டுமென்று இராகவன் பால் வேண்டிக் கேட்டுக் கொண்டவர்களாகவே பெரும்பாலான முனிவர்கள் அமைந்துள்ளனர்.

முனிவர்கள் தவமுடையோராதலின், அரக்கர்களைச் சாபம் முதலியன கொண்டு வேள்விகளையும் தங்களையும் காத்துக் கொள்ளலாமே, இராமன் உதவியை அவர்கள் நாடவேண்டுமா என்ற தடை எழுவது இயல்பே. இந்த இடத்தில் தவத்திற்கு வள்ளுவப் பேராசான் கூறிய இலக்கணத்தை நினைவுகூர்வோமேயானால், தெளிவு பெறமுடியும். நேரிடும் துன்பத்தைப் பொறுத்துக் கொள்ளுதலும் தமக்கு வரும் துன்பத்தையே பெரிதாக நினைந்து பிற உயிர்களுக்குத் துன்பம் செய்யாதிருத்தலுமே 'தவத்திற்கு உரு' என்கிறார் வள்ளுவர்

உற்ற நோய் நோன்றல் உயிர்க்கு உறுகண் செய்யாமை
அற்றே தவத்திற்கு உரு. *(குறள் 261)*

என்பது திருவள்ளுவர் வாக்கு. எனவே தவம் செய்வார் துன்பத்தைப் பொறுத்துக்கொள்வர்; சினம் கொண்டு பிற உயிர்களுக்குத் தீங்கு செய்யார். தண்டகாரணியம் முதலான கானகங்களில் வாழ்ந்த தவ முனிவர்கள் இராமனுடைய உதவி நாடியதற்கு வள்ளுவர் வழியில் விளக்கம் காணலாம்.

முனிவர்களுக்கும் இராமனுக்கும் இருந்த தொடர்பு நிலையை அறிந்து கொள்வதற்குக் கம்பனின் அகத்தியப் படலம் ஒரு குறிப்பைத் தருகிறது. [பல சருக்கங்களில் வான்மீகி கூறிய செய்திகள் அனைத்தையும் தொகுத்தும் சுருக்கியும் 'அகத்தியப் படலம்' என ஒரே படலமாகக் கம்பன் பாடியுள்ளான். 59 பாடல்கள் கொண்ட இப் படலத்தில் பாதி கழிந்த பின் தான் அகத்தியன் பற்றிய குறிப்பே வருகிறது. மேற்போக்காகப் பார்த்தால் படலப் பெயர் பொருந்தாது போல் தோன்றும். ஆனால், முனிவர்களில் பல வகையினரைக் குறிப்பதோடு அகத்தியனுக்குத் தனிச் சிறப்புத் தருவதை ஆழச் சிந்தித்தால் பெயர்ப் பொருத்தம் விளங்கும். தவத்துளார் (2633), தவம்

முற்றினார் (2660) என்று பிற முனிவர்களைக் குறிக்கும் கவிஞன் துண்டமதி வைத்தவனை ஒத்தமுனி (2681) என்று அகத்தியனைக் குறிப்பிடுவதைக் கருதிப் பார்க்க வேண்டும்.]

தண்டக வனத்துக்கு இராமன் வந்ததைக் கண்ட முனிவர்கள் களிக்கும் சிந்தையர் (2633) ஆயினர். அரக்கர் சினத்துக்கு எதிராக ஒன்றும் செய்ய இயலாதவராய் இருந்த அவர்கள் நெருப்பு எரி கானகத்திடையே அமுது அளாவிய புனல் வந்ததால் உயிர் பெற்ற பட்ட மரங்கள் போல் எழுச்சி பெற்றனர் (2534...) இவ்வாறு தொடங்கிய கவிச்சக்கரவர்த்தி இராமனுக்கென ஒதுக்கிய சாலைக்கு வந்து சேர்கின்றனர். சற்று ஓய்வுக்குப் பின் மீண்டும் முனிவர்கள் அனைவரும் இராமனிடம் தங்கள் அல்லலைச் சொல்லி முறையிடுவதற்காக வந்தனர் என்கிறான் கவிஞன்.

இனியது ஓர் சாலை கொண்டு ஏகி, 'இவ்வயின்
நனி உறை' என்று அவற்கு அமைய நல்கி, தாம்
தனி இடம் சார்ந்தனர்; தங்கி, மாதவர்
அனைவரும் எய்தினர், அல்லல் சொல்லுவான். - *கம்ப 2640*

முனிவர்கள் அனைவரும் இராமனிடம் தங்கள் அல்லல் சொல்வதற்கு வந்தார்கள் என்று பாடல் சொல்வதைக் குறித்துக் கொள்ளவேண்டும். அவர்கள் செய்து கொண்ட முறையீட்டைப் பல பாடல்கள் வாயிலாக அறிகிறோம். (2642 - 2646)

அரக்கர் தந்த தொல்லையால் அருந்தவத்துறையினின்று நீங்கிவிட்டதாகவும் (2642), அறநெறித் துறையிலிருந்தும் நீங்கிவிட்டதாகவும் (2643) கூறிவிட்டு,

மாதவத்து ஒழுகெலெம்; மறைகள் யாவையும்
ஓதலெம்; ஓதுவார்க்கு உதவல் ஆற்றலெம்;
மூதெரி வளர்க்கிலெம்; முறையின் நீங்கினோம்
ஆதலின், அந்தணரேயும் ஆகிலேம். - *கம்ப 2644*

எனத் தொகுத்தும் தம் அவல நிலையை விளக்கினர். தவநெறியில் ஒழுகவில்லை, வேதங்கள் ஓதவில்லை, ஓதுவோர்க்கு உதவ முடியவில்லை, நெருப்பை வளர்த்து வேள்வி செய்யவில்லை, எல்லா வகைகளிலும் முறையைப் பேணவில்லை - ஆகையால் தண்டகாரணியத்து முனிவர்களை அந்தணர்கள் என்று எப்படிச் சொல்வது? 'நாங்கள் அந்தணர்கள் என்று சொல்லிக்கொள்ளும் தகுதியையும் இழந்துவிட்டோம்' என்பது முனிவர்களின் முறையீடு.

வேள்வி நாயகன் என்று இந்திரனைச் சொல்லுவார்கள். அவன் உதவியை இந்த முனிவர்கள் நாடியிருக்கலாமே என்றொரு வினா எழும். இந்திரனா? அவன் அரக்கர்கள் ஏவியவற்றையே சிந்தையிலும் சென்னியிலும் கொண்டு வாழ்கிறான். எந்தையே! திக்கற்ற எங்கள் இடுக்கண்களை நீக்குவதற்கு உன்னைத் தவிர வேறு யார் இருக்கிறார்கள்? நாங்கள் செய்த தவத்தின் பெருமையால் நீ இங்கே வந்திருக்கிறாய். *(2645)*. ஆக, இந்திரனும் உதவ முடியாதபடி அல்லற்படுகின்ற முனிவர்களுக்கு இராமன் ஒருவனே கதி.

இப்படி, முனிவர்கள் அனைவர்க்கும் முழுக் காவலனாக இராமன் சித்தரிக்கப்படுகிறான்.

> **அருந்தவ முனிவரும் அந்தணாளரும்**
> **வருந்துதல் இன்றியே வாழ்வின் வைகினார்.** - *கம்ப 183*

எனத் தயரதன் தன் ஆட்சியின் பெருமையை உரைப்பான். தந்தை போலவே முனிவர் வருத்தம் நீக்கும் நிலையை மகனும் ஏற்கிறான்.

முனிவர்களுக்கும் இராமனுக்கும் இருந்த பொதுநிலை இது. இராமன் முனிவர்களுக்கு உதவியாக அவதரித்தான். அவனுக்கு உதவிய முனிவர்களும் உண்டு.

முனிவர்களின் சிறப்பு நிலை

அயோத்தி நீங்குமுன் இராமனோடு தொடர்பு கொண்ட முனிவர்கள் வசிட்டனும் விசுவாமித்திரனும் ஆவர். 'வளர்த்தானும் வசிட்டன்' *(660)* என்று சொல்லுமளவுக்கு இராமனின் ஆளுமை வளர்ச்சியில் வசிட்ட முனிவன் இடம் பெற்றான்.

இவ்வளவு என்று அளவிட முடியாதபடி கரையிலாத மறைகளோடு அளவற்ற கலைகளையும் வசிட்டன் கற்பித்தான் *(303)*. அப்படிக் கற்பித்த வசிட்டனே 'நின் மகனாகிய இராமனுக்கு அளவில்லாத வித்தை வந்து சேர்கின்ற காலம் வந்திருக்கிறது' *(329)* என்று விளக்கம் சொல்லி விசுவாமித்திரனுடன் கரிய செம்மலை அனுப்பச் செய்கிறான். மறைகளையும் அளவற்ற கலைகளையும் கற்பித்தவன் வசிட்டன். அப்போதும் ஏதோ குறையுள்ளது போலவும் அந்தக் குறையை நிறைவு செய்யும் வகையில் 'அளவு இல் விஞ்சை வந்து எய்துகாலம்' விசுவாமித்திரனால் வந்திருப்பதாகக் குலகுரு சொல்கிறான்.

இப்படி, வசிட்டனால் இராமன் விசுவாமித்திரனிடம் ஆற்றுப்படுத்தப்படுகிறான்.

எனவே, இராமாவதாரத் தொடக்க நிலையில் தசரத ராமனுக்கு உதவி முனிவர்களில் சிறப்பிடத்தைப் பெறுகின்றனர் வசிட்டனும் விசுவாமித்திரனும்.

தசரத ராமனாக வந்தவன் மூல இராமன். மானிடச் சட்டை பூண்டு தசரத ராமனின் பிறவி நோக்கம் நிறைவேற உதவியவர்கள் பெருமுனிவர்கள் சிலர்; அவர்களில் முதல்வர் இவ்விருவர்.

மிதிலையிலிருந்து அயோத்தி திரும்பும் வழியில் பரசுராமன் தன் தவப்பயனை யெல்லாம் இராமனிடம் ஒப்படைத்துச் செல்கிறான். கானகம் போந்தபின் சுதீக்கண முனிவன் தன் தவப்பயனையெலாம் இராமனுக்கு வழங்குகிறான் (2661). பரசுராமன் முரண் நிலையில் வந்தானாயினும் தவப்பயன் உதவி மூலராமனின் ஆளுமையை தசரத ராமனுள் ஏற்ற உதவுகிறான். அப்படியே சுதீக்கண முனிவனும் தவப்பயனை உதவி மூல ராமனின் ஆற்றலைத் தசரத ராமனுள் ஏற்றுகிறான்.

வசிட்டன், விசுவாமித்திரன், பரசுராமன், சுதீக்கணன் போன்றவர்கள் முனிவர்களில் சிறப்பு நிலையினராவர். அந்த வரிசையில் வருவோனே அகத்தியன்.

அகத்தியன்

இராமன் வனம் புகுந்ததிலிருந்து, இராவணனிடம் போர் தொடுக்கும் வரை அந்தப் பதின்மூன்று ஆண்டுகளில் நூற்றுக்கணக்கான முனிவர்கள் அவனிடம் வந்து பேசி, அரக்கர்களால் தாங்கள் படும் துன்பத்தை விரிவாக எடுத்துக் கூறினர். ஏறத்தாழ இவர்கள் அனைவருமே இராமன் இன்னான் என்பதை ஓரளவு அறிந்திருந்தனர் என்று நினைப்பதற்கு இடமுண்டு. என்றாலும், மானுட வடிவில் மனைவியோடு காட்டில் வாழும் அவனுடைய நலந்தீங்குகளில் பங்குகொண்டதாகத் தெரியவில்லை. வந்தவர்கள் அனைவரும் தங்கள் துன்பத்தைப் போக்கிக் கொள்ளவும், மோட்சத்திற்கு வழிதேடவும் தான் வந்தார்களே தவிர, இராமனைப் பற்றிக் கவலைப்பட்டதாகத் தெரியவில்லை.

இந்தக் கூட்டத்தில் நான்கு பெரியவர்கள் இவர்களினின்றும் மாறுபட்டிருப்பதைக் காணலாம். வசிட்டன், விசுவாமித்திரன், பரத்துவாஜன், அகத்தியன் என்ற நால்வரும் இராமன் இன்னான் என்பதை நன்கறிந்திருந்தாலும், அவனுடைய மனித வேடத்திற்கு ஏற்ப அவனிடம் பரிவு காட்டிப் பழகுதலையும், அவனுக்கு

வேண்டுமானவற்றைச் செய்வதிலும் ஈடுபட்டிருந்தனர். இவர்கள் நால்வரும் அவன் பரம்பொருள் என்பதை அறிந்திருந்தாலும், அவன் ஏற்று நடிக்கும் இந்த நாடகத்தில் அவனை மனிதனாகவே மதித்து நடக்கின்றனர். வசிட்டன் அரசியல் பற்றி உபதேசம் செய்தது, விசுவாமித்திரன் தாடகையைக் கொல்வது நியாயம் என்று வலியுறுத்தியது, தெய்வப்படைக் கலங்கள் தந்தது ஆகியவை இதற்கு உதாரணங்கள் ஆகும். தண்டகாரணயத்தில் பத்து ஆண்டுகளைச் செலவழித்து விட்ட இராகவன் இன்னும் தெற்கே செல்ல விரும்பிப் புறப்பட்ட சமயத்தில் வழியில் வழக்கம் போலப் பல முனிவர்களையும் சந்தித்து விட்டு, இறுதியாக அகத்தியன் ஆசிரமம் வந்து சேர்கிறான். அந்தச் சந்திப்பை கவிஞன் மிக அழகாகப் பின்வருமாறு கூறுகிறான்:

“கண்டனன் இராமனை வர, கருணை கூர,
புண்டரிக வாள் நயனம் நீர் பொழிய, நின்றான் -
எண்திசையும் ஏழ் உலகும் எவ்உயிரும் உய்ய,
குண்டிகையினில், பொரு இல், காவிரி கொணர்ந்தான்.”

- கம்ப 2576

“நின்றவனை, வந்த நெடியோன் அடி பணிந்தான்,
அன்று, அவனும் அன்பொடு தழீஇ, அழுத கண்ணால்,
‘நன்று வரவு’ என்று, பல நல் உரை பகர்ந்தான் -
என்றும் உள் தென் தமிழ் இயம்பி இசை கொண்டான்.”

- கம்ப 2677

இந்த இரண்டு பாடல்களில் சில நுட்பமான கருத்துகளைக் கவிஞன் பேசுகின்றான். தன் கமண்டலத்திலிருந்து காவிரிப்பாவையை வெளிவிட்டவன் அகத்தியன் என்பது பழைய புராணக் கதை. இத்தகைய அருஞ் செயலைச் செய்த அகத்தியன், எதிரே இராமன் வருகிறான் என்று அறிந்து கண்ணீர் பொழிய நின்றுவிட்டான். இராமனை வரக் கண்டவன் அதியை உபசரிக்க வேண்டிய கடப்பாடுடையவனாகிய அகத்தியன் - சில அடிகள் தூரம் முன்னே சென்றல்லவா இராமனை வரவேற்றிருக்க வேண்டும்? அவ்வாறு செய்யாமல் ‘இராமன் வரக் கண்டனன் நின்றான்’ என்று பாடுவதால் ஏதோ ஒரு காரணம் பற்றி அகத்தியன் முன் சென்று வரவேற்கவில்லை. நீர் பெரிய கண்ணினனாய் நின்ற விடத்திலே நிற்க, இராமன், தம்பியுடனும், மனைவியுடனும் வந்து முனிவன் திருவடிகளில் வீழ்ந்து வணங்கினான். அவனை மார்புறத் தழுவிக் கொண்டான் கடலைக் குடித்து உமிழ்ந்தவனாகிய அகத்தியன். தான் எடுத்த வடிவிற்கேற்ப அகத்தியன் போன்ற முனிவர்களை அடிகளில் வீழ்ந்து வணங்கும் செயலை மேற்கொள்ளுகிறான் இராகவன்.

அகத்தியனைக் குறிப்பிட வந்த கம்பன் 'தமிழ் மொழியையே உலகிற்கு வழங்கினான்' என்று ஏனைய கவிஞர்கள் போல் கூறாமல், 'என்றுமுள தென் தமிழ்' என்று குறிப்பிடுவது கம்பனுடைய அறிவு நுணுக்கத்திற்கும், தாய்மொழிப் பற்றுக்கும் எடுத்துக்காட்டாகும். இயம்பி இசை கொண்டான் என்பதனால் தமிழை வளர்த்ததால் தனியாக ஒரு புகழைப் பெற்றான் அகத்தியன் என்றும் கூறுவதைக் காணலாம்.

தன்னை வணங்கி எழுந்த இராமனைத் தழுவிக் கொண்டு குறுமுனி, "ஐயனே! முழுமுதல் வைத்திருந்த வில்லும், அம்புப் புட்டிலும் இதுவரை என்னால் பூசிக்கப் பெற்றுப் பாதுகாக்கப் பெற்று இருந்து வந்தது. இதை ஏற்றுக் கொள்வாயாக," என்று கூறிவிட்டு அவை இரண்டையும் இராமனிடம் அளித்தான்.

இனி, அடுத்த பாடலில் மூன்றுலகத்திலும் ஒப்புமை சொல்லமுடியாத வாளையும், சிவபெருமான் திரிபுரம் எரித்தபொழுது பயன்படுத்திய அம்பு போன்ற பல அம்புகளையும் தந்தான்.

அகத்தியனிடம் பெற்ற வில்

இந்த இரண்டு பாடல்களிலும் குழப்பம் நிரம்ப உள்ளது. முழு முதல்வன் வைத்திருந்த வில் திருமாலுடைய வில் என்று சிலரும், சிவபெருமானுடைய வில் என்று சிலரும் பொருள் கூறுவர். மூலநூலாகிய வான்மீகத்தில் இது திருமாலுடைய வில் என்றே சொல்லப்படுகிறது. இருப்பினும், கம்பநாடன் அதற்கு மாறுபட்டுப் பாடியதற்கு ஒரு காரணம் உண்டு. விசுவகர்மா சமைத்த இரண்டு விற்களில் ஒன்றைத் திருமால் ஏற்க, மற்றொன்றைச் சிவன் ஏற்றான் என்றும், சிவனுடைய வில் இற்றுப் போயிருந்தது என்றும், சனகன் எதிரே இந்த வில்லைத்தான் இராமன் முறித்தான் என்றும் சொல்லப்பட்டமையின் சிவதனுசின் கதை முதலிலேயே முடிந்து விட்டது; எஞ்சிய விஷ்ணுவின் வில் இந்திரனிடம் ஒப்படைக்கப்பட அது வரிசையாக வந்து பரசுராமனிடம் சேர்ந்தது. திருமணம் செய்துவரும் தசரதராமனை எதிர்த்த பரசுராமன், "இராமா! நீ உடைத்தது இற்றுப்போன சிவதனுசு ஆகும். உன்னிடம் வன்மை இருந்தால், இந்த விஷ்ணு தனுசை வாங்குவாயாக" என்று கர்வத்துடன் பேச, அந்த வில்லை வாங்கி அதை வளைத்து நாணேற்றி, அம்பு கோர்த்துப் பரசுராமன் தவத்தை ஒழித்த பிறகு இராமன் அந்த வில்லை வருணனிடம் கொடுத்து வைத்திருந்தான் என்றும், கானகத்தில் கரனுடன் போர் செய்யும் பொழுது இராமன்

கையில் இருந்த வில் முறிந்துவிட, இராமன் இடது கையைப் பின்புறம் நீட்டவே வருணன் இந்த வில்லைத் தந்தான் என்றும், அதைக்கொண்டே கரனை வென்றான் என்றும் காப்பியம் சொல்லிச் செல்கின்ற முறையில், 'அகத்தியன் தந்த வில் எது' என்ற வினாத் தோன்றுகிறது. இந்தக் குழப்பத்தைக் கருதியே கவிஞன் 'முழுமுதல்வன் வில்' என்று கூறிவிட்டான். அகத்தியன் சொல்வதைப் பார்த்தால், சிவதனுசு, விஷ்ணு தனுசு ஆகிய இரண்டையும் விட மேலான வில் ஒன்று இருந்திருக்குமோ என்று ஐயுறத் தோன்றுகிறது.

பரத்துவாசன்

"எல்லையற்ற அன்பு நிறைந்தவனாய், விம்முகின்ற மனம் உடையவனாய் உள்ள பரத்துவாசன் தான் இத்தனை நாட்கள் செய்த தவத்தின் பயன் இப்பொழுது பலித்துவிட்டது என்றும், பிறவிப் பிணியைப் போக்கும் மருத்துவன் வந்து கொண்டிருக்கிறான் என்றும் நினைத்து இராகவனை வரவேற்கச் செல்லுகிறான்" *(2018)*

"குடை, தண்டம் முதலியவற்றை உடையவனும், கமண்டலத்தைத் தாங்கியவனும், சடைமுடியை உடையவனும், அழகிய மரவுரி ஆடையை உடுத்தியவனும், மான் தோலைப் போர்த்தியவனும், நல்லொழுக்கம் உடையவனும், ஓயாது வேதங்களை உச்சரிக்கின்ற நாவினை உடையவனும் ஆகிய முனிவனே பரத்துவாசன் ஆவான்" [இப்பாடல் தொல். பொருள். மரபு 71 நூலே கரகம் என்ற சூத்திரத்தையும், எறித்தரு கதிர்தாங்கி ஏந்திய குடைநிழல் என்ற பாலைக்கலிப் பாடலையும் (பாலைக்கலி 8) மனத்துட் கொண்டு பாடியதாகும்.] *(2019)*.

"நான்முகன் படைத்த உலகிலுள்ள உயிர்கள் எல்லாவற்றையும் தன்னுயிர் என மதித்துப் போற்றும் செந்தண்மைப் பூண்ட அந்தணன் ஆவான் இவன். ஏழுலகங்களையும் படைக்க வேண்டும் என்றால், திருமாலின் உந்தியில் தோன்றிய நான் முகன் உதவியில்லாமல் தானே படைக்கும் ஆற்றல் உடையவன் இவன்." *(2020)*

இராமன் வனம் வந்த காரணத்தை முனிவன் கேட்டதாகப் பாடிய கம்பன், அந்த விளக்கத்தை இராமனே தருவதாகப் பாடியுள்ளான். ஆனால், இராமன் என்ன கூறினான் என்று விளக்கம் தராமல் 'நடந்தவற்றை அப்படியே கூறினான்' என்றும், அதனைக் கேட்ட முனிவன் இப்பூமிதேவி உன்னைப் பெறுவதற்குத் தவம் புரிந்தும், உன்னால் ஆளப்படுதற்குத் தவம் செய்யவில்லையே என்று கூறிவிட்டு, 'தந்தை, தாய் யார்மேலும் சினம் கொள்ளாதே'

என்று கூறுபவன் போல் ‘விதி செய்த குற்றமாகும்’ என்ற பொருளில் ‘விதிதரு நவை’ என்று முடித்தான். அடுத்து இராமனுக்கு விருந்துபசாரம் செய்து, சித்திர கூடம் செல்லும்படிக் கூறினான்.

வனம் போந்த காரணம் - இராமனே சொல்லும் இடம்

இராமன் வனம் புகுந்த காரணத்தைக் குகன், அனுமன், சுக்கிரீவன் ஆகியோரிடம் சொல்ல வேண்டிய சூழ்நிலை ஏற்பட்ட பொழுதெல்லாம் இளவலை விட்டு அவர்கட்கு விளக்கம் கூறச் சொன்னானே தவிர, இராகவன் தன் வாய்திறந்து ஒரு சொல்லையும் சொல்லவில்லை. ஆனால், மாமுனிவனாகிய பரத்துவாசன் கேட்ட பொழுது மட்டும் இளைவலை விட்டுப் பதிலிறுக்கச் சொல்லாமல் இராகவன் தானே விடை கூறியது பெரியோர்களை, முனிவர்களை, அப்பெருமான் எவ்வளவு மதித்தான் என்பதற்கு எடுத்துக்காட்டாகும்.

முதலிலும் முடிவிலும் பரத்துவாசன்

இராகவன் வனம் புகுந்த பொழுது முதலில் சந்தித்தது, பரத்துவாச முனிவனையே யாகும். அதேபோலப் பதினான்கு ஆண்டுகள் கழித்து, இராவண வதம் முதலிய செயல்களை நிகழ்த்தி விட்டுப் பிராட்டி, இளையவன் ஆகியோருடன் திரும்பும் இராகவன் நேரே அயோத்தி செல்லாமல் பரத்துவாச முனிவனை வணங்கி அவன் ஆசிபெற்றுச் செல்ல, அம்முனிவன் ஆசிரமத்திற்கு வருகிறான்.

இராமன் வரவை அறிந்த பரத்துவாசன், குண்டிகை தண்டம் முதலியவை தாங்கிக் கொண்டு நடந்து வருவதை கற்பனையில் காண்கிறான் கவிஞன். மாதவப் பயன், உருவு கொண்டு எதிர் வந்தாற்போல் வருகின்ற முனிவனை இராகவன் கண்டான் என்று பாடுகிறான் *(10132)* தொடக்கத்தில் பரத்துவாசனை அறிமுகம் செய்துவைக்கையிலும் கமண்டலம், தண்டு என்பவற்றோடு அறிமுகம் செய்ததை மறந்துவிடாமல் ஏழாயிரம் பாடல்களும், பதினான்கு ஆண்டுகளும் கழிந்த பிறகும் அதே முறையில் அம்முனிவனை வருணிப்பது கம்பனுக்கே உரிய தனிச் சிறப்பாகும். முனிவன் மாதவத்தின் பயன் வடிவு கொண்டதை ஒத்துள்ளான். அவனைக் காண்கிறவன் யார்? அவரவர் செய்த தவத்தின் அளவும், தன்மையும் அறிந்து அதற்குரிய பயனை அவரவர்க்கு வழங்கும் தலைவனாகவும், மூலப்பொருளாகவும் உள்ளவன், இந்த முனிவனைக் காண்கிறான் என்பதைக் குறிப்பாக உணர்த்துகிறான் கம்பன். “நோக்கினன், நெடியோன்” என்ற தொடரில் ‘நெடியோன்’ என்ற சொல் வெறும் உயரத்தையும், ஆஜானுபாகு என்ற பொருளையும் மட்டுமே தராது;

யாவற்றினும் உயர்ந்தவன், அதாவது 'உயர்வு அற உயர்நலம் உடையவன்' என்ற மாறன் சடகோபப் பெருமானின் திருவாய்மொழி முதற் பாடலைப் படித்ததால் இந்தப் பொருளுடன், இந்தச் சொல்லை, அதாவது நெடியோன் என்ற சொல்லைக் கவிஞன் இங்கே பயன்படுத்துகிறான். நெடியோன் என்ற சொல்லை இராமகாதையில் பலவிடங்களிலும் கவிஞன் பயன்படுத்தியுள்ளான் என்றாலும், இங்கே அச்சொல் தனிச் சிறப்புடன் விளங்குகிறது. மாதவப்பயன் உருவாக விளங்கும் ஒருவனின் எதிரே யார் நிற்க முடியும்? உயர்வு அற உயர்ந்துள்ள ஒருவன் தான்.

நெடியோன் யார்?

'உன்னும் மாத்திரத்து' (10134) என்ற பாடலில் புட்பகத்திலிருந்து இறங்கிய இராமன், நேரே சென்று முனிபுங்கவனின் திருவடிகளில் வீழ்ந்து வணங்கினான் என்கிறான் கவிஞன். 'மாதவத்தின் பயனை நெடியோன் நேரே கண்டான்' என்று சென்ற பாடலில் குறிப்பிட்டு விட்டு, இப்பொழுது இராகவன் முனிவன் திருவடிகளில் விழுந்து வணங்கினான் என்றால் எப்படிப் பொருந்தும் என்ற ஐயம் சிலருக்குத் தோன்றும். ஆழ்ந்த நோக்கினால், அந்தப் பாடலில் குறிப்பிடப்பட்ட பொருள் பருப்பொருளான இரண்டு மனிதர்களைக் குறிக்காமல், இரண்டு பண்புகளைக் குறித்தது. மாதவத்தின் பயன் என்பது ஒரு பண்பு, நெடியவன் என்பது ஒரு பண்பு. தவப்பயன் என்ற பண்பு குண்டிகையும் தண்டும் தாங்கிய முனிவனின் உள்ளே பிறர் அறியாமல் உறைகின்ற ஒரு பண்பு. அதேபோலத் தசரதராமன் என்பவன் வடிவில் உயர்வற உயர்ந்து நிற்கும் நெடிய பண்பு மறைந்து நிற்கின்றது. மறைந்து நிற்கும் இரண்டும் ஒன்றை ஒன்று சந்திப்பதாகச் சென்ற பாடலில் கூறினான். இப்பாடலில் அப்பண்புகள் மறைந்துள்ள பருப்பொருட்களைக் கூறுகிறான். முனிவனை இராமன் வணங்கினான் என்பதன் பொருள் இதுவாகும். மூவுலகையும் படைக்கக் கூடிய ஆற்றலைப் பெற்றுள்ள ஒருவனை அரசகுமாரன் ஒருவன் வணங்குவதும், அவ்வணக்கத்தை முனிவன் ஏற்றுக்கொள்வதும் நியாயமானதே ஆகும். அடுத்த பாடல் நம் சிந்தனைக்குரியதாகும்.

> **"அடியின் வீழ்தலும் எடுத்து, நல் ஆசியோடு அணைத்து,**
> **முடியை மோயினன் நின்றுழி, முளரி அம் கண்ணன்**
> **சடில நீள்துகள் ஒழிதர், தனது கண் அருவி**
> **நெடிய காதல் அம் கலசம் அது ஆட்டினான், நெடியோன்"**
>
> *- கம்ப 10135*

இப்பாடலுக்குப் பொருள் செய்கையில், இறுதி அடியில் "கலசம் அது ஆட்டினன், நெடியோன்" என்று வரும் பகுதிக்குத் 'தன் கண்ணீரால் நனைத்தான் பரத்துவாசன்' என்று பலரும் பொருள் கூறியுள்ளனர். இப்பாடலில் முனிவன் என்ற தோன்றா எழுவாயை வருவித்துக் கொண்டால், நெடியோன் என்பதற்கு, பரத்துவாசன் என்று பொருள் செய்ய வேண்டிய சூழ்நிலை உருவாகாது. இப்பொழுது பாடலின் பொருளைப் பார்ப்போம். நெடியோனாகிய இராகவன் தன் அடியில் வீழ்ந்தவுடன் அவனை எடுத்து அணைத்து (பரத்துவாச முனிவன்) சிறந்த ஆசிகள் வழங்கி, இராமனை உச்சி முகந்து, தாமரைக் கண்ணனாகிய இராமனுடைய சடையிலுள்ள தூசுப்படலத்தைக் காதலோடு கலந்த கண்ணாகிய கலசத்தின் மூலம் நீராட்டினான். *(10135)*

இரண்டு பாடல்களுக்கு முன்னர் நெடியோன் என்ற சொல்லால், இராமனைக் குறித்த கவிஞன், இப்பாடலில் அதே சொல்லைக் கொண்டு முனிவனைக் குறிக்க மாட்டான். மேலும் இராமகாதையில் இச்சொல்லை இராமனுக்கே அவன் பயன்படுத்துகிறான் என்பதையும் நினைவில் கொள்வது நலம்.

இந்த நெடியோன் என்பது சாதாரணப் பொருள் தந்து இராமனைக் குறிக்கின்றது. இவ்வாறன்றி நெடியோன் என்பதற்கு உயர்வற உயர்நலம் உடையவன் என்ற பொருளைக் கொண்டாலும் தவறில்லை. தன் அடியார்களை முழுவதுமாக ஏற்றுக் கொள்ளுகிற இறைவன், அந்த அடியார்களின் கால், தலை என்ற வேறுபாடு காண்பதில்லை. தன்னை அணைத்துக்கொண்ட பரத்துவாசன் கண்ணீர் மழையால் ஆட்டியதை இறைவன் மகிழ்ச்சியோடு ஏற்றுக்கொள்கிறான். இக்கருத்தைத் தெளிவாகக் கூறவந்த பாசவதைப் பரணி நூலாசிரியர்

> **"என்பாவம் ஆறு, கடல் ஏழிருந்தும், என் அம்மை, அன்பாளர்**
> **கண்ணருவி ஆடுவது திருவுள்ளம்"**

என்று பாடியதை இங்கு நினைவுகூர்தல் நலம். கண்ணப்பர் வரலாறும் இதனை நினைவூட்டுவதை அறியலாம்.

அன்றியும், 'நெடியோன் அடியின் வீழ்தலும்' என்று கூறும் பொழுது வீழ்தல் என்ற சொல் தனிச் சிறப்பைப் பெறுகின்றது. அவதாரம் என்ற சொல், மேலிருந்து கீழே இறங்குதல் என்ற பொருளைத் தருவது போல நெடியோன் (முனிவன்) அடியில் வீழ்ந்தான் என்ற சொற்றொடர் இறப்ப உயர்ந்ததாகிய

அப்பரம்பொருள், அதனுடைய இயல்பான எளிவந்த தன்மை (சௌலப்பியம்) காரணமாக முனிவன் அடியின் வீழ்தலும், அதன் அருமைப்பாட்டை அறிந்த முனிவன் அதனை எடுத்து மார்போடு அணைத்து, கண்ணருவியில் தோய வைக்கிறான் என்ற கருத்தும் படவே கவிஞன் நெடியோன் என்ற சொல்லைப் பயன்படுத்துகிறான் என்று கொள்வதிலும் தவறில்லை.

பரத்துவாசனுக்குப் பரதன் நினைப்பு ஏன்?

"உடன் வந்த பிராட்டி, இளையோன், வீடணன், சுக்கிரீவன் ஆகிய அனைவருக்கும் பரத்துவாசன் ஆசி வழங்கினான். அடுத்து, இராகவனைத் தன்னுடன் அங்குத் தங்கி உணவருந்திவிட்டுச் செல்லுமாறு முனிவன் வேண்டிக் கொள்ள, இராகவன் இசைந்தான். இந்தப் பகுதியில் எவ்விதக் காரணமுமின்றித் திடீரென்று இந்தப் பதினான்கு ஆண்டுகளும் பரதன் எவ்விதம் வாழ்ந்தான் என்பதை முனிவன் இராமனுக்கு ஏன் சொல்ல வேண்டும்? என்ற வினா தோன்றுகிறது. அந்த இரண்டு பாடல்களிலும் அரசபோகங்கள் அனைத்தையும் துறந்து, இந்திரியங்களை அடக்கி நாட்டிடை வாழும் ஒரு முனிவனாகவே பரதன் வாழ்ந்தான். (10143, 10144) என்று இரண்டு பாடல்களில் முனிவன் குறிப்பது ஏன்? பரதனின் பண்பு நலன்களை அறியாதவனல்லவே இராகவன்? அப்படியிருக்க முனிவன் ஏன் இதனைக் கூற வேண்டும்? சிந்திக்கும் பொழுது, ஒரே ஒரு காரணம் தான் தோன்றுகிறது. காட்டிலும் போர்க்களத்திலும் பதினான்கு ஆண்டுகளைக் கழித்த இராகவன் திதி, நாள், நட்சத்திரம் என்பவற்றைக் கணித்து இன்றுடன் பதினான்கு ஆண்டுகள் கழிந்து விட்டன என்பதை அறிய வாய்ப்பில்லை. அதைக் குறிப்பாக நினைவூட்டு வதற்காகவே முனிவன் பரதனை நினைவூட்டினான் என்று கொள்வதில் தவறில்லை. குறிப்பில் குறிப்புணரும் தசரத குமாரன் இதனை நன்கு புரிந்து கொண்டு உணவுக்காகக் காத்திருக்கின்ற நேரத்தில் 'இன்றே தான் வந்து விடுவேன்' என்பதைப் பரதனுக்கு அறிவிக்குமாறு அனுமனுக்கு ஆணையிட்டான். இதனைப் பின்வரும் பாடலில் கவிஞன் கூறுகிறான்:

"இன்று நாம் பதி வருதுமுன், மாருதி! ஈண்டச்
சென்று, தீது இன்மை செப்பி, அத் தீமையும் விலக்கி
நின்ற காலையின் வருதும்' என்று ஏயினன், நெடியோன்;
'நன்று' எனா, அவன், மோதிரம் கைக் கொடு நடந்தான்."

- கம்ப 10151

முனிவன் கூறிய பிறகுதான் அன்றுடன் பதினான்கு ஆண்டுகள் முடிவதை இராகவன் நினைவுகூர்கிறான். அதுமட்டுமன்று, அன்று வரவில்லையானால் 'தீப்புகுவேன்' என்று பரதன் கூறியதும் நினைவுக்கு வர அதைத் தடுக்க வல்லவன் அனுமன் ஒருவனே என்ற கருத்தில், 'நீ சென்று எனக்கு எவ்விதத் தீமையும் இல்லை, வருகிறேன் என்று கூறுவதடன், அத்தீமையும் விலக்கி அங்கே நிகழப்போகின்ற தீயினால் விளையும் தீமையையும் போக்கி அறிவுறுத்துவாயாக' என்று சொல்லி அனுப்புகிறான்.

பரத்துவாசன் தனிநிலை

வசிட்டன், விசுவாமித்திரன் போன்றவர்கள் பரத்துவாசனைப் போன்றே ஈடு இணையற்றவர்கள் ஆயினும் அரசர், மக்கள் என்பவர்களோடு கலந்து உறவாடி வாழ்ந்தவர்களாவர். அவ்வித பிரச்சனை ஒன்றுமில்லாமல் வனத்திடை சுயம்பிரகாசமாக வளரும் ஒரு முனிவன் எப்படி இருப்பான் என்பதை அறிவுறுத்தவே வனம்புகு படலத்திலும், மீட்சிப் படலத்திலும் பரத்துவாச முனிவனை இவ்வளவு அழகாகவும் விரிவாகவும் வரைந்து காட்டுகிறான் என்று நினைப்பதில் தவறில்லை.

முடிவாக

இராம அவதாரத்தின் நோக்கம் இன்னது என்பதை 'அறம் தலைநிறுத்தி' (5855) என்ற பாடலில் கம்பன் விளக்குகிறான். 'தீயோர் இறந்து உக நூறி, தக்கோர் துயர் துடைத்து ஏக' வந்தவன் இராமன். இந்த இருவகைப் பணியில் தீயோர் இறந்து உக நூறுவதற்குச் சில முனிவர்கள் உதவியிருக்கிறார்கள். வசிட்டன், விசுவாமித்திரன், பரசுராமன், அகத்தியன், சுதீக்கணன் போன்ற முனிவர்கள் மூல இராமனின் ஆளுமையைத் தசரதராமனின் உள்ளகத்து ஏற்ற உதவியிருக்கிறார்கள். இவர்கள் சிறப்பு நிலை முனிவர்கள் எனக் கொள்ளத் தக்கவர்கள். இராமன் கானகம் வந்தான் என்ற போதே 'எங்கள் செல்கதி வந்தது' (1935) என முனிவர்கள் மகிழ்கிறார்கள். தக்கோர் துயர் துடைக்க வந்த அவதாரத்தை நினைந்து கொண்ட மகிழ்ச்சி இது. ஆரணிய காண்டத்திலேயே அத்திரி முனிவன் முனிவர்களுக்கு உதவ வந்த நிலையைப் புலப்படுத்துகிறான் (2518). இந்தக் குழுவிலே வருகின்ற முனிவர்கள் கணக்கிலர். பெயர்கூடப் புலப்படாத பல முனிவர்களின் துயர் துடைப்பதன் வாயிலாக இராமன் முனிவர் கூட்டத்தோடு தொடர்பு கொள்ளுகிறான். 'முனிவர்கள் - பொதுநிலை, முனிவர்கள் - சிறப்பு

நிலை' என்ற முறையில் இக்கட்டுரையில் இவர்களைப் பற்றி ஓரளவு கூறப்பட்டுள்ளது. ஆக, இராமாவதார நோக்கை, இரண்டு நிலைகளில் அமைந்து முனிவர்கள் நிறைவு செய்கிறார்கள் என்று கூறுதல் அமைவுடைத்து.

~

அரக்கர்களும், இராமனும்

தேவர் அனையர் அரக்கர்

தேவர்கட்கும் முனிவர்கட்கும் இடுக்கண் செய்வதில் மகிழ்ச்சி அடையும் அரக்கர்களும் சாதாரணமானவர்கள் அல்லர். அவர்களுள் பெரும்பாலோர் மாபெரும் தவங்கள் செய்து தேவர்களைப் போலவே தெய்வப் படைக்கலங்களைப் பெற்றிருந்தனர். தேவர்கள், அரக்கர்கள் என்ற இரு கூட்டத்தாரும் சம்பலம் பெற்றிருந்தார்கள் என்பதில் ஐயமில்லை.

செய்தக்க அல்ல செய்பவர்

அரக்கர்களைப் பொறுத்தமட்டில், காரணமின்றிப் போர் தொடுப்பது என்பது அவர்கட்கு இயல்பாக அமைந்துவிட்டது. மேலும், தெய்வம் படைக்கலங்களை அவற்றின் அருமை பெருமை பாராமல் யார்மேல் வேண்டுமானாலும் பயன்படுத்தினர். இதற்கு உதாரணம் தேடி அதிக தூரம் செல்லவேண்டியதில்லை. மாபெரும் வலிமை படைத்த இராவணனே கூட அப்படிப் பயன்படுத்தினான். எத்தகைய எதிரியையும் வீழ்த்தக்கூடியதும் சிவபெருமான் கொடுத்ததும் ஆகிய சந்திரஹாசம் என்னும் வாளைச் சடாயுவை வீழ்த்துவதற்குப் பயன்படுத்தினான். அவன் மகன் இந்திரசித்தான் நாகபாசத்தையும், பிரமாத்திரத்தையும் இலக்குவன் மேல் பயன்படுத்தினான். பின் விளைவுகளைப் பற்றிக் கவலைப்படாமல் ஒரு மலையைத் தூக்கி எலியின்

மேல் போடுவது போன்ற பயித்தியக்காரத்தனமான செயல்களைச் செய்வதில் அரக்கர்கள் சூரர்கள். இராவணனுக்குக் கிடைத்த சந்திரஹாசம் ஒரே ஒரு முறைதான் பயன்படும். இதனைக் கொடுத்த இறைவன் தேவையில்லாமல் அதனைப் பயன்படுத்தி அந்தப் பேராற்றலை வீணடிக்கும் அறிவையும் இவர்கட்குத் தந்து விட்டான்.

இதே போன்ற ஒரு நிகழ்ச்சி பாரதத்திலும் காணப்படுகின்றது. கர்ணனிடம் இருந்த பாசுபதக் கணை அருச்சுனனுக் கென்றே வைக்கப்பெற்றிருந்தது. அதனைக் கர்ணன் பயன்படுத்தினால் அருச்சுனனைக் காப்பது கடினம் என்ற உண்மை பகவான் கிருஷ்ணன் ஒருவனுக்கு மட்டுமே தெரியும். எனவே, யுத்த தர்மத்திற்கு மாறாகக் கடோத்கஜனைக் கொண்டு இரவுப்போரைத் தொடங்கச் செய்தான். பொழுது விடிவதற்குள் கடோத்கஜன் ஒருவனே தன் சேனை முழுவதையும் அழித்துவிடுவான் என்று அஞ்சிய துரியோதனன் கர்ணனிடம் சென்று பாசுபதத்தைப் பயன்படுத்துமாறு வேண்டினான்.

அதன் அருமை பெருமைகளை எடுத்துக் கூறிய கர்ணன், அது அருச்சுனனுக்கென்றே வைக்கப் பெற்றிருக்கிறது என்றும், அதனை ஒரே ஒரு முறைதான் பயன்படுத்த முடியும் என்றும் எவ்வளவு மன்றாடியும் துரியோதனன் கேட்கவில்லை. இறுதியாக, அதனை ஏவிக் கடோத்கஜனைக் கொன்றான் கர்ணன்.

எத்தனை வரபலம், தெய்வபலம், தவபலம், ஆயுதபலம் பெற்றிருந்தாலும் இறையருள் துணை இல்லாதபோது இவை அனைத்தும் பயனற்றுப் போகின்றன.

இராமன் தனி நின்று போர் செய்த நிலைகள்

இராமகாதையில், இராமனை அன்றி இலக்குவன், அனுமன், சுக்கிரீவன், அங்கதன், நீலன் முதலிய பலரும் போரில் ஈடுபடுகின்றனர். இலங்கையில் இராவணனோடு போர் நிகழும்பொழுது, இராகவன் நேரிடையாகப் போரிட்டது இருவரிடம் தான். ஒருவன் கும்பகர்ணன், மற்றவன் இராவணன். இந்தப் போர் தவிர இலங்கை வருவதற்குப் பன்னெடு நாட்கள் முன்னரே, இலக்குவன் துணை கூட இல்லாமல், இராமன் தான் ஒருவனாக நின்று பல்லாயிரவருடன் போர் செய்த ஒரு நிகழ்ச்சியும் உண்டு. கரன், தூடணன், திரிசிரா ஆகிய மூவரையும் அவர்களுடன் வந்த பல்லாயிரக் கணக்கான படைகளையும் மூன்று கடிகையில் விண்ணில் ஏற்றிய பெருமை இராகவனுக்கு உண்டு.

இராமன் கையால் உயிர் இழந்த கரன், தூடணன், கும்பகர்ணன், இராவணன் ஆகியோரில் கர தூடணர்கள் ஒருவகை, கும்பன் வேறு வகை, இராவணன் மற்றொரு வகை. இம் மூவகையினரையும் 'கூட்டு ஒருவரையும் வேண்டாக் கொற்றவன்' தான் ஒருவனாகவே நின்று வெல்கிறான். மூன்று இடத்திலும் வெல்பவன் இராகவன் ஒருவன் தான். அப்படியானால், இம்மூவருள் உள்ள வேறுபாடு என்ன என்பதைச் சிந்திப்பது நலம்.

கரன்

சூர்ப்பணகையின் சொல்லைக் கேட்டுக் கேவலம் இரண்டு ஆண்களும், ஒரு பெண்ணும் தான் தங்களுக்கு எதிரிகள் என்று நினைத்து எதிர்த்து வந்தவர்கள் கர தூடணர்கள். இதில் பெரும் படையுடன் முதலில் வந்து அழிந்தவர்கள் தூடணனும் திரிசிராவும். இவர்கள் இத்துணைப் பேரையும் ஒருவனாக நின்று கொன்றானே, அப்படிப்பட்ட இவன், யாராக இருத்தல் வேண்டும் என்ற சிந்தனை கரன் மனத்தில் ஓடியதாகத் தெரியவில்லை. தூடணன், திரிசிரா முதலியோர் இறந்த பிறகும் 'இவன் மானுடன்' என்ற எண்ணம் கரன் மனத்தை விட்டு விலகவில்லை. என்றாலும், கரன் சாதாரணமானவன் அல்லன் என்பதற்கு அடையாளம் இராமனுடைய வில் முறிந்ததே ஆகும். இதுவரை இராமன் கையில் வைத்திருந்த வில் தாடகை, தூடணன், திரிசிரா என்பவர்கட்குப் போதுமானதாக இருந்தது. இனி நடைபெறப்போகும் போர்களில் விஷ்ணுவின் வில் தேவைப்படும்; ஆதலின், இராமன் கையிலிருந்த வில் ஒடிய, பரசுராமன் கொடுத்த அந்த வில்லை வருணன் இப்பொழுது இராமனுக்கு அளித்தான். இந்தப் போரின் தனித்தன்மை என்னவென்றால் கரன் முதலியவர்கட்கு அறிவு தொழிற்பட்டதாகவே தெரியவில்லை. தம் வலியை மட்டும் நம்பிக்கொண்டு, மாற்றான் வலியை அறிந்து கொள்ள முடியாத அறிவிற் குறைந்தவர்கட்கு எடுத்துக்காட்டாக நின்று அழிகிறான் கரன். இந்தப் போரைத் தனக்களிக்குமாறு வேண்டிக் கொண்ட இளைய பெருமாளை நோக்கிப் பெரிய பெருமாள், "நீ உன் அண்ணியைக் காவல் செய்துகொண்டிரு. நான் சென்று இவர்களை அழித்து வருகிறேன்" என்று கூறிச் செல்கிறான்.

இதனெதிராக, அதிகாயனுடைய சிறப்பையெல்லாம் கூறி, "நீயே அவனுடன் போர்புரிய வேண்டும், உன்னால் கொல்லப்பட்ட கும்பகர்ணனைவிட இவன் எவ்விதத்திலும் தாழ்ந்தவன் அல்லன். எனவே, இவனுடன் நீ போர்புரிதலே முறை" என்று வேண்டிக்கொண்ட வீடணன் வேண்டுகோளை மறுத்து, "வீடணா!

நீ என் தம்பியின் போர்த்திறத்தை அறிய வாய்ப்பில்லை. எத்தனை இராவணர்கள் ஒன்று கூடினாலும் அவனை எதிர்க்க முடியாது. நீயே சென்று அவன் போரை நேரில் காண்பாயாக" என்று கூறினான் இராகவன். கர, தூடணர் போரின் போது இலக்குவன் வேண்டிக் கொண்டபோது அதை மறுத்த இராகவன், அவன் அதிகாயன் போரை வேண்டும் என்று கேட்காதபோது, இலக்குவனுக்குக் கொடுத்ததன் அடிப்படை என்ன என்பதைச் சிந்தித்தால், ஓர் உண்மை உடனே விளங்கும். வருணன் பால் கொடுத்துவைத்திருந்த விஷ்ணு தனுசைப் பெறவேண்டிய நேரம் வந்துவிட்டது என்பதை அறிந்த மூல இராமன் இலக்குவனை மறுத்து, கரன் வதைக்குத் தசரதராமனை மட்டும் தனியே அனுப்புகிறான். வருணன் தந்த வில்லை இராமன் வாங்குவதை யாரும் காணக்கூடாது என்பதே மூல இராமனின் கருத்துப் போலும். கரனைப் பொறுத்தமட்டில் அறிவு விளக்கம் பெறாமல் மாபெரும் வன்மை மட்டும் பெற்ற அரக்கன் என்று அறிய முடிகிறது.

கும்பகர்ணன்

இலங்கைப் போரில் முதற் போருக்கு அடுத்தபடியாகக் கும்பகர்ணன் ஒருவனிடம் மட்டுமே இராமன் நேரடிப்போரில் ஈடுபடுகிறான். பெருந்தூக்கத்தில் ஆழ்ந்தவனாயினும் பெரும் தவவலிமையோடு சிறந்த அறிவு விளக்கம் பெற்றவன் கும்பகர்ணன். இராவணனுக்கு அறவுரை கூறும் பொழுது அறிவுத் தெளிவோடு மிகச் சிறந்த வாதங்களை முன் வைத்துப் பேசுபவன் கும்பன் ஆவான்.

இராவணன் மந்திராலோசனை சபையில் கும்பகர்ணன் பேசும் தெளிவான வாதங்கள் அவனுடைய கல்விச் சிறப்பையும் அறிவுத் திறத்தையும் நன்கு வெளியிடுகின்றன. இராவணனை நோக்கி அவன் கூறுவன:

"..
ஆயிரம் மறைப்பொருள் உணர்ந்து, அறிவு அமைந்தாய்;
தீயினை நயப்புறுதல் செய்தனை தெரிந்தாய்;
ஏயின் உறத்தகைய இத்துணைய வேயோ?" - *கம்ப 6118*

"..
.... வேறு ஒரு குலத்தோன்
தேவியை நயந்து, சிறை வைத்த செயல் நன்றோ?
பாவியர் உறும்பழி இதின் பழியும் உண்டோ?" - *கம்ப 6119*

"என்று ஒருவன் இல்உறை தவித்தியை..........
.... சிறை வைத்தாய்,
அன்று ஒழிவதாயின, அரக்கர் புகழ், ஐயா!
புன்தொழிலினால் இசை பொறுத்தல் புலமைத்தோ?" - *கம்ப 6120*

"சிட்டர் செயல் செய்திலை; குலச் சிறுமை செய்தாய்"
- *கம்ப 8123*

"...................... ஒருவனே சிலை வலத்தால்,
கரன் படை படுத்து, அவனை வென்று, களைகட்டான்;"
- *கம்ப 624*

என்ற இவ்வாதங்களில் முதலில் அறிவு அமைந்தாய் என்று கூறி அறிவின் துணை கொண்டு தன் செயலை ஆராயுமாறு இராவணனை வேண்டினான்.

அடுத்து, "பழியெனின் உலகுடன் பெறினும் கொள்ளலர்" (புறாநா. 182) என்ற புறப்பாடலையும், "கழியக் காதலர் ஆயினும் சான்றோர் பழியோடு வரூஉம் இன்பம் வெஃகார்" (அகநா. 12) என்ற அகநானூற்றுப் பாடலையும் நினைவில் கொண்டு கும்பகருணன் சொன்ன கருத்தினைக் கணித்தல் வேண்டும். இராவணன் பழிக்கு அஞ்ச வேண்டும் என்ற கருத்தில் கூறுபவன் போல 'பாவியர் உறும்பழி இதின் பழியும் உண்டோ?' என்று அச்சுறுத்தினான். அறிவு வாதமும், பழி அச்சமும் இராவணன்பால் எடுபடவில்லை என்பதை அறிந்த கும்பகர்ணன், இசைபட வாழவேண்டும் என்று விரும்பும் இராவணனைப் பார்த்து, 'புன் தொழிலினால் இசையோடு வாழ்தல் இயலாது' என்பதையும் எடுத்துக் காட்டினான். அதற்கடுத்தபடியாக இராவணன் மனத்தில் உயிர் அச்சத்தை உண்டாக்குபவன் போலக் கரன் கதையை எடுத்துக் கூறினான்.

மந்திராலோசனையில் கும்பனுடைய வாதங்கள் செல்லுபடியாக வில்லை என்றாலும், அவனை அறிந்து கொள்ளுதற்கு இவை உதவுகின்றன.

இனி அடுத்தபடியாக உறங்கும் அவனை எழுப்பி, போருக்குச் செல்லுமாறு பணிக்கிறான் இராவணன். போர் மூண்டதை அறிந்த கும்பன் பேசும் பேச்சுக்கள் இராமனை இன்னான் என்று கும்பன் அறிந்தேயிருந்தான் என்பதை நன்கு வெளிப்படுத்துகின்றன. "வெஞ்சமம் தொடங்கிவிட்டதோ? சானகி துயர் இன்னும் தீரவில்லையோ? வையம் முதல் வானம் வரைதானாக வளர்ந்த புகழ் அழியவும், நமக்கும் நாசம் வந்துற்றதோ?" (7350)

“பெருவலி இராமன் தோள்களை வெல்லலாம் என்பது சீதை மேனியை நீ புல்லலாம் என்பது போலத்தான்.” (7352)

“நீயே இந்திரனுக்கு வெற்றி தேடித் தந்து விட்டாய். உன் சுற்றம் கிளை ஆகிய அனைவரையும் ஒழித்து விட்டாய். நீயும் ஒழிந்தாய். நீ ஒருவனே இத்தனையும் செய்து முடித்தாய்.” *(7354)*

“வந்தவர்களுக்குத் தஞ்சம் கொடுப்பதும், தருமத்தைக் காப்பதும், பண்புடைமையும் அவர்கள்பால் நின்றுவிட்டன. இதற்கு நேர்மாறான வஞ்சனை, பொய், பாவம் என்பவை நம்மாட்டுள்ளன. வேறு என்ன முடிவை நீ எதிர்பார்க்கிறாய்?” *(7356)*

மேலே கண்டவற்றை ஆழ்ந்த சிந்தனையோடு கூறிய கும்பன், இராவணன் எதற்கும் அசையாதது கண்டு கேலியாகப் பேசத் தொடங்குகிறான்:

“நமக்குப் பாதுகாவலாக உள்ள கருங்கடலையே காற்றின் உதவியால் தாண்டும் குரங்குகள் பல உள்ளன. அவன்பால் உன்னை வாலில் கட்டிய வாலியின் மார்பைத் துளைத்துச் செல்லும் அம்புகள் பல உண்டு. சீதை நம்மிடம் உள்ளாள். வேறு என்ன குறை?” *(7357)*.

இவ்வாறெல்லாம் கூறிய பிறகும் அறிவு விளக்கம் பெறாத இராவணன் மிக்க சினத்துடன், “நீ சென்று உறங்குவாயாக” என்று கூறியவுடன் அறிவுத் தெளிவின் எல்லைக்கே சென்றுவிட்ட கும்பன் இறுதியாக மூன்று பாடல்களில் தன் கருத்தை வெளியிடுகிறான்:

“இந்திரன் பகைஞனும், இராமன் தம்பிகை
மந்திர அம்பினால் மடிதல் வாய்மையால்”
....
.... - கம்ப 7367

“என்னை வென்றுளர் எனில், இலங்கை காவல!
உன்னை வென்று உயருதல் உண்மை; ஆதலால்,
பின்னை நின்று எண்ணுதல் பிழை; அப் பெய்வளை -
தன்னை நன்கு அளிப்பது தவத்தின் பாலதே.” - கம்ப 7368

“வென்று இவண் வருவென் என்று உரைக்கிலேன்; விதி
நின்றது; பிடர் பிடித்து உந்த நின்றது;”
....
.... - கம்ப 7366

இப்பாடல்களில் இந்திரன் பகைஞனும் என்று தொடங்கும் பாடலை ஆய்வது தேவையாகும். அப்பாடலில் இந்திரசித்தன் இலக்குவனுடைய மந்திர அம்பினால் மடிதல் உறுதி என்று கூறியது

எவ்வளவு உண்மை! எந்தத் தெய்வப் படையாலும் இந்திரசித்தனைக் கொல்ல முடியாது என்பதை நிகும்பலையில் அறிந்த இலக்குவன், 'இராமன் பரம்பொருள் என்பது உண்மையானால் இந்தச் சாதாரண பிறை முகவாளி அவனைக் கொல்வதாக' (9166) என்று சொல்லியே இந்திரசித்தனைக் கொன்றான் என்று அறியும்போது, மந்திர அம்பு என்று கும்பன் கூறியது அவனது பேரறிவை விளக்குகின்றது.

கும்பனைப் பற்றிய இத்தனை விளக்கங்களையும் வீடணன் மூலம் அறிந்த இராகவன், 'இவனைக் கொன்று ஒரு பயனும் இல்லை. அவனைக் கூட்டி வருக' என்று கூறி, வீடணனை அனுப்பினான். குலத்து மானம் தவிராத கும்பன் 'ஒருத்தரின் (அண்ணனின்) முன்னம் சாதல் உண்டவர்க்கு உரியது' என்று கூறி மறுத்தது. இராமனின் இரண்டாவது பகைவன் யார் என்பதை நன்கு அறிவிக்கின்றது.

போர்க்களத்தில் இராமனைச் சந்திப்பதற்கு முன்னர், அனுமனுடன் போரிட நேர்ந்ததும், கும்பன் பற்றி அனுமன் பேசியதும் நினைவுகூரத்தக்கனவாகும். 'இவன் தோள்களை யாராலும் பிளத்தல் முடியாது. ஒருவேளை இராமன் அம்பு துளைத்தால் துளைக்கலாம்' (7474) என்று மாருதியே கும்பன் பற்றிக் கூறுகிறான்.

இராமனை எதிர்கொண்ட கும்பன், போர்க்களத்தில் அவன் எதிரே பேசும் பேச்சுக்கள் இராவணன் எதிரே பேசிய பேச்சுக்களிலிருந்து மாறுபட்டவை ஆகும். இராமனை இன்னான் என்பதைத் தானும் அறிந்து, அண்ணனுக்கும் அறிவிக்க முயன்றான். ஆனால், போர்க்களத்தில் எதிரே நிற்கும் இராமனைப் பார்த்து எல்லையற்ற அலட்சியத்துடன் பேசுவது கும்பகர்ணனுக்கு அழகூட்டுவதாகும்.

"இராமா! கவந்தன் என்ற அசுரனையும், பூவில் தேன் எடுத்து உண்ணுகின்ற குரங்காகிய வாலியையும் வென்றுவிட்ட காரணத்தால் என்னையும் அவர்களைப் போல் எண்ணிவிடாதே". (7552)

"உன் தம்பி மேலும், அவனைத் தூக்கிக் கொண்டு வருகின்ற அனுமனையும் நான் கோபிக்கவில்லை, வாலியின் தம்பியாகிய சுக்கிரீவனையும் நான் எதிர்த்துப் போராட வில்லை. காரணம், சிறியவர்களாகிய அவர்களுடன் போரிடுவது எனக்குப் புகழை உண்டாக்காது." (7553)

"போர்க்களம் முழுதும் உன்னைத் தேடினேன். நீ அகப்படாத பொழுது உன் தம்பியையும் அவனைத் தோளில் தூக்கி வரும் அனுமனையும் சாடினேன். என் இலக்காகிய நீ எங்கும் காணப்படாமையால் எளிதாக என் கைக்குள் அகப்பட்ட இவனை (சுக்கிரீவனை) எடுத்துச் செல்ல முயன்றேன்."*(7554)*

"பல இடங்களில் என்னால் தேடப்பட்ட நீ, இப்பொழுது நல்ல வேளையாக என்னிடம் வந்து சிக்கினாய்". *(7555)*

"ஏ இராமா! தேவர்கள் பார்த்துக் கொண்டேயிருக்கிறார்கள். இதோ என் கைக்குள் அகப்பட்டுத் தவிக்கும் இந்தக் குரங்கை நீ உன் கை அம்பினால் விடுவித்தாயானால் சீதை சிறையிலிருந்து விடுபட்டாள் என்றே வைத்துக் கொள்ளலாம்" (755) என்று இராமனைப் பார்த்துப் பேசியவன் கும்பன் ஒருவனே ஆவான்.

இவனுடைய வீர வசனத்தைக் கேட்ட இராமன் புன்சிரிப்புடன் "கும்பனே! நீ இப்பொழுது குரங்கைப் பற்றியிருப்பதாகக் கூறினாய்; அது தவறு. அந்தச் சுக்கிரீவன் என்பால் அடைக்கலம் புகுந்தவன். என் அடைக்கலப் பொருளை வவ்விய உன் கைகளைத் துணித்து என் அடைக்கலத்தை நான் விடுவிக்க முடியவில்லை என்றால், இனி இந்த வில்லைக் கையில் தொடேன்" *(7557)* என்று வஞ்சினம் கூறி, இராம பொருதுவதும் இறுதியில் இராமனுடைய மலர்க்கரம் விதிர்த்ததும் கும்பனுடைய ஆண்மைக்கு எடுத்தக்காட்டாகும்.

இராமன் கையில் மடிந்த கும்பகர்ணன் எல்லா வகையிலும் இராவணனுக்குச் சமமான பலம் உடையவன். ஆயினும் அவனுடைய அகங்காரம், தீயொழுக்கம் என்பவை கும்பனிடம் இல்லாதது மட்டுமன்று, மாபெரும் அறிவாளியாகிய அவன் தன் அறிவைப் பயன்படுத்தி இராமன் யார் என்று அறிந்தாலும், வீடணனைப் போலத் தொடக்கத்திலிருந்தே அற வாழ்க்கை மேற்கொள்ளாமை யாலும், செஞ்சோற்றுக் கடனைப் பெரிதென மதித்தமையாலும் இராமன் கை அம்பினால் இறக்கிறான். புறநிலைக் கணிப்பிலே இது கும்பகருணன் பெற்ற தோல்வியே யெனினும், அக நிலைக் கணிப்பிலே அவன் பெரும் பேறு பெற்றவனாகிறான்.

கும்பகர்ணன் இரு துருவ இணைப்பு

தொடக்கத்தில் இருந்தே கும்பன் என்ற மாவீரன் தன்னலம் என்ற சொல்லுக்கே பொருள் தெரியாமல் வளர்ந்து விட்ட பெருமகன் ஆவான். அதனால் தான் இரு துருவங்களாக நிற்கும் இராவணன்,

வீடணன் ஆகிய இருவரையும் அவனால் ஏற்றுக்கொள்ள முடிகிறது. தன் கைகளையும் கால்களையும் இராமபாணம் வேறு வேறாக்கிய போதும் எவ்வித மனக் கசப்போ துயரமோ சினமோ கொள்ளாமல், மூன்றாம் மனிதனைப் போல, 'அய்யன் வில் தொழிற்கு ஆயிரம் இராவணர்கள் ஒரு பொருட்டே இல்லை' என்று பகைவன் ஆற்றலை போர்க்களத்திலேயே புகழும் பண்பாளன் கும்பன் என்பதை அறிய முடிகிறது. இந்த நிலையிலும் இராவணனைக் காப்பாற்ற முடியாது என்பதை நன்கு அறிந்தவன் ஆதலால் தன் குலத்திற்கு ஒரு கொழுந்தாக எஞ்சி நிற்கும் வீடணனை எப்படியாவது காப்பாற்ற வேண்டும் என்ற எண்ணத்தில் இராமனிடம் வரம் கேட்கும் ஒரு மாபெரும் ஞானியாக வளர்ந்து விடுகிறான், கும்பகர்ணன்.

இராவணன்

சூர்ப்பணகை மூக்கறுபட்ட நிலையைக் கண்டு தொடக்கத்தில் 'அவர்கள் மனிதர்கள்' என்று இராவணன் எள்ளியது உண்மைதான். ஆனால், கர தூடணர்களும், அவர்களின் படைகளும் ஒரே ஒருவனால் விண்ணுலகம் அனுப்பப் பெற்றனர் என்று கேள்விப்பட்டவுடன் கேவலம் மனிதர்கள் என்று சொல்வதை விட்டுவிட்டு அவர்களை மதிக்கத் தொடங்கி விட்டான். எவ்வாறேனும் சீதையைக் கவர்ந்து வரவேண்டும் என்பதே அவனது தலையாய நோக்கம். அவர்களுடன் போர் செய்து, வென்று, சீதையைக் கவரலாம் என்று அவன் முதலில் கருதி இருக்கலாம். அதைத் தவிர்க்க இரண்டு காரணங்கள் அவன் மனத்தில் தோன்றி இருக்க வேண்டும். கர, தூடணர்கள் முதலானவர்களை கடிகை மூன்றில் விண்ணில் ஏற்றியவனை விரைவாகப் போரில் வென்று சீதையைக் கவர்வது எளிதன்று என்பது ஒரு காரணம். அப்படியே அவர்களை வென்றுவிட்டால் கற்புக்கடம் பூண்ட பிராட்டி உயிரை விட்டுவிடுவாளே தவிர, சிறை பிடிக்கும் வரையில் காத்துக் கொண்டு இருக்க மாட்டாள். இந்த இரண்டு காரணங்களையும் நன்கு ஆராய்ந்த இராவணன், இராம, இலக்குவர்களுடன் போர்புரிவதால் தம் எண்ணம் நிறைவேற வாய்ப்பில்லை என்பதை நன்கு அறிந்து கொண்டான். அதனால் தான் ஒரு சூழ்ச்சி செய்து, இராம், இலக்குவர்களைப் பிரித்து பிராட்டியைக் கவர நினைத்தான்.

இராம இலக்குவர் பற்றி இராவணன் கருத்து

இந்த நிலையில், இராகவன் பரம்பொருளின் அவதாரம் என்ற எண்ணம் அவன் மனத்தில் தோன்றவே இல்லை. முதற்போரில் பட்ட

அனுபவத்திலிருந்துதான் இராமனைப் பற்றிய அவனுடைய கணிப்பு மாறிக்கொண்டே வருகிறது. முதற்போருக்கென்று வந்த இராவணன் இலக்குவனுடன் ஒரு சிறிது போர் செய்தபின் இலக்குவனைப்பற்றி அவன் கூறும் வார்த்தைகள், அவன் மனமாற்றத்தை அறிவிக்கின்றன. இலக்குவன் நாண் ஒலி கேட்டபொழுதே, சற்றும் எதிர்பாராத வியப்பில் ஆழ்ந்த இராவணன் தன்னுடைய முடியைத் துளக்கி 'என்னே! இவன் ஒரு மனிசன்' *(7159)* என்று வியந்தானாம். இலக்குவன் மேல் ஏற்பட்ட இந்த மரியாதை, இராமனைச் சந்திக்கச் செல்லுமுன் இராவணன் மனத்தில் இராமனைப் பற்றி மிக உயர்வான ஒரு கருத்தைக் கொள்ளுமாறு செய்தது.

“நாளை வா”

'அமர் பொருமேல் வெல்லும் அத்தனை அல்லது தோற்றிலா விறலோன்' *(7263)* ஆகிய இராவணன், ஒரு தனி மனிதனிடம் மகுடம் முதலியவற்றை இழந்து கட்டை விரலால் பெண்களைப் போல் பூமியைக் கிளறிக் கொண்டு நிற்கும் நிலையை அடைந்து விட்டான். அந்தச் சந்தர்ப்பத்தை பயன்படுத்திக் கொண்டு அவனைக் கொல்லாமல் இராமன் கூறிய சொற்கள் அந்தக் கல்மனக்காரனையும் ஒரு வினாடி நெகிழச் செய்து விட்டன.

“அறத்தின் அடிப்படை இல்லாமல் மறம் ஒன்றையே துணையாகக் கொண்டு போரில் வெற்றிபெறுதல் என்பது இயலாத காரியம் என்பதை அறிந்தாயல்லவா. இப்பொழுது உன்னையும், உன் நகரத்தையும் அழிக்க முடியும் என்றாலும் நீ துணை இழந்த தனியனாய் நிற்பதைக் கண்டு அதனைச் செய்யாது விட்டேன்”. *(7267)*

“உன்னுடைய உறவினர், பெரும்படை, படைக்கலங்கள் ஆகிய அனைத்தையும் ஒருசேரத் திரட்டிக் கொண்டு வந்து நீ பொருவதானாலும் வருக. இன்றேல் எங்கேனும் சென்று ஒளிந்து கொள்க”. *(7268)*

“பிராட்டியைச் சிறை நீக்கம் செய்து, தேவர்கட்கு இடுக்கண் செய்வதை விட்டு உன் தம்பிக்கு முடியை நல்கி அவனுக்கு ஏவல் செய்து நிற்பையாயின் உன் தலையைத் துண்டிக்காமல் விடுகிறேன்”. *(7269)*

“இலங்கை அரசனே! உனக்குள்ள எல்லாம் சூறைக்காற்றில் அகப்பட்ட பூளைப் பூபோலச் சிதறியதைக் கண்டாய் அல்லவா.

இன்று சென்று விட்டு நாளைப் போர் செய் வருக" (7271) என்று கூறி அனுப்பிவிட்டான் இராமன்.

இராகவனுடைய சொற்கள், இராவணன் மனத்தில் பெரு மாற்றத்தை ஏற்படுத்தின என்பதைப் பின்வரும் நிகழ்ச்சிகளால் அறிய முடிகிறது. தன் அரண்மனை சென்ற இராவணன் வருத்தத்தோடு இருக்கவும், மாலியவான் (இராவணனின் பாட்டன்) 'என்ன காரணம்' என்று கேட்க, இராமனைப் பற்றிச் சொல்ல ஆரம்பிக்கிறான் இராவணன். இப்பொழுதுதான் இராமன் சொன்ன அறவுரைகளைக் கேட்டு வந்துள்ளான் ஆதலாலும் சுத்த வீரனாகிய அவன் மற்றொரு மாபெரும் வீரனாகிய இராமனின் போர் முறையைக் கண்ட வியப்பாலும் தன்னையே மறந்து இதோ பேசத் தொடங்குகிறான்:

"நம்குலத்துக்குப் பங்கமும் பழியும் வந்துற்றது" - கம்ப 7286

"வளை அமை வரிவில் வாளி மெய்உற வழங்கும் ஆயின்,
இளையவன் தனக்கும் ஆற்றாது, என் பெருஞ்சேனை"
- கம்ப 7287

"எண் இலா அரக்கர் கொல்லப்பட்ட வேளையிலும், என்னைப் பரிபவப்படுத்திய போதும் அவன் முகத்தில் சினத்தின் அறிகுறியே காணப்படவில்லை. சிறுவனாக இருந்த போது கூனியின் முதுகில் உண்டை அடித்தபோது என்ன மந்தகாசமான சிரிப்பு இருந்ததோ அதுவே இப்பொழுதும் இருந்தது." (உணர்ச்சிக்கு இடம் கொடாது கடமை ஆற்றும் கர்ம வீரனாகவே காட்சி அளித்தான்.) (7288)

"அவன் கைவாளி ஊழியையும் தீய்க்கும்; செல்லும் திசையையும், சொல்லும் வாயையும் தீய்க்கும்; நினைத்த மனத்தையும் தீய்க்கும்." (எங்கள் வாளி பருப் பொருட்களைத் தான் தீயக்கும். அவன் வாளி நுண் பொருள்களையும் மனத்தில் தோன்றும் எண்ணங்களையும் தீய்க்கும் என்றவாறு.) (7290)

"இந்திரன் வச்சிராயுதம், ஈசனுடைய திரிசூலம், திருமாலின் சக்கரம் என்பவற்றை நான் கண்டுள்ளேன். அவற்றிற்கு அஞ்சாத நான், இராமன் வாளியால் நொந்தேன் என்றால் பிறர் பற்றிச் சொல்ல வேண்டாம்." (7294)

"இந்திரன் தோள்கள் இரண்டு, ஈசன் தோள்கள் எட்டு, திருமால் தோள்கள் ஆயிரம் ஆகிய அனைத்தும் இராமன் விரல் அசைப்பிற்கு ஈடு கொடுக்க மாட்டா." (7295)

"வேதம் தப்பினபோதும் அன்னான் வில் உமிழ் சரங்கள் தப்பா." *(7297)*

"அவன் வில்லை இடக்கையில் பிடித்துள்ளானா, வலக்கையில் பிடித்துள்ளானா, அதிலிருந்து வரும் அம்புகள் நான்கு திசைகளிலும், கீழும், மேலும் எங்கிருந்து வருகின்றன என்று இன்னும் நான் சரியாகத் தெரிந்து கொள்ளவில்லை." *(7299)*

"ஒரு குரங்கின் தோளின் மேல் ஏறிக் கொண்ட ஒரு மனிதன் காற்றில் ஏறி வந்தானா, கனலில் ஏறி வந்தானா, கருடன் மேல் வந்தானா, எமன்மேல் வந்தானா என்று சொல்ல முடியாதபடி அவ்வளவு வேகமாகச் சாரி சுற்றி வந்தான்." *(7300)*

"இந்திரன், திருமால், நான்முகன், மழுவேந்திய ஈசன் என்று பேர் சொல்லப்படும் மிகச் சாதாரணமானவர்களால் எனது முடிவு ஏற்படப்போவதில்லை. நாசம் வந்துற்ற போது என்னால் மதிக்கத் தகுந்த நல்லதொரு பகையைப் பெற்றேன்." *(7302)*

- மேற்கண்ட முறையில் இராகவன் போர்த்திறமையை அங்குலம், அங்குலமாக நினைந்து பார்த்து வியப்பாகி, தன்னை மறந்து அவன் வில் ஆற்றலை இதுவரை புகழ்ந்து கொண்டே வந்த இராவணன், மறுபடியும் இராமனைப் பாதாதிகேசம் தன் கற்பனைக் கண்களால் காண்கிறான். ஆடவர் பெண்மையை அவாவும், அந்த அழகனைப் போர்க்களத்தில் அல்லாமல் அமைதியாக இருந்து கொண்டு மனக்கண்ணில் கண்டு ரசிக்கின்றான். "அந்த ராம சௌந்தர்யம் அளவிடப்போமோ" என்ற நினைவு தோன்றியவும் அந்த அழகைக் கண்டு, ரசித்து மகிழும் பிராட்டி, அந்த இராமனைக் கண்ட பிறகு தன்னையும், மன்மதனையும் கண்டால் தங்கள் இருவரையும் நாய் என்று நினைப்பதில் தவறு ஒன்றும் இல்லை என்ற முடிவிற்கு வந்து பேசுகிறான். *(7301)*

மீண்டும் முருங்கை மரத்தில்.........

இந்த மனநிலையை மகோதரன் என்ற அவன் மாமன் வந்து கெடுத்துப் பழைய இராவணனை அவனுள் உசுப்பி விட்டு விட்டான்.

இறுதிப் போர்

இதன் பிறகு, இராவணன் இராமனைச் சந்திப்பது இறுதிப் போரில் தான். உறவினர் என்று சொல்லத்தக்கவர், படைத்தலைவர் என்று சொல்லத்தக்கவர் அனைவரையும் ஒரு சேர இழந்த நிலையில்

இறுதிப்போருக்குப் தயாராகிறான் இராவணன். இப்பொழுது அவனுடைய மனநிலையில் எவ்விதக் குற்றமோ அழுக்கோ இல்லை.

அனைவரும் இறந்த பிறகு தான் மட்டும் வாழ்வதில் அர்த்தம் இல்லை என்ற முடிவுக்கு வந்துவிட்டான் இராவணன். போரிட்டு மடிதல் தன் சிறப்புக்கு மேலும் சிறப்புச் சேர்க்கும் என்ற எண்ணத்துடன் அமைதியான முறையில் அன்றாடம் வழிபடும்,

> **"ஈசனை இமையா முக்கண் ஒருவனை, இருமைக்கு ஏற்ற**
> **பூசனை முறையின் செய்து"** - *கம்ப 9644*

போருக்குப் புறப்பட்டான் என்று பாடுகிறான் கவிஞன். இருமைக்கு ஏற்ற பூசனை என்பது, இம்மை, மறுமை என்ற பொருளைத் தாராமல், காமிய பூசை, நிஷ்காமிய பூசை என்பவற்றில் இன்று அவன் வேண்டிக் கொள்வது எதுவும் இல்லை ஆதலால், நிஷ்காமிய பூசையே செய்தான் என்ற பொருள் கோடல் பொருந்தும். நிஷ்காமிய பூசையைத்தான் மன அமைதியோடு முறையாகச் செய்ய முடியும். இறுதிப் போருக்குப் போகுமுன் அவ்வாறு செய்தான் என்கிறான் கவிஞன். இத்தகைய பூசை முடிந்தவுடன் உள்ளம் தூய்மை பெற்றிருக்கும். [இராவணன் செய்த சிவபூசை பற்றிய திறனாய்வினை 'இராவணன்மாட்சியும் வீழ்ச்சியும்' என்ற நூலில் காணலாம்.] ஆதலால் போர்க்களத்தில் இராமனைச் சந்தித்த போது அவனுடைய காட்சி பழைய காட்சியிலிருந்து மாறுபடுகிறது. முன்னர் இராகவனின் போர் ஆற்றலில் தன்னை மறந்து ஈடுபட்ட இராவணன், சமதிருஷ்டி பெற்று விட்ட நிலையில் முன்னர்க் கூறியவையெல்லாம் மறந்துவிடுகின்றன.

இராவணன் கண்ட தோற்றம்

இப்போது எதிரே நிற்கும் ஒருவன் தசரதராமனாகவோ, பகைவனாகவோ, மன்மதனை வென்ற அழகனாகவோ, மும்மூர்த்திகளின் மேம்பட்ட வீரனாகவோ தெரியவில்லை. ஆம்! சமதிருஷ்டியுடன், நிஷ்காமிய பூஜை செய்து அதே மனோநிலையில் போர்க்களம் புகுந்தபொழுது எதிரே நிற்பவன் யாராக இருக்கும் என்று ஆராய்ச்சியில் அவன் சிந்தனை ஓடுகிறது. "இவன் சிவனோ அல்லன், நான்முகன் அல்லன், திருமாலாம் அவனோ அல்லன், மெய்வரமெல்லாம் சுடுகின்றான்" (9837) என்ற நினைவு வந்த பிறகு தன்னைக் காட்டிலும் அதிகத் தவஞ் செய்து வரங்கள் பெற்றவனாய் இருப்பானோ என்ற எண்ணம் தலை தூக்கியவுடன் மறுபடியும் எதிரே நிற்பவனைக் காண்கிறான். பல்லூழிக்காலம் தவம்

செய்த வயது இவனுக்கில்லை என்ற முடிவுக்கும் வந்துவிட்டான். அப்படியானால் இவன் யாராகத்தான் இருக்க முடியும் என்ற வினா அவன் புறமனத்தில் தோன்றி, அகமனத்துள் சென்று புத்தியை ஊடுருவி அவனுடைய அகங்காரத்தையும் ஆட்டுவித்த பிறகு அந்த ஆணவம், இவன் யார் என்ற கேள்விக்குப் பதில் கூற முடியாமல் அடங்கி விடுகிறது. எனவே, மனம், சித்தம், புத்தி, அகங்காரம் என்ற அந்தக்கரணங்கள் நான்கையும் கடந்த பிறகு அந்த வினாவிற்கு விடை கிடைக்கிறது.

பிரம்மத்தைப் பற்றிச் சுட்டிக் கூற வந்த வேதம், ‘இதுவல்ல, இதுவல்ல’ (நேதி, நேதி) என்று கூறி முடித்துவிட்டதே தவிர, இதுதான் என்று சுட்டாமல் விட்ட பொருள்தான் இவன் என்ற முடிவுக்கு வருகிறான், ஆயிரம் மறைப்பொருள் உணர்ந்து, அறிவு அமைந்தவனாகிய இராவணன். எனவே, சிவனல்லன், நான்முகனல்லன் என்று தொடங்கியவன் அந்த வேதம் கூறும் ‘இதுவல்ல’ என்பதற்கும் அப்பாற்பட்டு, ‘இவனோதான் அவ்வேத முதற்காரணன்’ என்ற முடிவுக்கு வருகிறான். இவனோ என்பதில் உள்ள ஓகாரம், ஐயம், வினா முதலிய பொருள்களில் வாராமல், வியப்புப் பொருளில் வந்தது.

மனம் மாறிவிட்டான்

இந்த மெய்யுணர்வு இராவணனுக்கு வந்தது உண்மைதான். ஆனால், வந்த மெய்யுணர்வை வைத்து வாழத் தவஞ்செய்யாதவன் அவன். எனவே, உடனே மனம் மாறிவிடுகிறான்.

திரு அவதாரப் படலத்தின் இறுதிப் பாட்டில், கவிஞன் இராமன் யார் என்பதைத் தன் கருத்தாக, முப்பரம் பொருளுக்கு முதல்வன் (313) என்று கூறித் தொடங்கி, காப்பியத்தின் இறுதியில் ஆயிரம் மறைபொருள் உணர்ந்து அறிவு அமைந்த இராவணன் கூட ‘இவன் தான் வேத முதற்காரணன்’ என்று தன் கருத்தையே அவனும் பேசுகிறான் என்று முடிந்துள்ளமை நினைந்து நினைந்து இன்புறுதற்குரியதாகும்.

இராவண வதமே இராமாவதார நோக்கம். அவன் மடிவது கடைசியில் தான். அவனுக்கு முன்னரே எண்ணிலா அரக்கர் மாய்ந்தனர். அறம் தலைநிறுத்த வந்த தலைவன் தீயோர் உக நூற வந்த பரம்பொருள் இராவண வதத்தோடு தன் திருவிளையாட்டினை ஓர் எல்லையில் நிறுத்திவிட்டது.

‘உலகம் யாவையும் உள ஆக்கலும் நிலைபெறுத்தலும் நீக்கலுமாகிய அலகிலா விளையாட்டு உடைய தலைவ’னின் அவதாரச் செயற்பாடு இராவண வதத்திலே ஓர் எல்லையிட்டு நிறைந்தது.

முடிவாக

“இரக்கம் என்று ஒரு பொருள் இலாத நெஞ்சினர் அரக்கர் என்று உளர் சிலர்; அவர் அறத்தின் நீங்கினார்.” இது அரக்கர் பற்றிய பொதுவான விளக்கம். அவர்களிடையே தவ மேன்மையும் மறைப்பொருள் உணர்ந்த அறிவும், அளவில் ஆற்றலும் கொண்டோர் மிகப் பலர். தவத்தாலும் தறுகண்மையாலும் பெற்ற ஆற்றல்களைத் தவறாகப் பயன்படுத்தியதாலேயே அழிக்கப்பட வேண்டியவராயினர். அதே ஆற்றல்களைப் பெற்ற அரக்கரிடையே அந்தணன் போல வாழ்ந்த வீடணனும் உண்டு. அரக்கர் சாதியான்; ஆயினும் சாதியால் வந்த சிறுநெறி அறியாதான். ஆதலின், பரதனுக்குக் கிடைத்த ஆழ்வார் பட்டம் அவனுக்கும் கிடைத்தது. இறுதிவரை தன் ஆணவம் அழிய விடாத இராவணன் ஒரு துருவம்; வீடணன் இன்னொரு துருவம். இரண்டு துருவங்களுக்கும் இடைப்பட்ட பீடத்தில் இருந்தவன் கும்பகருணன். விசுவாமித்திரன் வேள்வியின் போது இராமன் கனைப்பட்டுத் தப்பிய மாரீசன் இவர்கள் அனைவரினும் தனி நிலையினன் ஆவான். இராம பாணத் தீட்சையால் அகம் மாறித் தவநெறி பூண்டான்; ஆனால், இராவணனுக்கு உதவ முனைந்து மானாகி மாண்டான்....... தாடகையும், சூர்ப்பணகையும் இராவணக் கூட்டத்தின் பெண்மைப் பதிப்பு; மண்டோதரி, திரிசடை ஆகியோர் வீடணத்தின் பெண்மைப் பதிப்பு.

இவ்வாறு இராம காதையின் தலைவனுக்கு எதிரணி வகுத்து அவதார தத்துவத்தை நாம் உணர்வதற்கு உதவியவர்கள் அரக்கர்கள் என்பதைக் கண்டோம்.

~

பரம்பொருளும் இராமனும்

மிகப் பழைமையானது என்று கருதப்படும் ரிக் வேதத்தில் சிவன் பற்றி நான்கு, ஐந்து பாடல்களும் விஷ்ணு பற்றி ஆறு, ஏழு பாடல்களும் தான் உள்ளன. இவர்கள் யாரையும் முழு முதற் பொருளாக வேதம் குறிக்கவில்லை. தெய்வங்களுக்குள் இந்திரன், வருணன் ஆகியோரையே மிக உயர்ந்த தெய்வங்கள் என்று ரிக் வேதம் குறிக்கும். புருஷசூக்தம் முதலியவை மிகப் பிற்பட்ட காலத்தில் வேதத்துடன் சேர்க்கப்பட்டவை ஆகும். உருவ வழிபாட்டை வேதங்களில் காண முடியாது. வேள்விகளையே பெரிதாக நம்பி அவற்றைச் செய்வதன் மூலமே இந்திரன் முதலியவர்களின் அன்பைப் பெறலாம் என்றுதான் வேதகால மக்கள் நம்பினர். காலம் செல்லச் செல்ல வேதத்தின் பிற்பகுதியாகிய உபநிடதங்கள் தோன்றலாயின. அறிவு, ஞானம் என்ற இரண்டும் ஈடு இணையற்று வளர்ந்த காலத்தில் இந்நாட்டு முன்னோர்கள் உபநிடதங்களைச் செய்தனர். உலகின் வேறு எந்தப் பகுதியிலும் பரம்பொருளுக்கு இலக்கணம் கூறும் வகையில் இவ்வளவு உயர்ந்தனவும் ஈடு இணையற்றனவுமாகிய நூல்கள் அந்தக் காலகட்டத்தில் தோன்றவில்லை என்பது உண்மைதான்.

வடபுலத்தைப் பொறுத்தவரை நிலைமை இவ்வாறு இருக்க, தென்புலத்தைப் பொறுத்தவரை கிறிஸ்து பிறப்பதற்கு 7, 8 நூற்றாண்டுகள் முன்னரே கடவுட் கொள்கை வலுப்பெற்றிருந்தது என்பதைத் தொல்காப்பியம் மூலம் அறியமுடியும். பரம்பொருளைக் குறிக்கக்

'கடவுள்' என்றும், குறிப்பிட்ட சில பணிகளை நிறைவேற்ற வந்த தெய்வங்களைத் 'தெய்வங்கள்' என்றும் தொல்காப்பியம் சொல்லிச் செல்கிறது. தொல்காப்பியம் பயன்படுத்தும் கடவுள், தெய்வம், கொடிநிலை, கந்தழி, வள்ளி என்ற சொற்களின் உண்மையான பொருளை இதுவரை கண்டோமா என்பது ஐயத்திற்குரியதாகும். சங்க காலப் பாடல்கள் தோன்றிய காலத்தில் கடவுட் கொள்கையோடு, புராணக் கதைகளும் வலுவான இடத்தைப் பெற்றுவிட்டன. தொடக்கத்திலிருந்தே இத் தமிழர்கள் உருவ வழிபாட்டை ஏற்றுக் கொண்டனர் என்பதில் ஐயமில்லை. உருவ வழிபாட்டை ஏற்றுக் கொண்டதால் பரம்பொருளின் இலக்கணத்தை மறந்து, இந்த உருவங்களுக்குள் அதனை அடக்கிவிட்டனர் என்று நினைப்பது தவறாகும். உதாரணமாக, நற்றிணை கடவுள் வாழ்த்துப் பகுதியை எடுத்துக் கொள்ளலாம்.

"மாநிலஞ் சேவடி யாகத் தூநீர்
வளைநரல் பெளவம் உடுக்கை யாக
விசும்புமெய் யாகத் திசைகை யாகப்
பசுங்கதிர் மதியமொடு சுடர்கண் ணாக
இயன்ற வெல்லாம் பயின்றகத் அடக்கிய
வேத முதல்வன் என்ப
தீதற விளங்கிய திகிரி யோனை." - பெருந்தேவனார்.

இந்தப் பாடலில் சக்கரப் படையை உடைய திருமாலை, விசுவரூபமாக வருணித்த பிறகு, அவனை 'வேத முதல்வன்' என்று கூறியிருப்பதைக் காணலாம். ஐந்து வடிவங்களில் உள்ள மகா விஷ்ணுவைத் திருமால், மாயோன் என்ற சொற்களாலேயே பழந்தமிழர் வருணித்துள்ளனர். ஆனாலும் அவனை வேத முதல்வன் என்று சங்கப்பாடல் குறிப்பதைக் கி.பி.2ஆம் நூற்றாண்டு தோன்றிய சிலப்பதிகாரமும் ஏற்றுக் கொண்டுள்ளது. இராமாவதாரத்தைக் குறிக்கையில்,

'வேத முதல்வன் பயந்தோன்' - சிலம்பு, வர்காண். 48

என்றே இளங்கோவடிகள் குறிப்பதைக் காணலாம். பரம்பொருளுக்கு இப்படி விளக்கம் தந்த அந்தப் பழைய காலத்திலேயே புராணக் கதைகளை ஏற்றுக்கொண்டு அவனை வருணிக்கும் திருமால் பற்றிய பாடல்கள் பரிபாடலில் இடம் பெற்றுள்ளன.

தொல்காப்பியம் தொட்டுச் சங்கப்பாடல் வரை காணப்படும் இப் பரம்பொருள் விளக்கம், ஆழ்வார்கள் காலத்தில் அவதாரங்களைப் பரம்பொருளாகவே ஏற்றுக்கொண்டு, இந்த அவதாரங்கள் நிகழ்த்திய செயல்களைப் பரம்பொருள் நிகழ்த்திய

செயல்களாகவே பாடியுள்ளனர் என்பதையும் அறிய முடிகிறது. ஆழ்வார்களுள் 'அங்கி' என்று வருணிக்கப்படும் நம்மாழ்வார், திருவாய்மொழியின் தொடக்கத்தில் இந்த மாபெரும் தத்துவக் கருத்துகளை அருளியுள்ளார்.

"உயர்வற உயர்நலம் உடையவன் எவன்?"

"அயர்வறும் அமரர்கள் அதிபதி எவன்?"

"மனனுணர்வு அளவிலன், பொறியுணர்வு அவையிலன்"

"இலன் அது, உடையன் இது என நினைவு அரியவன்"

"நிலனிடை விசும்பிடை உருவினன், அருவினன்"

"திடவிசும்பு, எரி, வளி, நீர், நிலம் இவை மிசைப்
படர் பொருள் முழுவதும் ஆய், அவை அவைதொறும்
உடல்மிசை உயிர் எனக் கரந்து, எங்கும் பரந்துளன்"

"உளன் எனில் உளன், அவன் உருவம் இவ் உருவுகள்;
உளன் அலன் எனில், அவன் அருவம் இவ் அருவுகள்"

"கரந்து, எங்கும் பரந்துளன்"

குருகூர்ப் பெருமான் அருளிய ஆயிரக்கணக்கான பாடல்களில் திருமால் இராமனாகவும் கிருஷ்ணனாகவும் அவதரித்து நிகழ்த்திய அருளிச் செயல்களை விரிவாகப் பாடியுள்ளார். ஆனால், திருவாய் மொழியின் முதல் பத்தில் மேலே காட்டப்பெற்றுள்ள அடிகளை ஒன்றாக இணைத்துப் பார்த்தால், இத்தமிழர் கண்ட பரம்பொருள் தத்துவம் எத்தகையது என்பதை அறிய முடியும். ஆழ்வார் பெருமான் இத்தத்துவ விரிவுகளை அதிகம் பாடாததற்குக் காரணம் என்ன? சராசரி மனிதர்கள் இப்பாடல்களைப் படித்து அவற்றின் உட்பொருளை உணர்ந்து எளிதில் பயன்பெற முடியாது. எனவேதான், பரம்பொருள் அவதாரமாக இறங்கி வந்து, மக்களோடு மக்களாகப் பழகி அதன் சௌலப்பியம் காரணமாக நிகழ்த்திய அருளிச் செயல்களைப் பாடுவதன் மூலம் எத்தரப்பு மக்களுக்கும் பயன்படும் படியான பாடல்களை அருளிச் செய்தனர்.

பரம்பொருளின் மானிட உருத் திருவிளையாடல்களைப் பாடியதால் அப் பரம்பொருள் யார் என்பதையும், அதன் உண்மை இலக்கணத்தையும் இவர்கள் மறக்கவில்லை. ஏறத்தாழ ஆறு முதல் எட்டு நூற்றாண்டு முடிய வாழ்ந்த ஆழ்வார் பெருமக்களைப் போலவே சைவ சமய நாயன்மார்களும் இம்முறையிலேயே பாடினர். எட்டாம் நூற்றாண்டிற்குப் பிறகு ஆழ்வார்கள், நாயன்மார்கள் காலத்திற்குப் பிறகு தமிழகத்தில் சமயப் பூசல் பெரிதாக வளர்ந்துவிட்டது. சைவ, வைணவப் போராட்டம் மிகுந்து விட்ட நிலையில் இரண்டையும்

மடக்கிச் சங்கரரின் அத்வைதம் தமிழ்நாட்டில் வீசத் தொடங்கியது. அறிவுவாதம், தர்க்கம் என்பவற்றை அடிப்படையாகக் கொண்ட சங்கரரின் அத்வைதக் கொள்கை இத்தமிழகத்தில் ஆழ்வார்களும், நாயன்மார்களும் வளர்த்த பக்தி இயக்கத்தை ஓரளவு அமிழ்த்தத் தொடங்கியது. பக்தி மார்க்கம் குறைந்ததால் சைவ, வைணவ சமயப் பூசல்கள் பரவலாயின. தமிழகம் தனது பழைமையான பக்தி மார்க்கத்தைக் கைவிட்டுச் சமயப் பூசலில் தன்னை இழந்து நின்ற நிலைதான் ஒன்பதாம் நூற்றாண்டின் தொடக்கம் ஆகும். அரசியலைப் பொறுத்தமட்டில் பல்லவர் ஆட்சி மறைந்து, சோழப் பேரரசு அப்பொழுதுதான் கால் கொள்ளத் தொடங்கியது. அரசியல் நிலைமை வலுவாக இல்லை. தமிழர்களின் பக்தி இயக்கம் அமிழ்த்தப்பட்டு விட்டது. ஒருவரை ஒருவர் எள்ளி நகையாடி, என் சமயம் பெரிது, உன் சமயம் சிறிது என்று சமயப் பூசல் தலை விரித்தாடிய காலம் ஒன்பதாம் நூற்றாண்டாகும்.

அத்தகைய காலத்தில் தோன்றியவன் கம்பநாடன். அவனுடைய மனத்தில் பின் கண்ட முறையில் எண்ணங்கள் உருவாகி இருக்க வேண்டும்:

இந்தச் சமயப் பூசலை ஒரு முடிவுக்குக் கொண்டு வரவேண்டும். இறைவன் ஒருவனே. அவன் பெயர்கள் பலவாய் இருப்பினும் மூலப் பரம்பொருள் ஒன்றே. அந்தப் பரம்பொருள் தன்னால் படைக்கப்பட்ட உயிர்களிடத்துப் பெருங்கருணை கொண்டு தேவை ஏற்படும் பொழுது தக்கவர்களை அனுப்பியும், அல்லது தானே மானுட வடிவில் வந்தும் உயிர்கட்கு அருள்புரிகின்றது.

இந்த இரண்டு கருத்துகளையும் தமிழ் மக்களிடையே பரப்புவதற்கு மிகப் பொருத்தமான கதை என்று கம்பன் தேர்ந்தெடுத்தது இராமகாதையாகும். காப்பியத்தைத் தொடங்கியது முதல் முடிக்கும் வரை மேலே கூறிய இரண்டு கருத்துக்களையும் வலியுறுத்திக்கொண்டே செல்கிறான் பரம்பொருளின் இலக்கணத்தையும் அது உலகிடை வந்து செயல்படுவதையும் விளக்கக் கவிஞன் இரண்டு வழிகளை மேற்கொள்கிறான். கடவுள் வாழ்த்தாகப் பாடியும், காப்பியத்தினுள்ளே இயன்ற இடங்களில் தன் கருத்தாக இதனை வலியுறுத்தியும் செல்வது முதல் வழி. இரண்டாவது வழி: காப்பியத்தில் வரும் பாத்திரங்கள் கூற்றாக மேலே கூறிய இரண்டையும் வலியுறுத்துவது. இந்த இரண்டு வழிகளையும் கையாண்டு கம்பன் செய்த சாதனைகளை விரிவாகக் காண்பதே இக்கட்டுரையின் நோக்கம்.

~

கடவுள் வாழ்த்துப் பாடல்கள்

முதலில் வருவது பால காண்டக் கடவுள் வாழ்த்து

கம்பன் தன் கூற்றாகப் பரம்பொருள் பற்றிப் பேசியவைகளுள் முதற் பகுதி கடவுள் வாழ்த்துப் பாடல்களாகும்.

> **“உலகம் யாவையும் தாம் உளவாக்கலும்,**
> **நிலை பெறுத்தலும், நீக்கலும், நீங்கலா**
> **அலகு இலா விளையாட்டு உடையார் - அவர்**
> **தலைவர்; அன்னவர்க்கே சரண் நாங்களே”** - கம்ப. 1

நூல் முழுவதற்கும் உரிய கடவுள் வாழ்த்தாகும் இது. சைவர், வைணவர் என்பது போக, எந்தச் சமயத்தினர் வேண்டுமானாலும் சிறிதும் தயங்காமல் தம்முடைய சமயக் கடவுள் வாழ்த்தாகவே இதனைக் கொள்ளலாம். ‘உலகம் யாவையும்’ என்ற சொல்லால், நாம் காணும் இவ்வுலகை அன்றி அண்டம் முழுவதையும் குறிக்கிறான் கவிஞன் உளவாக்கல் என்ற சொல்லால் வேறொன்றாய்ச் சூக்கும் வடிவில் இருந்த இப்பிரபஞ்சத்தைக் கண்ணால் காணக்கூடிய கருப்பொருள் வடிவுடைய பிரபஞ்சமாக மாற்றுதலை, ‘தாம் உளவாக்கலும்’ என்ற தொடரால் குறிக்கிறான் கவிஞன். பின்னர், ஓர் ஊழிக்காலம் அப்பிரபஞ்சம் நிலைபெறுமாறு செய்தலும் பின்னர் அதன் வடிவத்தை மாற்றியும் வேறொன்றாக ஆக்கலும் ஆகிய முத்தொழில்களையும் விளையாட்டாக இச்சா மாத்திரத்தில் செய்கின்றவன் எவனோ அவனே தன் நிகரில்லாத் தலைவன் ஆவான். காட்சி அளவாக

நாம் காணும் இப்பிரபஞ்சம் ஒரு காலத்தில் இல்லாமலிருந்து, இப்பொழுது இருந்து, நாளை வேறொன்றாக மாறப் போகிறது. ஜடப் பொருளாகிய இந்தப் பிரபஞ்சம் தானே இக்காரியங்களைச் செய்து கொள்ள முடியாது. எனவே, இச் செயல்களுக்கு ஒரு கர்த்தா இருந்து தீர வேண்டும். அந்தக் கர்த்தாவே தலைவன். அந்தத் தலைவனையே சரணமடைவது நம்முடைய கடமையாகும் என்கிறது இப்பாடல்.

எந்த ஒரு சமயத்தையும் குறிப்பிடாமல், அச்சமயம் அந்தத் தலைவனுக்கு இட்டுள்ள பெயரையும் குறிப்பிடாமல் அனைவருக்கும் பொதுவாக பரம்பொருளின் செயற்பாட்டை விளக்கிய பெருமை இப்பாடலுக்கு உண்டு.

இனி அயோத்தியா காண்டக் கடவுள் வாழ்த்து

"வான்நின்று இழிந்து, வரம்பு இகந்த
மாபூதத்தின் வைப்பு எங்கும்,
ஊறும் உயிரும் உணர்பும் போல்
உள்ளும் புறத்தும் உளன் என்ப -
கூனும் சிறிய கோத்தாயும்
கொடுமை இழைப்ப, கோல் துறந்து,
கானும் கடலும் கடந்து, இமையோர்
இடுக்கண் தீர்த்த கழல் வேந்தன்." - *கம்ப. 1313*

பொதுவாகக் கடவுள் வாழ்த்துப் பாடிய கவிஞன் நாம ரூப மற்றதாகிய அந்த மூலப் பரம்பொருள் ஒரு குறிப்பிட்ட காரியத்திற்காகக் கீழே இறங்கி வந்து ஒரு தனிப்பட்ட வடிவோடு ஒரு பெயர் தாங்கி வந்துள்ளது என்பதால் உருவு, வடிவு எல்லை என்ற கட்டுப்பாட்டுள் அந்த மூலப் பொருள் வந்துவிட்டது என்று நினைய வேண்டா. ஓர் உருவம், ஒரு பெயர் என்பவற்றைத் தாங்கிய பொழுது ஒரு கூனியும், சிற்றன்னையும் செய்த சூழ்ச்சியால் அரசை விட்டுக் காடு சென்றும், அங்கேயும் வாளா இராமல் இமையோர் இடுக்கண் களைந்தான். இந்தப் பெயர் வடிவுடன் இக் காரியத்தைச் செய்தவன் யார் என்றால், மூலமாய் மேலே நிற்கின்றவனின் ஒரு பகுதியாக இந்த மண்ணிடை இறங்கிவந்தாலும், இப் பஞ்ச பூதங்கள் அனைத்திலும் உள்ளும் புறமுமாய்ப் புலப்பட்டு அந்தந்த வடிவுடன் அமைந்துளான் என்க. உடல், உயிர், உணர்வு என்ற இம் மூன்றனுள் கண்ணுக்குத் தெரியும் பருப் பொருளாகிய இவ்வுடம்பினுள் உள்ளேயும் வெளியேயும் இயங்கும் உயிர் போலவும், உள்ளேயே

இயங்கும் உணர்வு போலவும், அம் மூலப்பொருள் கலந்து, கரந்து, பரந்துள்ளது என்க.

முதற்பாடலில் நாம ரூபமற்ற பரம்பொருளின் இலக்கணம் பேசிய கவிஞன், இப்பாடலின் முதலிரண்டு அடிகளில் அனைத்திலும் கலந்தும், கரந்தும் உள்ள பரம்பொருளின் மற்றோர் இயல்பைக் கூறினான். அந்த மூலப் பரம்பொருள் நம் மனோ, வாக்கு, காயங்கட்கு அப்பாற்பட்டு எங்கோ நிற்கிறது என்று நினைய வேண்டா, அது வடிவெடுத்துச் செய்த செயல்களை இதோ பார்! என்று பின்னிரண்டு அடிகளில் கூறுகிறான்.

அடுத்துள்ளது ஆரணிய காண்டக் கடவுள் வாழ்த்து

> **"பேதியாது நிமிர் பேத உருவம் பிறழ்கிலா,**
> **ஓதி ஓதி உணரும் தொறும் உணர்ச்சி உதவும்**
> **வேதம், வேதியர், விரிஞ்சன், முதலோர் தெரிகிலா,**
> **ஆதிதேவர், அவர் எம் அறிவினுக்கு அறிவு அரோ."** - *கம்ப. 2516*

இப்பாடலின் பொருள் சற்றுச் சிக்கலானது. பேதி யாது என்றால், தான் தன் நிலையினின்று மாறுபடாமல் என்பது பொருளாகும். நிமிர் பேத உருவம் தான் மாறுபடாமல் இருந்தும், தன்னிடம் இருந்து தோன்றி மாறுபட்ட வடிவங்கள் எத்தனை தோன்றினும் தன் நிலையில் மாறுபடுதல் இல்லை. மாறுபடாத ஆதிதேவர் பலமுறை ஓதி உணர்ந்த நிலையில் நல் உணர்வை நல்குகின்ற தேவர் ஆவார். வேதமும், வேதியரும், நான்முகன் முதலானவர்களும் இன்னும் அறிந்துகொள்ள இயலாதிருக்கும் ஆதிதேவர் - மூலப் பரம்பொருள் - கேவலம் எம்முடைய சிற்றறிவுக்கு உட்பட்டு அறியப்படுபவரோ? இல்லை என்றபடி

முதல் இரண்டடிகளில் சொல்லப்பட்ட கருத்து ஆழ்ந்த சிந்தனைக்குரியது. ஒரு பொருள் எந்த நிலையிலும் பிரிவினை இல்லாதது என்று சொல்லிவிட்டு, அடுத்தபடியாக அப்பொருளில் இருந்து வேறுபட்ட பல்வேறு பொருள்கள் தோன்றினும் என்று கூறுவது மேலாகப் பார்த்தால் குழப்பத்தைத் தரும்.

பிரிவினை இல்லாத ஒரு பொருள் எப்படித் தன்னிலிருந்து பல்வேறு வகைப்பட்ட பொருள்களைத் தரமுடியும்? பிரிவினை இல்லாத பொருளிலிருந்து அதாவது. முழுப் பொருளிலிருந்து சில வெளிப்பட்டு விட்டால் பிறகு அதனை முழுப் பொருள் என்று எவ்வாறு கூறுவது. இந்த மிக நுண்மையான கருத்தைப் புரிந்து கொள்ளக் கணிதத்தின் உதவியை நாடவேண்டும்.

பூரணம், முழுப் பொருள், எண் இகந்தது என்பதைக் கணிதத்தில் இன்ஃபினிடி (Infinity) என்று கூறுவர். இந்தப் பூரணத்திலிருந்து எவ்வளவை வெளியில் எடுத்தாலும் அது பூரணம்தான். அதாவது, இன்ஃபினிடியில் இருந்து இன்பினிடி கழித்தால் எஞ்சுவது பூஜ்யம் அன்று, இன்ஃபினிடிதான். உ-ம். கணிதம் கண்ட இந்த மாபெரும் கருத்தை, 'இது பூரணம், அதுவும் பூரணம், பூரணத்திலிருந்து பூரணம் எடுக்கப்பட்டாலும் இதுவும் பூரணம், அதுவும் பூரணம்' என்று உபநிடதசாந்தி வாக்கியம் கூறுகிறது. பரம்பொருளுக்குரிய இலக்கணம் பூரணத் தன்மை என்பதாகும். அதிலிருந்து எத்துணைப் பொருள்கள் வெளிப்பட்டாலும், அதன் பூரணத்துவம் குறைவதில்லை என்று உபநிடதமும் கணிதமும் கூறும் கருத்தைத்தான் கம்பநாடன் 'பேதி யாது' என்று தொடங்கும் இரண்டு வரிகளில் விளக்கம் தருகிறான். இவ்வாறு கூறிவிட்டவுடன் ஏதோ பூரணத்தை அறிந்து கொண்டோம் என்ற எண்ணம் யாருக்காவது வருமேயானால், அது தவறு என்பதைக் குறிக்கவே 'வேதம், வேதியர், விரிஞ்சன் ஆகிய அனைவரும் அவனை இன்னும் அறிந்திலா' என்று மூன்றாம் அடியில் கூறுகிறான் கவிஞன். அறிவினால் அறியப்பட முடியாதவன் என்று கூறப்படுவதற்கு முன்னர், உணர்வினால் ஓதி ஓதி உணரும் உணர்வினால் - அவனுடைய நாமத்தை விடாது சொல்லுகின்ற உணர்வு பெற்றோருக்கு நல் உணர்வை நல்குவான் அவன் என்று கூறுகிறான். அதாவது, அறிவால் அறியப்படமுடியாதவனே தவிர நல்லுணர்வால், அதாவது பக்தியால் உணரத் தொடங்கினால், அவ்வுணர்வினுள் நின்றே தன்னை உணர்த்துவான் என்பதையும் கூறினார்.

வேத வழியில் ஆராய்ந்தால், இது அல்ல; இது அல்ல என்று தான் அவனைச் சுட்ட முடியும். வேதியர் என்ற பொழுது அறிவால் ஆயப் புகுந்த உபநிடதங்கள் இயற்றிய முனிவர்களைக் குறித்தான். இவர்களால் அறியவொண்ணா பரம்பொருளை அவன் அருள் கொண்டு உணர்வினால் உணர்ந்துகொள்ள முடியும் என்பதாயிற்று.

இனி அடுத்து வருவது கிஷ்கிந்தா காண்ட கடவுள் வாழ்த்தாகும்

> **"மூன்று உரு எனக்குணம் மும்மை ஆம் முதல்,**
> **தோன்று உரு எவையும், அம்முதலைச் சொல்லுதற்கு**
> **என்று உரு அமைந்தவும், இடையில் நின்றவும்,**
> **சான்று உரு உணர்வினுக்கு உணர்வும், ஆயினான்"**
>
> *- கம்ப. 3708*

மூன்று என்று எண்ணப்படும் பலவற்றைக் கூறி அவை அனைத்தும் மூலப்பொருளின் பல்வேறு வகைப்பட்ட வடிவங்களும் நிலைகளும் ஆகும் என்பதைக் கவிஞன் விளக்குகிறான்.

மும்மூர்த்திகள் எனவும், முக்குணங்கள் எனவும், உலகிடையே காணப்படும் எல்லா வடிவங்களும் அம் மூலப் பொருளே இவை என்று சொல்லுதற்குப் பொருத்தமான வடிவங்கள் எனவும், இவ்வடிவங்களே அல்லாமல் அவற்றின் உள்ளே புகுந்துநின்ற உயிர்கள் எனவும், சான்றாண்மையே உருவாகக் கொண்டவர் உணர்வினுக்கு உணர்வானவன் எனவும் ஆயினான்.

மும்மூர்த்திகள், முக்குணங்கள் என்று கூறும் பொழுது ஒன்றுக்கொன்று முரண்பட்டுத் தனித்தனியே இயங்குபவை என்று கூறும் நிலை தோன்றிய பொழுது அதை மறுத்துப் பேசுகிறான் கவிஞன். ஒவ்வொரு தொழிலைச் செய்யும் போது அதற்கேற்ற உருவம், இயல்பு, சொல் என்பவை மற்றொரு செயலைச் செய்யும் பொழுது மாறுபடுவதைக் காண்கின்றோம். ஒரே மனிதன் நீதிபதியாகப் பணி புரியும் பொழுது பிறருக்குத் தண்டனை விதிக்கும் ஆற்றலைப் பெறுகிறான். நீதிபதி அமரும் இடத்தை விட்டு இறங்கியதும் ஏனைய மனிதரால் மதிக்கப்பெறும் சிறப்பைப் பெறுகிறான். வீட்டிற்கு வந்தவுடன் இந்த நிலை அனைத்தும் மாறி, உடைகூட மாறிய நிலையில், தந்தையாகவும் கணவனாகவும் செயல்புரிகின்றான். அதே போன்று ஒரே பரம்பொருள் படைப்புத் தொழில் செய்யும் பொழுது நான் முகன் எனவும், காத்தல் தொழிலைச் செய்யும்பொழுது விஷ்ணு எனவும், அழித்தல் செயலைச் செய்யும் பொழுது ருத்திரன் எனவும் பெயர் பெறும். ஒரே பரம்பொருள் இம்மூவராகவும் அதிட்டித்து நின்று பணிபுரிகையில் மூன்று பெயர்களையும் மூன்று குணங்களையும் மேற்கொள்வதாகச் சான்றோர் அறிவர். ஒரே பரம்பொருள் இந்த மூன்று செயலையும் செய்கிறது என்பதைப் பிரகலாதன் கூற்றாகவும் *(6251) (6310)*, கவந்தன் கூற்றாகவும் *(3682)*, பிற இடங்களிலும் கவிஞன் கூறுகிறான். இதே கருத்தைக் குருகூர்ச் சடகோபப் பெருமானும், 'தானும் சிவனும் பிரமனுமாகிப் பணைத்த தனிமுதலை' *(திருவாய் மொழி 8 - 8 - 4)* என்றும், 'உடல்மிசை உயிரெனக் கரந்து எங்கும் பரந்துளான்' *(திருவாய்மொழி 1 - 1 - 7)* என்றும் கூறுவதைக் காணலாம்.

இந்த முத்தொழிலையும் செய்பவன் ஒருவனே என்பதைக் கவிஞர் பெருமான் உலகம் யாவையும்' என்ற முதற் பாடலிலேயே கூறுவதையும் அறிதல் வேண்டும்.

இனி வருவது சுந்தரகாண்டக் கடவுள் வாழ்த்து

> "அலங்கலில் தோன்றும் பொய்ம்மை அரவுஎன, பூதம் ஐந்தும்
> விலங்கிய விகாரப்பாட்டின் வேறுபாடு உற்ற வீக்கம்,
> கலங்குவது எவரைக் கண்டால்? அவர், என்பர் - கை வில் ஏந்தி,
> இலங்கையில் பொருதார் அன்றே, மறைகளுக்கு இறுதி ஆவார்!"
>
> - கம்ப. 4740

இப்பாடல் ஓரளவு சிக்கல் நிறைந்ததாகும். மாலை ஒன்று கீழே கிடக்கிறது. வெளிச்சம் குறைவான நிலையில் ஒரு கோணத்திலிருந்து பார்த்தால் அது பாம்பு என நினைக்கத் தோன்றுகிறது. 'இந்த நினைவு தவறு; அது பாம்பு அன்று; மாலைதான்!' என்று மனத்தில் தெளிவு உண்டாக வேண்டுமானால் இரண்டு செயல்கள் நிகழ வேண்டும். ஒன்று, மங்கலாக இருந்த ஒளி இன்னும் அதிகமாக வரவேண்டும். அன்றியும் காண்பவனுடைய பார்வையின் கோணமும் மாறவேண்டும். இவை இரண்டும் நடைபெற்றால் இது பாம்பன்று, மாலையே என்ற தெளிவு ஏற்படும். இவை இரண்டும் இல்லாதபொழுது மாலையைப் பாம்பு என்று நினைக்கும் மனநிலை மாறவே மாறாது. அதேபோலத்தான் ஐம்பூதக் காட்சி. பஞ்ச பூதங்களும், ஒன்றுக்கொன்று முரண்பட்டுள்ள வெவ்வேறானவை என்ற நினைவு நம்முள் இருக்கிறது. இந்த நினைவு நீங்கி, தனித்தனியே ஐந்தாகக் காணப்படினும் இவை அனைத்தும் ஒன்றுதான் என்ற தெளிவு நம்முள் வரவேண்டுமானால் இரண்டு செயல்கள் தேவைப்படுகின்றன. ஒன்று, இறைவனுடைய கருணை மிகுந்த ஒளிபோல நம்முள் பரவ வேண்டும். நம்முடைய பார்வையின் கோணமும் மாறவேண்டும். இதுவரை நம்முடைய அறிவின் துணைகொண்டு, பொறி, புலன்களின் துணைகொண்டு பஞ்சபூதங்களையும் பார்த்து, அவை ஒன்றுக்கொன்று மாறுபட்டவை, முரண்பட்டவை என்று கருதியிருந்தோம். இறைவனின் கருணை ஒளி நம்மேல் பட்டதும், நம் பார்வையின் கோணமும் மாறிவிடுகிறது. பூதங்களின் வேறுபாடுற்ற வீக்கம் கலங்கி மறைந்துவிடுகிறது. இதனைக் கூறிய கவிஞன், இந்த வேறுபாடு கலங்கி மறைவதற்குக் காரணம் 'இறைக்காட்சி' என்று கூறுகிறான். எந்த இறை தரிசனம் ஏற்பட்டவுடன் இக்கலக்கம் தெளிகிறதோ, அந்த இறை யார் தெரியுமா? என்ற வினாவை எழுப்பி, வேத வரம்பாக உள்ள அப்பெருமான் தான் கை வில் ஏந்தி இலங்கை சென்று போரிட்டான் என்று முடிக்கின்றான் கவிஞன்.

மூலப் பரம்பொருளில் மூழ்கியவர்கட்குப் பஞ்ச பூதங்களும் அவற்றின் பயனாகிய பல்வேறு பொருள்களும் வெவ்வேறாகக்

காட்சி அளிக்காமல், இவை அனைத்தும் இறைவடிவம் (பிரம்ம சொரூபம்) என்ற தெளிவு உண்டாகிறது. அந்தத் தெளிவைத் தந்தவன் தான் வேத வரம்பினனாகிய பரம்பொருள். அவனே இராமனாக வந்தான் என்பதே இப்பாடலின் தெளிந்த பொருளாகும்.

இதனை அடுத்துள்ள யுத்த காண்டத்தின் கடவுள் வாழ்த்துப் பாடல் வருமாறு:

'ஒன்றே' என்னின், ஒன்றே ஆம்;
'பல' என்று உரைக்கின், பலவே ஆம்;
'அன்றே' என்னின், அன்றே ஆம்;
'ஆமே' என்னின், ஆமே ஆம்;
'இன்றே' என்னின், இன்றே ஆம்;
'உளது' என்று உரைக்கின், உளதே ஆம்;
நன்றே, நம்பி குடி வாழ்க்கை!
நமக்கு இங்கு என்னோ பிழைப்பு? அம்மா! - *கம்ப. 6059*

மேலாகப் பார்த்தால், இப் பாடலின் முதல் மூன்று அடிகளும் ஒன்றுக் கொன்று மாறுபாடு உடைய இரட்டைகளாகக் காட்சி அளிக்கின்றன. 'ஒன்று' என்பதற்கு எதிர் 'பல'; 'அன்று' என்பதற்கு எதிர் 'ஆம்'; 'இல்லை' என்பதற்கு எதிர் 'இல்லை'. சொல் அளவில், பொருள் அளவில் மாறுபட்டு முரண்பட்டு நிற்கும் இவை குறிக்கும் பொருள்கள் வெவ்வேறானவை என்று நினைப்பது சாதாரண மனநிலை. இந்த மனநிலை, வளர்ச்சி அடைந்து மாற மாற இவற்றினிடையே உள்ள முரண்பாடு மறையத் தொடங்கி விடுகிறது. ஒரே பொருளை ஒன்று என்றும், பல என்றும், உண்டு என்றும் இல்லை என்றும் கூறுவது வியப்பைத் தருகிறதல்லவா? அந்த வியப்பையே அடிப்படையாகக் கொண்டு கவிஞன் நகைச்சுவையுடன் ஒன்றைக் கூறுகிறான். நம்பி என்று சொல்லப்படும் அந்தப் பரம்பொருள் ஒன்று என்றும் பல என்றும், உண்டு என்றும், இல்லை என்றும் கூறப்பெற்றால் அது எது என்று எப்படி ஒரு முடிவுக்கு வரமுடியும்? நம்முடைய சிற்றறிவைக் கொண்டு இதை எப்படி அறிந்து கொள்ளமுடியும்?

இப்பாடலின் கருத்து விராதன், சரபங்கன் முதலிய பாத்திரங்கள் வாயிலாகவும் பேசப்படுதலின் இதனைச் சற்று விரிவாகப் பின்னே பார்க்கலாம்.

கவிஞன் நோக்கில் இராமன்

கவிஞனின் கடவுள் வாழ்த்துப் பாடல்கள் ஆறினையும் ஒன்றாக இணைத்துப் பார்க்கும் பொழுது அவன் கண்ட சில முடிவுகளை நாம் அறிய முடிகிறது. அவை வருமாறு:

(1) படைத்தல், காத்தல், அழித்தல் ஆகிய அனைத்தையும் எவ்வித பயனும் கருதாமல் விளையாட்டாகச் செய்பவனே தலைவன் ஆவான், அவனைச் சரணம் அடைவதே உயிர்களின் குறிக்கோளாக இருத்தல் வேண்டும்.

(2) எந்தப் பரம்பொருள் மேலிருந்து கீழே இறங்கி, ஐம்பெரும் பூதங்களால் ஆகிய இப்பிரபஞ்சம் முழுவதும் ஊடுருவியும், வெளிப்பட்டும் தனித்தும் நிற்கின்றதோ அதே பரம்பொருள்தான் ஆட்சியைத் துறந்து, காடு, கடல் ஆகியவற்றைக் கடந்து இமையோர்களுடைய இடுக்கண்களைப் போக்கிய அயோத்தி மன்னனாக வந்தது.

(3) தான் முழுமையாக இருந்து கொண்டு, முழுமையான பிரபஞ்சத்தைத் தன்னிலிருந்து உண்டாக்கி, தன் முழுமை குறையாமல் இருக்கும் ஆதிதேவன் எவனோ, அவனை அறிந்து கொள்ளும் ஆற்றல் நம் சிற்றறிவுக்கு இல்லை.

(4) மூன்று என்று எண்ணிக்கையில் வரும் மும்மூர்த்திகள், முக்குணங்கள் ஆகிய அனைத்தின் வடிவங்களாக உள்ள அனைத்தும், அம்மூலப்பொருளே என்று சொல்லுதற்கும், இவ்வடிவங்கள் அனைத்திலும் தோய்ந்து நிற்கும் ஒருவன் அவனே என்றும், நல் உணர்வுடையோர் உணர்ந்து கொள்ளும்படி செய்கிறவனும் அவனே ஆவான்.

(5) கீழே கிடக்கும் மலர்மாலையைப் பாம்பு என்று நினைப்பவர்கள் பின்னர் அது பாம்பன்று மாலைதான் என்று அறிந்து கொள்ளுமாப்போலே இந்த ஐந்து பூதங்களும், மாறுபட்ட வெவ்வேறானவை என்று உணர்தல் வேண்டும். யாரைக் கண்டால் ஐம்பூதங்கள் வெவ்வேறானவை என்ற சந்தேகம் நீங்கி இவை அனைத்தும் ஒன்று என்று தெரிகிறார்களோ அந்த ஒருவனே வேதத்தின் முடிவாகவும் இருந்து கையில் வில்லேந்தி இலங்கையில் போர் புரிந்தான் என்று (ஞானிகள்) கூறுவர்.

(6) ஒன்று - பல, உண்டு - இல்லை, அன்று - ஆம் என்ற இந்த இரட்டைகள் உண்மையில் ஒரே பொருளின் வெவ்வேறான

பண்புகளாகும். இந்த மாறுபட்டவற்றல் குறிக்கப்படுபவன் நம் தலைவன் என்றால் நாம் அவனை அறிவது எவ்வாறு?

- இந்த ஆறு பாடல்களிலும் பரம்பொருளின் இலக்கணத்தை அறிவுக்கூர்மையோடு ஆய்ந்து தெளிந்து கூறிய கவிஞன், அந்தப் பரம்பொருளே சிற்றன்னை காரணமாக வில்லெடுத்துக் காடும் மலையும் கடந்து இமையோர் இடுக்கண் தீர்த்தது என்று கூறி முடிக்கிறான். இந்த இடத்தில் திருமந்திரப் பாடல் ஒன்று நோக்கற்குரியது.

மரத்தை மறைத்தது மாமதயானை
மரத்தில் மறைந்தது மாமதயானை
பரத்தை மறைத்தது பார் முதல் பூதம்
பரத்தில் மறைந்தது பார் முதல் பூதம். திருமந்திரம் 2290

பூதங்கள் என்று நோக்கினால், பரம் அதனுள் மறைந்து விடுகிறது, பரம் என்று நோக்கினால், பூதங்கள் அதனுள் மறைந்துவிடுகின்றன. தசரத குமாரன் என்று நோக்கினால் மூலப் பொருள் அவனுள் மறைந்து விடுகிறது, மூலப்பொருள் என்று நோக்கினால், தசரதராமன் அதனுள் மறைந்து விடுகின்றான்.

பாத்திரங்கள் நோக்கில் இராமன்

கவிஞன் நோக்கில் இராமனை எவ்வாறு பரம்பொருள் என்று காட்டுகிறான் என்பதை முன்னர்க் கண்டோம். இனி, சில பாத்திரங்களின் நோக்கில் இராமன் எவ்வாறு காட்சி அளிக்கிறான் என்பதைக் காண்டல் வேண்டும். இதில் சுக்கிரீவன், விராதன், இந்திரன், கருடன், கவந்தன், அனுமன் ஆகியோர் கருத்தில் இராமன் எவ்வாறு காட்சி அளிக்கிறான் என்பதைச் சுருங்கக் காணலாம். இங்குக் குறிப்பிட்ட பாத்திரங்களை அல்லாமல் பரதன், இலக்குவன், பிராட்டி ஆகிய மூவரும் இராமனைப் பரம்பொருளே என்று துணிந்திருந்தனர். இன்றேல், ஒரே ஒரு நாள் இளையவனாகப் பிறந்த பரதனும், இரண்டு நாட்கள் இளையவனாகப் பிறந்த இலக்குவனும் இராமனிடம் இத்துணை மரியாதை காட்டுவது பொருளற்றதாகிவிடும். எனவே, அவர்கள் பார்வையில் இராமன் எப்படிக் காட்சி அளித்தான் என்பதை அந்தந்தப் பகுதிகளில் கண்டோம். ஆதலின், இங்கு மறுபடியும் அதனைத் திருப்பி உரைக்கத் தேவையில்லை.

சுக்கிரீவன்

சுக்கிரீவன் மனிதவர்கத்தினும் ஒரு படி தாழ்ந்துள்ள குரக்கு இனத்தைச் சேர்ந்தவன் வாலியைப் போன்று பெருந்தவமோ, பெருங்கல்வியோ, பேராற்றலோ பெறாதவன். அப்படி இருந்தும் முதன் முதலில் அவன் மனத்தில் தோன்றிய எண்ணத்தை வெளிப்படுத்துகிறான். மானுட வடிவில் வந்த இராகவன் மும்மூர்த்திகளையும் வென்றுவிட்டான் என்று பேசுகிறான்.

வைணவ மரபிலே சக்கரவர்த்தி என்ற சிறப்புப் பெயரால் மதிக்கப்படுகிற பேறு பெற்றவன், சுக்கிரீவன். ஆனால், அனுமனைப் போலவோ வீடணனைப் போலவோ எடுத்த எடுப்பிலேயே பக்திப் பார்வை வாய்க்கப் பெற்றவன் அல்லன், இந்த மகாராஜா.

இராம இலக்குவரைத் தொலைவிலே கண்டபோது அச்சமும் ஐயமுமே அவனுள் எழுந்து மேலாதிக்கம் கொண்டன. 'என்பு எனக்கு உருகுகின்றது; இவர்கின்றது அளவு இல் காதல்' *(3768)* என்று அனுமனைப் போலவோ, 'அங்கம் மென்மயிர்சிலிர்ப்ப, கண்ணீர் வார, நெஞ்சு உருகிய' *(6498)* வீடணன் போலவோ சுக்கிரீவனின் முதல் அனுபவம் அமையவில்லை.

முதல் நிலையில் மேற்குறித்த இருவர் போல் அல்லன் ஆயினும் தொடர்நிலையிலும் முடிவிலும் இராமபிரானின் அடியவர் கூட்டத்தைச் சேர்ந்தவனாகவே மாறினான் என்பதை மனத்திற் கொண்டால் பின்வரும் பாடலில் புலப்படுத்தப்படும் சுக்கிரீவனின் முடிவு நிலை நன்கு விளங்கும்.

இராமன் மனிதனாகப் பிறந்ததால் சடாபாரத்தில் கங்கையைக் கொண்ட சிவன், பிரமன் முதலாகிய தேவர்களின் கூட்டத்தை மானுடம் வென்றது - இது சுக்கிரீவன் எண்ணம். இந்த இராம இலக்குவர்கள் தேவர்க்கெல்லாம் தேவர்களே ஆவர்; அந்தப் பரம் பொருளே மாறி இந்த மனிதர்களாக வந்துள்ளது - இதுவும் சுக்கிரீவன் நினைவு - தெளிந்நிலையில் அவன் கொண்ட நினைவு:

தேறினன் - அமரர்க்கு எல்லாம் தேவர் ஆம் தேவர் அன்றே
மாறி, இப்பிறப்பில் வந்தார் மானிடர் ஆகி மன்னோ;
ஆறு கொள் சடிரத்தானும், அயனும் என்று இவர்கள் ஆதி
வேறு உள் குழுவை எல்லாம் மானுடம் வென்றது அன்றே.

- கம்ப. 3804

இந்தத் தெளிவும் அனுமன் தந்த விளக்கத்தின் பின்னே விளைந்து, எவ்வாறாயினும் இராமனை அமரர்க்கெல்லாம் தேவராம் தேவர் என்று சுக்கிரீவன் போற்றினான் என்பது தெளிவு.

வாலி

இனி சுக்கிரீவன் தமையனும் மாபெரும் அறிவாளியும் தவபலம் உடையவனுமான வாலி முதலில் இராமனைப் பலவாறு ஏசுகிறான். ஆயினும், மெய்யறிவு விளங்கிய நிலையில் எதிரே நிற்பவன் தசரதராமனாகவோ சுக்கிரீவனின் நண்பனாகவோ தெரியவில்லை, முரண் பட்ட இரட்டைகளைக் கடந்த முழு முதல்வன் இராகவன் என்ற கருத்தில் பின்வருமாறு பேசுகிறான்.

மூவர் நீ! முதல்வன் நீ! முற்றும் நீ! மற்றும் நீ!
பாவம் நீ தருமம் நீ! பகையும் நீ! உறவும் நீ! *கம்ப 4063*

"யாவரும் எவையும் ஆய் இருதுவும் பயனும் ஆய்,
பூவும் நல் வெறியும் ஒத்து ஒருவ அரும் பொதுமையாய்
ஆவ நீ ஆவது என்று அறிவினர் அருளினார்
.." *கம்ப 4065.*

"உண்டு எனும் தருமமே உருவமா உடையநிற்
கண்டு கொண்டேன்,................................." *கம்ப 4066*

இறைவனுக்குத் தருமஸ்வரூபி என்ற ஒரு பெயர் உண்டு ஆதலின், அதனையே 'தருமமே உருவமா உடைய நீ' என்று பேசுகிறான். [வாலி கண்ட பரம்பொருள் அனுபவம் மிக அரியது. அந்த அனுபவம் அவனுடைய ஆளுமைக்கு எவ்வாறு வாய்த்தது என்பது வேறொரு நூலில் விரிவாக விளக்கப்பட்டுள்ளது. *(காண்க: கம்பன் எடுத்த முத்துக்கள் - பக். 139 - 165)*]

விராதன்

விராதன் என்ற பெயருடன் வாழ்ந்த அரக்கன், இராமனால் கொல்லப்பட்டுக் கந்தர்வ வடிவுடன் மேலெழுந்து இங்குக் கூறும் கருத்துக்கள் ஆய்வுக்குரியன. பின்வரும் கருத்தைச் சொல்லும் போது விராதன் ஆகாயத்தினின்று கீழே பார்க்கிறான். கீழே நிற்பவனின் கால்கள் தசரதராமனின் கால்களாக அவனுக்குத் தெரியவில்லை. எல்லா உலகங்களிலும் விரிந்து நிற்கின்ற இறைவன் திருவடியையே அவன் காண்கின்றான். அதனால் 'எங்கும் உன் திருவடியே நிறைந்திருப்பதால், இத் திருவடிகட்குரிய உன் சொரூபம் எப்படி இருக்குமோ தெரியவில்லை.' *(2563)*

"எல்லாவற்றையும் துறப்பதையே தன் குறிக்கோளாகக் கொண்ட முனிவர்கள் கூட மறுபடி பிறந்தால் உன்னை மறப்பரோ? அப்படி மறவாது இருந்தக்கால், மீட்டும் பிறவி அடைவார்களோ? இது இப்படி இருக்க, எந்தப் பிறப்பை வேண்டாம் என்று அவர்கள் அஞ்சுகிறார்களோ, அந்தப் பிறப்பையும் இறப்பையும் நீ விளையாட்டாக ஏற்றுக் கொள்ளுதல் உனக்கு உகந்ததோ?" *(2556)* *(முனிவர் உள்பட ஏனையோர் பிறவி கருமத்தின் பயனாய் விளைவது. கருமங்களுக்கு அப்பாற்பட்ட இறைவன் எடுக்கும் அவதாரப் பிறவி விளையாட்டாகச் செய்வதாகும்).*

"எல்லா உயிர்களையும், நான்முகன் உள்பட அனைத்துயிர்கட்கும் முன்னர்த் தோன்றியவன் நீ ஆதலால், நீயே அனைத்திற்கும் தந்தை எனப்படுவாய், தரும் சொரூபியே! நீ தந்தை என்றால், தாய் என்பார் யார்? *(2568)* தோற்றம், முடிவில்லாத நின்னோடு யார் தோன்றி இருக்க முடியும்? எனவே தந்தையும் தாயும் தர்மசொரூபியான நீதான்". *(அம்மை நீ, அப்பன் நீ என்றும், ஈன்றாருமாய் எனக்கு எந்தையுமாய் என்றும் அப்பர் பாடியருளிய தேவாரம் ஒப்பு நோக்கத்தக்கது.)*

"நீயே ஆதியான பரம்பொருள். எனவே, இவ்வுலகங்கள் அனைத்தும் உன்னுடையவே ஆகும். ஆராய்ந்து உண்மை காணாத சமயங்கள் கூட இறுதியில் உன்னையே அடைகின்றன. அதுவன்றி வேறு கதி இல்லை. அப்படியிருக்க, வஞ்சனை செய்தவர்போல் ஏன் நீ படைத்த உயிர்களின் எதிரே வெளிப்படாமல் ஒளித்துக் கொள்ள வேண்டும்? நீ வெளிப்பட்டு நின்றால், அதனால் என்ன தீங்கு நேரும்? உயிர்களுக்குப் பிடிபடாத இந்த மாயை ஆகிய விளையாட்டில் நீ ஈடுபடவும் வேண்டுமோ?" *(2569)*

"தாய்ப்பசு அறியாத கன்று இவ்வுலகில் இல்லை. அக்கன்று கூட எத்தனை பசுக்கள் இருப்பினும், தாய்ப்பசுவை நன்கு அறிந்து கொள்ளும். அனைத்தையும் ஈன்ற தாயாகிய நீ எல்லாவற்றையும் அறிந்துள்ளாய். ஆனால் ஒரே தாயாகிய உன்னை, அவ்வுயிர்கள் ஏனோ அறியவில்லை. இது என்ன மாயை? வாராதே வரவல்லவனே!" *(2570)* *(வாராதே வரவல்லவன் என்பதன் விளக்கம் பின்னர் விரிவாகக் கூறப்பட்டுள்ளது.)*

கந்தர்வனாகி நின்றும், எதிரே இருப்பவன் இராமன் வடிவில் உள்ள மூலப்பொருள் என்று தெரிந்து கொண்ட விராதன், அந்த மூலப்பொருள் செய்யும் செயல்களின் அடிப்படையைப்

புரிந்துகொள்ள முடியவில்லை என்கிறான். விராதன் மட்டும் அல்லாமல் ஏனைய உயிர்களின் நிலையும் இதுதான்.

இந்திரன்

சரபங்கன் ஆசிரமத்தில் அவனைச் சந்திக்கச் சென்ற இராமன், ஆசிரமத்தினுள் யாரோ பேசிக் கொண்டிருப்பதை அறிந்து, இடையே புகுதல் சரியன்று என்று வாயிலிலேயே நின்றுவிட்டான். உள்ளேயிருந்து வெளியே வந்த இந்திரன் தசரத ராமன் உருவில் மூல இராமன் இருப்பதை அறிந்து பேசத் தொடங்குகிறான். விராதன் வெறுங்கந்தர்வன்; இந்திரன் அமரர் தலைவன். ஆதலால் அவன் பேசியதை விடப் பல படிகள் மேலே சென்று இந்திரன் பேசுவது அவன் தகுதிக்குரிய பேச்சாகும்.

> **"..இமையோர் இறை - காசினியின்**
> **கண்தான், அரு நான் மறையின் கனியை கண்டான்."** *(2610).*

"எல்லாப் பொருள்களிலும் கலந்தும் தனித்தும் நிற்கின்ற ஒளிப் பிழம்பே! எல்லாப் பற்றுகளையும் நீக்கிய ஞானிகளுக்குத் துணைவனே! பிறவித் துன்பம் உள்பட, எல்லாத் துன்பக் கடலையும் நீந்துவதற்கு புணையானவனே! எங்கள் துயரத்தைப் போக்க வேண்டுமென்று வேண்டி நின்றபொழுது கருணை கூர்ந்து இரங்கி வந்தவனே! நின் இணையடித் தாமரைகள் இந்தப் பூமியின் மேல் படத்தக்கனவோ?" *(2613).*

"ஆதியில் ஏகம் சத் என்று சொல்லப்படும் மூலப் பரம்பொருள் ஒன்றாகவே இருந்து, பிறகு தன்னிடத்தில் இருந்து பல உலகங்களையும் உயிர்களையும் படைத்து அவற்றோடு அறிவு, உணர்வு, உடம்பு ஆகியவற்றையும் படைத்துச் சர்வ சங்கார காலத்தில் மறுபடியும் இவை அனைத்தையும் அழித்து, தான் ஒன்றாகவே இருந்து, மீட்டும் படைப்புத் தொழிலைத் தொடங்கும் காலத்தும் எவ்வித மாறுபாடும் இன்றி இருக்கும் செம்மையான ஞானத்தின் கொழுந்தே! நீ நல்லவர்களைக் காக்கின்றாய். அல்லவர்களை அழிக்கின்றாய். அந்த அல்லவர்கள் அழிவதற்குரிய அவர்கள் செய்த பாவங்களும் நீ படைத்தவைதாமே! *(2016)*

இவ்வாறு புகழ்ந்த இந்திரன், தன்னுடைய இந்திர நிலையிலும் உணர்ந்துகொள்ள முடியாத முரண்களிடையே முழு முதலைக் காண்கிறான். இதுபற்றிச் சிறிது விரிவாகக் காண்பது நலம் பயக்கும்.

முரணில் முழுமுதல்

ஆதி மனிதன் என்று சிந்திக்கத் தொடங்கினானோ அன்றே அவனைச் சுற்றிலுமுள்ள முரண்பாடுகளைக் கவனிக்கத் தொடங்கினான். கறுப்பு, வெள்ளை என்ற முரண்பாட்டிலிருந்து உலகம் முழுவதும் முரண்களால் நிறைந்திருக்கக் கண்டான். ஒன்றுக்கொன்று நேர்மாறாக அமைந்திருக்கும் இவ்வுலகின் உட்பொருள் யாது என அவன் நினைக்கத் தொடங்கினான். அன்பே வடிவான பசுமாட்டைக் காட்டிலே கண்டான், ஆதி மனிதன். ஆனால், அதே காட்டில் கொடுமையே வடிவான புலியும் வாழ்வதைக் கண்டான். தத்தம் வாழ்வை நடத்திச் செல்லுகின்ற முறையில் அவை அவை சிறந்தவைதாம். எதனை உயர்ந்தது என்று கூறுவது? எதனைத் தாழ்ந்தது என்று கூறுவது?

வெய்யிலில் கிடந்து அவதியுற்றான் ஆதி மனிதன். ஆனால் அதன் மறுதலையான குளிர் வந்தபொழுதும் துன்புற்றான். பல முறை வெய்யில் சிறந்ததா குளிர் சிறந்ததா என்ற வினாவை அவனே எழுப்பியிருத்தலுங்கூடும். இரண்டிலும் நன்மையும் உண்டு, தீமையும் உண்டு என்பதை அவன் காணப் பல்லாண்டுகள் ஆகியிருத்தல் கூடும். தன்னைச் சூழ்ந்து நிற்கும் இயற்கையில் முரண்பாட்டைக் கண்ட அவ் ஆதி மனிதன் வேறு வழியின்றி இரண்டையும் ஏற்றுக் கொள்ளும் நிலையைக் காலாந்தரத்தில் அடைந்திருப்பான்.

இந்நிலையில் அவனுடைய அறிவு வளரலாயிற்று. உலகையும் அதில் காணப்படும் பொருள்களையும் கண்டு வியப்பில் வாயைப் பிளந்து கொண்டிருந்த நிலை மாறிப் பொருள்களின் இயல்பை ஆயும் அறிவைப் பெற்றான் மனிதன் பொருள்களின் புறத்தோற்றத்தையும், அவற்றின் இயல்புகளையும் நடைமுறையையும் கண்ட மனிதன் அவைபற்றி ஆராயத் தொடங்கினான். அங்கும் அவன் கண்டது முரண்பாடே. தூரக் காட்சிக்குக் கறுப்பாக இருந்த பொருள்கள் நெருங்கிச் சென்று காணும் பொழுது வேறு நிறமுடையவாய்க் காட்சி நல்கின. அன்பே வடிவானவை என்றும் கொடுமையுடையன என்றும் அவனால் கருதப்பெற்ற பசுக்களும் புலிகளும், சில சந்தர்ப்பங்களில் முறையே கொடுமையுடையனவாகவும் அன்புடையனவாகவும் இருந்தன. இம்முரண்பாடுகளால் பொருள்களின் இயல்புபற்றி அவன் கொண்டிருந்த அடிப்படை ஆட்டங்கண்டு விட்டது. நல்லவை என்று அவனால் கருதப்பெற்றவை ஒரோவழித் தீயவையாக இருத்தலும் அவன் சிந்தனையைத் தூண்டிவிட்டன.

இந்நிலையில் மனிதன் தன்னைச் சூழ்ந்துள்ள தன் இனத்தைக் கவனிக்கத் தொடங்கினான். இங்கும் இதே முரண்பாட்டைக் கண்டான். நல்லவர்கள் என்று இவன் கருதி நம்பியவர்கள் தீயவர்களாய்ச் சில சந்தர்ப்பங்களில் காணப்பெற்றனர். அன்புடையவர் என்று கருதப்பெற்றவர் அன்பிலராய்க் காட்சி நல்கினர். நன்மை, தீமை என்ற பண்புகளிலேயே மனிதன் ஐயங் கொள்ளத் தொடங்கினான். ஒருவேளை தன் காட்சிதான் தவறானதோ என்றும் பன்முறை சிந்திக்கத் தொடங்கினான்.

உலகம் அமைதியுற்று வாழ்வதால் இன்பத்தை அடையக்கூடும் என்பதை மனிதன் தன் வாழ்விலிருந்தே அறிந்துகொண்டான். அப்படியானால், ஏன் உலகில் அமைதி இல்லை என்ற வினாப் பிறந்தது. அமைதி கெடுவதற்குக் காரணம் முரண்பாடே என்ற முடிவுக்கு வந்தான் மனிதன். அவ்வாறாயின், முரண்பாட்டை ஒழித்துவிட்டால் அமைதி கிட்டுமே என்ற முடிவுக்கு வந்தான். முரண்பாட்டை அழிக்க வேண்டும் என்று முடிவு செய்து கொண்டான். பாவம், முரண்பாட்டை - இயற்கையில் எங்கும் நிறைந்த முரண்பாட்டை - என்றும் எங்கும் நிலைத்துள்ள முரண்பாட்டை அழிக்கப் புகுவதே ஒரு முரண்பாட்டிற்கு அடிகோலுவதாகும் என்பதை மனிதன் அன்றும் தெரிந்து கொள்ளவில்லை; உலக அமைதியைப் போரிட்டாவது பெற்றுத் தருகிறேன் என்று இற்றைநாள் மனிதன் மார்தட்டும் நிலையிலும் தெரிந்துகொள்ளவில்லை. என்ன செய்வான் மனிதன் முரண் நீங்கினால் அமைதிகிட்டும்; அமைதி கிட்டினாலொழிய முரண் நீங்க வழியில்லை. இவ்வாராய்ச்சியில் ஈடுபட்ட மனிதன், நாய் தன் வாலைப் பிடிக்கச் சுற்றிச்சுற்றி வருவது போலச் சுற்றிச்சுற்றி வந்தான்.

இங்ஙனம் பல்லாண்டுகள் கழிந்தன. எவ்வாறாயினும் முரண்பாட்டை அழிக்க வேண்டும் என்ற அவனுடைய கொள்கை உறுதிப்படலாயிற்று. இந்நிலையில் முரண்பாட்டின் அடிப்படையை ஆயத் தொடங்கினான் மனிதன். முரண்பாடுகள் என்பவை உண்மையில் முரண்கள் தாமா? கறுப்பின் நேர் எதிர்தானா வெளுப்பு? தீமையின் நேர் எதிர்தானா நன்மை? தோல்வியின் நேர் எதிர்தானா வெற்றி? இவ்வாறு முரணின் அடிப்படையை ஆயத் தொடங்கிய பொழுதுதான் மனிதனுக்குச் சில உண்மைகள் தெரியலாயின. முரண்பட்ட பொருள்களை எடுத்துக் கொண்டு மேலாக ஆயுமிடத்து, அவற்றுள் முரண்பாடு காணப்படினும் ஆழ்ந்து ஆயும் பொழுது அம் முரண்பாடு சிறிது சிறிதாக விலகத் தொடங்கியது. ஒன்றிலிருந்து

மற்றொன்று வெளிப்படுவதுபோலவும் தோன்றத் தொடங்கியது. நன்மை, தீமை என்பவை ஒரே பொருளின் இரு புறங்கள்தாமோ என்று கூட நினைக்கவேண்டியதாயிற்று.

முழுவதும் ஒளியென்றும் இருளென்றும், கறுப்பென்றும் வெள்ளையென்றும், நன்மையென்றும் தீமையென்றும் கூறத்தக்கன ஒன்றும் இல்லை என்பதை உணரத் தொடங்கினான் மனிதன். ஒரு நிலையிலிருந்து காணும் பொழுது நன்மையாகப்படுவதே, பிறிதொரு நிலையிலிருந்து காணும் பொழுது தீமையாகப்படுகிறது. புலி கொல்வது கொடுமையுடையதாகப் படினும், அதன் குட்டியின் பசி தணிக்கச் செய்யும் முயற்சியே அது என்று நோக்கும் பொழுது அன்புடைய செயலாகவே தோன்றலாயிற்று.

மேலாகப் பார்க்கும் பொழுது தம்முள் மாறுபட்டவை அல்லது முரண்பட்டவை என்று நாம் கருதும் பொருள்கள், ஆழ்ந்து சிந்திக்கும் பொழுது ஓரளவு முரண்பாட்டை இழந்துவிடுகின்றன. இளமைக்கு முதுமை முரண்; முதலுக்குக் கடை முரண்; கலத்தலுக்குக் கலவாமல் இருத்தல் முரண் என்றெல்லாம் கருதுகிறோம். இம்முரண்பாடுகளிடையே எவ்விதமான ஒற்றுமையும் இல்லை என்றும், ஒன்றுக்கொன்று நேர்மாறான நிலைகள் இவை என்றும் அனைவரும் கருதுகிறோம். சிந்தித்துப் பார்க்கும் பொழுது இந்த நேர்மாறான நிலைகளிடையே ஓர் ஒற்றுமைத் தன்மை விளங்கக் காண்கிறோம். வருதல் ஆகிய செயலுக்கும், வாராதிருத்தல் ஆகிய செயலுக்குமுள்ள ஒற்றுமையைப் பின்னர் ஓரளவு விரிவாகக் காணலாம். ஒளி என்பதும் இருள் என்பதும் தனித் தனியானவை அல்ல; ஒளியிலே இருளும், இருளிலே ஒளியும் கலந்து நிற்கின்றன என்பதையும் நாம் அறிய முடியும்.

இவ்வாறு ஆழ்ந்து நோக்கின பொழுது முழுத் தீமையென்றும் முழு நன்மையென்றும் கூறத்தக்கது ஒன்றும் இல்லை என்பதை அறிந்தான். எனினும், உலகியல் நிலையில் தீமை என்று கூறத்தக்கது இருக்கத்தானே செய்கிறது? அமைதியைக் கெடுக்கும் தீமை ஏன் இருக்க வேண்டும் என்ற வினாவை எழுப்பினான் மனிதன். அடுத்தது இத்தீமையை யார் உண்டாக்கினார்கள் என்ற வினா எழுந்தது. நன்மையை யார் படைத்தார்களோ அவர்களே தீமையையும் படைத்திருக்க வேண்டும் என்ற முடிவுக்குத்தான் மனிதனுடைய ஆராய்ச்சி கொண்டு செலுத்தியது. இன்னும் அதுபற்றிச் சிந்திக்கும் பொழுது படைப்பின் சிறப்பே அதுதான் என்றுகூட நினைக்க வேண்டி வந்தது. அப்படியானால், படைத்தவன் இயல்பு யாது என்ற

வினாத் தோன்றிற்று. முரண்பாட்டைப் படைத்துவிட்ட அவனும் முரண்பாடுடையவன்தானா? ஆம். ஆழ்ந்து ஆராயாமல் மேலாக நின்று நோக்கும் பொழுது படைத்தவனிடமும் முரண்பாட்டைக் காணலாம். மேலாகக் காணும் பொழுது தோன்றும் முரண்பாட்டை முழுமுதலிடமுங்கூடக் காண்கிறவர் காட்சியைக் கம்பநாடன் இதோ கூறுகிறான்:

'தோய்ந்தும், பொருள் அனைத்தும் தோயாது நின்ற சுடரே'

கம்ப. 2613

என்றும்,

'மேவாதவர் இல்லை, மேவினரும் இல்லை;
வெளியோடு இருளில்லை; மேல் கீழும் இல்லை;
மூவாதமை இல்லை, மூத்தமையும் இல்லை;
முதல் இடையோடு ஈறு இல்லை; முன்னோடு பின் இல்லை;
தேவாஇங்கு இவ்வோ நின்தொன்று நிலை என்றால்'

- கம்ப. 2614

என்றும் கூறுகிறான்.

'தோய்ந்தும்' என்று தொடங்கும் அடியின் கருத்து யாது? பொருள் அனைத்திலும் கலந்தும் கலவாமலும் இருக்கும் ஒளியே என்பதுதான் இதன் பொருள். ஒன்று? ஒரு பொருள் மற்றதில் கலந்து நிற்கலாம்; அன்றேல், கலவாமல் இருக்கலாம். ஒரே நேரத்தில் ஒரு பொருள் மற்றொன்றில் கலந்தும் கலவாமலும் எவ்வாறு இருக்க முடியும்? 'மேவாதவர் இல்லை; மேவினவரும் இல்லை' என்ற அடியில் இத்தகைய ஒரு நிலையைத்தான் கவிஞன் பேசுகிறான். 'முதல், இடை, ஈறு இல்லை' என்று கூறுவதால் ஆதியும், அந்தமும் அற்றது என்பதைச் சுட்டிக் காட்டுகிறான். மேவாதவர் பகைவர், மேவினவர் நண்பர் என்ற இரண்டும் முரண்பட்ட நிலைகள். இவை இரண்டும் இல்லையாம் இறைவனுக்கு. மூவாத நிலை - இளமை, மூத்தமை - முதுமை நிலை. இவ்விரு முரண்களிலும் படாதவன் இறைவன். இவ்விதம் முரண்பட்டவற்றுள் ஒற்றுமையாய் இலங்குபவனே இறைவன்.

ஆழ்ந்து ஆராயாமல் மேலாகப் பார்ப்பவருக்குப் பொருள்களிடம் முரண்பாடு தோன்றுவதுபோல், முழுமுதலிடத்தும் முரண்பாடு தோன்றத்தான் செய்கிறது. எனவே, இம் முரணைக் கடந்து முழுமுதற்பொருளை அறியமாட்டாதார் அப்பொருளையும் முரண் உடையதாகவே கருதிவிட்டனர்.

இந்த அடிப்படையில் ஆய்ந்தால் ஒளி என்ற பொருளையும் இருள் என்ற பொருளையும் தனி இயல்புடையனவாகக் காணும் காட்சியில் தான் தவறு உண்டாகிறது என்பது தெரியவரும். மேல் என்ற இயல்பும், கீழ் என்ற இயல்பும் தனித்தன்மையுடையன என்று கருதுவதில் தான் பிழை நேர்கிறது. இவற்றுள் எது உண்மை?

இனி, இதே கருத்தை வளர்த்துச் செல்கிறான் கவிச்சக்கரவர்த்தி. வேதங்கள் அறைகின்ற உலகு எங்கும் விரிந்துள்ளன இறைவனின் திருவடிகள். ஆனால் ஒன்றனோடு ஒன்று முரண்பட்டு நிற்கும் ஐம்பூதங்களாகிய நிலம், நீர், தீ, வளி, விசும்பு என்றவற்றில் உறைந்தால் அப்பொருள்கள் எவ்வாறு அத்திருவடியைப் பொறுத்துக் கொண்டுள்ளன? (2563) என்று பேசுகிறான் கவிஞன்.

முரண் கடந்து நிற்கும் முழுமுதலைப் பற்றி எளிய மானிடன் சிந்திக்கத் தொடங்கினால் என்ன அறிய முடியும்? உலகின் முரண்பாடுகளில் சிக்கி அவற்றிலிருந்து மீண்டு வரமுடியாமல் தத்தளிக்கும் மனிதன், முரண்பட்ட பொருள்களில் முரண்பாட்டைத் தவிர ஒருமைப்பாட்டை அறிய முடியாத சிற்றறிவு படைத்த மனிதன் என்ன செய்ய முடியும்? முரண்பாட்டினிடையே நின்று முரணில்லாத முழுமுதலைக் காண்பவன் அதன் தன்மையை அறிய முடியாமல் அதுவும் ஒரு மாயையோ என நினைக்கிறான்.

ஆனால், ஒரு சிலர் இந்நிலையைக் கடந்து சென்று முரணின் இடையே முரண்பாடற்ற தன்மையை, அதாவது, ஒருமைப்பாட்டைக் காண்கின்றனர். அவ்வாறு ஒருமைப்பாட்டைக் காணக்கூடிய அவர்களுக்குக்கூட வியப்புத் தோன்றத்தான் செய்கிறது. இந்த இரண்டு மனநிலைகளையும் கவிஞன் ‘மாயை இது என்கொலோ?’ “வாராதே வரவல்லாய்” (2570) என்று பாடுகிறான். வாராமலே வருதல் என்பது ஒரு முரண்பாடுதான்; ஆனால் முரண் இல்லாத முழுமுதல் இதனைச் செய்கிறான். எனவே, ‘மாயை இது என் கொலோ?’ என்று மனிதன் வியக்கிறான்.

ஓரளவு சிந்தனையைச் செலுத்தினால் வாராதே வருதலிலும் முரண்பாடு ஒன்றும் இல்லை என்பது விளங்கும். இதைச் சற்று விரிவாகக் காண்டல் வேண்டும்.

மனிதன் காணும் முரண்பாட்டிற்குப் பெருங்காரணமாய் அமைவது அவன் பேசும் மொழியேயாம். ஒருவன் மனத்தே தோன்றும் கருத்தைப் பிறர் செம்மையாக அறிய உதவுவதும் மொழியே. அப்பிறரைத் தவறாக அறியச் செய்வதும் மொழியே.

வருதல் என்ற சொல்லைச் சற்றுக் காண்போம். இதனை இலக்கண நூலார் 'தல்' என்ற விகுதி பெற்ற தொழிற்பெயர் என்பர். இச்சொல் எதனைக் குறிக்கிறது? ஓர் இடத்திலிருந்து மற்றோர் இடத்திற்குப் பெயர்ந்து செல்லும் நிலையை அறிவிப்பதாகும் இச்சொற்பொருள். நாம் காணும் பொருள் ஓரிடத்திலிருந்து மற்றோரிடத்திற்குப் பெயர்ந்து வருமாயின் அப்பொருள் 'வருகிறது' என்று கூறுகிறோம். வருதலாகிய இத்தொழிலை அப்பொருள் செய்வதனால் தோன்றும் பயன் யாது? தூரத்தே இருந்த பொருள் நம் அணித்தே வந்ததுதான் பெறும் பயனாகும். இதனையல்லாமல் வேறு பயன் உண்டோ? உண்டு. அப்பொருளை நாம் தொடவும் அனுபவிக்கவும் முடியும். ஆனால், வந்த பொருள் பருப்பொருளாக இல்லாமல் நுண்பொருளாக இருக்குமாயின் தொடுதல் முதலிய புலன்களின் மூலம் பெறும் அனுபவம் இல்லை என்றாகிவிடும். ஆனாலும், மனத்தளவில் அப்பொருள் ஒரு நிறைவைத் தருகிறது. எனவே, நாம் விரும்பும் பொருள் நம்மிடையே வந்துவிட்டது என்பதன் கருத்து அல்லது பயன் யாது? அப்பொருளால் நாம் பெறக்கூடிய பயனை (மனநிறைவை) அடைந்துவிட்டால் பொருளே வந்ததாகத்தானே கருத்து.

முழுமுதற் பொருளை ஒருவன் அடைந்துவிட்டால் அதனால் அவன் பெறும் பயன் யாது? மனநிறைவு; ஈடு இணையற்ற மனநிறைவு. இம் மனநிறைவை ஒருவன் பெற்றுவிட்டான் என்றால், அதன் கருத்து யாது? அவன் முழுமுதற் பொருளின் தொடர்பைப் பெற்றுவிட்டான் என்பதேயன்றோ? அப்பொருள் எவ்வாறு வந்தது? எவ்வடிவில் வந்தது? எவ்வழியில் வந்தது? போன்ற வினாக்களை எழுப்பிக் கொண்டு அவன் அவதியுறுவதில்லை. அப்பொருள் 'வருமா' என்று பல காலம் ஏங்கிக் கொண்டிருந்தான். இரவு பகல் இதுவே நினைவாய் வாழ்வில் வேறு குறிக்கோளின்றி அலைந்தான். திடீரென்று ஒருநாள் அவனுள் அந்த அமைதி வந்து புகுந்து கொண்டது. ஆம்! அப்பொருள் தன்னுள் புகுந்தாலொழிய இவ்வகை அமைதி கிடைக்காதாகலான், அவன் பொருளின் வருகையை உணர்ந்து கொண்டான். ஆனால், வந்ததை அவன் காணவில்லை; காணவும் இயலாது. எனவே, 'வாராதே வர வல்லாய்' என்று பாடுகிறான் கவிஞன்.

பொருள் வந்துவிட்டது போல் உணர்ச்சி ஏற்பட்டதற்குக் காரணம் பேரமைதி என்று கூறினோம். ஆனால் இவ்வுலக நியாயங்கட்குக் கட்டுப்பட்டு இவ்வமைதி நிலைபெறாமல் போவதும் வருவதுமாக இருந்தது.

கிடைத்த பேரமைதி ஓரளவு நீங்கியவுடன் ஏற்பட்ட கலக்கத்தில், முன்னர்க் கிடைத்த பேரமைதிதானும் உண்மையோ பொய்யோ என்ற ஐயம் தோன்றிவிடுகிறது. ஒருவேளை தன் மன மயக்கத்தால் தான் அமைதி போன்ற ஒரு நிலை ஏற்பட்டதோ என்ற ஐயம் தோன்றுகிறது. இந்நிலையில் இந்த அமைதி கிடைத்த காரணம், இறைவன் தன் மனத்துள் வந்து தங்கியமையால் அன்றோ என்றும் நினைக்கத் தோன்றுகிறது. அப்படியானால், இப்பொழுது அமைதி இழந்த நிலையின் காரணம் யாது? தன்னுள் வந்த பொருள் போய்விட்டதோ? வாராதே வந்த பொருள் மீட்டும் போகாதது போலப் போக்குக் காட்டிப் போய்விட்டதோ என்னும் ஐயம் வலுப்பெறுகிறது. இந்த ஐயநிலையில் நின்று நம்மாழ்வார் இதோ பாடுகிறார்: மாலாய் மயக்கி அடியேன்பால் 'வந்தாய் போலே வாராயே வந்தாய் போலே வாராதாய்' - (திருவாய் மொழி 6:10:8,9)

கவிச்சக்கரவர்த்தி கம்பநாடான் 'வாராதே வர வல்லாய்' என்று பாடியதும், நம்மாழ்வார் வந்தாய் போலே வாராதாய்' என்று பாடியதும் முரண்பாட்டில் சிக்கியுள்ள நம் போன்றவர்கள் மனநிலையை எடுத்துக்காட்டுவதேயாகும். 'வாராமலே வருதலும், வந்தது போல் வாராமலிருத்தலும்' முரணில் சிக்கி அவதியுறுபவர் காணும் நிலையாகும். முரணற்ற நிலையைச் சிந்திப்பவர்கள் இதில் மயங்குவதில்லை.

எனவே, அனுபவ நிலையிலிருந்து கவிஞன் பாடுவதில் முரண்பாடின்மையை அறிய வேண்டும். அவ்வாறாயின், சொற்களில் முரண்பாடு தோன்றும்படி இக்கவிஞர்கள் ஏன் பாடவேண்டும் என்ற ஐயம் தோன்றும்? அது சொல்லின் குறைபாடும் பேசுபவனின் குறைபாடுமேயாம். இரயிலில் செல்லும் இருவருள் ஒருவர் 'கோவை வந்துவிட்டதா?' என்று கேட்கிறார். இதைக் கேட்பவர் ஒருவரும் சிரிப்பதில்லை. 'கோவையாவது, வருவதாவது? அதற்கு என்ன கால்களா முளைத்து விட்டன?' என்று கேட்பதுமில்லை. ஏன்? கோவை வந்துவிட்டதா? என்று கேட்பவர் மனத்தில் இருக்கும் பொருள் 'கோவைக்கு நாம் வந்துவிட்டோமா?' என்பதே; அதையே கேட்பவரும் தெரிந்து கொள்கிறார். எனவே, சிரிப்பதற்கு ஒன்றுமில்லை. ஆனால், நேரே சொற்பொருள் காண்பதாயின் சிரிப்பதைத் தவிர வேறு வழியில்லை.

கோவைக்கு நாம் வருவதும் கோவை நம்மிடம் வருவதும் பயனளவில் ஒன்றேயாயினும் சொல்லளவில் வேறு வேறுதான். அன்றியும் வருதலாகிய வினையைச் செய்யும் வினைமுதல் நாமாக

இருக்கிறோம். அவ்வினையைச் செய்யும் வாய்ப்பு கோயம்புத்தூர் என்ற அஃறினைப் பொருளுக்கு இல்லை. எனினும், இவ்வினாவில் தவறு காண்பார் ஒருவரும் இல்லை; இவை முரண்பாடுடையன எனக் கூறுவார் ஒருவருமில்லை.

'வாராதே வரவல்லாய்' என்று கவிஞன் கூறும் பொழுது ஏனைய உயிர்கள் போன்று வருதலாகிய வினையைச் செய்துவந்ததால் ஏற்படும் பயனைத் தருபவனல்லன் முழுமுதலாகிய ஒருவன் என்பதையும் கவிஞன் குறிக்கிறான் ஏனையோர் வருதலாகிய வினையைச் செய்தாலொழிய வந்த பயனைத் தரவியலாது. ஆனால், இறைவன் வினை செய்யாமலே வினையின் பயனைத் தருகிறான் என்ற உயர்ந்த கருத்தும் இதில் அடங்கி நிற்கின்றது. இதனையே மாணிக்கவாசகர் "விச்சது (விதை) இன்றியே விளைவு செய்குவாய்" என்கிறார். முரண்பாட்டில் முழுமுதலைக் கண்ட தமிழன் வாழ்க.

இராமனை இந்திரன் கண்டபோது பெற்ற அனுபவ உணர்வு வாயிலாக இறைத் தத்துவத்தின் ஒரு பேருண்மையைக் கவிச்சக்கரவர்த்தி விளக்கியுள்ளான்.

கவந்தன்

இனி, இராமனே பரம்பொருள் என்பதைக் கவந்தன் கூற்றைக் கொண்டு ஓரளவு காணலாம். இவனும் அரக்கனாய் இருந்து இராகவனால் சாபம் தீர்க்கப் பெற்று, பழைய கந்தர்வவடிவுடன் இராமனைப் பார்த்தவனே. இராமன் பற்றிக் கவந்தன் பேசுவதில் விராதன் முதலியோர் கூற்றில் கண்ட கருத்துக்களே பேசப்படுகின்றன. இவற்றில் பல விராதன், இந்திரன் முதலானோரால் முன்னரே சொல்லப் பட்டிருப்பினும், கவிஞன் அதை மீட்டும் கூறுவது இராமன் பரம்பொருள் என்பதை வலியுறுத்தவே ஆகும்.

தசரதராமன் என்ற வடிவினுள் மூல இராமன் காட்சி அளிப்பதை எல்லோரும் கண்டு கொள்ள முடியாது என்பது உண்மைதான். விராதன், கவந்தன், வாலி என்ற மூவரும் தொடக்கத்தில் இராமனை இன்னான் என்று அறியாமலிருந்து அவன் அம்புபட்டு இறக்கும் தறுவாயில் தான் மூல இராமனைத் தரிசிக்கின்றனர். சாபத்தால் அரக்கர்களாக இருந்த விராதனும், கவந்தனும் இறந்தவுடனேயே எப்படி மூல இராமனைத் தரிசிக்க முடிந்தது? விடை மிக எளிதானது தான். இவர்கள் இருவரும் வாலியும், இராகவனுடைய ஏவுகூர்வாளியால் தீட்சை பெற்றனர். ஆதலின் ஆவிபோம்

வேளைவாய் மெய்யுணர்வு பெற்றனர். அத்தகைய ஒரு நிலையில் தான் கவந்தன் இதோ பேசுகிறான்:

"கண்ணுக்குப் புலனாகித் தோன்றி என் சாபத் துயர் துடைத்தவனே! எல்லாப் பொருளையும் நன்றவன் நீதானோ? அறக்கடவுளின் சான்றாக உள்ளவன் நீ தானோ? தேவர்கள் தங்கள் துயர் தீர்க்கச் செய்த தவத்தின் பயனாக வந்தவன் நீயோ? மும்மூர்த்திகள் என்று மூன்று கவடாக வெளிப்பட்டுத் தோன்றிய மூலப்பரம்பொருள் நீ தானோ?" *(3082)*

"தொடக்கம் என்ற ஒன்றில்லாத பரம்பொருளே! நீ இந்த மானுட வடிவில் வந்துள்ளதன் காரணத்தை யார் அறிவார்?" *(3683)*

"காண்பார், காணப்படுபொருள் என்பவற்றினிடையே உள்ள கண்ணாகி நிற்பவனே! எல்லாப் பொருளினும் சார்ந்துள்ளவன் போல் காணப்படினும், உண்மையில் எந்த ஒன்றினும் சாராது தனித்து நிற்பவனே! உன்னை ஆண் என்று சொல்வதா? பெண் என்று சொல்வதா? இவை இரண்டிற்கும் அப்பாற்பட்ட ஒன்று என்று சொல்வதா? *(3684)*

"ஐயனே! உன் செயல்களைக் கண்டு அவைதாம் அறநெறி என்று வேதங்கள் கூறினவா? அல்லது வேதம் கூறின அறநெறியை நீ கடைப்பிடிக்கின்றாயா?" *(3689)*

தசரதராமனாகத் தோன்றியவனே கவந்தனின் சாபத்துயரை ஒழித்தவன். அவன் மூல இராமனாகிய பரம்பொருளே என்பதைக் கவந்தன் உணர்ந்தான். கவந்தனாக இருந்தவன் கந்தர்வனாக விண்ணில் உயர்ந்தபோதுதான் மூல இராமன் இவன் என்பதை உணர்ந்தான். அந்த அனுபவத்தை இராமபிரான் அருளிய தீட்சையால் கவந்தன் பெற்றான்.

கவந்தப் பூதம் கண்டது தசரத ராமனை; இராமன் தீட்சையால் சாபம் நீங்கப்பெற்று உயர்ந்த போது அவன் கண்டது தசரதராமனின் உள்ளே ஒளிர்ந்த மூல இராமனே. இந்தக் கருத்துகளைக் கவிச்சக்கரவர்த்தி,

ஆளும் நாயகன் அம்கையில் தீண்டிய அதனால்
மூளும் சாபத்தின் முந்திய தீவினை முடிந்தான்;
தோளும் வாங்கிய தோம்உடை யாக்கையைத் துறவா,
நீளம் நீங்கிய பறவையின்; விண் உற நிமிர்ந்தான். - *கம்ப. 3680*

விண்ணின் நின்றவன், 'விரிஞ்சனே முதலினர் யார்க்கும்
கண்ணில் நின்றவன் இவன்' எனக் கருத்துறு உணர்ந்தான்

- கம்ப. *3681*

என்று பாடியிருப்பதைக் காணலாம்.

மானிடச் சட்டையையும் கடந்து மூல இராமனைக் காணும் பேறு அரக்கர்க்கும் பூதங்கட்கும் கூட வாய்க்கும் என்ற சமயப் பேருண்மையைக் கவிஞன் விளக்கும் இடம் இது.

கவந்தன் துதியாக அமையும் பாடல்களில் புதிதாகச் சொல்லப்பட்ட ஒரு கருத்து, பரம்பொருளின் செயல்கள் பற்றியதாகும். அறநெறிகள் கூறும் வேதங்கள் அவன் நினைந்தவற்றையே கூறுகின்றன என்று விராதன் கூறுவது சிந்தனைக்குரியது.

மாதலி

இறுதிநாள் போரில் இராவணனுடன் போர் செய்ய இராமனுக்கு ஒரு தேர் வேண்டியிருந்தது. விண்மிசை படரும் சக்தி வாய்ந்த தேர் ஒன்றைத் தேவர்கள் மாதலி என்ற சாரதியுடன் மண்மிசை அனுப்பினர். மாதலி தேரைச் செலுத்த, இராகவன் அதில் ஏறிப் போர் புரியலானான்.

இராவணன் பயன்படுத்திய மாயா அஸ்திரம் இராமனையும் ஒரு கணம் சிந்தனை இழக்கச் செய்தது. அந்த நிலையில் மாதலி ஒரு பேருண்மையை வெளியிடுகிறான். இறைவனுக்கு எத்துணை அளப்பரிய ஆற்றல் உண்டோ அதைவிட அதிகமான ஆற்றல் அவனுடைய நாமத்திற்கு உண்டு. உதாரணம் தேடிச் செல்லவேண்டிய தேவை இல்லை. வருணனை வழி வேண்டி அணை கட்டித்தான் இராம, இலக்குவர்கள் கூட இலங்கையை அடைய முடிந்தது. ஆனால், 'இராமா' என்ற மந்திரத்தைச் சொல்வதன் மூலமே 'காலினில் கருங்கடல் கடந்தான் அனுமன்' என்பதால், "நின்னிற் சிறந்தவை நின்நாமங்கள்"என்ற முதுமொழி அனுமன் விஷயத்தில் உண்மையானதைக் கண்டோம்.

இப்பொழுது இராவணனுடைய மாயாஸ்திரத்தால் மனம் மறுகிய இராமனுக்கே மாதலி ஓர் உண்மையை எடுத்துக் கூறுகின்றான்.

அரக்கனால் ஏவப்பட்ட மாயாஸ்திரத்தால் இராமனும் மயங்கினான் போலும்! பகைவன் மாயாஸ்திரம் ஏவினால், அதன் வலிமையை அழிக்க ஞானாஸ்திரத்தை ஏவுதல் வேண்டும் என்பதை எவரும் சொல்லவேண்டியதில்லை. ஆனால், அதனை

ஏவுமாறு இராமனுக்கு மாதலி சொல்லுவதாகக் கதைப் போக்கு அமைக்கப்பட்டுள்ளது. காரணம், தசரதராமனாகிய மானிடன் மாயாஸ்திரத்தினால் கலங்கியதாகவே இருக்க வேண்டும்.

மாயைப் படையால் விளைந்த விளைவுகள் சொல்லுந்தரத்தன அல்ல. மாய்ந்தொழிந்த அரக்கரெலாம் உயிர்பெற்றெழுந்து ஆரவாரிக்கின்றனர். மாயையின் திறம் இது. கவிச்சக்கரவர்த்தி பல பாடல்களில் *(9813-9821)* மாயைப் படையின் விளைவுகளைப் பாடுகிறான். இராமனே 'வினையம் மற்று இது என்ன மாயமோ? விதியது விளைவோ?' என்றெல்லாம் மறுகுகிறான்.*(9822)*.

ஞானப் படையை ஏவினால் மாயைப் படையின் விளைவுகள் அழியும் என்பதை எளிதில் உணரமுடியாத அளவுக்கு இராமபிரான் மயங்கி, 'ஈது என்ன? சொல்' என மாதலியைக் கேட்கிறான் மனிதப் பிறப்பின் மயக்கம் இது.

மாயை - ஞானம் இவற்றின் திறத்தை மட்டும் சொல்வதற்காகக் கம்பன் இந்தக் கட்டத்தைப் பாடவில்லை. இராம நாமத்தின் பெருமையை நினைவூட்டுவதற்கு இந்தச் சூழ்நிலையைப் பயன்படுத்துகிறான். [வான்மிகத்தில் இதுபோன்ற சட்டம் அமைக்கப்படவில்லை என்பது கவனிக்கத்தக்கது. மாயைத் திறம் அழிக்கும் ஞானம், இவை நாமப் பெருமை, மூல ராமன் - தசரத தராமன் என்ற கமுத் தோட்டங்கள் கம்பனில் புலமை படைத்த செய்திகள்.]

இராவணன் இராமனை நோக்கி மாயாஸ்திரத்தை ஏவியது கொல்லனுக்கு ஊசி கொடுத்தது போன்றது என்று உவமை கூறிய மாதலி, மேலே சொன்ன செய்தியே இங்கே கவனிக்கத்தக்கது.

"பிறவி நோய்க்கும் அந்த நோயினைத் தருகின்ற வினைக்கும் மருந்தாக விளங்குவது நின் திருநாமம். அந்த நாமத்தைச் சொல்வோரின் பிறவிப் பிணி, பாம்பின் நஞ்சு இறங்குவதுபோல் நீங்கிவிடும். பாம்பின் விடத்தை இறக்கும் மந்திரத்தின் வலிமை போலப் பிறவியையும் பிறவிக்குக் காரணமான வினையையும் நீக்கும் வலிமையுடையது உன் நாமம்." *(9824)*

இவ்வாறு இராமனுக்கே இராமநாமத்தின் பெருமையை நினைவுறுத்தி ஞானப் படையை ஏவுமாறு மாதலி கூறினான்.

"வீக்கு வாயிலில் வெள் எயிற்று அரவின் வெவ் விடத்தை
மாய்க்குமா நெடு மந்திரம் தந்தது ஓர் வலியின், -

நோய்க்கும், நோய் தரு வினைக்கும், நின்பெரும் பெயர்
நெடியோன்,
நீக்குவாய்! - நினை நினைக்குவார் பிறப்பு என, நீங்கும்." *(9824)*

இறைவனின் நாமத்தின் பெருமையை முன்னர் அனுமன் மூலம் வெளிப்படுத்திய கவிச்சக்கரவர்த்தி, காப்பியம் முடியப்போகும் தறுவாயில் அதனை மறுபடியும் நமக்கு நினைவூட்டுவதற்காக மாதலியைக் கொண்டு திருநாமச் சிறப்பைப் பேசவைக்கிறான்.

கவிச்சக்கரவர்த்தியின் சாதனை

விராதனில் தொடங்கி, மாதலி பேசுகின்றவரை எத்தனை பாத்திரங்கள் இராமனின் எதிரிலேயே அவனைத் துதிக்கத் தொடங்கி, அவன் பரம்பொருள் என்பதைத் தர்க்க முறையிலும், பக்தி முறையிலும் பேசுகிறார்கள். அப்படி இருந்தும், இந்தப் புகழ் மொழிகளோ, பக்தி மொழிகளோ தசரத ராமனிடம் எந்த விதமான சிறு மாற்றத்தையும் ஏற்படுத்தியதாகத் தெரியவில்லை. ஒரே நேரத்தில் ஒருவனை மனிதனாகவும், கடவுளாகவும் படைப்பது மிக அரிய காரியம் என்றும் அப்படிப் படைத்தவர்கள் அதில் வெற்றி அடையவில்லை என்றும் தொடக்கத்தில் கூறியிருந்தோம். ஏனைய கவிஞர்கள் யாரும் வெற்றிபெறாத இந்தச் சோதனையைக் கவிஞன் மேற்கொள்ளுகிறான். அதில் முழு வெற்றியும் அடைகிறான் என்பதை நினைக்கும் பொழுது, நாம் வியப்பில் மூழ்கிவிடுகிறோம். இராமனிடம் காணப்பட்ட கடவுள் தன்மையை அறவே ஒதுக்கிவிட்டு, வெறும் மனிதனாக - தசரத் குமாரனாக - அவனை வைத்துக்கொண்டு பார்த்தால், அதிலும் இராமன் ஈடு இணையற்று விளங்குகிறான். 'நடையில் நின்றுயிர் நாயகன்' என்றும், 'அறத்தின் அழியான்' என்றும் கவிஞன் போற்றுவதற்கு ஏற்ப இராமனுடைய வாழ்க்கை அப்பழுக்கற்றதாய் ஒரு மாமனிதனுடைய வாழ்க்கையாய் நடைபெற்றதைக் காண்கிறோம்.

மனைவியின் வேண்டுகோளுக்கிணங்கி, இலக்குவன் எவ்வளவு தடுத்தும், மாயமான் பின்னே சென்றது, ஒரு கணவன் மனைவியின் விருப்பத்தை நிறைவேற்ற வேண்டும் என்ற எண்ணத்தின் அடிப்படையில், இராகவன் ஒரு மனிதனைப் போல நடந்து கொள்கின்ற இடமாகும். 'இராவணன் சீதையைத் தூக்கிச் செல்வதைப் பார்த்துக் கொண்டு சும்மா இருந்த உலகத்தையே அழிக்கிறேன் பார்' என்று சடாயு எதிரே பேசும் பொழுது மனித இராமன் முற்பட்டு நிற்கின்றான். சடாயு, 'உன் பிழை' என்று எடுத்துக் காட்டிய பின்,

காரணமின்றி உலகின் மேல் கோபம் கொண்டது தன்னுடைய தவறு என்று தன் பிழையை நினைக்கும் பொழுது இராமன் மாமனிதனாகக் காட்சி அளிக்கிறான். பிராட்டியைப் பிரிந்து பெருவருத்தத்தில் ஆழ்ந்திருக்கும் பொழுது அவன் ஒரு மனிதன் என்பதை நினைவூட்டுகிறான். இலக்குவன் ஆறுதல் கூற அமைதி அடைகின்ற இராமன், பண்புள்ள ஒரு மனிதனையே நினைவூட்டுகிறான். உணர்ச்சி வசப்பட்டு 'என்னைக் கெடுத்தனை வீடணா!' என்று குமுறுகையில் சாதாரண மனிதனாகக் காட்சி அளிக்கிறான். தான் பேசியது தவறு என்பதை உணர்ந்து, 'இது வீடணன் தந்த வென்றி' என்று கூறும் பொழுது மாமனிதனாகக் காட்சி அளிக்கின்றான். வாலியைப் பற்றி முழுவதும் அறிந்து கொள்ளாமல், சுக்கிரீவனிடம் கொண்ட அந்தப் பாசத்தினால் வாலியைக் கொல்கையில் சாதாரண மனிதனாகக் காட்சி அளிக்கின்றான். 'அது சரியில்லை' என்றுணர்ந்து, வாலியின் மைந்தனிடம் அரசனின் அடையாளமான குறுவாளைத் தந்து 'நீ இது பொறுத்தி' என்று சொல்கையில் மாமனிதனாகக் காட்சி அளிக்கிறான். சுக்கிரீவன் குடிபோதையில் நன்றி கொன்றான் என்று நினைத்துச் சினம் கொண்டு, 'வாலியைக் கொன்ற அம்பு இன்றும் இருக்கிறது என்று சொல்லி வா' என்று இலக்குவனை அனுப்பும் பொழுது மனிதனாகக் காட்சி அளிக்கிறான். தன் பிழை உணர்ந்து சுக்கிரீவன் திருவடிகளில் விழுந்து மன்னிப்புக் கேட்டவுடன் அவனை எடுத்து மார்புறத் தழுவிக்கொண்டு, 'நீ பரதன் போன்றவன் அல்லவா? உன் மேல் எப்படி கோபம் வரும்' என்று சொல்லும் பொழுது மாமனிதனாகக் காட்சி அளிக்கிறான். முதல் நாள் போரில் அனைத்தையும் இழந்து நின்ற இராவணனை நோக்கி, 'இன்று போய்ப் போர்க்கு நாளை வா' என்று கூறுகையில் மாமனிதனாகக் காட்சி அளிக்கிறான்.

மேலே கூறிய பகுதிகள் அனைத்திலும் இராமன் கடவுள் தன்மையைக் காட்டாமல் மாமனிதத் தன்மையையே காட்டிடும் கவிஞன், உலக இலக்கியத்தில் ஈடு இணையற்ற படைப்பையே நல்குகிறான். இதைவிடச் சிறப்பான ஒன்றையும் கவிஞன் செய்து காட்டுகிறான். சாதாரண மனிதனாக இல்லை, மாமனிதனாக வாழ்ந்துவரும் ஒருவன் கூட விராதன் முதல் மாதலி வரை உள்ளவர்கள் முன் நின்று கொண்டு நேராகவே 'நீ பரம்பொருள்' என்று பேசுவதைக் கேட்டால் தன்னையும் அறியாமல் 'நாம் அப்படித்தானோ' என்ற நினைவு ஒரு வினாடியேனும் வாராமல் போகாது. அப்படி வந்தாலும், அடுத்த வினாடியே அந்த எண்ணத்தை மாற்றிக்கொள்வார்கள். எனவே, அதனைப் பெருந்தவறு

என்று கூறுவதற்கில்லை. அப்படி இருந்தும் இத்தனை பேர் பரம்பொருளாகக் கொண்டு புகழும் பொழுது தனக்குப் பழக்கம் இல்லாத யாரோ ஒருவனைப்பற்றி அவர்கள் பேசுகிறார்கள் என்ற முறையில் இராகவனும் நடந்து கொள்ளுமாறு செய்தது கம்பன் ஒருவனுக்கே இயன்ற காரியம் ஆகும்.

இராமன், பரம்பொருள் - அனுமன் விளக்கம்

'பரம்பொருள் என்றால் யார்? அவன் இராமனே' என்று ஐயம் திரிபிற்கு இடமின்றி விளக்கி நிரூபித்தவன் அனுமனே ஆவான். இதனை நிரூபிப்பதற்கு வேண்டிய அனைத்துப் பண்புகளிலும் ஒன்றுகூடக் குறையாமல் நிறைந்து நின்ற அனுமனை - இதைச் செய்வதற்குத் தகுதியானவன் என்று நினைத்த கம்பநாடன், "இராகவன் புகழினைத் திருத்தும் கவிக்கு நாயகனாகிய அனுமனை இதற்குப் பயன்படுத்துகிறான். முதன் முதலில் இராகவனைக் கண்டபொழுது அவன் 'விஷ்ணுவே' என்று நினைத்தான் அனுமன். சங்கு, சக்கரக் குறியுள என்பது ஒரு சான்று. 'யாரைக் கண்டால் தன்னுடைய உள்ளமும், எலும்பும், உடலும் உருகுகின்றதோ அவனே திருமால், என்று அனுமனின் தந்தை கூறியது இரண்டாவது சான்று.' இராமன், திருமாலே என்று நூற்றுக்குத் தொண்ணுற்றொன்பது பங்கு ஏற்றுக் கொண்ட அனுமன், புருவுகார பூதையாகிய பிராட்டியைக் காணாமையால் அந்த ஒரு பங்கு ஐயத்தை மனத்துட் கொண்டிருந்தான். அசோகவனத்தில் மரத்தின் மேலிருந்து பிராட்டியைப் பார்த்தவுடன் 'இவள் கமலச் செல்வியே அதனால் அவன் கமலச் செல்வனே' என்ற முடிவுக்கு வந்தான். அதன் பிறகு இராவணனிடம் பேசும் பொழுது இராமன், விஷ்ணு என்ற கொள்கையை விட்டு விட்டு அவன் மூலப் பரம்பொருளே" என்று பேசுகிறான்.

தன் எதிரே இருந்த அனுமனை, "நீ யார்? மும்மூர்த்திகள் ஒருவனோ? கணிச்சியான் மகனோ?" என்று இராவணன் கேட்கின்றான். அதற்கு விடை கூறப்புகுந்த அனுமன், நீ சொன்ன புல்லிய வலியினோர் ஏவல் பூண்டிலேன், இராமன் தூதன் யான் என்று கூறிவிட்டு, இராவணன இராமனை அறிந்திருக்க முடியாது. அறிந்திருந்தாலும் தசரதனின் மகன் என்று மட்டுமே அறிந்திருப்பான் என்ற கருத்தில் விடைகூறப் புகுகின்றான். இராமன்,

"தேவரும் பிறரும் அல்லன்; திசைக்களிறு அல்லன்; திக்கின்
காவலர் அல்லன், ஈசன் கைலை அம்கிரியும் அல்லன்;

மூவரும் அல்லன்; மற்றை முனிவரும் அல்லன்; எல்லைப்
பூவலயத்தை ஆண்ட புரவலன் புதல்வன் போலாம்" *- கம்ப. 1*

மூவர் முதலிய யாரும் அல்லன் என்று அனுமன் கூறியவுடன் ஆயிரம் மறைப் பொருள் உணர்ந்து அறிவு அமைந்தவனாகிய இராவணனுக்கு அறிவுபூர்வமாகவும், தர்க்கரீதியிலும் பரம்பொருளின் இலக்கணத்தை ஒரு பாடலில் விளக்கிக் கூறிவிட்டு, அவனே இராமனாக வந்தவன் என்று கூறிமுடிக்கிறான் அனுமன். இதனை அடுத்து ஓரளவு ஆராயப் பெறும் அவ்விளக்கம் இராமனே பரம்பொருள் என்பதை ஐயம் திரிபு இன்றி விளக்குகின்றது. ஆதலின் அதுவே இக்கட்டுரைக்கும், 'இராமன் பன்முக நோக்கில்' என்ற இந்த நூலுக்கும் முடிவுரையாகும்.

முடிப்பதற்குமுன் தசரத ராமன், மூல ராமன் என்ற இருவரிடை உள்ள இயல்பையும் பரம்பொருள் பற்றிய கவிஞனின் கருத்தையும் விளக்கும் ஓர் ஒப்பற்ற பரமனின் விளக்கத்தைக் காண்பது நலம்.

இராமனைப் பரம்பொருள் எனக் கண்டு அனுபவித்த சிறிய திருவடியின் கூற்றுக்கு கவிச்சக்கரவர்த்தி அந்தப் பாடலை அமைக்கிறான்.

பரம்பொருளுக்கு எத்தனையோ பெயர்கள் இருந்தும், கவிஞன் 'காரணன்' என்ற பெயரை மட்டும் குறிப்பாக அனுமன் பயன்படுத்துகிறான். முதற்காரணனாய் அமைந்ததை முன்னர்க் கூறினான். அனைத்துக் கலையையும் சிக்கறத் தெளிந்ததுடன் அல்லாமல், தன் புலனடக்கத்தால் ஏனையோர் யாரும் எய்த முடியாத உயர்ந்த நிலையை அடைந்த அனுமன் இதோ பேசுகிறான்;

மூலமும் நடுவும் ஈறும் இல்லது, ஓர் மும்மைத்துஆய
காலமும், கணக்கும், நீத்த காரணன், கைவில்ஏந்தி
சூலமும், திகிரி சங்கும், கரகமும் துறந்து, தொல்லை
ஆலமும், மலரும் வெள்ளிப் பொருப்பும் விட்டு, அயோத்தி
வந்தான். *- கம்ப 5884*

எந்த ஒன்றுக்கும் ஒரு தோற்றமும், ஓர் இருப்பும், ஒரு மறைவும் உண்டு. யுகாந்த காலமாக உள்ளது என்று நாம் கூறும் இந்தச் சூரிய மண்டலமும், இச்சூரிய மண்டலம் போன்று ஆயிரக்கணக்கில் உள்ள சூரிய மண்டலங்களும், விண்வெளியில் உள்ள உடுக்கள் மண்டலமும், என்றோ ஒரு நாள் தோன்றியவை; இன்று உள்ளவை; என்றோ ஒரு நாள் அழியப் போகின்றவை. அழிதல் என்றால் இல்லாமற்போதல் என்று பொருள் இல்லை. இன்றுள்ள நிலை

மாறி வேறு நிலையை அடைவதையே அழிவு என்று கூறுகிறோம். தண்ணீர் பனிக்கட்டியாகி, மறுபடியும் தண்ணீராக மாறி, அடுத்து ஆவியாகச் சென்று மறுபடியும் தண்ணீராக மாறுவது போல் தான் இந்த அண்டங்களின் உற்பத்தி, ஸ்திதி (இருத்தல்), நாசம் (அழிவு) எனப்படுபவை. இந்த முதல் நிலை, இடைநிலை. கடைநிலைகளுக்குட்படாத ஒரு பொருள் இங்கும் இல்லை; எங்கும் இல்லை. ஆனால், இந்த மூன்று நிலையும் இல்லாத ஒன்று உண்டா? உண்டு அது யாது? அதுவே பரம்பொருள் எனப்படும். அதற்குத் தொடக்கமும் இல்லை; இருக்கிறது எனப்படும் நடுவும் இல்லை; இல்லாது ஒழிந்தது எனக் கூறும் ஈற்று நிலையும் இல்லை.

இருக்கும் ஒரு பொருளை 'இருக்கிறது என்று கூறும் இடைநிலையும் இல்லை' என்று கூறுவது பொருத்தமா என்ற வினா எழும். முன்பு இல்லாதிருந்து ஒரு காலத்தில் மறுபடியும் இல்லையாக ஒழிந்து, இடைக்காலத்தில் மட்டும் இருப்பதைத்தான், இருக்கிறது என்ற நடுவே உள்ள நிலை என்று கூறுகிறோம். எனவே மூலம், நடு, ஈறு இல்லாதது பரம்பொருள் என்று கூறுவது முற்றிலும் பொருத்தமே. எதிர்மறை முகத்தான் (By Negation) ஒன்றை நிறுவ முற்படுவது நியாயம் ஆகாது என்னும் வாதத்தையும் உளங்கொண்டே கவிஞன் பேசுகிறான். மூலமும் நடுவும் ஈறும் இல்லாதாகிய காரணன் என்பதால் காரணனாக உள்ள பொருளுக்குத் தரப்பட்ட இலக்கணமாகும் இது.

காலமும் கணக்கு நீத்தது

இனி அடுத்துவரும் பகுதி 'ஓர் மும்மைத்து ஆய காலமும் கணக்கும் நீத்த' என்பதாகும். உலகத்தின் பழைய சமயங்கள் அனைத்துமே காலம் என்பதை அறிந்து, அதனைப் பகுதிகளாகப் பிரித்துள்ளன. பெரும்பான்மையானவர்கள் இறந்த காலம், நிகழ் காலம், எதிர்காலம் எனக் காலத்தை மூன்றாகப் பிரித்துக் கூறுவர். பௌத்த சமயத்தார் நிகழ் காலம் என்ற ஒன்றை ஏற்றுக்கொள்வதில்லை. அவர்கள் கணக்குப்படி 'இந்த வினாடி' என்று கூறும் பொழுது, அந்த விநாடி காலாவதி ஆகி, இறந்த காலத்துடன் சேர்ந்துவிடுகிறது. விநாடி என்று சொல்லத் தொடங்கி 'வி' என்றவுடன் அது இறந்ததாகவும், 'நாடி' என்பது எதிர்காலமாகவும் இருக்க, அடுத்த எழுத்து வரும் பொழுது அதுவும் இறந்தகாலமாகிவிடுகிறது. எனவே, நிகழ்காலம் என்ற ஒன்று இல்லை என்பது அவர்கள் வாதம். நம்மவர்கள் காலக் கணக்கை மூன்றாகவே பகுத்து ஏற்றுக்கொண்டனர்.

கம்பநாடன், கால தத்துவம் பற்றி மிக நன்றாக அறிந்துள்ளான் என்று கருதுவதில் தவறு இல்லை. முதல், இடை, இறுதி என்று எவ்வாறு பகுக்கிறோம்? காலம் என்று கூறப்பெறும் அளவுகோலால் அளந்துதானே ஒன்றின் முதல், இடை, இறுதி நிலைகள் என்று கூறுகிறோம்? இந்த மூன்றும் இல்லாத ஒரு பொருள் என்றால், அது கால தத்துவத்தில் எங்கேயும் அடங்காது என்று சொல்லத் தேவை இல்லை. ஆதி என்றும் அந்தம் என்றும் கூறுவதே காலத்தை வைத்துத்தான் என்றால், ஆதி அந்தம் இல்லாத ஒரு பொருள் உறுதியாக கால தத்துவத்தினுள் அடங்காது என்பது எளிதில் விளங்கும். காலத்தைக் கடந்த ஒன்று எந்தக் கணக்கிலும் அடங்காத ஒன்றாகும் என்று கூறவும் வேண்டுமோ? அதைத்தான் கவிஞன், 'ஓர் மும்மைத்தாய காலமும், அதனை அளவு கோலாக வைத்துச் செய்யப்படும் கணக்கும் நீத்தவன்' என்று கூறுவது சிந்திக்கற்பாலது. 'மூலமும் நடுவும் ஈறும் இல்லாத காரணன்' என்று கூறும் கவிஞன். காலதத்துவத்தைப் பற்றிப் பேசும்போது மட்டும், 'ஓர்....கணக்கும் இல்லவன்' என்று கூறாமல், 'நீந்தவன்' என்று கூறுகிறான்.

இது மிகவும் ஆழமான பொருளுடையதாகும். அண்ட பிண்ட சராசரம் அனைத்தும் என்றோ ஒரு காலத்தில் தோன்றி, இருந்து, என்றோ ஒரு நாள் அழியும் இயல்புடையன. அழிதல் என்பது இன்றுள்ள நிலை மாறி வேறு நிலையை அடைவதாகும். அதாவது, இவை இன்றுள்ள வடிவில் இல்லாதிருந்த காலமும் உண்டு; இனி இல்லாமல் போகும் காலமும் உண்டு. எனவே, தோற்றம் முதலியன உடைய இவற்றைக் குறிக்கும் பொழுது மட்டும் மூலமும், நடுவும், ஈறும் உடையவை இவை என்றான். ஆனால், இவற்றை இந்நிலையில் படைத்து, காத்து, மறைத்து அழிப்பவன் இவை தோன்று முன்னரும் இருந்தான்; இன்னும் இருக்கிறான். சர்வசங்கார காலத்தில் இவை அழிந்த நிலையிலும் இருக்கப்போகிறான். எனவே, இவற்றை அளவுகோலாக வைத்துப் பேசும்பொழுது மூலமும், நடுவும், ஈறும் இல்லாதவன் என்று பேசினான்.

ஆனால், கால தத்துவம் இதுபோன்றதன்று. அது என்றுமே உள்ள ஒன்றாகும். தொடக்கமும் முடிவும் இல்லாமல் சங்கிலித்தொடர்போல் விளங்கும் கால தத்துவம் என்றும் இருக்கும் பொருளாகும். ஆதலால், இறைவனையே கால தத்துவம் என்று கூறுகிற மரபும் இந்நாட்டில் உண்டு.

ஞாலமே, விசும்பே, இவை வந்துபோம்
காலமே! உனை என்று கொல் காண்பதே

- திருவாசகம் - திருச்சதகம் - 43

ஞாலம் என்ற முதல் பூதத்தையும், விசும்பு என்ற ஐந்தாவது பூதத்தையும், மணிவாசகர் குறிப்பிட்டதால், இடையில் உள்ளவற்றையும் சேர்த்து ஐந்து பூதங்களும் தோன்றி மறைவது காலதத்துவம் என்று கூறுப்படுகிறது.

இதனைத்தான் கம்பநாடான் 'மும்மைத்தாய காலமும் கணக்கும் நீத்த காரணன்' என்று கூறுகிறான். நீத்த என்றால் கடந்த என்பதே பொருள். இறைவனை ஐந்து பூதங்களாகவும், அவை அனைத்தும் தோன்றி மறையும் காலதத்துவமாகவும் கூறுவதுடன், இவற்றைக் கடந்து நிற்பவனாகவும் கூறுதல் இந்நாட்டு மரபு. 'கட' என்றதால் இவற்றைக் கடந்தவன் என்பதும், 'உள்' என்பதால் அந்தர்யாமியாய் இவற்றின் உள்ளே உள்ளான் என்பதும் இந்நாட்டவர் கண்ட கொள்கை

திடவி சும்பு, எரி, வளி, நீர், நிலம் இவை மிசை
படர் பொருள் முழுவதுமாய் அவை அவைதொறும்
உடல்மிசை உயிர் எனக் கரந்து எங்கும் பரந்துளான்.

நாலாயிரம் – 2088

என்பது நம்மாழ்வார் அருளிப்பாடு. எனவே, கம்பநாடன் 'காலம் நீத்தவன்' என்று கூறுவது முற்றிலும் பொருத்தமே. இறைவனை காலாதீதன் (காலங்கடந்தவன்) என்று கூறுவதும் மரபு. இதில் கணக்கும் நீத்த என்பதும் சிந்திக்க வேண்டிய ஒன்றாகும். அவன் ஒருவனைத் தவிர எண்ணுவதற்கு இரண்டாவதாக ஒன்று இருந்தால் தானே, இரண்டு மூன்று என்று கணக்கிட வேண்டிய தொல்லை நேரும். ஏகம் சத் என்று வேதம் கூறுவதை இந்நாட்டவரும் கூறியுள்ளனர்.

ஒன்று நீ அல்லை; அன்றி ஒன்று இல்லை

திருவாசகம் - கோயில் - 7

எந்த ஒன்றையும் எடுத்துக் கொண்டு நீ இதுவா என்றால் இது அல்ல (ஒன்று நீ அல்லை) என்றுதான் கூற வேண்டியுள்ளது. ஆனால், உனையன்றி இரண்டாவதாக எண்ணக்கூடிய பொருள் எதுவும் இல்லை (அன்றி ஒன்று இல்லை). எனவே கணக்கிடுவதற்கு எதுவும் இல்லை. கணக்கை நீத்த (கடந்த) காரணன் என்று கவிஞன் பேசுவது, எத்துணைப் பொருத்தம் உடையது என்பதை அறிய வியப்பாக இருக்கிறது!

ஒரே சொல்லால் குறித்தல்

இனி உடன்பாட்டு முகமாகப் பரம்பொருளை ஒரு சொல் கொண்டு குறிக்கத் தொடங்குகிறான், கவிஞன். எந்த ஒரு சொல்லைச் சொல்வதன் மூலம் அனைத்தையும் கடந்தும் அனைத்தினுள்ளும் இருந்தும், அனைத்தையும் தோற்றுவித்தும் அனைத்தையும் காத்தும் அழித்தும் நிற்கும் அப்பொருளை ஏறத்தாழ எந்த சொல்லால் முழுவதுமாகக் குறிப்பிட முடியுமோ, அந்த ஒரு சொல்லைத் தேர்ந்தெடுத்துப் பயன்படுத்துகிறான். அனைத்தும் தோன்றுதற்கும், இருத்தற்கும், அழிதற்கும் காரணமாக அவன் ஒருவனே இருத்தலின், கவிஞன் 'காரணன்' என்ற ஒரு சொல்லைப் பயன்படுத்துகிறான். காரணன் என்று பொதுவுறக் கூறிவிட்டமையின் முதற்காரணமாகவும், துணைக் காரணமாகவும், நிமித்தக் காரணமாகவும் அவன் ஒருவனே உள்ளான் என்பது விளங்கும்.

மூவரும் ஒருவனானவன் இராமன்

இவ்வளவு தருக்க ரீதியாகப் பேசிவிட்ட பிறகு, மும்மூர்த்திகள் என்று பேசி அதனையே பெரிது என ஏற்றுக் கொண்டுள்ள அவன் காலச் சமுதாயத்தையும் திருப்திப்படுத்த வேண்டிய கடமை இருத்தலின், சிவபெருமானும் (சூலம்), திருமாலும் (திகிரி சங்கு), நான்முகனும் (கரகம்), தமக்கு உரிய இடமாகிய ஆல் இலையையும் (திருமால்), மலரையும் (நான்முகன்), கயிலை மலையையும் (சிவன்) விட்டு, மூவரும் ஒரு வடிவு கொண்டு இராமன் என்ற பெயருடன் அயோத்தி வந்தார்கள்.

அப்படியானால், இத்துணைப் பெரியதும் சொற்பதம் கடந்ததுமான பரம் பொருள் ஏன் அயோத்தி வரவேண்டும் என்ற வினாவை எதிர்பார்த்து விடை கூறுகிறான் அடுத்த பாடலில்

அறம் தலை நிறுத்தி, வேதம்
அருள் சுரந்து அறைந்த நீதித்
திறம் தெரிந்து, உலகம் பூணச்
செந்நெறி செலுத்தித் தீயோர்
இறந்து உகநூறி, தக்கோர்
இடர் துடைத்து ஏக, ஈண்டுப்
பிறந்தனன் தன் பொற்பாதம்
ஏத்துவார் பிறப்பு அறுப்பான். - கம்ப. 5885

இப்பாடல் தரும் செய்தி: அறத்தை நிலைநாட்டி, வேதம் மக்கள் மேல் கொண்ட அருளால் கூறிவைத்த நீதியின் உட்பொருளை,

இவ்வுலகம் அறிந்து மேற்கொள்ள அவர்களை செந்நெறியில் செலுத்தி, அதே நேரத்தில் தீயோரை அழித்துத் தக்கவர்களைக் காத்து உதவவே இங்கு மனிதனாய்ப் பிறந்தான் எவன் தெரியுமா? தன்னிடம் சரணம் புகுகின்றவர்கள் துயரத்தை மட்டுமல்லாமல் அவர்கள் பிறப்பையே போக்குபவன்.

பரித்ராணாய ஸாதூனாம் வினாசாய சதுஷ்க்ருதாம்
தர்ம ஸம்ஸ்தாபனார்த்தாய ஸம்பவாமி யுகே யுகே

பகவத்கீதை: *4-8*

என்று கீதையில் கண்ணன் கூறுகின்ற பாடலின் விரிவுரை ஆகும் கம்பனின் மேலே காட்டிய பாடல். அறத்தை நிலைநாட்டுதல் என்றாலே, மக்கள் நீதி தெரிந்து நடப்பது என்பதுதானே பொருள்! அப்படி இருக்க, இரண்டையும் கவிஞன் ஏன் தனித்தனியாகக் கூற வேண்டும் அவன் வந்த காலத்தில் அவன் ஆற்றலை நேரே காணுவதால் அறவழி நடக்கும் மக்கள், நாளடைவில் வழுக்கி விழ ஏதுவாகலாம் அல்லவா? எனவேதான், இரண்டாம் முறையாக விரிவாக 'நீதித் திறம் தெரிந்து உலகம் பூணச் செந்நெறி செலுத்தி' என்று கூறுகிறான். நீதித் திறத்தைத் தெரிந்துகொள்ளுதல் வேறு; அதனை ஏற்று வாழ்க்கையில் கடைப்பிடித்தல் வேறு, இராவணன் அனைத்து நீதிகளையும் பழுதறக் கற்றவன்தான்; ஆனாலும், அவன் வாழ்க்கை எவ்வாறு சென்றது. நீதியை எடுத்துச் சொன்ன வீடணன், கும்பகருணன் என்பவர்கள் பேச்சு அவன் செவியில் ஏறவில்லை அல்லவா! அதனால் தான் 'தெரிந்து' என்று கூறிய கவிஞன், 'பூண்டு செந்நெறியில் செல்ல உதவினான்' இராமன், என்று பேசுகிறான்.

தண்டித்தலும் கருணையே

உலகில் மக்கள் வடிவில் பிறந்துவிட்டவர்களில், மரங்களின் இயல்புடையவர்கள், விலங்கு இயல்புடையவர்கள், மனம் போனபடி வாழும் சில ஜன்மங்கள் என்ற முறையில் பல படித்தரம் உண்டு அல்லவா 'ஆடிக் கறக்கிற மாட்டை ஆடிக் கறக்கணும்; பாடிக் கறக்கிற மாட்டைப் பாடிக் கறக்கணும்' என்பது இந்நாட்டுப் பழமொழி. எனவே, ஒரு சிலருக்கு உபதேசம் செய்தால் போதாது. வள்ளுவப் பேராசான் இத்தகைய மக்களை நன்கு எடைபோட்டு 'அச்சமே கீழ்களது ஆசாரம்' (திருக்குறள் - 1075) என்று பேசுகிறார் அல்லவா? அம்மட்டோடு நிறுத்தாமல், சொன்னவுடன் கேட்டுப் பயன்படுவர் சான்றோர்; கீழ்மக்களைக் கொன்றால் தான் அவர்களைத் திருத்த முடியும் என்ற கருத்தில்

சொல்லப் பயன்படவர் சான்றோர்; கரும்புபோல்
கொல்லப் பயன்படும் கீழ். *திருக்குறள் – 1078*

என்றும் பேசுகிறாரல்லவா? எனவே, அறத்தை நிலைநாட்டி நீதித்திறம் தெரியுமாறு செய்து, செந்நெறி பூணச் செய்தும் பயன்படாது போகையில், எதற்கும் கட்டுப்படாத கீழ் மக்களை அழித்துவிடுகின்றான் என்ற கருத்தையும் 'இறந்து உக நூறி' என்ற சொற்களால் பேசுகிறான்.

அடுத்துத் தக்கோர் துயர் துடைத்து என்று பேசுகிறான். பரம்பொருளின் அருளை மறக்கருணை என்றும் அறக்கருணை என்றும் பிரித்துக் கூறுவர். இறந்து உக நூறுதல், மறக்கருணையின் பாற்படும்; தக்கோர் துயர் துடைத்தல், அறக்கருணையின் பாற்படும். இவை அனைத்தையும், இவை அனைத்தையும் தானே முன்னின்று செய்வதற்காகவே அவன் இங்கு வந்து பிறந்துள்ளான் என்கிறான்.

மானுடச் சட்டை ஏன்?

"இத்துணை ஆற்றல் பொருந்திய பரம்பொருள் இச்சா சக்தியாலேயே இதனைச் செய்யமுடியாதா? ஏன் பிறப்பெடுத்து வரவேண்டும்" என்று வினவப்படலாம். அவன் ஆற்றலால் இவற்றைச் செய்ய முடியினும், மக்கள் இதனால் முழுப்பயனை அடைய வேண்டும் என்றால் மக்களுடன் நேரிடைத் தொடர்பு கொள்ள வேண்டும். ஆறு நிரம்பத் தண்ணீர் இருப்பினும் நாம் நம் சக்தி அளவாகத்தானே அதனைப் பயன்படுத்த முடியும்? 'இறைவனின் கருணை கடல் போல் இருப்பினும் நான் என் கொள்கலத்தின் அளவுதானே அதில் முகந்து கொண்டு வரமுடிகிறது' (கீதாஞ்சலி - 1) என்று தாகூரும் கூறுகிறார். எனவே அவன் மானுடச் சட்டை தாங்கி வருவது உயிர்கள் மாட்டுக் கொண்ட கருணையினாலேயே ஆகும். அப்படிக் கருணையினால் வருகிறவன் ஏன் ஒரு சிலரைக் கொல்ல வேண்டும்? ஏன் ஒரு சிலரைக் காக்க வேண்டும்? தண்டிப்பதும், கொல்வதும் இறைவன் அவர்கள் மாட்டுக் கொண்ட மறக்கருணையினால் தான். அது சரி, 'கொல்லவும் வேண்டுமா?' என்ற வினா அடுத்து வரும். ஆத்மாக்கள் என்றும் அழிவதில்லை. எனவே இருப்பதும் இறப்பதும் உடலே தவிர ஆத்மா அன்று. இதுபற்றிக் கூறவந்த கீதாசார்யன்,

வாஸாம்ஸி ஜீர்ணாணி யதா விஹாய
நவாணி க்ருஷ்ணாதி நரோபராணி
ததா சாராணி விஹாய ஜீரிணான்யன் யானி
ஸம்யாதி நவாணி தேஹி *அத்தியாயம் - 2 - 22*

(பழுதுபட்ட துணிகளைக் களைந்துவிட்டுப் புதியனவற்றை மனிதன் அணிவதுபோல, ஆத்மா பழைய உடலங்களை நீத்துவிட்டுப் புதிய உடலங்களில் புகுந்துவிடுகிறது.) என்று கூறுகிறான். சில உடம்பினுள் இருக்கும் சில ஆத்மாக்கள், வேறு வழியில் திருத்தப்பட முடியாத நிலையை அடைந்துவிட்டால், அந்த உடல்களை அழித்துத்தான் அந்த ஆத்மாக்களை முன்னேற்ற முடியும். அதிலும் இறைவன் கருணைதான் வெளிப்படுகிறது. காரணம் விருப்பு வெறுப்பு என்ற இரட்டைகளிலிருந்து முற்றிலும் விடுபட்டவன் பரம்பொருள். அவனைப் பொறுத்தமட்டில் இராவணன், இந்திரசித்து, வீடணன், கும்பகருணன், குகன், சுக்கிரவன், ஏன்? அனுமன் உள்பட அனைவரும் ஒன்றுதான். சிலர்மாட்டு அன்பும், சிலர்மாட்டு வெறுப்பும், அவனிடம் இல்லை. எனவே அவன் தண்டிக்கப் புகுந்தால், அது மைந்தனைத் தந்தை தண்டிப்பது போன்றதே தவிரப் பகைவன் தண்டிப்பது போன்றது அன்று.

இந்த ஒரு பாடல் மூலம், இந்தக் காப்பியம் முழுவதிலும் கவிஞன் தான் கூறவந்த இறை இலக்கணத்தைத் தொகுத்துக் கூறிவிடுகிறான். பரம்பொருளின் இலக்கணம் கூறியாயிற்று. எத்துணைத் தூரம் அறிவினால் ஆய முற்பட்டாலும், ஓரளவே அறிந்து கொள்ளக்கூடிய பரம் பொருளைப்பற்றிக் குறிகள், அடையாளங்கள் முதலியவற்றைக் கொண்டு ஓரளவு விளக்க முயன்றுள்ளான்.

கம்பன் இராம காதை பாடியது ஏன்?

இராம காதையைக் கம்பன் எடுத்துக்கொண்ட நோக்கத்தையும் ஓரளவு இதன்மூலம் அறிய முடிகிறது. பல்லாயிரம் ஆண்டுகளாக உயரிய வாழ்வு வாழ்ந்த இத்தமிழர், ஒப்பற்றது என்று போற்றியது கற்புநெறி. அவர்கள் வாழ்ந்து, அனுபவம் பெற்று, அறிவினால் ஆய்ந்து, உணர்வினால் உணர்ந்து, ஒப்பற்றது என்று கூறியது அறநெறி வாழ்க்கை, அத்தமிழர் கண்ட கடவுட் பொருள் - என்ற இம்மூன்றும் இராமகாதையில் மிகச் சிறந்த இடத்தைப் பெற்றிருப்பதால், கம்பன் இக்கதையைத் தேர்வு செய்து கொண்டான்.

முடிவாக

தமிழ் மக்கட்கு இயல்பாக இருந்த கவிதை உணர்வைத் தூண்டிவிட்டு, அற்புதமான கவிதைகளைப் படிக்கும் வாய்ப்பை நல்கினான் கம்பநாடன். அடுத்தபடியாக, அந்த இனத்திற்கு இருந்த குறைபாட்டை, இலைமறை காயாக, எடுத்துக் கூறி அவர்களைத்

திருத்த முயன்றான். ஆழ்வார்களும் நாயன்மார்களும் வைணவம், சைவம் என்ற வட்டத்துக்குள் நின்று பக்திப் பயிரை வளர்த்தனர். அவர்கள் காலத்தில், சமய ஒருமைப்பாட்டை வலியுறுத்தி, நாம ரூபங்கடந்த பரம்பொருளைப் பற்றிக் கூறவேண்டிய சூழ்நிலை உருவாகிவிட்டது. எனவே, இராமன் மும்மூர்த்திகட்கும் மேம்பட்ட பரம்பொருளே என்பதை நிறுவினான்,

கவிதைச் சிறப்பில் ஈடுபட்டவர்கள், ஒப்பற்ற காப்பியம் என்பதற்காக ஈடுபட்டவர்கள் என்று இப்படிப் பல தரத்தவர்களும் அவனுடைய இராமாயணத்தைப் படிப்பர். நாளடையில் அவன் அக்காப்பியத்துள் பொதிந்துவைத்துள்ள அறமும் நீதியும் மெள்ள மெள்ள மக்கட் மனத்துட் பதியும்; இராம அவதாரத்தில் பரம்பொருள் நுட்பம் விளங்குவதையும் மனங்கொள்வர். ‘இராமாவதாரம்’ என்று தன் காப்பியத்துக்குப் பெயரிட்ட நுட்பம் இதுவே. அதன் பயனாக இத் தமிழச்சாதி உயர்ந்து முன்னேறும் என்று கம்பன் கண்ட கனவே, இக்காப்பியத்தை அவன் இயற்றக் காரணமாய் அமைந்தது எனலாம்.

~ ~ ~

www.ingramcontent.com/pod-product-compliance
Lightning Source LLC
LaVergne TN
LVHW060325051026
849517LV00004B/1224
* 9 7 8 9 3 9 3 7 2 4 9 4 6 *